AF761048

INSIGHT PUBLICA®

INSIGHT PUBLICA®
Nadakkavu, Kozhikode, Kerala 673011
Tel:0495-4020666
www.insightpublica.com
e-mail: insightpublica@gmail.com
Sahithyavum Samskarikabhumisasthravum
(Malayalam)
Editor: Dr. N Rajani
First Edition: September 2020

ISBN 978-93-90404-07-0

സാഹിത്യവും
സാംസ്കാരികഭൂമിശാസ്ത്രവും

എഡിറ്റർ: ഡോ.എൻ. രജനി

INSIGHT PUBLICA ®

1972 ൽ ജനിച്ചു. പയ്യന്നൂർ കോളേജ്, കോഴിക്കോട് സർവ്വകലാശാല, കേരള സർവ്വകലാശാല കാര്യവട്ടം ക്യാമ്പസ്, തലശ്ശേരി ഗവ. ബ്രണ്ണൻ കോളേജ് ഗവേഷണകേന്ദ്രം എന്നിവിടങ്ങളിൽ വിദ്യാഭ്യാസം. മലയാള സാഹിത്യത്തിൽ എം. ഫിൽ, പിഎച്ച് ഡി ബിരുദങ്ങൾ. ഇപ്പോൾ ബ്രണ്ണൻ കോളേജിൽ മലയാളവിഭാഗം അധ്യാപിക. ഡോ. കെ.വി. ഉണ്ണികൃഷ്ണനാണ് ജീവിതപങ്കാളി, മക്കൾ: സ്വാതികൃഷ്ണ, ശ്രീനന്ദ.
email: rajaniunni44@gmail.com
Mob: 9747075175

ഡോ. എൻ. രജനി

കൃതജ്ഞത

ഗവണ്മെന്റ് ബ്രണ്ണൻകോളേജ് മലയാളവിഭാഗം 2019 നവംബർ 22, 23, തിയ്യതികളിൽ നടത്തിയ അന്തർദേശീയ സെമിനാറിൽ അവതരിപ്പിച്ച പ്രബന്ധങ്ങളാണ് പ്രധാനമായും ഈ പുസ്തകത്തിന്റെ ഉള്ളടക്കം. സാംസ്കാരികഭൂമിശാസ്ത്രം എന്ന സങ്കൽപത്തിന്റെ സൈദ്ധാന്തികവും ചരിത്രപരവുമായ വഴികളുടെ വിശകലനങ്ങൾ, വിഷയത്തിന്റെ സാധ്യതകൾ പ്രയോജനപ്പെടുത്തി നടത്തിയ മേഖലാപഠനങ്ങൾ (Area studies), നോവലുകളിലെ സ്ഥലനിർമ്മിതിയുടെ വ്യത്യാസവും രാഷ്ട്രീയവും, സഞ്ചാരാനുഭവങ്ങൾ, സിനിമ, ഗാനശാഖകൾ, രേഖാചിത്രങ്ങൾ എന്നിവയിലെ സ്ഥലനിർമ്മിതിയുടെ സവിശേഷതകൾ തുടങ്ങിയ വ്യത്യസ്തപഠനമേഖലകളെ ഈ പുസ്തകം പരിചയപ്പെടുത്തുന്നു. ഇവയിലൂടെ കടന്നുപോകുമ്പോൾ സ്ഥലപഠനത്തിന്റെ വിശാല സാധ്യതകളും നവീന ഭാവുകത്വത്തിന്റെ രസഘടകങ്ങളും തിരിച്ചറിയാൻ പറ്റും എന്നതിന് സംശയമില്ല.

സംസ്കാരപഠനത്തിന്റെ വിപുലമായ സാധ്യതാതലങ്ങളിലാണ് ഈ പ്രബന്ധങ്ങൾ നിലയുറപ്പിക്കുന്നത്. പുതിയ ആലോചനകളും ചിന്താപദ്ധതികളുമാണ് അക്കാദമികരംഗത്തെ എപ്പോഴും സംവാദാത്മകമാക്കി നിലനിർത്തുന്നത്. തീർച്ചയായും അത്തരത്തിലൊരു സംവാദസാധ്യത സാഹിത്യവും സാംസ്കാരികഭൂമിശാസ്ത്രവും എന്ന ഈ വിഷയം മുന്നോട്ട് വെക്കുന്നുണ്ട്. രേഖപ്പെടുത്തൽ ആണ് ഏത് അറിവിനെയും ശാശ്വതമായി നിലനിർത്തുന്നത്. ഈ പുസ്തകം ചർച്ചകളുടെയും സംവാദങ്ങളുടെയും ഗഹനമായ ആലോചനകളുടെയും രേഖപ്പെടുത്തലാണ്. ഇതിന് എന്നെ ഏറ്റവുമധികം പ്രോത്സാഹിപ്പിച്ചതും സഹായിച്ചതും ഈ പുസ്തകം യാഥാർത്ഥ്യമാക്കിയതും ഡോ. സന്തോഷ് മാനിച്ചേരിയാണ്. അദ്ദേഹത്തോടുള്ള അകൈതവമായ നന്ദി സ്നേഹത്തിന്റെ ഭാഷയിൽ പ്രകാശിപ്പിക്കുന്നു. നിരന്തരമായ

ശല്യപ്പെടുത്തലിനെ മാനിച്ചുകൊണ്ടുതന്നെ അക്കാദമിക ഉത്തരവാദിത്തത്തോടുകൂടി പ്രബന്ധങ്ങൾ വൈകാതെ അയച്ചുതന്ന എല്ലാ പ്രബന്ധരചയിതാക്കൾക്കും നന്ദിരേഖപ്പെടുത്തുന്നു. ഒരു തവണപോലും വിളിക്കാനിടയാക്കാതെ കൃത്യമായി പേപ്പർ തന്ന ഡോ. അജയ്ശേഖർ സാറിനെ പ്രത്യേകം ഓർമിക്കുന്നു. പലതരം തിരക്കുകൾക്കിടയിലൂടെയാണ് സെമിനാറിനുശേഷവും ഈ പ്രബന്ധങ്ങൾ ആളുകൾ തയ്യാറാക്കിയത്. എൻ. പ്രഭാകരനെപ്പോലെയുള്ള ശ്രദ്ധേയനായ എഴുത്തുകാരൻ തരാമെന്നുപറഞ്ഞ ദിവസത്തിനും മുമ്പേ തന്ന് അത്ഭുതപ്പെടുത്തിയിട്ടുണ്ട്. എല്ലാവർക്കും സ്നേഹം.

ഈ പുസ്തകത്തിന്റെ (സെമിനാറിന്റെയും) പൂർത്തീകരണത്തിൽ മുഴുവൻ സമയവും എന്നോടൊപ്പം സഞ്ചരിച്ച പ്രിയപ്പെട്ട ഉണ്ണിമാഷിനെ സ്നേഹപൂർവം ഓർക്കുന്നു. എല്ലാ പ്രവർത്തനത്തിലും എന്നും സജീവമായി കൂടെയുള്ള മലയാളത്തിലെ ഗവേഷകസുഹൃത്തുക്കൾ, പ്രത്യേകിച്ച് ശരത്, രസിതരാമചന്ദ്രൻ, ജബീൻ, ആതിര, റിൻസി തുടങ്ങിയവരോടുള്ള നന്ദി പറഞ്ഞറിയിക്കാനാവില്ല. പ്രൂഫ് വായനയിൽ സഹായിച്ച മനോജ് കുമാർ കെ. പി, അശോകൻ കെ. വി. എന്നിവരെയും വിവർത്തന സന്ദർഭത്തിൽ സഹായിച്ച കുമാരി ശ്രീനന്ദയെയും സ്നേഹത്തോടെ ഓർക്കുന്നു. പൂർണ്ണസഹകരണം നല്കി കൂടെനിന്ന മലയാള വിഭാഗത്തിലെ അധ്യാപക സുഹൃത്തുക്കൾക്കും നന്ദി. പ്രസാധകരായ ഇൻസൈറ്റ് പബ്ലിക്കയ്ക്കും നന്ദി രേഖപ്പെടുത്തുന്നു.

ഡോ. എൻ. രജനി

ആമുഖം

സാഹിത്യവും സാംസ്കാരികഭൂമിശാസ്ത്രവും: ജ്ഞാനവിനിമയങ്ങളുടെ രാഷ്ട്രീയം

ഡോ. എൻ. രജനി

സംസ്കാരപഠനത്തിൽ സ്ഥലം (Place) ഇടം (Space) എന്നിവയ്ക്ക് വളരെ പ്രാധാന്യമുണ്ട്. സാധാരണത്വമോ ദൈനംദിനത്വമോ സംസ്കാരത്തെ മനസ്സിലാക്കാനുള്ള സാധ്യമായ ഉപാധിയായിരിക്കേ, മനുഷ്യന്റെ നിത്യഇടപെടലുകളിൽ വരുന്ന സ്ഥലം എന്ന യാഥാർത്ഥ്യം പ്രകടമായിത്തന്നെ സംസ്കാരത്തെ അടയാളപ്പെടുത്താൻ ശേഷിയുള്ളതാണ്. നമ്മുടെ വിനിമയങ്ങളിലൂടെ, വ്യവഹാരങ്ങളിലൂടെ രൂപപ്പെടുന്ന ഒന്നാണ് ഇടം എന്ന് പറയുന്നത്. ഇടത്തെക്കാൾ ഭൗതികസ്വഭാവം അഥവാ ഭൂമിശാസ്ത്രബന്ധം സ്ഥലത്തിനുണ്ട്. സ്ഥലം അധികാരബന്ധിയും ഇടം ശക്തിഹീനരുടേതും ആണെന്ന് ടി.എം. യേശുദാസൻ നിരീക്ഷിക്കുന്നു. (താക്കോൽവാക്കുകൾ 143: 2017) എങ്ങനെയാണ് നമ്മുടെ സാഹിത്യം ഇത്തരം സ്ഥലങ്ങളെ ഉപയോഗപ്പെടുത്തിയിരുന്നത് എന്നത് സവിശേഷമായി മനസ്സിലാക്കേണ്ടതുണ്ട്. മുമ്പ് ഭാവനാനിർമിതമായ സ്ഥലത്തെയാണ്, അല്ലെങ്കിൽ ജീവിക്കുന്ന ഭൗതികയാഥാർത്ഥ്യനിഷ്ഠമായ ഒരു സ്ഥലത്തിന്റെ അപരലോകത്തെയാണ് നമ്മുടെ സാഹിത്യവും സിനിമയുമൊക്കെ കാണിച്ചുതന്നത്. ദൈനംദിനമായി ഇടപെടുന്ന സ്ഥലത്തെ അപരവത്കരിക്കുന്ന ഈ പ്രക്രിയ സ്ഥലകാലാതീതമായി വർത്തിക്കുന്നതാണ്. സാഹിത്യം/കല എന്നത് സാർവ്വലൗകികമാണ് എന്ന ധാരണയെ ഉറപ്പിക്കാൻ പര്യാപ്തവുമായിരുന്നു അത്. വിശ്വമാനവികത, ഏകലോകം, ലോക

മേതറവാട്, വിശ്വം ഭവത്യേകനീഡം തുടങ്ങിയ പരികൽപനകളിലെ സമഗ്രബോധം കാണുക. ഇത് ദർശനത്തിന്റെ മാത്രം വിഷയമല്ല. അതിൽ അപ്രധാനീകരിക്കപ്പെട്ടുപോയ പലതരം വൈവിധ്യങ്ങളും പലതരം ചെറുതുകളും ഉണ്ട്. അങ്ങനെയൊന്നായിരുന്ന പ്രാദേശികത്വമുള്ള സ്ഥലം. അതിന്റെ ഘടന, ജൈവസ്വഭാവങ്ങൾ, പാരിസ്ഥിതികമായ ഉന്മേഷങ്ങളും സംഘർഷങ്ങളും- അവയൊക്കെയും മനുഷ്യന്റെ വൈകാരികമണ്ഡലത്തിൽ ചെലുത്തുന്ന ആഴത്തിലുള്ള മുദ്രകൾ സ്ഥലത്തിന്റെ നിശ്ചലതയ്ക്കുമേൽ മനുഷ്യന്റെ ചലനം ഉണ്ടാക്കിയ പരിവർത്തനങ്ങൾ തുടങ്ങി സവിശേഷവും സൂക്ഷ്മവും ആയ പല സ്വഭാവങ്ങളും സ്ഥലം വഹിക്കുന്നുണ്ട്. മനുഷ്യരെ അല്ലെങ്കിൽ ആവാസവ്യവസ്ഥയെയാകെ സാരമായി സ്വാധീനിക്കുന്ന ഒരു ഘടനാസംവിധാനം ഓരോ സ്ഥലവും ഉൾക്കൊള്ളുന്നുണ്ട്. മനുഷ്യർ ഒന്നിനൊന്ന് ഭിന്നരാണ് എന്ന് പറയും പോലെ തന്നിൽ തന്നെ അനേകം പിളർപ്പുകൾ ഉള്ളവരാണ് എന്നതാണ് സംസ്കാരത്തെ മനസ്സിലാക്കുമ്പോൾ നാം നേരിടുന്ന കുറേക്കൂടി സൂക്ഷ്മമായ സത്യം. നാം പുറത്തു കാണുന്ന ലോകത്തെ അതേപടി ഉള്ളിലേക്കെടുക്കുകയാണോ, അതോ (അ)ബോധലോകങ്ങൾ പുറത്തെ സ്ഥലത്തെ എഡിറ്റ് ചെയ്യുകയോ അരിച്ചെടുക്കുകയോ ആണോ ചെയ്യുന്നത് എന്നത് പ്രധാനവിഷയമാണ്. ഉദാഹരണത്തിന് ഒരു പുഴയുള്ള സ്ഥലവും പുഴയില്ലാത്ത സ്ഥലവും ആളുകളുടെ സാമൂഹ്യജീവിതത്തേയും സാംസ്കാരികാവസ്ഥയേയും സാരമായി സ്വാധീനിക്കുന്നുണ്ട്. അതുപോലെ സ്വാധീനം വൈകാരികജീവിതത്തിലും ചെലുത്തുന്നു. ദ്രാവീഡിയമായ തിണസിദ്ധാന്തത്തിലെ ഐന്തിണൈ സങ്കൽപത്തിന്റെ കാതൽ ഇത്തരത്തിലുള്ള സ്ഥലബോധമാണ്. ഭൗതികമായ സ്ഥലം അതിന്റെ ഭൗതികാടയാളങ്ങളെ കവിഞ്ഞ് പ്രകാശിപ്പിക്കുന്ന അനേകം അർഥങ്ങൾ സാഹിത്യം കാണിച്ചുതരും. 'സാഹിത്യം എന്നാൽ ആഖ്യാനമാണ്. അതിലെ സ്ഥലം സ്ഥലമല്ല. അത് വർണ്ണനകളുടെ, ഭാഷയുടെ ഉൽപ്പന്നമാണ്. സാഹിത്യത്തിലെ സ്ഥലത്തിന് ഒറ്റയ്ക്ക് നിൽക്കാനാവില്ല. അതിന് വ്യാവഹാരികമായ ഒരു നിലയുണ്ട്. അതായത് സ്ഥലവർണ്ണനയ്ക്ക് ഭാഷയും ചരിത്രവും ജീവിതവുമായി ബന്ധമുണ്ട്. സംഭവം നടക്കുന്ന വെറും ഇടമല്ല സാഹിത്യത്തിലെ സ്ഥലം. വെറുതെയുള്ള നിർഗുണമായ സ്ഥലവർണ്ണന എന്നൊന്നില്ല. അതിന് സവിശേഷമായ ഒരർത്ഥമുണ്ട്, സൂചകത്വമുണ്ട്' (ഇ.പി. രാജഗോപാലൻ, കവിതയുടെ ഗ്രാമങ്ങൾ). ഇത്തരമൊരു തലത്തിലാണ് സാഹിത്യപഠനത്തെ സംബന്ധിച്ചിടത്തോളം സാംസ്കാരി

കഭ്രമിശാസ്ത്രം എന്ന സങ്കൽപം പ്രധാനമായിത്തീരുന്നത്. കാരണം സാഹിത്യത്തിന്റെ അനുഭൂതിതലത്തെ സൃഷ്ടിക്കുന്നതിൽ സ്ഥലങ്ങൾ വലിയ പങ്ക് വഹിക്കുന്നു. പലതരം വൈകാരികതകളിലൂടെയും പലതരം വ്യാഖ്യാനങ്ങളിലൂടെയും സൃഷ്ടിക്കപ്പെടുന്ന സ്ഥലങ്ങളുണ്ട്. ഭൂപടത്തിലുള്ളതും ഭൂപടത്തിലില്ലാത്തതുമായ ദേശസംയുക്തങ്ങളുടെ ഭൂമിശാസ്ത്രമാണ് സാഹിത്യത്തിലെ സ്ഥലഭാവനയുടെ അച്ചുതണ്ട്. സ്ഥലനിർമിതി എന്ന ആശയം, ഭാഷയെ നിർമിക്കുന്ന സ്ഥലങ്ങൾ, സ്ഥലത്തെ വഹിക്കുന്ന ഭാഷ, ഭാവനയുടെ അതിർത്തിലംഘനങ്ങൾ തുടങ്ങിയവയൊക്കെ സാഹിത്യപഠനത്തിന്റെ അന്വേഷണ മേഖലകളാണ്. സംസ്കാരത്തിന്റെ ഏറ്റവും പ്രധാനമുദ്രയായി സ്ഥലം നിലനിൽക്കുന്നു എന്നത് സാംസ്കാരിക ഭൂമിശാസ്ത്രം എന്ന സങ്കൽപത്തിന്റെ സാധ്യതയും സാധുതതയും ആണ്.

ഇടങ്ങൾ രൂപപ്പെടുന്നതും രൂപപ്പെടുത്തുന്നതുമായ എല്ലാ സന്ദർഭങ്ങളിലും രാഷ്ട്രീയം പ്രവർത്തനക്ഷമമാകുന്നുണ്ട്. അധികാരവും ചൂഷണവും ഗൃഹാതുരതയും പ്രവാസവും ആത്മീയതയും അധിനിവേശവും വർഗ്ഗബോധവും വംശബോധവും സാങ്കേതികതയും ലിംഗപദവിയുമെല്ലാം സ്ഥലത്തെ സാംസ്കാരികമായി നിർമ്മിച്ചെടുക്കുന്നുണ്ട്. ആണിടങ്ങളല്ല പെണ്ണിടങ്ങൾ; അതുമല്ല ഇവരല്ലാത്തവരുടെ ഇടങ്ങൾ. ഇത്തരത്തിൽ ഞാൻ, നീ എന്ന വേർതിരിവിൽ പോലും അടിസ്ഥാനമായി പ്രവർത്തിക്കുന്ന സ്ഥലബോധമുണ്ട്, ഇടത്തെപ്പറ്റിയുള്ള അവബോധമുണ്ട്. ഇത്തരം ദൈനംദിനാനുഭവങ്ങളാണ് ഈയൊരു പഠനമേഖലയെ സൂക്ഷ്മമായി സമീപിക്കാൻ പ്രേരിപ്പിച്ചത്.

ഭൂമിശാസ്ത്രപഠനം മലയാളത്തെ സംബന്ധിച്ചിടത്തോളം അപരിചിതമായ ഒരു മേഖലയല്ല. എന്നാൽ സംസ്കാരികഭൂമിശാസ്ത്രം ഈ പഠനത്തിൽ സംസ്കാരത്തെക്കൂടി ചേർത്തെടുത്തു. ചിന്താചരിത്രത്തിലെ സാംസ്കാരികമായ തിരിവ് (Cultural turn) ഈ സമീപനത്തിന് ആക്കം കൂട്ടി. സ്ഥലത്തെ സംബന്ധിച്ച് ചരിത്രപരവും സാമൂഹ്യശാസ്ത്രപരവുമായ പഠനങ്ങൾ ധാരാളം ഉണ്ടായിട്ടുണ്ട്. ഹെൻറി ലെഫബോറിന്റെ Production of space, ഫൂക്കോയുടെ പാനോപ്ടിക്കോൺ (Panopticon), എംപ്ലേസ്മെന്റ് (Emplacement), ഹെറ്ററോടോപ്പിയ (Heterotopia) പോലെയുള്ള സ്ഥലവിശകലന സങ്കൽപങ്ങൾ. എഡ്വേർഡ് സോജയുടെ Third Space എന്ന സ്ഥലവിശകലനസമീപനം തുടങ്ങിയവയൊക്കെ സ്ഥലവിന്യാസത്തിന്റെയും സ്ഥലനിർമ്മിതിയുടെയും സ്ഥലപരിണാമത്തിന്റെയും സൂക്ഷ്മ സൈദ്ധാന്തിക ചരിത്രം സൃഷ്ടിക്കുന്നുണ്ട്.

ഘടനാവാദാനന്തരചിന്തയുടെ പൊതു പശ്ചാത്തലത്തിൽ സ്ഥലം പ്രധാനമായ ഒരു പഠനവിഷയമായി പരിണമിച്ചിട്ടുണ്ട് എന്നുള്ളതാണ് ഇതിനർത്ഥം. ഇന്ത്യയെ സംബന്ധിച്ചിടത്തോളം സൈദ്ധാന്തികം എന്നതിനെക്കാൾ പാരിസ്ഥിതികമോ ജൈവികമോ ആയ സ്ഥലാവബോധമാണ് ഉണ്ടായിരുന്നത്. നേരത്തെ സൂചിപ്പിച്ച തിണസങ്കൽപമായാലും നമ്മുടെ ക്ലാസിക്കൽ പാരമ്പര്യത്തിലെ പ്രാപഞ്ചിക പ്രകൃതിബോധമായാലും, സഹവർത്തിത്വത്തിന്റെ നയങ്ങളെയാണ് അത് സൂചിപ്പിച്ചത്. നാടോടിക്കഥകളിലും, പഞ്ചതന്ത്രകഥകളിലും അടക്കം പ്രത്യക്ഷപ്പെടുന്ന കഥകളിൽ ഈ അടിയൊഴുക്കുണ്ട്.

ഇതരവിജ്ഞാനമേഖലയുടെ കൈസഹായത്തിലാണ് സാഹിത്യം എപ്പോഴും നവീനഭാവമേഖലകളെ സ്പർശിക്കുന്നത്. ആ അർത്ഥത്തിൽ ഇടത്തെ വിപുലമാക്കുന്ന പ്രക്രിയ കൂടിയാണ് സാഹിതീയതയുടെ നിർമ്മാണം. സംസ്കാരികഭ്രമിശാസ്ത്രം ഒരർത്ഥത്തിൽ ഈ ഇടത്തെ പഠിക്കാനുള്ള പരിശ്രമമാണ്. ഇത്തരത്തിൽ സാഹിത്യപഠനവും സാംസ്കാരിക ഭ്രമിശാസ്ത്രവും വലിയ പാരസ്പര്യമുള്ളവയാണ്. ബഹുവൈജ്ഞാനിക മേഖലകളുമായി കൈകോർത്തുകൊണ്ടുള്ള സാഹിത്യത്തിന്റെ ഈ നടത്തം അത് സഞ്ചരിക്കാനുള്ള ഭ്രമണ്ഡലം വലുതാക്കുന്നു എന്ന് സംശയമില്ല. ജ്ഞാനനിർമ്മിതിയുടെ നവീനമായ ലാവണ്യബോധവും രാഷ്ട്രീയവുമാണ് പുതിയ ഭാവുകത്വമേഖലകളിലേക്ക് സാഹിത്യത്തെ എത്തിക്കുന്നത്. സാഹിത്യവും സാംസ്കാരിക ഭ്രമിശാസ്ത്രവും എന്ന വിഷയം അതുകൊണ്ടുതന്നെ സാഹിത്യത്തെ പുതിയ രീതിയിൽ വായിച്ചെടുക്കാവുന്ന ചിന്താപ്രതലം സൃഷ്ടിക്കുന്നു.

ഇതരവിജ്ഞാനശാഖകളുടെ സമീപനങ്ങൾ കൂടി ഉൾപ്പെടുമ്പോഴാണ് സാഹിത്യപഠനങ്ങൾ വിശാലമായ അർത്ഥത്തിൽ മാനവസംസ്കാരത്തിന്റെ പഠനമാവുന്നത്. ഡോ. ടി.ടി.ശ്രീകുമാർ 'സ്ഥലാനുഭവങ്ങളുടെ സാംസ്കാരിക ഘടനകൾ' എന്ന പ്രബന്ധത്തിൽ സാമ്പത്തിക സാമൂഹ്യശാസ്ത്രമേഖലകളിലെ സ്ഥലവിന്യാസത്തിന്റെ ഘടനകൾ വിശദീകരിക്കുന്നു. 1958 മുതൽ സാഹിത്യത്തിൽ സ്ഥലപഠനത്തിന്റെ സാധ്യതകൾ രൂപപ്പെട്ടതെങ്ങനെയെന്ന ചരിത്രപരമായ വിശകലനം ഈ പ്രബന്ധം നിർവഹിക്കുന്നുണ്ട്. തൊഴിൽപരമായ വിഭജനമാണ് സ്ഥലത്തിന്റെ അസ്തിത്വം നിർണയിച്ചിരുന്നതെന്നും ക്ലാസിക്കൽ ധനതത്വശാസ്ത്ര സങ്കൽപങ്ങളും മാർക്സിയൻ സൈദ്ധാന്തിക ചിന്തയും സാംസ്കാരികഭ്രമിശാസ്ത്രത്തിന്റെ സ്ഥലപരമായ വിഭജനസാധ്യതകളെ ഏതൊക്കെ രീതിയിൽ നോക്കിക്കണ്ടു എന്നും ഈ

പഠനം പറയുന്നുണ്ട്. ലെഫേബർ, ബാഷ്‌ലാഡ്, ഫൂക്കോ തുടങ്ങിയ സൈദ്ധാന്തികരുടെ സ്ഥലവിന്യാസപഠനങ്ങളെ കൃത്യമായി വിശകലനം ചെയ്യുന്ന ഈ പ്രബന്ധം സമീപകാല സാമൂഹിക വർഗ സമരങ്ങളിൽ സ്ഥലവിന്യാസത്തിന്റെ രാഷ്ട്രീയംകൂടി ഉൾപ്പെടുന്നു എന്ന നിഗമനത്തിലാണ് അവസാനിക്കുന്നത്. ചരിത്രപരമായ പദ്ധതികളിലൂടെ വിശദീകരിച്ച്, സ്ഥലാനുഭവത്തിന്റെ ആത്മനിഷ്ഠതകളെ വ്യക്തമാക്കി, സ്ഥല പഠനത്തിന്റെ പ്രസക്തിയും സാധ്യതകളും ചൂണ്ടിക്കാട്ടി വർത്തമാനകാല സാമൂഹിക-സാംസ്കാരിക സന്ദർഭങ്ങളിൽ സ്ഥലവിന്യാസത്തിന്റെ രാഷ്ട്രീയംകൂടി ചർച്ചചെയ്യുന്ന ഈ പ്രബന്ധം ഈ പുസ്തകത്തിന്റെ ഏറ്റവും ബലമുള്ള സൈദ്ധാന്തികാടിത്തറയാണ്. സാംസ്കാരിക ഭൂമിശാസ്ത്രത്തിന്റെ വിശാലമായ പരിപ്രേക്ഷ്യത്തിൽ സ്ഥലത്തെയും മനുഷ്യരെയും ജീവിതത്തെയും മനസ്സിലാക്കാനും നിർവചിക്കാനും ടി.ടി. ശ്രീകുമാർ ശ്രമിക്കുന്നു. (ഡോ. ടി.ടി. ശ്രീകുമാർ നടത്തിയ ഉദ്ഘാടനപ്രഭാഷണമാണ് പ്രബന്ധ രൂപത്തിൽ കൊടുത്തിരിക്കുന്നത്.)

'തെക്കൻ വഴിയും വഴക്കവും' എന്ന പ്രബന്ധത്തിൽ ഡോ. അജയ്ശേഖർ ദ്രാവിഡീയമായ സ്ഥലബോധത്തിന്റെ ലാവണ്യം വിശകലനം ചെയ്യുന്നു. സംഘകാലസാഹിത്യത്തിന്റെ അവബോധങ്ങളെ പാശ്ചാത്യദർശനങ്ങളുമായി ചേർത്തുവച്ചുകൊണ്ടുള്ള നോട്ടപ്പാട് അജയശേഖറിന്റെ പഠനത്തിലുണ്ട്. ബുദ്ധദർശനങ്ങളിൽ പ്രകൃതി-പാരിസ്ഥിതികബോധം സമ്യക്കായി ലയിച്ചുചേർന്നതെങ്ങിനെയെന്ന വിശകലനം ഈ പ്രബന്ധം കണ്ടെത്തുന്നു. പ്രാപഞ്ചികമായ സമഭാവനാദർശനം ജൈവികമായ സ്ഥലതുല്യതയെ പ്രതിനിധാനം ചെയ്യുന്നുവെന്നും ഇത് ബുദ്ധദർശനത്തിന്റെ തെക്കൻ വഴക്കങ്ങളാണ് എന്നും അതാണ് സംഘസാഹിത്യഭൂമിക എന്നും കണ്ടെത്തുന്ന അദ്ദേഹം വിശാലമായ ചരിത്രബോധത്തിലും സ്ഥലപരിസരത്തിലുമാണ് ഈ പഠനം നിർവഹിച്ചിരിക്കുന്നത്. തെന്നിന്ത്യൻ സംസ്കാരത്തിനുമേൽ ബ്രാഹ്മണിക ഇന്ത്യൻ ബോധം മേൽക്കൈനേടിയ ചരിത്രമാണ് ബൗദ്ധസംസ്കാരത്തിന്റെ തുടച്ചുനീക്കലായത്. ഊരും ചേരിയും പള്ളിയും കുളവും കാടും കോട്ടും ചേർന്ന കേരളത്തിലെയും തെന്നിന്ത്യയിലെയും സ്ഥലനാമങ്ങളൊന്നും സംസ്കൃതമൂലമല്ല എന്നും ജാതി, വർണം, വംശം എന്നിങ്ങനെയുള്ള വാക്കുകൾ ദ്രാവിഡഭാഷയിലില്ല എന്നുമുള്ള നിരീക്ഷണങ്ങൾ അധിനിവേശത്തിന്റെ സമഗ്രചരിത്രത്തെ ചൂണ്ടുന്നുണ്ട്. പാരിസ്ഥിതികമായ തനത് സംസ്കാരത്തിന്റെമേൽ ബ്രാഹ്മണിക് സവർണ

വർഗങ്ങൾ മണ്ണിട്ട് തെഴുത്തതിന്റെ അടയാളങ്ങൾ ഭാഷ സൂക്ഷിക്കു ന്നു. കേരളത്തിന്റെ സ്ഥലനാമങ്ങൾ ഗാഢപരിസ്ഥിതിയോടുള്ള ഇഴയടുപ്പമാണ് സൂചിപ്പിക്കുന്നത് എന്ന് അദ്ദേഹം കണ്ടെത്തുന്നു. ദ്രാവിഡച്ചുവയുള്ള മലയാളപദങ്ങൾ ഈ പ്രബന്ധത്തെ വേറിട്ട വായനാനുഭവമാക്കുന്നുണ്ട്.

എഴുത്തിന്റെ നാട്ടുവഴികളെപ്പറ്റിയാണ് എൻ.പ്രഭാകരന്റെ ലേഖനം. കുട്ടിക്കാലത്ത് അനുഭവിച്ച സ്ഥലം സർഗാത്മകഭാവനയിൽ പുനരാവിഷ്ക്കരിക്കുന്നത് എങ്ങനെയെന്ന എഴുത്തിന്റെ രസതന്ത്രം വിശദീകരിക്കുന്നുണ്ട്. സാംസ്കാരികമായ അന്യാധീനപ്പെടലിന്റെ ആധിയിൽനിന്നുള്ള സ്വയം വീണ്ടെടുക്കലായി അദ്ദേഹം ഇതിനെ കാണുന്നു. നമ്മൾ ജീവിക്കുന്ന സ്ഥലത്ത് നമ്മൾ ഒതുങ്ങുന്നില്ല എന്നത് പുതിയ കാലത്ത് സ്ഥലത്തെ അനുഭവിക്കുമ്പോൾ നേരിടുന്ന പ്രശ്നമാണ്. അതുകൊണ്ടാവണം നിലനിർത്തലിന്റെ ആഗ്രഹമോ ആധിയോ ആയി സമീപകാലത്ത് ദേശമെഴുത്ത് കൂടുതലായി വരുന്നത് എന്ന് ഈ ലേഖനം നിരീക്ഷിക്കുന്നു. അത് ഒരിടത്താവളം മാത്രമാണെന്നും അദ്ദേഹം വിലയിരുത്തുന്നു. 'പടപ്പാട്ടുകൾ: വിവർത്തനത്തിന്റെ രാഷ്ട്രീയസഞ്ചാരങ്ങൾ' എന്ന പ്രബന്ധത്തിൽ ഡോ. എം.സി. അബ്ദുൾനാസർ സാമൂഹികാവശ്യങ്ങളുടെ നിർവഹണം എന്ന നിലയിൽ അവയുടെ അതിജീവനത്തെപ്പറ്റിയാണ് പറയുന്നത്. പ്രതിരോധരാഷ്ട്രീയത്തിന്റെ ഇടമായി മലബാർ എന്ന പ്രദേശം മാറുന്നതിൽ ഈ പടപ്പാട്ടുകളുടെ വിവർത്തനങ്ങൾക്ക് സാധിച്ചിട്ടുണ്ട് എന്ന നിരീക്ഷണമാണ് ഈ പഠനത്തിന്റെ കേന്ദ്രം. സാർവലൗകികത്വം, ദേശരാഷ്ട്രസ്വത്വം എന്നിവയ്ക്കുള്ള അതിരുകളായി പ്രദേശസ്വത്വങ്ങൾ മാറുന്നതിന്റെ വായനകൂടിയാണിത്.

'മലബാർ' എന്ന മേഖലയുടെ സവിശേഷതകൾ നവീനമായരീതിയിൽ ചരിത്രപരമായ പഠനത്തിന് വിധേയമാക്കുന്നതാണ് ഡോ: അബ്ദുൾ ലത്തീഫിന്റെ പ്രബന്ധം. മേഖലാപഠനങ്ങളിൽ സമുദ്രാന്തര പഠനങ്ങളുടെ സാധ്യത ഉപയോഗിച്ച് മലബാർ പഠനം നിർവഹിക്കുകയാണ് 'മലബാർ: ചരിത്രരചനയുടെ പാരമ്പര്യേതര സ്രോതസ്സുകൾ' എന്ന ഈ പ്രബന്ധം. പേര് സൂചിപ്പിക്കുന്നതുപോലെ പരമ്പരാഗതമായ ചരിത്രപഠനത്തിന്റെ ഉപാദാനങ്ങളെ മാറ്റിനിർത്തിക്കൊണ്ട് അതിന് പുറത്തുള്ള ദത്തങ്ങളെ ഉപയോഗപ്പെടുത്തി ചരിത്രപഠനം നിർവഹിക്കുന്ന കോളനിയനന്തരപഠനത്തിന് മാതൃകയാണ് ഈ പഠനം. മലബാർഭാഷ, വാസ്തുശിൽപശൈലികൾ, പുരാരേഖകൾ തുടങ്ങിയവയിലേക്ക് സമുദ്രാന്തരപഠനങ്ങൾ വഴിയുള്ള സാംസ്കാരിക

വിനിമയത്തെ ലത്തീഫ് വിശദമായി പരിശോധിക്കുന്നു. മഹമൂദ് കൂരിയയും മൈക്കേൽ നെയിലർ പിയേഴ്സണും (Mahamood Kooriya and Michael Naylor Pearosn) കൂടി എഡിറ്റ് ചെയ്ത മലബാർ ഇൻ ഇന്ത്യൻ ഓഷ്യൻ എന്ന പുസ്തകത്തെ മുൻ നിർത്തിയാണ് ഈ പഠനം നിർവഹിച്ചിരിക്കുന്നത്.

നിരവധി സാമൂഹികാർത്ഥങ്ങൾ ഉൾക്കൊള്ളുന്ന ഒന്നാണ് സ്ഥലം. അതിന്റെ ഭൗതികതയെ മാറ്റിനിർത്തി സാംസ്കാരികവും വ്യാവഹാരികവും ആയ അർത്ഥത്തിലേക്ക് അത് എത്തിച്ചേരുന്നതെങ്ങനെയെന്ന പഠനമാണ് ഡോ. ഒ.കെ. സന്തോഷ് നിർവഹിക്കുന്നത്. ഭാവനയുടെ അരികുലോകങ്ങൾ എന്ന പ്രബന്ധം മലയാളിയുടെ സംവേദനബോധത്തിലെ ഭാവനാസ്ഥലത്തെപ്പറ്റിയുള്ളവിശകലനമാണ്. കവിതകളിലായാലും നോവലുകളിലായാലും ചലനരഹിതമായഭൂമിശാസ്ത്രത്തിന്റെ സാന്നിധ്യമാണ് കാണാൻ കഴിയുന്നത് എന്ന് അദ്ദേഹം നിരീക്ഷിക്കുന്നു. മലയാളിയുടെ അകത്തേക്കുള്ള യാത്രകളായി ഇതിനെ വിശകലനം ചെയ്യാൻ സാധിക്കുമെന്ന് അദ്ദേഹം പറയുന്നു.

ഒരു ആഖ്യാനസ്ഥലമെന്ന നിലയിൽ കൊച്ചി എങ്ങനെ സാഹിത്യത്തിൽ പ്രത്യക്ഷപ്പെടുന്നു എന്ന് ഒരു നോവലിന്റെ സവിശേഷമായ പഠനത്തിലൂടെ വ്യക്തമാക്കുകയാണ് ഡോ. സജിത. കെ.ആർ. അരികുജീവിതങ്ങളെയും പരിവർത്തിത ജീവിതങ്ങളെയും പാരമ്പര്യസംസ്കാരത്തെയും അത്യന്താധുനിക സംസ്കാരത്തെയും ഒരുപോലെ പ്രതിഫലിപ്പിക്കാൻ സിനിമയും സാഹിത്യവും ഏറെ ഉപയോഗപ്പെടുത്തുന്ന ഒരു സ്ഥലമാണ് കൊച്ചി. ഭൂമിശാസ്ത്രപരിധിയുള്ള സ്ഥലം എന്നതിനപ്പുറം ഒരു സാംസ്കാരികസ്ഥലമായി കൊച്ചി എങ്ങനെയാണ് അടയാളപ്പെടുന്നത് എന്ന് പോഞ്ഞിക്കര റാഫിയുടെ 'ഓരാപ്രൊനോബിസ്' എന്ന നോവലിനെ അടിസ്ഥാനമാക്കി പഠിക്കുകയാണ്. 'ഓരാപ്രൊനോബിസ് സാംസ്കാരിക ഭൂമിശാസ്ത്രത്തിന്റെ ലുത്തിനിയ' എന്ന പ്രബന്ധം.

മറ്റ് ഏതു മേഖലയിലും എന്നപോലെ ആണധികാരത്തിന്റെ ബലങ്ങൾ സാംസ്കാരത്തെയും സ്ഥലവ്യവഹാരങ്ങളെയും എപ്രകാരമാണ് സ്വാധീനിക്കുന്നതെന്ന പഠനമാണ് മാർട്ടിൻ ജോസഫ് 'സാംസ്കാരിക ഭൂമിശാസ്ത്രവും ആണധികാരവും എന്ന പഠനത്തിൽ. സ്ഥലം, കാലം എന്നിവയെപ്പറ്റിയുള്ള ആദിമമായ ഒരു മിത്തിക പാരമ്പര്യം മനുഷ്യന് എങ്ങനെയാണ് തന്റെ അധീശത്വവ്യവസ്ഥയിൽ ചരിത്രപരമായ ബലമായതെന്ന് വിശദീകരിക്കുന്നുണ്ട്.

സ്ഥലവിന്യാസഘടനയിൽ പെൺപക്ഷവായനയുടെ സാധ്യതകളാണ് ഈ പ്രബന്ധം ഉപയോഗപ്പെടുത്തുന്നത്. ഒരു ഭൗതികസ്ഥലം സാമൂഹ്യസ്ഥലമായി മാറുന്നതിൽ സ്ഥലനിർമിതിയുടെ രാഷ്ട്രീയം എൻ. പി. മുഹമ്മദിന്റെ 'മരം' എന്ന നോവലിനെ അടിസ്ഥാനമാക്കി വിശകലനം ചെയ്യുകയാണ് ഡോ. എം. ലിനീഷ്. കോഴിക്കോടിന്റെ ബഹുസ്വരമായ സാംസ്കാരിക ചരിത്രനിർമിതിയുടെ ഒരു സൂചകമായി ഈ നോവൽ മാറുന്നുണ്ടെന്ന് അദ്ദേഹം കണ്ടെത്തുന്നു.

യാത്രികരുടെ ഇടം എന്ന നിലയിൽ ഹിമാലയം എന്ന ഭൗതികസ്ഥലം ലോകമാകെ ശ്രദ്ധാകേന്ദ്രമായതാണ്. ആ ഭൗതികസ്ഥലത്തിന്റെ യാത്രാപഥങ്ങളിൽ ഭാവനാസ്ഥലം രൂപപ്പെടുന്നത് എങ്ങനെയെന്ന് യാത്രാവിവരണ ഗ്രന്ഥങ്ങൾ നൽകുന്ന പാഠങ്ങളാണ്. ഹിമാലയൻ യാത്രാനുഭവത്തെ മുൻനിർത്തിയുള്ള രണ്ട് പ്രബന്ധങ്ങൾ ഈ സമാഹാരത്തിലുണ്ട്. ഡോ. അജിത ചേമ്പന്റെ പ്രബന്ധം, ഹിമാലയം എന്ന ഭൗതികസ്ഥലം യാത്രികന്റെ ഇടം എന്ന നിലയിലും വായനക്കാരന്റെ ഭാവനാസ്ഥലമെന്നനിലയിലും സൃഷ്ടിക്കപ്പെടുന്ന വ്യത്യസ്തതകളെ വിശകലനം ചെയ്യുന്നതാണ്. 'ഹിമഗിരിവിഹാരം എന്ന യാത്രാവിവരണഗ്രന്ഥത്തെ അടിസ്ഥാനമാക്കിയാണ് ഇത് തയ്യാറാക്കിയിരിക്കുന്നത്. 'ഹിമാലയങ്ങൾ സഞ്ചാരാനുഭവങ്ങളുടെ സാഹിതീയ ഭാവനകൾ' എന്ന പഠനത്തിൽ ഗവേഷകയായ ഷർമിയ നൂറുദ്ദീൻ സഞ്ചാരസാഹിത്യത്തിലെ സ്ഥലം എന്ന ആശയമാണ് പരിശോധിക്കുന്നത്. സാഹിതീയതയുടെ അളവിലല്ലാതെ സ്ഥലം നിർണയിക്കപ്പെടുന്നത് എങ്ങനെ എന്ന അന്വേഷണം ആണ് ഇതിലുള്ളത്. യാത്രാവിവരണങ്ങളിലെ സ്ഥലത്തെപ്പറ്റിത്തന്നെയാണ് ഗവേഷകനായ ശരത്തിന്റെയും പ്രബന്ധം. സ്ഥലം എന്ന ഭൗതികയാഥാർത്ഥ്യത്തെ മതവും മിത്തുകളും ചരിത്രവും സൃഷ്ടിക്കുന്ന പരിവേഷങ്ങൾ എപ്രകാരമാണ് സ്വാധീനിക്കുന്നത് എന്നാണ് രവീന്ദ്രന്റെ ബുദ്ധപഥം എന്ന കൃതിയെ മുൻനിർത്തിയുള്ള ഈ പഠനം നിർവഹിക്കുന്നത്. യാത്രികന്റെ മനസ്സ് സൃഷ്ടിക്കുന്ന സ്ഥലബോധം ഭൗതികസ്ഥലത്തിന്റെ യാഥാർത്ഥ്യത്തെ സ്വാധീനിക്കുന്നു എന്ന പൊതുപാഠം ഈ മൂന്ന് പ്രബന്ധങ്ങളും പങ്കുവയ്ക്കുന്നു. ജനകഥ, കൊരുവാനത്തിലെ പൂതങ്ങൾ എന്നീ നോവലുകളിലെ ദേശനിർമിതിയുടെ രാഷ്ട്രീയം ആണ് ഗവേഷകയായ സരിത. കെ.വി. പരിശോധിക്കുന്നത്. ആഖ്യാനത്തിലെ മലബാർ പ്രതിനിധാനങ്ങൾ എന്ന ഈ പ്രബന്ധം പൊതുദേശനിർമിതികളോട് നിരന്തരകലഹം സൃഷ്ടിച്ചുകൊണ്ട് ബദൽദേശനിർമ്മിതി സാധ്യമാക്കുന്ന രാഷ്ട്രീയത്തെക്കുറിച്ചാണ് പറയുന്നത്.

ഇടവും അനുഭൂതിയും തമ്മിലുള്ള ഗാഢബന്ധം സാഹിത്യത്തിന്റെ ആസ്വാദനത്തിലും സൃഷ്ടിയിലും ചെലുത്തുന്ന സ്വാധീനമാണ് ഗവേഷകനായ വിജയകുമാർ ചർച്ചചെയ്യുന്നത്. ഒറ്റ/പറ്റം എന്ന ദ്വയത്തിൽ മലയാള കാവ്യ പാരമ്പര്യത്തിൽപെടുന്ന ചില വൃത്തപരിസരങ്ങളെ മുൻനിർത്തിയുള്ള ആലോചനയാണിത്. തുള്ളൽകൃതിയിലെ വൃത്തപരിസരമല്ല, താരാട്ടുപാട്ടുകൾക്കുള്ളത് എന്നത് ആദ്യത്തേത് പറ്റത്തിന്റെ ഇടവും രണ്ടാമത്തേത് ഒറ്റയുടെ ഇടവും പ്രതിനിധീകരിക്കുന്നതാണ് എന്ന നിരീക്ഷണം ശ്രദ്ധേയമാണ്. ഡോ. കെ.വി. ഉണ്ണികൃഷ്ണൻ ചലച്ചിത്രഗാനങ്ങളിലെ ഭാവനാസ്ഥലത്തെ പ്പറ്റിയാണ് പറയുന്നത്. അപരലോകം എന്ന അർത്ഥത്തിൽ ഒരു ഉട്ടോപ്യൻ ലോകം കടന്നുവരുന്ന സിനിമാഗാനങ്ങളിൽ മലയാളിയുടെ സ്ഥലബോധത്തിന്റെ രാഷ്ട്രീയം പ്രകടമാകുന്നത് എങ്ങനെയെന്ന് ചരിത്രപരമായ ഘട്ടത്തെ മുൻനിർത്തി പഠിക്കുന്നു.

രേഖാചിത്രങ്ങളിലെ സ്ഥലഭാവനയുടെ സാധ്യതകളെപ്പറ്റിയാണ് കുഞ്ഞിരാമൻ പുതുശ്ശേരി പറയുന്നത്. സ്ഥലാപേക്ഷികമായി അനുഭൂതി ഉണർത്തുന്നതാണ് രേഖാചിത്രങ്ങൾ. കൃതിയുടെ സാഹിതീയതയെ ഇത് ഏതളവിൽ സ്വാധീനിക്കുന്നു എന്നാണ് അദ്ദേഹം പറയാൻ ശ്രമിക്കുന്നത്. ഈ.മ.യൗ. എന്ന സിനിമയിലെ പ്രാദേശികനിർമിതിയുടെ പ്രത്യേകതകളാണ് ഗവേഷകനായ അനശ്വർ കൃഷ്ണദേവ് സൂചിപ്പിക്കുന്നത്. ആഖ്യാനത്തോടുചേർന്ന് രൂപപ്പെടുന്ന പ്രദേശം സിനിമയുടെ ഭാവമണ്ഡലത്തെ നിർണയിക്കുന്നതിന്റെ പ്രത്യേകതകളാണ് ചർച്ചചെയ്യുന്നത്. സിനി ജോസിന്റെ Urban places in Flux A Cultural Geographical Reading of Gregory David Robert's Shantaram എന്ന പ്രബന്ധം 'ശാന്താറാം' എന്ന നോവലിലെ നഗരസ്ഥലത്തിന്റെ വൈവിധ്യമാർന്ന ചലനാത്മകതയെ വിശദമാക്കുന്നതാണ്. 'ഭീതിയുടെ ഭൂപടം പുരാവൃത്തകഥകളും മലബാറിലെ വാണിജ്യവഴികളും' എന്ന പ്രബന്ധത്തിൽ പുരാവൃത്തങ്ങളുടെ സാധ്യതകൾ മലബാറിന്റെ വാണിജ്യസംഘം ഏതു രീതിയിലാണ് ഉപയോഗപ്പെടുത്തിയിരുന്നതെന്ന് പഠിക്കുകയാണ് ഗവേഷകനായ ജിഷ്ണു. വാണിജ്യഇടങ്ങളുടെ നിർമ്മിതിരാഷ്ട്രീയം സൂക്ഷ്മമായി വിശകലനം ചെയ്യുന്നുണ്ട് ഈ പ്രബന്ധം.

മുൻപെങ്ങുമില്ലാത്തവിധം മനുഷ്യനെ ബാധിച്ചു തുടങ്ങിയ ഒരു മഹാമാരിയോടൊപ്പമാണ് മനുഷ്യരുടെ ഇന്നത്തെ സാമൂഹ്യജീവിതം. Social Distancing എന്നത് മുദ്രാവാക്യമാക്കുന്ന ലോകജനത അടുപ്പത്തിന്റെ ഇടങ്ങളിൽനിന്ന് സ്വയം വേർപെട്ടുപോകേണ്ടുന്ന

ഗതികേടിലെത്തിയിരിക്കുന്നു. ഭൗതികസ്ഥലത്തിന്റെ തിരസ്കാരമോ, നടപ്പിടങ്ങൾ നിൽപിടങ്ങളോ ഇരിപ്പിടങ്ങളോ ആയി സങ്കോചിക്കുന്നതിന്റെ പരിണാമമോ ആണിത്. അഥവാ വളരെ പെട്ടെന്ന് ഒരു വെർച്വൽസ്പേസിന്റെ അപാരസാധ്യതകളിലേക്ക് മനുഷ്യർ എടുത്തെറിയപ്പെട്ടു. കാലവും സമയവുംകൊണ്ട് സ്ഥലത്തെ പൂരിപ്പിച്ച് ആകൃതിപ്പെടുത്തിയ നമ്മുടെ ജീവിതത്തിന്റെ വിശേഷമുദ്രകളെയെല്ലാം തുടച്ച് മായ്ച്ചുകൊണ്ട് ലോകത്തെ മുഴുവൻ ഒറ്റയായി വിശകലനം ചെയ്യേണ്ടുന്ന ഒരു സാഹചര്യവും ഇപ്പോഴുണ്ട്. സ്ഥലബോധത്തിൽ വന്ന ഈ വ്യതിയാനം മനുഷ്യന്റെ ഇതുവരെയുള്ള എല്ലാ വ്യവഹാരങ്ങളെയും മാറ്റിപ്പണിയുന്ന ഒരു വിചാരലോകം സൃഷ്ടിച്ചു. സ്ഥലത്തെക്കുറിച്ചുള്ള സാംസ്കാരിക വിശകലനത്തിൽ ഇത്തരം അപ്രതീക്ഷിത സന്ദർഭങ്ങൾ കൂടി എങ്ങനെയാണിടപെടുന്നത് എന്ന് വ്യക്തമാക്കാനാണ് സാന്ദർഭികമായി ഇത് സൂചിപ്പിച്ചത്. ഈ പഠനങ്ങൾ കേവലമായ അക്കാദമിക പ്രബന്ധങ്ങൾ എന്നതിലുപരി വർത്തമാന സാമൂഹികജീവിതത്തെ വിശദീകരിക്കാനും വ്യാഖ്യാനിക്കാനും സഹായിക്കുന്ന ബൗദ്ധിക അന്വേഷണങ്ങളെ അവതരിപ്പിക്കുന്നു എന്നിടത്താണ് ഏറെ പ്രസക്തമാവുന്നത്. സാഹിത്യപഠനവും സാംസ്കാരികഭൂമിശാസ്ത്രവും തമ്മിലുള്ള ജ്ഞാനപരമായ വിനിമയങ്ങൾ വലിയ തോതിൽ വർദ്ധിപ്പിക്കേണ്ടതുണ്ട്. മലയാളത്തിൽ ഈ വഴിക്കുള്ള പരിശ്രമങ്ങൾ കൂടുതൽ ഏകോപിപ്പിക്കാൻ ഈ പുസ്തകത്തിന്റെ പ്രസാധനം പ്രേരണയാവും.

ഉള്ളടക്കം

സ്ഥലാനുഭവങ്ങളുടെ സാംസ്കാരികഘടനകൾ

ഡോ. ടി.ടി. ശ്രീകുമാർ

മൂന്നുദശാബ്ദങ്ങൾക്ക് മുൻപ് കേരളത്തിന്റെ നഗരവൽക്കരണത്തെക്കുറിച്ച് പഠിക്കാൻ ശ്രമിച്ചപ്പോൾ ഇവിടുത്തെ സവിശേഷ സാഹചര്യത്തിൽ ഇത്തരമൊരു പഠനം ഏത് സൈദ്ധാന്തിക സാമഗ്രികൾ ഉപയോഗിച്ച് നടത്തും എന്നുള്ള വെല്ലുവിളിയാണ് അന്ന് ഒരു സാമ്പത്തികശാസ്ത്ര വിദ്യാർത്ഥിയായിരുന്ന ഞാൻ നേരിട്ടത് (Sreekumar, 1993). അക്കാലയളവിൽ കേരളത്തിലെ നഗരങ്ങൾ ഇന്ന് കാണുന്നതുപോലെയല്ല. ഫ്ലാറ്റുകൾ വന്നുതുടങ്ങിയിട്ടില്ല. മലയാളിയുടെ ഗ്രാമീണമനസ്സിനെ മാറ്റിയെടുക്കുന്ന കോൺക്രീറ്റ് ജ്ജണങ്ങളാണ് ഫ്ലാറ്റുകൾ എന്നൊക്കെ ഭ്രതാതുരതയോടെ പത്രങ്ങളിൽ ഫ്ലാറ്റുകൾക്കെതിരേ ലേഖനങ്ങൾ വരുന്ന കാലം.

ദളിത് കോളനികളെക്കുറിച്ചോ പാർപ്പിടപ്രശ്നത്തിന്റെ ഗൗരവത്തെക്കുറിച്ചോ യാതൊരു പരാമർശങ്ങളുമില്ലാതെ "നാലുകെട്ടിൽ" നിന്ന് "മലയാളി" ഫ്ലാറ്റുകളിലേക്ക് മാറുന്നതിന്റെ സാംസ്കാരിക വ്യാകുലതകൾ കോരിനിറച്ച് പലരും എഴുതുന്നുണ്ടായിരുന്നു. സ്ഥലത്തെക്കുറിച്ച് ഒരു സാംസ്കാരികസമ്മർദ്ദം നിലനിൽക്കുന്ന സമയത്തും സ്ഥലം എന്തായിരിക്കണം എന്നതിനെക്കുറിച്ച് കേരളീയസമൂഹം പുതിയ കണ്ടെത്തലുകൾ നടത്താൻ ശ്രമിക്കുന്ന സന്ദർഭത്തിലാണ് ഞാൻ സ്ഥലത്തെക്കുറിച്ച് പഠിക്കാൻ തുടങ്ങുന്നത്. സ്ഥലത്തെക്കുറിച്ച് നിലവിലുള്ള ധാരണകൾ പൊളിച്ചെഴുതപ്പെടേണ്ടി വരുന്ന എന്ന യാഥാർത്ഥ്യത്തോട് മുഖാമുഖം നിൽക്കുമ്പോഴും സാംസ്കാരികവും വൈകാരികവുമായ ആ സമ്മർദ്ദങ്ങളെ താങ്ങാനുള്ള മാന

സികശേഷി അന്ന് കേരളം കൈവരിച്ചിരുന്നില്ല. നെൽപ്പാടങ്ങൾ നികത്തപ്പെടുന്നത് ഇഷ്ടികകൾ നിർമ്മിക്കാനും ഫ്ലാറ്റ് സമുച്ചയങ്ങൾ അടക്കമുള്ള കെട്ടിടങ്ങൾ പണിയാനുമാണെന്നും അത് ദേശത്തിന്റെ സാംസ്കാരിക ഭൂമിശാസ്ത്രത്തെ അപ്പാടെ മാറ്റിമറിക്കുകയാണെന്നുമുള്ള വ്യാകുലത പരക്കെ പങ്കുവയ്ക്കപ്പെട്ടപ്പോഴും അതിനെതിരെ ഒന്നും ചെയ്യാനാവാതെ നിസ്സഹായരായിപ്പോയ ഒരു സമൂഹമായിരുന്നു അത്.

ഒരു നിയോലിബറൽ സമ്പദ്‌വ്യവസ്ഥയിലേക്ക് ഭാരതം തള്ളപ്പെടുന്ന സാഹചര്യത്തിലായിരുന്നു ഈ പരിണാമവും സംഭവിച്ചത്. കേരളത്തിന്റെ സാമൂഹിക-ഭൗതിക സ്ഥലവിന്യാസത്തെ അതിശക്തമായി സ്വാധീനിച്ച ചരിത്രപരമായ ഒരു ഘടകം കേരളമെന്ന പ്രദേശം ആഗോളമുതലാളിത്തത്തിന്റെ പരിക്രമണവ്യവസ്ഥയിലേക്ക് കണ്ണിചേർക്കപ്പെട്ട രീതിയാണ്. കൊളോണിയൽ മൂലധനത്തിന്റെ ആധിപത്യം കേരളത്തെ ഒരു ആശ്രിത സമ്പദ്‌വ്യവസ്ഥയാക്കി മാറ്റിയിരുന്നുവെങ്കിൽ, എഴുപതുകൾ മുതൽ ഒരു അദ്ധ്വാനക്കയറ്റുമതി പ്രദേശമായി ലോകത്തിൽ കേരളം അടയാളപ്പെടുത്തപ്പെട്ടു. ആഗോളമുതലാളിത്തം അതിന്റെ തൊഴിൽവിഭജനപദ്ധതിയിൽ കേരളം പോലുള്ള വിദ്യാസമ്പന്നരുള്ള ഒരു പ്രദേശത്തെ ഉൾപ്പെടുത്തിയിരിക്കുന്നത് അദ്ധ്വാനം കയറ്റുമതി ചെയ്യുന്ന ഒരു പ്രദേശമായിട്ടാണ്. അതുകൊണ്ടുമാത്രമാണ് നമുക്ക് ഇന്ന് ഗൾഫ് പണമെന്ന ഒരു വരുമാനസാദ്ധ്യത ഉണ്ടായത് (Parayil & Sreekumar 2003).

ഭൂമിശാസ്ത്രവും മാർക്സിസവും

ഗൾഫ് പണമെന്ന വരുമാനസാദ്ധ്യത ചില ചോദ്യങ്ങൾ അവശേഷിപ്പിച്ചു. ഇപ്രകാരം നാട്ടിലെത്തുന്ന സമ്പത്ത് എന്തുകൊണ്ട് കേരളത്തിൽ മൂലധനമായി മാറുന്നില്ല, എന്തുകൊണ്ട് വ്യവസായങ്ങൾ വരുന്നില്ല? ഈ പ്രേഷിതധനം യഥാർത്ഥത്തിൽ മൂലധനമാകുമോയെന്നും മൂലധനമാകുന്നതിന് എന്തെങ്കിലും ഘടനാപരമായ തടസ്സമുണ്ടോ എന്നുമുള്ള രാഷ്ട്രീയമായ ചോദ്യങ്ങൾ ഈ സാമ്പത്തിക സമസ്യയുടെ പിന്നിൽ ഉണ്ടായിരുന്നു എന്നുള്ളത് നാം വിസ്മരിച്ചു.

മൂലധനത്തെക്കുറിച്ച് ഏറ്റവും ശക്തമായ പഠനങ്ങൾ നടത്തിയിട്ടുള്ള കാറൽ മാർക്സ് തന്റെ പഠനത്തിന് അസംസ്കൃതവസ്തുവായി ഉപയോഗിച്ചുവെന്നു പറയാവുന്നത് ക്ലാസിക്കൽ ധനതത്വശാസ്ത്രത്തിലെ ആദംസ്മിത്തിന്റെ സിദ്ധാന്തങ്ങളാണ്. നഗരവും ഗ്രാമവുമെന്ന തൊഴിൽവിഭജനമാണ് ആദംസ്മിത്തിന്റെ സിദ്ധാന്തങ്ങളിൽ ശ്രദ്ധേ

യമായൊരു കാര്യം: ഗ്രാമത്തിൽ നമ്മൾ കൃഷിചെയ്യുന്നു; നഗരത്തിൽ വ്യാവസായിക ഉത്പന്നങ്ങൾ ഉണ്ടാക്കുന്നു. ഈ ക്ലാസിക്കൽ ധനതത്ത്വശാസ്ത്രം മുതലാളിത്തത്തിന്റെ പ്രതിനിധാനമാണെന്ന് മാർക്സ് ചൂണ്ടിക്കാട്ടിയിട്ടുണ്ട്. ഇവിടെ ശ്രദ്ധിക്കേണ്ട ഒരു കാര്യം മാർക്സ് ചൂണ്ടിക്കാട്ടിയിട്ടുണ്ട്. സൈദ്ധാന്തികമായും സാമൂഹ്യശാസ്ത്രപരമായും മുതലാളിത്തത്തെ പ്രതിനിധാനം ചെയ്യുക എന്ന പ്രത്യയശാസ്ത്രപരമായ ഒരു ദൗത്യം ക്ലാസിക്കൽ ധനതത്ത്വശാസ്ത്രത്തിനുണ്ടായിരുന്നു.

ആ പ്രതിനിധാനം നിർവ്വഹിക്കുമ്പോൾ സ്വാഭാവികമായിട്ടും മുതലാളിത്തത്തിന് തൊട്ടുമുമ്പ് നിലനിന്നിരുന്ന ഫ്യൂഡലിസവുമായി ക്ലാസിക്കൽ ധനതത്ത്വശാസ്ത്രത്തിനു കലഹിക്കേണ്ടിവരുന്നു. ആ കലഹത്തിൽ രാഷ്ട്രീയ ആയുധങ്ങളായ ചില പരികല്പനകളിൽപ്പെടുന്നതാണ് സാമ്പത്തിക തൊഴിൽവിഭജനത്തെ അടിസ്ഥാനപ്പെടുത്തിയിട്ടുള്ള നഗരം, ഗ്രാമം എന്ന സങ്കല്പനങ്ങൾ. നഗരവും ഗ്രാമവും മുമ്പുണ്ടായിരുന്നതാണ് (Mumy, 1978). അവയെ സാമ്പത്തികപരികല്പനയായി മാറ്റിത്തീർക്കുകയും വിപണി എന്നുപറയുന്ന ഒരു സങ്കൽപത്തെ അതിന്റെ കേന്ദ്രത്തിൽ പ്രതിഷ്ഠിക്കുകയും ചെയ്യുന്നു. ഫ്യൂഡലിസത്തെ എതിർക്കാൻ ആവിഷ്കരിച്ച ഈ പരികല്പനകൾ ക്ലാസിക്കൽ ധനതത്ത്വശാസ്ത്രത്തെ സംബന്ധിച്ചിടത്തോളം ചരിത്രരഹിതമാണ്: ഇത് അനാദിയാണ്. ഇത് എല്ലാകാലത്തും ഇങ്ങനെ തന്നെ ആയിരുന്നു.

എങ്ങനെയാണ് വിപണി ഉണ്ടാകുന്നതെന്ന ചോദ്യത്തിന് ആദം സ്മിത്ത് നൽകുന്ന ഉത്തരമിങ്ങനെയാണ്: നിങ്ങൾ വേട്ടയാടാൻ പോകുന്നു; ഒരു മാനിനെ പിടിക്കേണ്ടതിനു പകരം രണ്ട് മാനിനെ പിടിക്കുന്നു. നിങ്ങൾക്ക് ആവശ്യമുള്ളതിലധികം പിടിച്ചിരിക്കുന്ന സ്ഥിതിക്ക് നിങ്ങൾക്ക് വിനിമയം (എക്സ്ചേഞ്ച്) ചെയ്യാൻ സാധിക്കും. ഇങ്ങനെ മുതലാളിത്തത്തിന്റെ ഒരു വിപണിസങ്കല്പത്തെ മുൻകാലചരിത്രത്തിലേക്ക് സമീക്ഷാരഹിതമായി, വിമർശനരഹിതമായി, സന്നിവേശിപ്പിച്ചു കൊണ്ടാണ് ക്ലാസിക്കൽ ധനതത്ത്വശാസ്ത്രം അതിന്റെ സാമ്പത്തിക വിമർശനത്തിന് മുതിരുന്നത്. എല്ലാ പരികൽപനകളും അങ്ങേയറ്റം ചരിത്രശൂന്യമായി, 'മനുഷ്യസ്വഭാവ'മായി (Human nature) അടിമസമൂഹം മുതൽ നിലനിൽക്കുകയും മുതലാളിത്തത്തിൽ അങ്ങനെ തന്നെ തുടരുകയും ചെയ്യുന്ന ഒരു സൈദ്ധാന്തികസമീപനമായിരുന്നു ക്ലാസിക്കൽ ധനതത്ത്വശാസ്ത്രത്തിനുണ്ടായിരുന്നത്.

ക്ലാസിക്കൽ ധനതത്ത്വശാസ്ത്രത്തിൽനിന്ന് വ്യത്യസ്തമായ ഒരു പരികല്പന മൂലധനത്തിൽ അവതരിപ്പിച്ചപ്പോൾ കാറൽ മാർക്സ് ആ സിദ്ധാന്തത്തിന്റെ സാംസ്കാരികഭൂമിശാസ്ത്രപരമായിട്ടുള്ള, ആലോചനകളെ പൂർണ്ണമായും നിരാകരിച്ചില്ലെന്നുമാത്രമല്ല, അംഗീകരിക്കുകയും ചെയ്തു. ഈ ഭൂമിശാസ്ത്രമാണ്, സാംസ്കാരികമായിട്ടുള്ള സ്ഥലവിന്യാസമാണ്, ക്ലാസിക്കൽ ധനതത്വശാസ്ത്രത്തിന്റെ പ്രധാനപ്പെട്ട ഒരു പ്രശ്നം എന്ന് മാർക്സ് കൃത്യമായി മനസ്സിലാക്കുന്നുണ്ട് ക്ലാസിക്കൽ ധനതത്ത്വശാസ്ത്രത്തിന്റെ ചരിത്രശൂന്യമായ സമീപനത്തിൽ നിന്നും വിട്ടുമാറി ചരിത്രപരമായ ഒരു സമീപനം ഇതിലേക്ക് കൊണ്ടുവരുന്നു എന്നതാണ് മാർക്സിന്റെ ഏറ്റവും വലിയ സംഭാവന. പ്രൌധോണിനു മറുപടി എഴുതുമ്പോൾ അദ്ദേഹം അസന്ദിഗ്ദ്ധമായി ഈ വസ്തുത എടുത്തു പറയുന്നുണ്ട്: 'Economists express the relations of bourgeois production, the division of labour, credit, money, etc. as fixed immutable, eternal categories... these categories are as little eternal as the relations they express. They are historical and transitory products' (Marx, 1847/1975).

പരികല്പനകളുടെ സൃഷ്ടിയല്ല പല കാര്യങ്ങളിലും മാർക്സിന്റെ മൗലികമായ സംഭാവന. സ്വതന്ത്രമായ പരികല്പനകൾ അദ്ദേഹം സൃഷ്ടിച്ചിട്ടുണ്ടെന്നതു ശരിതന്നെ. ഉദാഹരണത്തിന് പ്രൊലിറ്റേറിയറ്റ് എന്നത് അദ്ദേഹം സൃഷ്ടിച്ച ഒരു പുതിയ പരികല്പനയാണ്. മിച്ചമൂല്യമെന്ന പരികല്പന ലാഭത്തിനു നൽകിയ മറ്റൊരു പേരായിരുന്നില്ല. വേറിട്ടൊരു കാര്യം പറയാൻ അദ്ദേഹം വേറിട്ടൊരു സാങ്കേതികപദം ഉപയോഗിക്കുകയായിരുന്നു. ഈ പരികല്പനകളുടെയും സൈദ്ധാന്തിക വ്യവസ്ഥകളുടെയും അപ്പുറം, രാഷ്ട്രീയ സമ്പദ് വ്യവസ്ഥയ്ക്ക് മാർക്സ് നൽകിയ പ്രാധാന്യം ശ്രദ്ധേയമാണ്. സാമ്പത്തികശാസ്ത്രവുമായിട്ട്, വിശേഷിച്ച് സാംസ്കാരിക ഭൂമിശാസ്ത്രപരമായ ക്ലാസിക്കൽ ധനതത്ത്വശാസ്ത്രത്തിന്റെ നിലപാടുകളുമായി ബന്ധപ്പെട്ട്, മാർക്സിനു സ്വീകരിക്കേണ്ടിവന്ന ഒരു നിലപാട്, മുതലാളിത്തം തന്നെ ചരിത്രത്തിലുണ്ടായ, ചരിത്രപരമായ സാമൂഹിക-സാമ്പത്തിക പരിണാമത്തിനിടയിലുണ്ടായ, ഒരു സങ്കീർണ്ണവ്യവസ്ഥമാത്രമാണ് എന്നതായിരുന്നു. ശാശ്വതമായ ഒരു സാമൂഹ്യവ്യവസ്ഥയായിരുന്നു അതെന്ന ക്ലാസിക്കൽ ധനതത്ത്വശാസ്ത്രവീക്ഷണത്തെ മാർക്സ് അംഗീകരിച്ചില്ല. അടിമവ്യവസ്ഥയെക്കുറിച്ചൊക്കെ വളരെ കൃത്യമായി അദ്ദേഹം പറഞ്ഞുവയ്ക്കുന്നുണ്ട്. മൂലധനം എന്ന പദംപോലും വ്യാവസായിക മൂലധനവുമായി ബന്ധപ്പെട്ടുമാത്രമല്ല മാർക്സ് ഉപയോഗിക്കുന്നത്. പ്രാഗ്

മുതലാളിത്തസമ്പദ്വ്യവസ്ഥയിൽ മൂലധനത്തിന്റെ വികാസമാണ് അടിമവ്യവസ്ഥ സൃഷ്ടിക്കുന്നത് എന്ന് അദ്ദേഹം സൂചിപ്പിക്കുന്നുണ്ട്. സാമൂഹിക-സാമ്പത്തിക പരിണാമങ്ങളുമായി ബന്ധപ്പെടുത്തി സ്ഥലവിന്യാസചരിത്രത്തെ വീണ്ടെടുക്കുന്ന ഒരു രീതിശാസ്ത്രം വികസിപ്പിക്കാൻ മാർക്സിസത്തിനായി എന്നതാണ് ഏറ്റവും ശ്രദ്ധേയമായ കാര്യം.

സ്വാഭാവികമായും, കേരളത്തിന്റെ ഭൂമിശാസ്ത്രത്തെക്കുറിച്ച് ആഴത്തിൽ ചിന്തിക്കേണ്ടിവന്ന സന്ദർഭത്തിൽ ക്ലാസിക്കൽ ധനതത്ത്വശാസ്ത്രത്തോടൊപ്പംതന്നെ മാർക്സിസത്തിന്റെ സമീപനരീതികളും എന്റെ പരിഗണനാവിഷയമായി. നഗരം എന്നാൽ യഥാർത്ഥത്തിൽ എന്താണ്? ക്ലാസിക്കൽ ധനതത്വശാസ്ത്രത്തെ സംബന്ധിച്ചിടത്തോളം നഗരം എന്നുപറയുന്ന സ്ഥലരൂപം വ്യവസായങ്ങൾ നടത്തുന്ന, അല്ലെങ്കിൽ അത്തരത്തിലുള്ള ആളുകൾ താമസിക്കുന്ന പ്രദേശമാണ്. ഗ്രാമം കാർഷികവൃത്തിയിൽ ഏർപ്പെട്ടിരിക്കുന്നവരുടേതും. പക്ഷേ ഈ ചരിത്രശൂന്യമായ വിഭജനത്തെ മാർക്സ് അംഗീകരിക്കുന്നില്ല. മുതലാളിത്തവികാസത്തിന്റെ ഭാഗമായുണ്ടായ ആധുനികപ്രക്രിയയുടെ ഫലമായാണ് വ്യാവസായികനഗരങ്ങൾ, ആധുനികനഗരങ്ങൾ ഉണ്ടാകുന്നത്. മാർക്സിന്റെ വീക്ഷണത്തിൽ ജനസംഖ്യ എന്ന സങ്കൽപമില്ല; ഉള്ളത് വർഗ്ഗങ്ങളാണ്. മനുഷ്യന്റെ നിലനില്പ് വർഗ്ഗങ്ങളായിട്ടാണെന്ന് സിദ്ധാന്തിക്കുന്ന മാർക്സ്, ജനസംഖ്യയെക്കുറിച്ച പറയുന്നത് അതിന്റെ വളർച്ചയെക്കുറിച്ചുള്ള ബൂർഷ്വാസിദ്ധാന്തത്തെ വിമർശിക്കുന്ന സന്ദർഭത്തിലാണ്. ജനസംഖ്യ എന്നു പറയുന്നത് വർഗ്ഗവിഭജനമാണ് എന്നതാണ് മാർക്സിന്റെ പ്രധാനപ്പെട്ട കണ്ടെത്തൽ (Marx, 1867/1975; Wiltgen, 1998).

മാർക്സിയൻ വീക്ഷണത്തിൽ, നഗരത്തിലുള്ളത് മൂന്നുകാര്യങ്ങളാണ്: മൂലധനത്തിന്റെ ഉടമസ്ഥരായ മുതലാളിമാർ, അവരുടെ സ്വന്തമായ ഉത്പാദനോപകരണങ്ങൾ, മൂലധനമോ ഉല്പാദനോപകരണങ്ങളോ കൈയിലില്ലാത്ത തൊഴിലാളികൾ. ഈ മൂന്ന ഘടകങ്ങളുടെ സമുച്ചയമാണ് ആധുനിക നഗരം എന്ന കണ്ടെത്തലാണ് മാർക്സ് പ്രധാനമായും സംഭാവന ചെയ്തത്. സ്ഥലപരമായ വിഭജനം മാർക്സിസത്തിന്റെ സൈദ്ധാന്തികഘടനയെ സംബന്ധിച്ചിടത്തോളം എത്രമാത്രം പ്രധാനമാണ് എന്ന് ഇതിലൂടെ വ്യക്തമാണല്ലോ. സുപ്രസിദ്ധ മാർക്സിസ്റ്റ് ചിന്തകൻ ഡേവിസ് ഹാർവിയുടെ "മൂലധനത്തിന്റെ നഗരവൽക്കരണം" എന്ന പുസ്തകത്തിൽ (Harvey, 1985) മാർക്സിസത്തിന്റെ ഈ ഉൾക്കാഴ്ച വളരെ ശക്തമായി 'turnover time of capital' പോലെയുള്ള മാർക്സിയൻ സംജ്ഞകൾ ഉപയോഗിച്ച് വിശദീകരിച്ചിട്ടുണ്ട്.

തൊഴിൽശക്തിയും ഉത്പാദനോപകരണങ്ങളും കേന്ദ്രീകരിക്കുന്നതോട്ടുകൂടി ഉത്പാദനോപകരണങ്ങളുടെ ഉടമസ്ഥരും ഉത്പാദനോപകരണങ്ങളുടെ ഉടമസ്ഥത ഇല്ലാത്തവരും തമ്മിലുള്ള വൈരുദ്ധ്യത്തിന് നഗരമെന്ന ഒരു സ്ഥലരൂപം ലഭിക്കുകയാണ്. അങ്ങനെയാണ് നഗരങ്ങൾ സാമൂഹിക വികാസത്തിന്റെ ചാലകശക്തിയായി മാറുന്നത്. നമ്മൾ സാധാരണ കാണുന്ന നഗരം/ഗ്രാമം എന്ന ഭൂതാതുരതയല്ല സൈദ്ധാന്തികമായി മാർക്സ് കൊണ്ടുവരുന്നത്. നഗരം എന്ന സ്ഥലരൂപത്തെ സാംസ്കാരികമായി സത്താവല്ക്കരിക്കാനുള്ള ഉദ്യമങ്ങളും ചില സാംസ്കാരികമൂല്യങ്ങളെ അടിസ്ഥാനമാക്കി നഗരമെന്ന സാംസ്കാരികരൂപത്തെ നിർമ്മിക്കാനുള്ള ശ്രമവും വളരെ മുൻപുതന്നെയുണ്ട്. കാളിദാസന്റെ അഭിജ്ഞാനശാകുന്തളത്തിൽ തന്നെ നഗരം/ ഗ്രാമം എന്നു പറയുമ്പോൾ നഗരത്തെ കുറ്റപ്പെടുത്തുന്ന ഒരു രംഗമുണ്ട്. ആശ്രമത്തിൽ നിന്ന് വരുന്ന സന്യാസിമാർ നഗരത്തെ കുറ്റം പറയുന്നുണ്ട്. അഴിമതിയുടെയും അനീതികളുടേയും അസമത്വങ്ങളുടെയും കേന്ദ്രമാണ് നഗരമെന്ന കാഴ്ചപ്പാട് അന്നേ നിലവിലുണ്ടെന്നർത്ഥം. കുറ്റിപ്പുറത്ത് കേശവൻ നായർ എഴുതിയ

"നാട്യപ്രധാനം നഗരം ദരിദ്രം
നാട്ടിൻപുറം നന്മകളാൽ സമൃദ്ധം"

എന്ന വരികൾ കവിതയെന്ന രീതിയിൽ ആസ്വദനീയമാണെങ്കിലും ചരിത്രവിരുദ്ധമാണ്. നഗരത്തിൽ കൂടുതൽ വഞ്ചനയും നാട്ടിൻപുറത്ത് കുറഞ്ഞ വഞ്ചനയുമുണ്ടെങ്കിൽ നഗരം സ്ഥലപരമായി വളരെ വിപുലമാണ് എന്നതായിരിക്കും കാരണം. അല്ലാതെ ഗ്രാമത്തിന് പ്രത്യേകമായിട്ട് നന്മയൊന്നുമില്ല. അത് നാം ആരോപിക്കുന്ന ഒരു സാംസ്കാരികഭാവമാണ്. പതിനേഴാം നൂറ്റാണ്ടിലെ തെക്കൻകേരളത്തിൽ തിരുവനന്തപുരം വലിയൊരു നഗരമല്ലെങ്കിലും അനന്തപുരിയെക്കുറിച്ച് പറയുമ്പോൾ രാമപുരത്ത് വാര്യർക്ക് വളരെ വേഗം

കഷ്ടമായ കലിയുഗകാലവും കലികളായ
ദുഷ്ടരും മുഴക്കമൂലമനന്തപുരം
ക്ലിഷ്ടമായിപ്പോകകൊണ്ടും, പുണ്യശീലന്മാരായുള്ള
ശിഷ്ടന്മാർക്കു പുലർച്ചയില്ലാത്തതുകൊണ്ടും

എന്ന് എഴുതുവാൻ കഴിയുന്നത് നഗരത്തിന്റെ എന്തെങ്കിലും പ്രത്യേകതകൾ കൊണ്ടല്ല, മറിച്ച് ആ നാഗരികഭാവന പ്രത്യയശാസ്ത്രമായി സാമൂഹിക അബോധത്തിൽ ഉള്ളതുകൊണ്ടാണ്. സ്ഥലവിഭജനത്തിന്റെ ഈ സാമൂഹികപശ്ചാത്തലത്തിലും അതിന്റെ

സാമൂഹികസാംഗത്യത്തിലും ഊന്നിക്കൊണ്ടാണ് മാർക്സ് മൂലധനം രചിക്കുന്നത്. Accumulation of capital എന്ന് മൂലധനത്തിൽ ഒരു ഭാഗം തന്നെയുണ്ട്. മൂലധനസഞ്ചയം സംഭവിക്കുന്നത് എങ്ങനെയെന്നതിന് വളരെ സാംസ്കാരിക ഭൂമിശാസ്ത്രപരമായ വ്യാഖ്യാനമാണ് മാർക്സ് നൽകുന്നത്. ആ സമീപനത്തിന് പിൽക്കാലത്തുണ്ടായ ചില തുടർച്ചകൾ സാംസ്കാരികഭൂമിശാസ്ത്രത്തെ ഭൗതികവാദപരമായ ഒരു ചട്ടക്കൂടിൽ മനസ്സിലാക്കുന്നതിനു വളരെയധികം സഹായിച്ചിട്ടുണ്ട്.

സ്ഥലത്തിന്റെ കാവ്യമീമാംസ

സ്ഥലം, മനുഷ്യർ, ജീവിതം എന്ന വിഷയത്തെ എങ്ങനെ ഭൗതികവാദപരമായി മാർക്സിയൻ സാംസ്കാരിക ഭൂമിശാസ്ത്രപാരമ്പര്യത്തിൽ മനസ്സിലാക്കാൻ സാധിക്കുമെന്ന ചോദ്യം വളരെ പ്രസക്തമാണ്. നഗരം ഉല്പാദനോപകരണങ്ങളും തൊഴിൽശക്തിയുമെല്ലാം കേന്ദ്രീകരിക്കപ്പെട്ട സ്ഥലരൂപമാണെന്ന സാമ്പത്തികശാസ്ത്രവ്യാഖ്യാനത്തിൽ അവസാനിപ്പിക്കുന്നതിൽ കാര്യമില്ല. അതിനടുത്തേക്ക് മാർക്സ് തന്റെ വിശകലന ഉപകരണങ്ങളുമായി പോകുന്നില്ല എന്നത് ശരിയാണ്. അതിലേക്ക് പോകാതിരുന്ന അദ്ദേഹത്തിന്റെ ഉൾക്കാഴ്ചകളെ മറ്റൊരു രീതിയിൽ മനസ്സിലാക്കാനുള്ള ശ്രമം ആദ്യമായി ഉണ്ടായത് ഗാസ്റ്റിൻ ബാഷ്ലാഡിന്റെ Poetics of Space എന്ന പുസ്തകത്തിലാണ് (Bachelard, 1969). പ്രതിഭാസവിജ്ഞാനീയത്തിന്റെ (Phenomenology) സമഗ്രമായ സൈദ്ധാന്തിക സജ്ജീകരണങ്ങൾ സമസ്തവും ഉപയോഗിച്ചുകൊണ്ട് ഗംഭീരമായ ഒരു സൈദ്ധാന്തിക ഇടപെടലാണ് ഈ ഗ്രന്ഥത്തിൽ ബാഷ്ലാഡ് നടത്തുന്നത്. സ്ഥലവിന്യാസത്തിന്റെ അടിസ്ഥാന സാംസ്കാരികഘടനകളെ ആഴത്തിൽ മനസ്സിലാക്കുന്നതിന് സാഹിത്യത്തെയാണ് സമീപിക്കേണ്ടത് എന്നൊരു നിലപാടാണ് ബാഷ്ലാഡ് കൈക്കൊള്ളുന്നത്.

ഇത് മാർക്സിസ്റ്റ് പരിപ്രേക്ഷ്യത്തിലുള്ള ഒരു സമീപനമല്ല എന്നു വേണമെങ്കിൽ പറയാം. പക്ഷേ മാർക്സിന്റെ പരിപ്രേക്ഷ്യമെന്നാൽ, മാർക്സ് ഒരു രീതിശാസ്ത്രം ഉപയോഗിച്ച് വിശകലനം ചെയ്ത കാര്യങ്ങൾ ആവർത്തിച്ചുകൊണ്ടിരിക്കുന്നതു മാത്രമല്ല. മാർക്സ് സ്ഥലവിഭജനത്തേയും തൊഴിൽവിഭജനത്തേയും ക്ലാസിക്കൽ ധനതത്വശാസ്ത്രത്തിന്റെ ഘടനകളിൽനിന്ന് വ്യത്യസ്തമായി മനസ്സിലാക്കുകയും അതിന് കൂടുതൽ സാമൂഹിക-വിപ്ലവകരമായിട്ടുള്ള ഒരു സാംഗത്യവും സന്ദർഭവും ഉണ്ട് എന്ന് ബോധ്യപ്പെടുത്തുകയും ചെയ്യുന്ന രീതിയിലാണ് മൂലധനം രചിച്ചിട്ടുള്ളത്. പക്ഷേ അതവിടെവച്ച് നമ്മൾ നിർത്തേണ്ട കാര്യമില്ല.

വളരെ തീവ്രമായ, ആത്മനിഷ്ഠമായ, സ്ഥലാനുഭവങ്ങൾ ആവിഷ്കരിക്കുന്ന ബാഷ്ലാഡിന്റെ പുസ്തകം ഒരു തുടർച്ചയായിത്തന്നെ നമുക്കു വായിക്കാം. കുടിലിനെക്കുറിച്ച് പറഞ്ഞുകൊണ്ടാണ് പുസ്തകം തുടങ്ങുന്നത്. രണ്ടാമത്തെ അദ്ധ്യായത്തിന്റെ പേര് 'വീടും പ്രപഞ്ചവും' എന്നാണ്. നാം ആത്മനിഷ്ഠമായി അനുഭവിക്കുന്ന ഒരു ആന്തരികസ്ഥലവും അതുപോലെ ആത്മനിഷ്ഠമായി അനുഭവിക്കുന്ന ഒരു ബാഹ്യസ്ഥലവും തമ്മിലുള്ള വൈരുദ്ധ്യത്തെക്കുറിച്ചു സൂചിപ്പിച്ചു കൊണ്ടാണ് അദ്ദേഹം തന്റെ കൃതി ആരംഭിക്കുന്നത്. ബാഷ്ലാഡിന്റെ പുസ്തകത്തിലെ ആദ്യത്തെ രണ്ട് അധ്യായങ്ങളാണ് ഏറ്റവും പ്രധാനം. തുടർന്നുള്ള അദ്ധ്യായങ്ങളിൽ അദ്ദേഹം ആ പരികല്പനകളെ കൂടുതൽ വിപുലമാക്കുകയാണ്.

കക്കകളെക്കുറിച്ചുള്ള ഒരദ്ധ്യായം എടുത്തുപറയണം. നമ്മുടെ പുരാണങ്ങളിലൊക്കെ ദേഹിയേയും ദേഹത്തെയും കുറിച്ച് മെറ്റാഫിസിക്കൽ ആയി പറയുന്ന സംഗതിയുടെ, ആ ബന്ധത്തിന്റെ രൂപകമായാണ് കക്കയെ അദ്ദേഹം ഉപയോഗിക്കുന്നത്. കാരണം കക്കയ്ക്കുള്ളിലെ ജൈവവസ്തു പോയിക്കഴിഞ്ഞാൽ പുറംതോട് മാത്രമായിത്തീരും. 'മൂല' ആണ് പിന്നെ അദ്ദേഹം ചർച്ചചെയ്യുന്ന വേറൊരു സംഗതി. നമ്മൾ വീടിനെക്കുറിച്ചും അതിന്റെ ആന്തരികമായ സ്ഥലത്തെക്കുറിച്ചും സങ്കൽപിക്കുമ്പോൾ മൂലയെക്കുറിച്ച് പ്രധാനമായി ഓർക്കാറില്ല. പക്ഷേ കൊച്ചുകുട്ടികളൊക്കെ കളിക്കാൻ തെരഞ്ഞെടുക്കുന്നത് മൂലകളാണെന്നു ശ്രദ്ധിച്ചിട്ടുണ്ടോ? ലോകത്തെവിടെപ്പോയി നോക്കിയാലും, കുട്ടികൾ വീടിന്റെ മൂലയിൽ ഇരുന്നു കളിക്കുന്നതു കാണാം. മനുഷ്യന്റെ ശൈശവാവസ്ഥയിൽ ആന്തരിക സ്ഥലത്തിന്റെ മൂലകളിലേക്ക് നയിക്കുന്ന ആ ആദിമചോദന എന്താണ്? വ്യസനിക്കുമ്പോൾ, വേദനിക്കുമ്പോൾ, ആളുകൾ മൂലയിൽ പോയി ഇരിക്കാറുണ്ട്. മൂല എന്നത് നമ്മൾ ആത്മനിഷ്ഠമായി ഭവനത്തെ അനുഭവിക്കുന്നതാണ്. ഇത് സാംസ്കാരികമായി ഒരു അനുഭവത്തെ പ്രതിനിധാനം ചെയ്യുന്ന രീതിയാണ്. അർഹമായ പ്രാധാന്യം നൽകാതിരിക്കുമ്പോൾ "മൂലയിലിരുത്തി" എന്നു പറയാറുണ്ട്. പ്രാധാന്യമില്ലാത്തതാണോ മൂല എന്നത്? മൂലയില്ലെങ്കിൽ വീടില്ല, മൂലയും കൂടിയതാണ് വീട്. നമ്മുടെ സാംസ്കാരികാനുഭവങ്ങളെ, ആത്മനിഷ്ഠാനുഭവങ്ങളെ. അതുപോലെ വാർഡ്റോബുകളെക്കുറിച്ച് അദ്ദേഹം പറയുന്നുണ്ട്. ചെസ്റ്റുകളെക്കുറിച്ച്, മേശയുടെ അറകളെക്കുറിച്ച്, സെല്ലറുകളെക്കുറിച്ച്, ഹെർമിറ്റുകൾ താമസിക്കുന്ന വീടുകളെക്കുറിച്ച് ഒക്കെ പറയുന്നുണ്ട്.

വാൻഗോഗിന്റെ ചിത്രങ്ങളിൽ കൂടിലുകൾ ധാരാളമായിട്ടുണ്ട്. അവയുടെ മേൽക്കൂരകൾ കെട്ടിയുള്ള വരകൾ കൊണ്ടാണ്. സഹോദരന് എഴുതിയ കത്തിൽ അദ്ദേഹം പറയുന്നത്, കിളിക്കൂടുകളാണ് ഇതിനു തനിക്കു പ്രചോദനം എന്നാണ് (Van Gogh, 1885). കിളിക്കൂടുകൾ വൈകുന്നേരം തിരിച്ചെത്താനുള്ള, അതിന്റെ തലമുറകളെ നിലനിർത്താനുള്ള ഒരു ചെറിയ സ്ഥലമാണെന്ന് ആ ജീവിവർഗം ജൈവ ചോദനയിലൂടെ മനസ്സിലാക്കിയതാണ്. മനുഷ്യനും ആ ജൈവലോകത്തിന്റെ ഭാഗം തന്നെയാണ്, പിന്നീട് അതിനെ നിയന്ത്രിക്കുന്ന ഒരു ശക്തിയായി മാറുന്നുണ്ടെങ്കിലും. 'ഗുഹകളിൽ താമസിക്കുന്ന കടുവ' എന്ന് പറയും പോലെ ഒരു നൈസർഗ്ഗികമായ പാർപ്പിടബോധമുണ്ട്. ഇത്തരത്തിലുള്ള സ്ഥലവിന്യാസം ഒരു ആത്മനിഷ്ഠതലവും വസ്തുനിഷ്ഠ അഥവാ ഭൗതികമായ ഒരു അസ്തിത്വവും ചേർന്നതാണ്. റിൽക്കയുടെയും ബോദ്ലെയറുടെയും കാവ്യസന്ദർഭങ്ങൾ ബാഷ്ലാഡ് ഈ പുസ്തകത്തിൽ ധാരാളമായി ഉപയോഗിക്കുന്നുണ്ട്.

The Dialectics of Inside and Outside എന്ന അവസാന അദ്ധ്യായങ്ങളിൽ ഒന്ന് ആന്തരികസ്ഥലിയും ബാഹ്യസ്ഥലിയും തമ്മിലുള്ള സംവാദാത്മകമായ വൈരുദ്ധ്യാത്മകബന്ധത്തെക്കുറിച്ചുള്ള മൗലികമായ ഒരു വിശകലനമാണ്. അതിനുശേഷം അദ്ദേഹം Roundness എന്ന അവസാന അധ്യായത്തിൽ Spaceന്റെ Roundnessനെപ്പറ്റി പറഞ്ഞിട്ടുണ്ട്. 1958-ലാണ് ബാഷ്ലാഡ് ഈ പുസ്തകം പ്രസിദ്ധീകരിക്കുന്നത്. പ്രാതിഭാസികവിജ്ഞാനീയം (Phenomenology) അക്കാലത്ത് നിരന്തരമായി വിമർശനങ്ങൾക്ക് വിധേയമായ ഒരു വൈജ്ഞാനിക സമീപനമായിരുന്നു. 60-കളുടെ തുടക്കത്തിൽ ഘടനാവാദം പ്രമുഖ ധൈഷണിക ധാരയായി മാറിയിരുന്നു. 50-കളിൽതന്നെ ഘടനാവാദത്തിലെ സൊസ്യൂറിന്റെയൊക്കെ പഠനങ്ങൾക്ക് വളരെ പ്രാധാന്യം ലഭിച്ചുകഴിഞ്ഞിരുന്നു എന്നതും ഓർക്കേണ്ടതുണ്ട്. ലക്കാനെപ്പോലുള്ള മനശ്ശാസ്ത്രജ്ഞർ സൊസ്യൂറിന്റെ പഠനം മനശ്ശാസ്ത്ര വിശകലനവുമായി സംയോജിപ്പിച്ചുകൊണ്ടുള്ള മൗലികാന്വേഷണങ്ങൾക്ക് തുടക്കം കുറിച്ചു. ഒരർത്ഥത്തിൽ 50-കളിൽത്തന്നെ ഘടനാവാദത്തിന്റെ ശക്തമായ സ്വാധീനം ഉണ്ടായിത്തുടങ്ങിയിരുന്നു. അതിനാലാവണം, പ്രതിഭാസവിജ്ഞാനീയത്തിന്റെ ചട്ടക്കൂടിലുള്ള ബാഷ്ലാഡിന്റെ ഈ പഠനത്തിനു ആദ്യഘട്ടത്തിൽ അർഹമായ സ്വീകാര്യത ലഭിക്കാതെ പോയത്. പക്ഷേ അദ്ദേഹത്തിന്റെ ഏറ്റവും വലിയ സംഭാവന സാമൂഹികശാസ്ത്രമേഖലയിൽ അവഗണിക്കപ്പെട്ടിരുന്ന സ്ഥലത്തേക്കുറിച്ചുള്ള വിമർശനാത്മക പഠനം ഗൗരവകരമായി ഏറ്റെടുക്കേണ്ടതാണ്

എന്ന അവബോധം സൃഷ്ടിച്ച എന്നുള്ളതാണ്. അതിനെത്തുടർന്ന് സാംസ്കാരിക വിമർശന സമീപനങ്ങളിൽ ഒരു സ്ഥലീയദിശാമാറ്റം അഥവാ spatial turn തന്നെ സംഭവിക്കുകയും "ജ്യോഗ്രഫി" ഒരു സവിശേഷ പഠനമേഖല എന്നതിനപ്പുറം, കലാ-സാഹിത്യ-സാംസ്കാരിക-സാമൂഹിക രാഷ്ട്രീയചിന്തകളിലെ പ്രധാന പരികല്പന കളിൽ ഒന്നായി മനസ്സിലാക്കപ്പെടുകയും ചെയ്തുതുടങ്ങി. എഴുപതുകളിൽ കണ്ട സ്ഥലപഠനവിസ്ഫോടനത്തിന്റെ അടിസ്ഥാനം ആ അർത്ഥത്തിൽ ബാഷ്ലാർഡിന്റെ വിശകലനം തന്നെയായിരുന്നു.

കഴിഞ്ഞ നൂറ്റാണ്ടിൽ സ്ഥലത്തെപ്പറ്റിയുണ്ടായ ഏറ്റവും പ്രധാനപ്പെട്ട ഒരു കൃതി എന്നു വിശേഷിപ്പിക്കാവുന്ന ഹെൻറി ലെഫേവറുടെ 'സ്ഥലത്തിന്റെ ഉൽപ്പാദനം' (Lefebvre, 1991) എന്ന പുസ്തകം 1974-ലാണ് പുറത്തിറങ്ങുന്നത്. മാർക്സിയൻ ഭൗതികവാദകാഴ്ചപ്പാടിൽ എഴുതപ്പെട്ട ഈ ഗ്രന്ഥത്തിൽ, ബാഷ്ലാഡിനെയും ഹെയ്ഗറിനേയും പോലുള്ള പ്രതിഭാസവിജ്ഞാനീയചിന്തകരെയും കൂടി ചർച്ചചെയ്തുതന്നെയാണ് തന്റെ ചിന്തകൾ ലെഫേവർ പങ്കുവയ്ക്കുന്നത്. സ്ഥലവിന്യാസത്തെയും സ്ഥലത്തിന്റെ സാമൂഹിക ഉത്പാദത്തെയും കുറിച്ചുള്ള ഒരു ത്രിമാന മാതൃക അദ്ദേഹം മുന്നോട്ടുവയ്ക്കുന്നുണ്ട്. സ്ഥലം അനുഭവിക്കുന്നതിനെപ്പറ്റിയാണ്, അതിന്റെ സാംസ്കാരിക പ്രകാശനങ്ങളെക്കുറിച്ചാണ്, പ്രതിഭാസവിജ്ഞാനീയം ചർച്ചചെയ്യുന്നത്. പ്രതിഭാസവിജ്ഞാനീയത്തിന്റെ സൈദ്ധാന്തികവ്യൂഹം ഉപയോഗിച്ച്, അതിനോട് പ്രതിബദ്ധത പുലർത്തിക്കൊണ്ട്, അതിൽ പൂർണമായി വിശ്വസിച്ചുകൊണ്ട്, ബാഷ്ലാഡ് എഴുതിയ പുസ്തകത്തിൽനിന്നും തീർത്തും വ്യത്യസ്തമായി, മാർക്സിയൻ ഭൗതികവാദ സമീപനം കൂടുതലായി സ്വീകരിച്ചുകൊണ്ട് ഹെൻറി ലെഫെവർ പുസ്തകമെഴുതുമ്പോൾ അതിൽ ബാഷ്ലാർഡിന്റെ ചിന്തകളുടെ കൂടി ഒരു തുടർച്ച ഉണ്ടാവുന്നുണ്ട് എന്നത് ശ്രദ്ധേയമാണ്.

ഈ വിഷയവുമായി ബന്ധപ്പെട്ട എന്റെ വായന പക്ഷേ രേഖീയമായിരുന്നില്ല. ഈ മേഖലയിലെ ആദ്യത്തെ പ്രധാന പുസ്തകം The Poetics of Space ആണെന്ന് പറയാമെങ്കിലും ഞാൻ ആദ്യം വായിച്ചത് ബാഷ്ലാഡിനെയല്ല. കാരണം ഈ പുസ്തകങ്ങൾ എഴുതപ്പെട്ട രീതിയിൽ വായിക്കാൻ നമുക്ക് സാധിക്കില്ലല്ലോ. എന്താണാദ്യം വായിക്കുന്നത് എന്നത് നമ്മുടെ മേൽ വലിയൊരു സ്വാധീനം തന്നെയാണ്. ഞാൻ ആദ്യം വായിക്കുന്നത് ഹെൻറി ലെഫേവറുമല്ല, ബാഷ്ലാഡുമല്ല. ഇവരെ രണ്ടുപേരേയും നിശിതമായി വിമർശിക്കുന്ന പ്രശസ്ത സാമൂഹ്യശാസ്ത്ര ചിന്തകൻ മാനുവൽകാസ്റ്റിൽസിന്റെ നഗര പ്രശ്നം (Manuel Castells, The Urban question) എന്ന പുസ്തകമാണ്.

"സ്ഥലപ്രത്യയശാസ്ത്ര"ത്തെ രൂക്ഷമായി വിമർശിക്കുന്ന സമീപനമായിരുന്നു കാസ്റ്റൽസിന്റേത്. ഈ കാസ്റ്റൽസാണ് പിന്നീട് തൊണ്ണൂറുകളിൽ പ്രശസ്തമായിത്തീർന്ന 'The rise of the network society' എന്ന ഗ്രന്ഥത്രയം എഴുതിയത് (Castells 1996).

ബാഷ്ലാഡിനെയും ലെഫേവറിനേയും അൽത്തൂസേറിയൻ മാർക്സിസ്റ്റ് പര്യപ്രേക്ഷ്യത്തിലാണ് കാസ്റ്റൽസ് വിമർശിക്കുന്നത്. അൽത്തൂസേറിയൻ ജ്ഞാനസംവിധാനം ഉപയോഗിച്ചുകൊണ്ട് മാനുവൽ കാസ്റ്റിൽസ് പറയുന്നത്, ഇതെല്ലാം സ്ഥലത്തെക്കുറിച്ചുള്ള സിദ്ധാന്തങ്ങളല്ല, സൈദ്ധാന്തിക പ്രത്യയശാസ്ത്രങ്ങളാണ് എന്നാണ്. കാരണം അൽത്തൂസറിന്റെ പ്രാധാനപ്പെട്ട നിഗമനങ്ങളിൽ ഒന്ന് സിദ്ധാന്തം വേറെ, പ്രത്യയശാസ്ത്രം വേറെ എന്നതാണ്. പ്രത്യയശാസ്ത്രങ്ങളെ അസംസ്കൃതവസ്തുവാക്കിക്കൊണ്ട് നടത്തുന്ന ഒരു സൈദ്ധാന്തിക പ്രവർത്തനത്തിലൂടെ രൂപംകൊള്ളുന്നതാണ് ശാസ്ത്രം. അങ്ങനെയാണ് മാർക്സ് മാർക്സിസ്റ്റാവുന്നത്. അതുകൊണ്ട് ആദ്യകാല മാർക്സ് പോലും മാർക്സിസ്റ്റല്ല എന്നാണ് അൽത്തൂസർ പറഞ്ഞിരുന്നത്. അത്തരത്തിലുള്ള വളരെ കർക്കശമായ ഒരു സൈദ്ധാന്തിക സമീപനം മാർക്സിസത്തിൽ അൽത്തൂസർ കൊണ്ടുവരികയും ആ ഘടനാവാദാനന്തര മാർക്സിസ്റ്റ് ചിന്തകൾ ഉപയോഗിച്ചുകൊണ്ട് കാസ്റ്റൽസ് സ്ഥലപഠനങ്ങളെ വിമർശിക്കാൻ ശ്രമിക്കുകയുമാണ് വാസ്തവത്തിൽ ചെയ്തത്. പക്ഷേ, ഞാനങ്ങനെ കാസ്റ്റിൽസിൽ തുടങ്ങി വായിച്ചവസാനിപ്പിക്കാൻ തയ്യാറായിരുന്നില്ല. സ്വാഭാവികമായും കാസ്റ്റൽസിന്റെ വഴിയിലൂടെ ലഫേബോറീനേയും ബാഷ്ലാഡിനെയും മനസ്സിലാക്കാനുള്ള ശ്രമമാണ് യഥാർഥത്തിൽ നടത്തിയത്.

ആ വായനയിൽ എനിക്കു ബോദ്ധ്യമായ ഒരു കാര്യം, ഒരേ സമയം ലളിതവും സങ്കീർണവുമായ പുസ്തകമായിട്ടാണ് The Poetics of Space രചിക്കപ്പെട്ടിരിക്കുന്നത് എന്നതാണ്. കേവലമായ ഒരു സാഹിത്യ നിരൂപണമായും ആഴമേറിയ ഒരു ദാർശനികഗ്രന്ഥമായും അത് വായിക്കാൻ കഴിയും. ഒരേ സമയം വീടിനെപ്പറ്റി സംസാരിക്കുന്നു, മുറികളെക്കുറിച്ച്, മൂലകളെക്കുറിച്ച്, കക്കകളെക്കുറിച്ച് സംസാരിക്കുന്നു. ഇതിലൊക്കെ ഇത്ര പറയാനെന്തിരിക്കുന്നു, അഥവാ പറഞ്ഞാൽ തന്നെ എത്ര പറയാം, എന്ന് നമ്മെ അപരിചിതത്വവും അടുപ്പവും കൊണ്ട് അമ്പരപ്പിക്കുന്നു. മനുഷ്യർ സ്ഥലരൂപങ്ങളുമായി സംവദിക്കുന്നതെങ്ങനെ എന്നതിന്റെ ഹെർമന്യൂട്ടിക്സ്-രാഷ്ട്രീയവ്യാഖ്യാനം ആണ് പുസ്തകത്തിന്റെ അടിസ്ഥാനധാര എന്ന് പതുക്കെ നമ്മൾ മനസ്സിലാക്കാൻ തുടങ്ങുന്നു. ഹെർമന്യൂട്ടിക്സ് സങ്കീർണമായ ഒരു

സൈദ്ധാന്തിക ഇടപെടലാണ്. Interpretation അല്ലെങ്കിൽ Theory of Interpretation ആണ്. വ്യാഖ്യാനവും വ്യാഖ്യാനത്തിന്റെ സിദ്ധാന്തവുമാണ്. സ്ഥലവുമായുള്ള ഈ ആത്മനിഷ്ഠഭാവത്തെ പിടിച്ചെടുക്കാൻ 'ഒരൊറ്റ വെളിച്ചം' എന്നൊരു ട്രോപ് അദ്ദേഹം സ്വീകരിക്കുന്നുണ്ട്. ഒരു റാന്തൽ വിളക്കിനെക്കുറിച്ചുള്ള പരാമർശം അദ്ദേഹം എടുക്കുന്നു. അതിന്റെ അനുഭൂതിപരമായ സാധ്യതകൾ എന്തൊക്കെയാണ് എന്ന് വളരെ വിപുലമായ രീതിയിൽ അന്വേഷിക്കാൻ ശ്രമിക്കുന്നു. ആദ്ദേഹത്തിന്റെ നിഗമനങ്ങൾ നമ്മളെ സംബന്ധിച്ചിടത്തോളം ഒറ്റനോട്ടത്തിൽ അസ്വീകാര്യമായി തോന്നാവുന്ന നിർദ്ദേശങ്ങൾ പോലുമാണ്. ഈ ഒറ്റവെളിച്ചം എന്നു പറയുന്നത്, ഈ ഒറ്റവെളിച്ചത്തിലേക്ക് നമ്മൾ നോക്കുക എന്നു പറയുന്നത്, അല്ലെങ്കിൽ ആ ഒറ്റവെളിച്ചത്തിന്റെ ഇത്തിരിവെട്ടത്തിൽ നമ്മെ സങ്കൽപിക്കുക എന്നത്, ആ വെളിച്ചത്തിൽ നമ്മൾ ഹിപ്നോട്ടൈസ് ചെയ്യപ്പെടുന്നതുപോലെയല്ലേ എന്ന് അദ്ദേഹം ചോദിക്കുന്നു. ആ വെളിച്ചവുമായി നമ്മൾ ഉണ്ടാക്കുന്ന ബന്ധമെന്താണ്? മൂല എന്നാൽ കേവലമായ മൂല എന്നുള്ള അർത്ഥത്തിലല്ല. മറിച്ച് മനുഷ്യമനസ്സിന്റെ സങ്കീർണതകളായാണ് അദ്ദേഹം മനസ്സിലാക്കുനത്. എങ്ങനെയാണ് ഈ മൂലകൾ മനുഷ്യമനസ്സിന്റെ സങ്കീർണ്ണതകൾ ആകുന്നത്? ഒരു സ്ഥലരൂപത്തെ മനസ്സിലാക്കുകയും വ്യാഖ്യാനിക്കുകയും ചെയ്യുന്നതിന്റെ സമഗ്രഭാവങ്ങളാണ് അദ്ദേഹം അവതരിപ്പിക്കാൻ ശ്രമിക്കുന്നത്. അതിന് സാഹിത്യത്തെ കൂട്ടുപിടിക്കുകയാണ് ചെയ്യുന്നത്. സാഹിത്യം ആ അർത്ഥത്തിൽ റോ മെറ്റീരിയൽ ആയി, അസംസ്കൃതവസ്തുവായി, ഉപയോഗിക്കുകയാണ് എന്ന് വേണമെങ്കിൽ പറയാം.

സ്ഥലത്തിന്റെ സാമൂഹിക ഉൽപ്പാദനം

ഇത്തരത്തിലുള്ള ഒരു സാംസ്കാരികാനുഭവത്തെ എങ്ങനെ ഭൗതികവാദപരമായി മനസ്സിലാക്കും എന്നുള്ളത് അറിയാനുള്ള സൈദ്ധാന്തിക സാമഗ്രികൾ അക്കാലത്തു എന്റെ പക്കലുണ്ടായിരുന്നില്ല. സ്വാഭാവികമായിട്ടും ലെഫേവറുടെ Production of Space വായിച്ചപ്പോൾ അതിനകത്തെ ആ ത്രിമാന സങ്കൽപം, ത്രിമാനരൂപം എന്നിവ വളരെ ആകർഷകത്വമുള്ള ഒന്നായി എനിക്ക് അനുഭവപ്പെട്ടു. മാർക്സിൽ നിന്ന് തുടങ്ങി ബാഷ്ലാഡിൽ എത്തുമ്പോൾ ബാഷ്ലാഡിനെ എങ്ങനെയാണ് മനസ്സിലാക്കുക എന്നതിന്റെ സന്ദിഗ്ധതയുണ്ട്. ആ സന്ദിഗ്ധതയില്ലാത്ത പുസ്തകമാണ് Production of Space. തൊഴിൽശക്തിയുടേയും തൊഴിലാളിയുടെയും ഉത്പാദനനോപകരണങ്ങളുടെയും മൂലധനത്തിന്റേയും കേന്ദ്രീകൃതരൂപമാണ് നഗരം

എന്ന മാർക്സിയൻ സമീപനത്തെ വിപുലമാക്കാനാണ് ലെഫേവർ ശ്രമിക്കുന്നത്. ബാഷ്ലാഡ് ചെയ്യുന്നതാകട്ടെ, ഒരു സ്വപ്നതുല്യമായ വ്യാഖ്യാനമാണ്. അതിനെ ലെഫേവർ തള്ളിക്കളയുന്നുമില്ല.

ഈ പ്രപഞ്ചത്തിൽ ഭൗതികമായിട്ടല്ലാത്തത് എന്താണുള്ളത്? നമ്മുടെ അനുഭൂതികളെല്ലാം ഭൗതികമാണ്. ഭൗതികവാദത്തിന് അതീതമായിട്ടൊന്നും നിലനിൽക്കുന്നില്ല. ഇന്ന് ഭൗതികവാദത്തിന്റെ മേഖലയല്ല എന്നുപറഞ്ഞ് മാറ്റിനിർത്താൻ പറ്റുന്ന ഒരു മേഖലയും നമ്മുടെ സാമൂഹിക-സാംസ്കാരിക-സാമ്പത്തിക ജീവിതങ്ങളിൽ ഇല്ല. ഈ ധാരണയുടെ അടിസ്ഥാനത്തിൽ ലെഫേവർ സ്ഥല രൂപീകരണത്തിന്റെ ഒരു ത്രിമാനമാതൃക മുന്നോട്ടുവയ്ക്കുന്നു. ഭൗതികമായ ഒരിടമുണ്ട്, മാനസികമായ ഇടവും സാമൂഹികമായ ഇടവുമുണ്ട്. ഇതിൽ ഭൗതികമായ ഇടം അഥവാ physical space സ്ഥലപരമായ പ്രയോഗങ്ങളുടെ (spatial practice) മേഖലയാണ്. സാമൂഹികമായ ഇടം അഥവാ Social space എന്നുപറയുന്നത് സ്ഥലത്തിന്റെ പ്രതിനിധാനം representation of space ആണ്. അതായത് നമ്മൾ എങ്ങനെയാണ് സ്ഥലത്തെ പ്രതിനിധാനം ചെയ്യുന്നത് എന്നും, സ്ഥലം എങ്ങനെയാണ് പ്രതിനിധാനം ചെയ്യപ്പെടുന്നത് എന്നുമുള്ള ആലോചനകൾ. അതേസമയം മാനസികമായ സ്ഥലം, പ്രതിനിധാനപരമായ സ്ഥലമാണ് (representational space). നമ്മുടെ അനുഭവങ്ങളുടെ, അനുഭൂതികളുടെ അത്താണി.

നമുക്ക് സ്ഥലത്തെക്കുറിച്ചുള്ള വ്യത്യസ്തമായ അനുഭവങ്ങളും ഇഷ്ടങ്ങളുമുണ്ട്. ചിലർക്ക് ഒറ്റയ്ക്കുള്ള വീട്ടിൽ താമസിക്കുന്നത് ഇഷ്ടമായിരിക്കും. ഗ്രാമം, നഗരം എന്നിവയിൽ ഗ്രാമത്തെ മാനുഷിക മൂല്യങ്ങളുടെ പ്രതിനിധാനത്തിനുള്ള ട്രോപ് ആയി ഉപയോഗിക്കുന്ന രീതിയുണ്ട് എന്ന് നേരത്തെ സൂചിപ്പിച്ചു. എം.എഫ്. ഹുസൈൻ, തനിക്ക് നഗരങ്ങളാണ് ഇഷ്ടം എന്നുപറഞ്ഞിരുന്നു. 2004 ൽ ഇറങ്ങിയ 'Meenaxi A Tale of 3 Cities' എന്ന അദ്ദേഹത്തിന്റെ ഹിന്ദി സിനിമയുടെ പേര് തന്നെ അതിലെ നഗര പരമർശം കൊണ്ട് ശ്രദ്ധേയമാണ്. ആ അർത്ഥത്തിൽ നഗരമെന്നത് ഗ്രാമത്തിന്റെ എല്ലാ മൂല്യങ്ങളെയും വെല്ലുവിളിക്കുകയും അതിന്റേതായ നൈതികതയെ ഇല്ലായ്മചെയ്യുകയും ചെയ്യുന്ന സ്ഥലമല്ല. അനുഭൂതിപരമായിട്ടുള്ള പ്രയോഗങ്ങളുടെ ഒരുവശം അത് എങ്ങനെ ആത്മനിഷ്ഠപരമായി പ്രതിനിധാനം ചെയ്യപ്പെടുന്നു എന്നതാണ്. അതാണ് mental space എന്നു പറയുന്ന representational space.

Social എന്നത് പ്രതിരോധത്തിന്റേതായ മേഖലയാണ്. അവിടെ സ്ഥലം എന്ന പറയുന്നത് കേവലം സ്ഥലം മാത്രമല്ല, മറിച്ച് വർഗ ബന്ധങ്ങളിലൂടെ ഉരുത്തിരിയുന്ന ഒരു സാമൂഹികരൂപമാണ്. ഒരു കെട്ടിടം നിൽക്കുന്ന സ്ഥലവിന്യാസത്തിന്റെ മുകളിലാണ് എഞ്ചിനീയർമാരും ആർക്കിടെക്റ്റുകളും ശിൽപികളും സൃഷ്ടിക്കുന്നത്. റോഡുകൾ നിർമ്മിക്കുകയും പാലങ്ങൾ നിർമ്മിക്കുകയും ഒക്കെ ചെയ്യുന്നത് spatial practiceന്റെ രംഗമാണ്. ഹൈക്കോടതി പറഞ്ഞ് പാലാരിവട്ടം പാലത്തിന്റെ മുകളിലൂടെ വണ്ടി ഓടിച്ചു നോക്കുന്നത് spatial practice ആണ്. അത് ഒരു സ്ഥലപരമായിട്ടുള്ള പ്രയോഗമാണ്, സ്ഥലവിന്യാസം ആണ്. എന്നാൽ ഈ പാലാരിവട്ടം പാലം എന്നുപറയുന്നത് ഇങ്ങനെ പൊളിഞ്ഞു വീഴുന്നെങ്കിൽ അതിനുപിന്നിൽ നടന്നിട്ടുള്ള രാഷ്ട്രീയത്തെ, അതിനുപിന്നിൽ നടന്നിട്ടുള്ള അഴിമതികളെ, അതിനുപിന്നിൽ നടന്നിട്ടുള്ള അതിക്രമങ്ങളെ, നമ്മൾ ചെറുക്കേണ്ടതുണ്ട്. അത് നമുക്ക് തോന്നുന്നത് social space ലാണ്. Social space എന്നാൽ, നമ്മുടെ നിരന്തരമായ പ്രയോഗത്തിലൂടെ നമ്മൾ സൃഷ്ടിക്കുന്ന ഒന്നാണ്. അതിന് ഭൗതികസ്ഥലവുമായുള്ള ബന്ധം വളരെ വൈരുദ്ധ്യാത്മകമാണ്. ഈ ഭൗതികസ്ഥലത്തെത്തന്നെ മാറ്റിത്തീർക്കുന്നത് social practice ആണ്. സാമൂഹികസ്ഥലിയുടേയും ഭൗതികസ്ഥലിയുടേയും ഇടയിലുള്ള മറ്റൊരു പ്രതിഭാസം തന്നെയാണ് mental space. ബാഷ്ലാഡിന്റെ പ്രതിഭാസവിജ്ഞാനീയ സമീപനത്തെ പൂർണമായി തള്ളിക്കളയുന്നതായിരുന്നില്ല ലെഫേവറിന്റെ സമീപനം എന്ന് ഞാൻ കരുതാനുള്ള ഒരു കാരണം ഇത് തന്നെയാണ്. എനിക്കു മനസ്സിലാകുന്നത് ഈ ത്രിമാന പദ്ധതി അവതരിപ്പിക്കുന്നതുതന്നെ ഒരു യാന്ത്രിക മാർക്സിസത്തിന്റെ ചട്ടക്കൂട്ടിലേക്ക് സ്ഥലപഠനങ്ങൾ നിലംപതിച്ചു പോവരുത് എന്ന നിശ്ചയദാർഢ്യത്തോടുകൂടിത്തന്നെയാണ് എന്നാണ്.

ഫൂക്കോയും സ്ഥലപഠനവും

1960-കളിൽത്തന്നെ, വളരെ നിശ്ചിതമായും സൈദ്ധാന്തികമായ ജാഗ്രതയോടെയും മിഷേൽ ഫൂക്കോ സ്ഥലങ്ങളെക്കുറിച്ചു സംസാരിക്കുന്നുണ്ടായിരുന്നു (Foucault 1986). നവമാദ്ധ്യമപഠനങ്ങളുമായി ബന്ധപ്പെട്ടതിനുശേഷമാണ് അക്കാര്യം എനിക്കു കൃത്യമായി മനസ്സിലാക്കാനായത്, നഗരവല്ക്കരണത്തെക്കുറിച്ചു പഠിക്കുന്ന കാലത്ത് ഫൂക്കോയുടെ വീക്ഷണങ്ങൾ എന്റെ ശ്രദ്ധയിൽപ്പെട്ടില്ല. ഫൂക്കോയുടെ പഠനത്തിലെ പ്രധാനപ്പെട്ട വസ്തുത ബാഷ്ലാഡ് നിർത്തിയേടത്ത് നിന്നാണ് അദ്ദേഹം തുടങ്ങുന്നത് എന്നാണ്. ഫൂക്കോ കൊണ്ടുവന്ന

പുതിയ സ്ഥലസങ്കൽപം Heterotopia എന്നതാണ്. Hetero എന്നാൽ അപരം, topia എന്നാൽ സ്ഥലം - അപരസ്ഥലം എന്നർത്ഥം. Heterotopia സംഘർഷഭരിതമായ ഒരു ഭാവനാസ്ഥലമാണ്. ഈ അപരസ്ഥലി ഒരു പുതിയ രീതിയിൽ ഫൂക്കോ വ്യാഖ്യാനിക്കുന്നത് അതിൽ അന്തർലീനമായിരിക്കുന്ന ഒരു സാമൂഹിക സങ്കൽപമുണ്ട് എന്ന് ബോധ്യപ്പെടലോടെയാണ്. Heterotopia എന്നു പറയുമ്പോൾ, മറ്റ് രണ്ട് 'ടോപിയ' കൾ കൂടി നമ്മുടെ മനസ്സിലേക്ക് കടന്നു വരണം- ഉട്ടോപിയയും ഡിസ്റ്റോപിയയും.

ഉട്ടോപിയ എന്നു പറയുന്നത് നമുക്ക് എത്തിച്ചേരാൻ സാധിക്കാത്ത സാങ്കൽപികദേശമാണ്- നമ്മൾ എത്തിച്ചേരാൻ ആഗ്രഹിക്കുന്ന, ഭാവനയുടെ ഒരു ഉദാത്തമായ സ്ഥലരാശി. ഇത്തരത്തിലുള്ള സങ്കൽപങ്ങളെ മാർക്സ് എങ്ങനെയാണ് അപനിർമ്മിക്കുന്നത് എന്നതിന് ഉദാഹരണമാണ് ഉട്ടോപിയയെക്കുറിച്ചുള്ള അദ്ദേഹത്തിന്റെ അപഗ്രഥനങ്ങൾ. ഉട്ടോപിയിൽ ആർക്കും സ്വകാര്യസ്വത്തില്ല. സ്വകാര്യസ്വത്ത് എന്നത് ഭാവിസമൂഹത്തെ സംബന്ധിച്ചിടത്തോളം, അല്ലെങ്കിൽ ഇതുവരെയുള്ള മനുഷ്യചരിത്രത്തെ സംബന്ധിച്ചിടത്തോളം, ഏറ്റവും പ്രധാനപ്പെട്ട ഒരു പരികല്പനയാണ് എന്ന് മനസ്സിലാക്കിയ വ്യക്തിയാണ് മാർക്സ്. അതുകൊണ്ടാണ് മാർക്സിന്റെ പ്രധാന പ്രതിപാദ്യവിഷയങ്ങളെല്ലാം സ്വകാര്യസ്വത്തിന്റെ അടിസ്ഥാനത്തിലായത്.

മാർക്സ് മുന്നോട്ടുവയ്ക്കുന്ന സ്വകാര്യസ്വത്ത് നിങ്ങളുടെ വസ്ത്രമോ പേനയോ പാത്രങ്ങളോ അല്ല, നിങ്ങളുടെ കൈയിലെ പണം പോലുമല്ല. ശമ്പളം കിട്ടുമ്പോൾ ഒരാൾ കാർ വാങ്ങുന്നത് ഉപഭോഗമാണ്, അവിടെ നിങ്ങൾ മുതലാളിയല്ല. മുതലാളിയാവാൻ നിങ്ങളുടെ കയ്യിൽ ഉണ്ടാവേണ്ടത് മൂലധനമാണ്. അതുപയോഗിച്ച് മറ്റൊരാളെ ജോലിക്കു നിർത്തി കൂലികൊടുക്കുമ്പോഴാണ് നിങ്ങൾ മുതലാളി ആകുന്നത്. ആ ഉത്പാദനോപകരണത്തിന്റെ ഉടമസ്ഥതയെ ആണ് മാർക്സ് മുതലാളിത്തത്തിന്റെ അടിസ്ഥാനഘടകമായിട്ടുള്ള സ്വകാര്യസ്വത്തായി കാണുന്നത്. ഈ സ്വകാര്യസ്വത്ത് എന്ന പരികല്പനയിലേക്ക് മാർക്സ് തന്റെ വിശകലനങ്ങളെ മുഴുവൻ കെട്ടിയിടുകയാണ്.

സോഷ്യലിസം എന്താണു പറയുന്നത്? സോഷ്യലിസത്തിൽ സ്വകാര്യസ്വത്തില്ല. സ്വകാര്യസ്വത്തില്ല എന്നതിനർത്ഥം നിങ്ങളുടെ ഷർട്ട് നിങ്ങളുടെ സ്വന്തമല്ല എന്നല്ല, മറിച്ച് ആർക്കും ഉത്പാദനോപകരണങ്ങൾ സ്വന്തമായി വെക്കാനുള്ള അവകാശമില്ലാത്ത സാമൂഹികവ്യവസ്ഥയെക്കുറിച്ചാണ് സോഷ്യലിസം പറയുന്നത്. ഉത്പാദനോപകരണങ്ങളുടെ ഉടമസ്ഥതയാണ് സ്വകാര്യസ്വത്ത്.

ഉത്പാദന ഉടമസ്ഥതയിലുള്ള സ്വകാര്യസ്വത്താണ് ഇതുവരെയുള്ള ലോകചരിത്രത്തിൽ ഉണ്ടായിട്ടുള്ളത്. അതില്ലാത്ത ഒരു സമൂഹം ഉട്ടോപിയാണ്. അതിനെ തോമസ് മൂർ കണ്ടതുപോലെയും മാർക്സ് കണ്ടതുപോലെയും പല വീക്ഷണങ്ങളിൽനിന്ന് നിങ്ങൾക്കു നോക്കിക്കാണാം.

നേരേ തിരിച്ചാണ് ഡിസ്റ്റോപിയ. ഒന്നും നന്നാവാൻ പോകുന്നില്ലെന്ന ചിന്തയാണ്, നമ്മെ കാത്തിരിക്കുന്നത് ഡൂംസ് ഡേ ആണെന്ന വിശ്വാസമാണ് ഡിസ്റ്റോപിയ. ഫൂക്കോ അവതരിപ്പിക്കുന്നത്, ഈ രണ്ടു സങ്കല്പനങ്ങളുടെയും ഇടയിലുള്ള വളരെ സമർത്ഥമായൊരു പരികല്പനയാണ്. അതനുസരിച്ച്, നമുക്ക് പ്രായോഗികമാക്കാൻ, യഥാർത്ഥലോകത്തിലേക്ക് കൊണ്ടുവരാൻ സാധിക്കുന്ന പരിമിതമായ ഉട്ടോപിയയാണ് ഹെറ്ററോടോപിയ. നമുക്ക് ഭാവനയിലൂടെ ചെന്നെത്താൻ കഴിയുന്ന, ഭാവനയിലൂടെ ഭൗതികപരമായ അർത്ഥത്തിൽ അനുഭവിക്കാൻ പറ്റുന്ന, ആ അനുഭൂതികളെ പൂർണമായും സ്വാംശീകരിക്കാൻ കഴിയുന്ന ഒരു അപരസ്ഥലിയാണത്.

ഹെറ്ററോടോപിയ എന്ന ഈ സ്ഥലസങ്കൽപം സാഹിത്യത്തിൽ വളരെ സജീവമായി കണ്ടെത്തപ്പെടുന്നുണ്ട്. സ്ഥലം എന്നതിനെ ദേശമെന്ന അർഥത്തിലാണ് പലരും മനസ്സിലാക്കുന്നത്. സ്ഥലം യഥാർത്ഥത്തിൽ ദേശമല്ല. സ്ഥലമെന്നതിനേക്കാളേറെ space ബാഷ്ലാഡ് പറയുന്നതുപോലെ ആത്മനിഷ്ഠമായ അനുഭവത്തിന്റെ പ്രതിനിധാനമാണ്. ടോപ്പോഫീലിയ എന്നു പറയുന്നത് ആ സ്ഥലത്തിനോടുള്ള സ്നേഹമാണ്. ടോപ്പോഫീലിയ ഉള്ളതുപോലെ മിസോടോപിയയുമുണ്ട്. മിസോടോപിയ സ്ഥലത്തിനോടുള്ള വെറുപ്പാണ്. ഇങ്ങനെ അനുഭവപരമായി, അനുഭൂതിപരമായി സ്ഥലത്തെക്കുറിച്ചു മനസിലാക്കുക എന്നത് തികച്ചും ഭൗതികവാദപരമായിട്ടുള്ള സമീപനം തന്നെയാണ്. ഇത് പ്രാതിഭാസികവിജ്ഞാനീയത്തിന്റെ സൈദ്ധാന്തിക സംവിധാനങ്ങൾ ഉപയോഗിച്ചുകൊണ്ട് ചെയ്യുതായിരിക്കുമ്പോൾപോലും അതിന് ഭൗതികവാദപരമായിട്ടുള്ള ഒരു മാനമുണ്ടെന്നത് നമുക്ക് വിസ്മരിക്കാൻ സാധിക്കില്ല. അത്തരത്തിൽ ഒരു വശത്ത് പ്രാതിഭാസികവിജ്ഞാനീയത്തിന്റേതായിട്ടുള്ള സമീപനവും സ്ഥലത്തെ മനസ്സിലാക്കുന്നതിൽ ശക്തമായി നമ്മുടെ സംസ്കാരിക ഭൂമിശാസ്ത്രത്തിൽ അടങ്ങിയിട്ടുണ്ട്. ഒപ്പംതന്നെ ലെഫേവറിനെപ്പോലുള്ളവർ കൊണ്ട് വരുന്ന ഭൗതികവാദപരമായിട്ടുള്ള സമീപനവും പ്രത്യേകിച്ച് നേരത്തെ സൂചിപ്പിച്ച സ്ഥലത്തിന്റെ ത്രിമാന സ്വഭാവം- സോഷ്യൽ, മെൻറൽ, ഫിസിക്കൽ എന്ന തരത്തിലുള്ള റപ്രസ

ന്റേറ്റീവ് സ്പേസ് - സ്പേസിന്റെ പ്രതിനിധാനം, പ്രതിനിധാനങ്ങൾ സ്ഥലത്തിന്റേതായ പ്രതിനിധാനങ്ങൾ, സ്ഥലപ്രതിനിധാനം. ഇത് രണ്ടും പ്രധാനമാണ്.

സാമൂഹ്യമായിട്ടുള്ള, സ്ഥലപരമായിട്ടുള്ള social practice ഇതിൽ നിന്ന് വ്യത്യസ്തമായ സംഗതിയാണ്. ചിലതെല്ലാം നമ്മുടെ lived experiences ആണ്. ചിലതങ്ങനെയല്ല. അപ്പോൾ അത്തരത്തിൽ രാഷ്ട്രീയമായും പുനഃക്രോഡീകരിക്കാൻ കഴിയുന്ന തരത്തിൽ സ്ഥലമെന്ന സങ്കല്പത്തെ വിഘടിച്ച് പരിശോധിക്കുകയാണ് ലെഫേവർ ചെയ്യുന്നത്. വിഘടിച്ച് പരിശോധിക്കുകയും അതിനെ വീണ്ടും കൂട്ടിച്ചേർക്കുകയും ചെയ്യുന്നു. ബാഷ്ലാഡ് ആകട്ടെ, ആത്മനിഷ്ഠാപരമായി എങ്ങനെയാണ് സാഹിത്യത്തിൽ ഇത് പ്രതിനിധാനംചെയ്യപ്പെടുന്നത് എന്ന് അന്വേഷിച്ചു. ഇതിൽനിന്നൊക്കെ വ്യത്യസ്തമായിട്ട് ഘടനാവദാനന്തരചിന്തയുടെ സാദ്ധ്യതകൾ കൂടി ഉപയോഗിച്ച് ഫൂക്കോ നൽകിയ അപരസ്ഥലി എന്ന സങ്കല്പത്തിൽ ഒരു രാഷ്ട്രീയ സന്ദേശം കൂടി അടങ്ങുന്നുണ്ട്. അപരത്വത്തെക്കുറിച്ചുള്ള ഫൂക്കോയുടെ അതുവരെയുള്ള അന്വേഷണങ്ങളുടെ അനുബന്ധമായിട്ടാണ് യഥാർഥത്തിൽ സ്ഥലത്തെക്കുറിച്ചുള്ള ഈ പഠനം വരുന്നത് എന്ന് ഇന്ന് തിരിഞ്ഞുനോക്കുമ്പോൾ നമുക്ക് മനസ്സിലാക്കാൻ സാധിക്കും. ആകാശത്തിൽനിന്ന് ഹെറ്ററോടോപിയ എന്ന സങ്കൽപം സൃഷ്ടിച്ചതല്ല. മറിച്ച്, Madness and Civilizationൽ Birth of the Clinicൽ Discipline & Punishmentൽ, Archaeology of knowledgeൽ History of Sexualtiyൽ ഒക്കെത്തന്നെ കൈകാര്യംചെയ്യുന്ന അപരത്വത്തിന്റേതായ സന്ദേഹത്തെ അദ്ദേഹം സ്ഥലപരമായ ഒരു രൂപകത്തിലേക്ക് കൊണ്ടുവരികയായിരുന്നു. അത്തരത്തിൽ സൈദ്ധാന്തികമായ ഒരു ചാക്രികത നമുക്ക് ദർശിക്കാൻ സാധിക്കും.

സ്ഥലവും സാമൂഹിക/വർഗ്ഗ സമരങ്ങളും

ഒരു സാംസ്കാരിക-സാമൂഹിക-രാഷ്ട്രീയ-സാമ്പത്തിക വ്യവഹാരം എന്ന രീതിയിൽ സ്ഥലപഠനത്തെ വ്യത്യസ്തമായി മനസ്സിലാക്കിയതോടെ, ഭൂമിശാസ്ത്രവകുപ്പുകളുടെ ചുവരുകൾക്കു പുറത്തേക്ക് ഈ വിഷയം ഇറങ്ങിവരികയും മറ്റു വിഷയങ്ങൾ, മറ്റ് ഡിസിപ്ലിനുകൾ ഇത് ഏറ്റെടുക്കുകയും ചെയ്തതാണ് നാം സമീപ ദശാബ്ദങ്ങളിൽ കണ്ടത്. ചരിത്രം, സാമ്പത്തികശാസ്ത്രം, കൾച്ചറൽസ്റ്റഡീസ്, ലിംഗ്വിസ്റ്റിക്സ്, ഭാഷാപഠിതാക്കൾ- എല്ലാം അത് ഏറ്റെടുക്കുന്നുണ്ട്. അങ്ങനെ സ്ഥലപഠനത്തെക്കുറിച്ചുള്ള വളരെ സമഗ്രമായ പഠനങ്ങൾ സാധ്യമാകുന്ന ഒരു സൈദ്ധാന്തിക-ബൗദ്ധിക-ധൈഷണിക

സാഹചര്യം സംജാതമായിരിക്കുന്നു. സ്ഥലം എന്നത്, ഇന്ന് യഥാർഥത്തിൽ സ്ഥലത്തിന്റെ മുകളിലുള്ള ഒരു അവകാശപ്രഖ്യാപനമായി മാറിക്കഴിഞ്ഞു എന്നതാണ് ഇതിന്റെ രാഷ്ട്രീയമായ വശം. സ്ഥലവിഭജനവും സ്ഥലവിന്യാസവും അതിന്റെ ഉടമസ്ഥതയുമെല്ലാം മൂർത്തമായ അർത്ഥത്തിൽ കോർപറേറ്റുകൾക്കാണ് എന്ന വിശ്വാസം ഉയർത്തിപ്പിടിക്കുന്ന നയപരമായ ഒരു നിയോ-ലിബറൽ സമീപനം നമുക്കു മുന്നിൽ ഉയർന്നുവന്നിരിക്കുന്ന സാഹചര്യത്തിൽ, ഈ രാഷ്ട്രീയമാനത്തിനു പ്രസക്തിയേറുന്നുണ്ട്. നന്ദിഗ്രാമിലും, സിംഗൂരിലും നടന്ന സമരങ്ങളെ ഇതുമായി നമുക്കു കൂട്ടിവായിക്കാനാവും.

യഥാർത്ഥത്തിൽ മൂന്നാംലോകസ്ഥലം ആരുടെ വരുതിയിലാണ്? കർഷകരുടെ ഭൂമി എന്നുപറയുന്നത് കർഷകരുടെ ഭൂമിയാണോ, അതോ സർക്കാർ ഏറ്റെടുത്ത ഭൂമിയാണോ? സർക്കാർ-സ്റ്റേറ്റ്-ഭരണകൂടം എങ്ങനെയാണ് സ്ഥലത്തെ കാണുന്നത്? ഭരണകൂടമാണോ, ഭരണകൂടത്തെ നിയന്ത്രിക്കുന്ന കോർപ്പറേറ്റുകളാണോ യഥാർഥത്തിൽ സ്ഥലത്തിന്റെ വിന്യാസത്തെ നിർണയിക്കുന്നത് എന്ന ചോദ്യംവരുന്നു. അങ്ങേയറ്റം രാഷ്ട്രീയപ്രാധാന്യമുള്ള ഒരു സാംസ്കാരിക- സാമ്പത്തിക പ്രശ്നമായി സ്ഥലം മാറുന്നു എന്നുള്ളതാണ് ഈ കാലഘട്ടത്തിലെ ഏറ്റവും പ്രധാനപ്പെട്ട ഒരു വസ്തുത. സ്മാർട്ട് സിറ്റീസ്, സ്മാർട്ട് നഗരങ്ങൾ തുടങ്ങിയ സംജ്ഞകൾ, പരികല്പനകൾ നമ്മെ ആനന്ദിപ്പിക്കുന്നവയാണല്ലോ (Dutta, 2015a, Dutta, 2015b).

ഇത്തരത്തിലുള്ള ഒരു നഗരം ഉണ്ടാകുമ്പോൾ ആ നഗരത്തിനുള്ളിലെ സ്ഥലം എങ്ങനെയാണ് വികസിക്കപ്പെടുന്നത് എന്നതിനെക്കുറിച്ചുള്ള വളരെ സമൂർത്തമായ ഒരു ചർച്ചകൂടി വേണ്ടതുണ്ട്. ഈ നഗരങ്ങളിലെ സ്ഥലത്തേക്കാണ് ദേശാടകരായിട്ടുള്ള തൊഴിലാളികൾ, migrant workers വരുന്നത്. ഇന്ത്യയിൽ പലയിടത്തും അന്തർസംസ്ഥാന തൊഴിലാളികൾ വരുന്നത് ഈ സ്മാർട്ട് നഗരങ്ങളുടെ നിർമിതിക്കുവേണ്ടിയാണ്. അവർ നഗരത്തിന്റെ ഏതു ഭാഗങ്ങളിലാണ് താമസിക്കുന്നത്, എവിടെയൊക്കെയാണ് അത്തരം ചേരികളുണ്ടാകുന്നത്? കേരളത്തിൽ ദളിത് ജീവിതവ്യവസ്ഥയെക്കുറിച്ച് നിരവധി പഠനങ്ങൾ ഉണ്ടായിട്ടുണ്ട്. ആദിവാസികൾക്കും ദളിത് വിഭാഗങ്ങൾക്കും അത്തരത്തിലുള്ള സ്ഥലമേ പാടുള്ളൂ എന്ന് മുൻകൂർ നിശ്ചയിച്ച ഏതെങ്കിലും നമ്മുടെ സാംസ്കാരികചരിത്രത്തിൽ ഉണ്ടായിട്ടുണ്ടോ? ഇല്ല. നമ്മൾ ജനാധിപത്യപരമായ ഒരു സമരം നടത്തി സ്വാതന്ത്ര്യം നേടിക്കഴിയുമ്പോൾ അതിനുമുമ്പുള്ള യാതൊരു

തരത്തിലുള്ള പാരമ്പര്യബാധ്യതയും നമുക്കില്ല. ആ പാരമ്പര്യബാധ്യതകളൊന്നുമില്ലാതിരിക്കെ എന്തുകൊണ്ടാണ് ഒരു വിഭാഗത്തിന് സ്ഥലം നിഷേധിക്കപ്പെട്ടത് എന്നുള്ളത് രാഷ്ട്രീയമായ ചോദ്യമാണ്. ഇത്തരത്തിലുള്ള പ്രാതിഭാസികമായിട്ടുള്ള ചരിത്രാനുഭവങ്ങളിൽ നിന്ന് ബാഷ്ലാഡ് ചെയ്തതുപോലെ കുറച്ചുകൂടി ആഴത്തിലേക്ക് നമ്മൾ അതിനെ വ്യാഖ്യാനിച്ച് പോകേണ്ടതുണ്ട്. കൂടുതൽ അന്വേഷിക്കേണ്ടതുണ്ട്.

സ്ഥലരൂപങ്ങളെക്കുറിച്ചുള്ള ഒരു മാർക്സിയൻ പരിപ്രേക്ഷ്യം നിശ്ചലമായ ഒന്നല്ല. അത് മാർക്സ് പറഞ്ഞതിൽ അവസാനിക്കുന്നില്ല. അത് ബാഷ്ലാഡിലൂടെ, ലഫേറിലൂടെ, ഫൂക്കോയിലൂടെ ഡേവിഡ് ഹാർവിയിലൂടെ, സോജായിലൂടെ, മറ്റു പല ചിന്തകരിലൂടെ കടന്നുവന്നിട്ടുള്ള ഒരു സൈദ്ധാന്തികസമീപനമാണ്. ആ സൈദ്ധാന്തികസമീപനത്തെ മനസ്സിലാക്കുകയും അത്തരം സൈദ്ധാന്തികസമീപനങ്ങൾ വികസിപ്പിക്കാൻ ശ്രമിക്കുകയും ചെയ്യുക എന്നത് നമ്മുടെ പ്രധാനപ്പെട്ട ഉത്തരവാദിത്തമാണ്. സാമൂഹിക/വർഗസമരങ്ങളുടെ പുതിയ ആഗോളപശ്ചാത്തലം തന്നെ സ്ഥലവിന്യാസത്തിന്റെ സമൂർത്തമായ ഒരു രൂപം കൈക്കൊള്ളുന്നുണ്ട് എന്നത് ഇതിന്റെ രാഷ്ട്രീയപ്രാധാന്യം വർദ്ധിപ്പിച്ചിരിക്കുകയാണ് എന്നുകൂടി നാം ഓർക്കേണ്ടതുണ്ട്.

റഫറൻസ്

1. Bachelard, G (1969). The Poetics of Space. Boston: Beacon Press
2. Castells, M (1977) The Urban Question A Marxist Approach, Alan Shendant trans., Cambridge, MIT Press
3. Castells, M. (1996). The Rise of the Network Society. Malden, Mass: Blackwell Publishers.
4. Dutta, A (2015a) '100 Smart Cities a 100 Utopias'. Dialogues in Human Geography, 2015, Vol. 5 (1) 4953
5. Dutta, A (2015b). 'New Urban Utopias of Post Colonial India: Entrepreneurial urbanization in Dholera Smart City'. Dialogues in Human Geography Vol. 5 (1) 322
6. Foucault, M (1986). 'Of Other Spaces'. Jay Miskowiec, trans., Diacritics. 16 (1): 22-27
7. Harvey, D (1985) Urbanization of Capital: Studies in the History and Theory of Capitalist Urbanization. Baltimore: Johns Hopkins University Press.

8. Lefebvre, H (1974/1991) The Production of Space, Donald Nicholson Smith trans., Oxford: Basil Blackwell.
9. Marx, K. (1847/1975). The poverty of philosophy: Answer to the 'Philosophy of Poverty' by M. Proudhon. Moscow: Progress Publishers.
10. Marx, Karl (1867/1975), Capital: A Critique of Political Economy; Volume I. London: Penguin Harmondsworth
11. Mumy, G. (1978). Town and Country in Adam Smith's 'The Wealth of Nations'. Science & Society, 42 (4), 458-477.
12. Parayil, G. & Sreekumar, T.T. (2003). Kerala's Experience of Development and Change. Journal of Contemporary Asia 33 (4), 465-492.
13. Smith, A (1776/2003) The Wealth of Nations, New York: Bantam Books
14. Sreekumar, TT (1993) Urban Process in Kerala, Center for Development Studies, Thiruvananthapuram: St. Joseph's Press
15. Van Gogh (1885) Letter to Theo van Gogh. Nuenen, on or about Tuesday, 9 June 1885, Retrieved from: http://www.vangoghletters.org/vg/letters/let507/letter.html#translation
16. Wiltgen, R. (1998). Marx's and Engels's Conception of Malthus: The Heritage of a Critique. Organization & Environment 11 (4), 451-460.

എഴുത്തിന്റെ നാട്ടുവഴികൾ

എൻ. പ്രഭാകരൻ

കാലം നമ്മുടെ ജീവിതധാരണകളിലും ആശയലോകങ്ങളിലും ഉണ്ടാക്കുന്ന മാറ്റങ്ങൾ ഒരു തിരിഞ്ഞുനോട്ടത്തിൽ വളരെയേറെ കൗതുകവും അത്ഭുതവും ജനിപ്പിക്കും. 1971ൽമാതൃഭൂമി ആഴ്ചപ്പതിപ്പിന്റെ വിഷുപ്പതിപ്പിൽ ആ വിഷുപ്പതിപ്പിനു വേണ്ടിസ്കൂൾ കോളേജ് വിദ്യാർത്ഥികൾക്കായി നടത്തിയ സാഹിത്യമത്സരങ്ങളിൽ സമ്മാനിതമായ രചനകൾ പ്രസിദ്ധീകരിച്ചിരുന്നു. കോളേജ് വിഭാഗത്തിൽ കഥയ്ക്ക് ഒന്നാം സമ്മാനം നേടിയ രചന എന്ന നിലയ്ക്ക് എന്റെ 'ഒറ്റയാന്റെ പാപ്പാൻ' പുറത്തുവന്നത് ആ ലക്കത്തിലാണ്. സി.ആർ. പരമേശ്വരൻ, എൻ. ചന്ദ്രിക, സുമിത്രാവർമ, കെ.കെ. കൊച്ച് തുടങ്ങിയവരുടെയൊക്കെ മികച്ച രചനകളും അതിലുണ്ടായിരുന്നു.

സാഹിത്യമത്സരത്തിന്റെ ജഡ്ജിംഗ് കമ്മറ്റിയ്ക്കുവേണ്ടി 'സാഹിത്യത്തിലെ വിഷുക്കണി' എന്ന ശീർഷകത്തിൽ കുട്ടേട്ടൻ എഴുതിയ ആമുഖക്കുറിപ്പിലെ ഒരുവാക്യം ഞാൻ ഇപ്പോഴും ഓർക്കുന്നു: 'സ്വന്തം ദർശനങ്ങളുടേതായ നിമിഷത്തിൽസ്ഥലകാലങ്ങളെ കുടഞ്ഞെറിഞ്ഞുകൊണ്ട് ഒരൊറ്റ നെട്ടം കുതിപ്പുകൊണ്ടെന്നവണ്ണം വിശ്വപൗരന്മാരായി മാറാനാണ് ഇവരിൽ പലരും പണിപ്പെടുന്നത്.' ആ കാലത്തെ യുവ എഴുത്തുകാരുടെ മനോലോകത്തെ നയിച്ച ചോദനകളിൽ മുഖ്യമായഒന്നിന്റെ കൃത്യമായ ഒരു രേഖപ്പെടുത്തലായിരുന്നു അത്. അന്നൊക്കെ ഞങ്ങൾ, അതായത് വിദ്യാർത്ഥികളിലും യുവജനങ്ങളിലും വലിയൊരു വിഭാഗം ജീവിച്ചത് അവനവനു വേണ്ടിയായിരുന്നില്ല, ലോകത്തിന് വേണ്ടിയായിരുന്നു. അവർ അങ്ങനെയാണ് സ്വയം സങ്കൽപിച്ചിരുന്നത് എന്നു പറയുന്നതാവും ശരി.

രണ്ട് ദശകക്കാലത്തോളം നീണ്ടുനിന്ന പോരാട്ടമാണ് വിയറ്റ്നാം എന്ന ദരിദ്രരാജ്യം, യുദ്ധസാങ്കേതികവിദ്യയുടെയും ഉപകരണങ്ങളുടെയും കാര്യത്തിൽ വികസിത രാജ്യങ്ങളുമായി താരതമ്യം സാധ്യമല്ലാത്ത വിധം പിന്നിലായിരുന്ന ഒരു രാജ്യം, അമേരിക്കയ്ക്കെതിരെ നടത്തിയത്. അന്ന് ഞങ്ങളെ സംബന്ധിച്ചിടത്തോളം പോരാടുന്ന വിയറ്റ്നാം ജനത അകലെയെവിടെയോ ഉള്ള വിദേശികളായിരുന്നില്ല. അവർ ഞങ്ങളുടെ സഹോദരീസഹോദരന്മാരായിരുന്നു. ഹോചിമിൻ ഞങ്ങളുടെ കൂടി നേതാവായിരുന്നു. യുദ്ധത്തിന്റെ പല ഘട്ടങ്ങളിലും വീരവിയറ്റ്നാമിനെ വാഴ്ത്തിക്കൊണ്ടുള്ള കവിതകളും നാടകങ്ങളുമൊക്കെ ഉണ്ടായി. പൊരുതി മുന്നേറുന്ന വിയറ്റ്നാം ജനതയക്ക് അഭിവാദ്യങ്ങളർപ്പിച്ചുകൊണ്ട് അക്കാലത്ത് ഒരു ദിവസം തളിപ്പറമ്പ് ടൗണിൽ നടന്ന സമ്മേളനത്തിൽ ഒരു പ്രീഡിഗ്രി വിദ്യാർത്ഥിയായിരുന്ന ഞാനും പ്രസംഗിച്ചിരുന്നു.

1968 ലെ പ്രസിദ്ധമായ പാരീസ് വിദ്യാർത്ഥികലാപത്തിന് ഊർജം പകർന്നുകൊണ്ടിരുന്നവരിൽ പ്രമുഖൻ ഴാങ്പോൾ സാർത്ര് എന്ന ദാർശനികനാണ്. 'Angry Young Men' എന്ന പ്രയോഗത്തിന് ഒരു സാഹിത്യപ്രസ്ഥാനത്തിന്റേതിൽ കവിഞ്ഞുള്ള അർത്ഥം കൈവന്ന് ലോകമെമ്പാടുമുള്ള ക്ഷോഭിക്കുന്ന യുവജനങ്ങളെ സൂചിപ്പിക്കുന്ന ഒന്നായി അത് ഉപയോഗിക്കപ്പെട്ടത് ഫ്രാൻസിലെ വിദ്യാർത്ഥി കലാപത്തോടെയാണ്. ബ്രണ്ണൻ കോളേജിലും ഉണ്ടായിരുന്നു 'Angry Young Men' എന്ന സംഘടന. ആ സംഘടനയിൽ ഉൾപ്പെടുന്നവരും അല്ലാത്തവരുമായി ഒരു ബുദ്ധിജീവി വിഭാഗം അന്ന് ബ്രണ്ണനിൽ ഉണ്ടായിരുന്നു. അവരിൽ ചിലർ ഫ്രഞ്ചിലും ജർമൻഭാഷയിലും എഴുതപ്പെട്ട ആധുനികകൃതികൾ അതാത് ഭാഷകളിൽത്തന്നെ വായിക്കാൻ കെൽപുള്ളവരായിരുന്നു. ഇങ്ങനെ വായിക്കാനുള്ള ഭാഷാപരിചയം ഇല്ലാത്തവരും വിദേശഭാഷാകൃതികളെ, അവയുടെ ഇംഗ്ലീഷിലെയും മലയാളത്തിലെയും പരിഭാഷകളെ, ആവേശപൂർവം തന്നെയാണ് സമീപിച്ചിരുന്നത്. ആ കൃതികളുടെ ആശയലോകങ്ങളെ നെഞ്ചോട് ചേർക്കുന്നതിൽ അവർക്ക് അൽപവും വൈമുഖ്യമുണ്ടായിരുന്നില്ല.

കാലം മാറി. വിശ്വപൗരത്വം എന്ന് പണ്ട് ചിലർ അഭിമാനം കൊണ്ടിരുന്ന മനോഭാവത്തിന്റെ അടിത്തറ അത്രയൊന്നും ഉറപ്പുള്ളതായിരുന്നില്ല എന്ന് ഇന്ന് നമുക്കറിയാം. ഒരേ പ്രത്യയശാസ്ത്രത്തെ പിൻപറ്റുന്നവരായി ഭാവിച്ചിരുന്ന ഭരണാധികാരികളുടെ രാഷ്ട്രീയപ്രയോഗങ്ങളിലും വിപരീത ധ്രുവങ്ങളിൽ നിന്നിരുന്ന ലോകരാഷ്ട്രങ്ങൾ തമ്മിൽ മാത്രമല്ല ഒരേ ചേരിയിൽ നിലകൊണ്ടിരുന്ന രാഷ്ട്രങ്ങൾ

തമ്മിൽ തന്നെയും ഉള്ള ബന്ധങ്ങളിലും ഒരുപാട് വൈരുധ്യങ്ങൾ പ്രവർത്തിച്ചിരുന്നുവെന്നും വിശാല മാനവസ്നേഹം എന്നത് യാഥാർത്ഥ്യമാക്കിത്തീർക്കുക അത്രയൊന്നും എളുപ്പമല്ലെന്നും മതങ്ങൾ തമ്മിലുള്ള പോരാട്ടങ്ങളും രാഷ്ട്രങ്ങൾ തമ്മിലുള്ള അതിർത്തിത്തർക്കങ്ങളും ആശയലോകത്തെ വൈരുദ്ധ്യങ്ങളുമെല്ലാം എളുപ്പത്തിലൊന്നും ഇല്ലാതാക്കാനാവാത്ത യാഥാർത്ഥ്യമാണെന്നും ഇന്ന് നമുക്കറിയാം.

ബൃഹദാഖ്യാനങ്ങളിലുള്ള അവിശ്വാസത്തെ ആധാരമായി സ്വീകരിച്ച ഉത്തരാധുനികത ലോകമെമ്പാടുമുള്ള എഴുത്തുകാരിലും കലാകാരന്മാരിലും ബുദ്ധിജീവികളിലുമെല്ലാം ഗണ്യമായ സ്വാധീനം ചെലുത്തിത്തുടങ്ങിയതോടെയാണ് ലോകത്തെ ഒന്നാക്കിത്തീർക്കുന്നതായി സങ്കൽപിക്കപ്പെട്ടിരുന്ന ആശയങ്ങളിലും ആദർശങ്ങളിലുമൊക്കെയുള്ള വിശ്വാസം പെട്ടെന്ന് പരിക്ഷീണമായിത്തുടങ്ങിയത്. പണ്ട് സ്വാഭാവികവും ന്യായയുക്തവുമായി കണ്ടിരുന്ന പലതും യഥാർത്ഥത്തിൽ അങ്ങനെയല്ലെന്നും പലതിനെയുംമാറ്റിനിർത്തിക്കൊണ്ടാണ് പഴയ ബൃഹദാഖ്യാനങ്ങൾ പ്രവർത്തിച്ചിരുന്നതെന്നും ഉള്ള തിരിച്ചറിവിൽ നിന്നാണ് കീഴാളചരിത്രവും പ്രാദേശിക ചരിത്രവും സ്വത്വരാഷ്ട്രീയവും സൂക്ഷ്മരാഷ്ട്രീയവുമൊക്കെ ഉണ്ടായത്. പ്രാദേശികാനുഭവങ്ങിൽ ഊന്നിക്കൊണ്ടുള്ള സാഹിത്യം, സാംസ്കാരികഭൂമിശാസ്ത്രത്തിൽ ഊന്നിക്കൊണ്ടുള്ള സാഹിത്യവിമർശനം എന്നിങ്ങനെയുള്ള സംഗതികളും ആധുനികോത്തരകാലത്താണ് യാഥാർത്ഥ്യമായിത്തീർന്നത്. അസ്തിത്വദുഃഖം, സത്താപരമായ മന:പീഡ, മറ്റ് ദാർശനിക വ്യഥകൾ, മന:ശാസ്ത്രപ്രശ്നങ്ങൾ, വർഗസംഘർഷം ഇവയൊക്കെ കഥാപാത്രങ്ങൾ ജീവിക്കുന്ന പ്രദേശത്തിനും അവരുടെ സവിശേഷ സാഹചര്യങ്ങൾക്കും പ്രാധാന്യം നൽകാതെ അവതരിപ്പിക്കുന്ന രീതി വലിയൊരളവോളം കാലഹരണപ്പെട്ടുകഴിഞ്ഞു. സമകാലവായനക്കാർ കൃതികളിൽ അന്വേഷിക്കുന്നത് കഥാപാത്രങ്ങൾ മനുഷ്യവംശവുമായി പങ്കുവെക്കുന്ന അനുഭവങ്ങളല്ല. ജീവിക്കുന്ന പ്രദേശങ്ങളുടെ ഭൂപ്രകൃതിയും അവിടത്തെ പ്രാദേശിക ചരിത്രവും വ്യതിരിക്ത സംസ്കാരവുമെല്ലാം കഥാപാത്രങ്ങളുടെ അനുഭവലോകത്തെ രൂപപ്പെടുത്തുന്നത് എങ്ങനെയൊക്കെയെന്ന് അറിയുന്നതിലാണ് അവർ വലുതായ താൽപര്യം പുലർത്തുന്നത്. ചരിത്രഗ്രന്ഥങ്ങളിൽ നിന്നും സാമൂഹ്യവിശകലനങ്ങളിൽ നിന്നും കൈവരാവുന്ന അറിവിന്റെ ഗണത്തിൽ പെടുന്ന വിവരങ്ങളല്ല അവർ നോവലുകളിൽ നിന്ന് ആഗ്രഹിക്കുന്നത്.

പ്രാദേശിക ചരിത്രരചനയുടെയും പ്രാദേശിക സംസ്കാരപഠനത്തിന്റെയും രീതിശാസ്ത്രം അതേപടി പ്രയോഗിച്ച് നോവൽ രചന

സാധ്യമല്ല. അതേ സമയം പല സന്ദർഭങ്ങളിലും നോവലിസ്റ്റിന്റെ യാത്ര ഇവയ്ക്ക് വളരെ സമീപസ്ഥമായ പാതയിലൂടെയായിരിക്കും. ചരിത്രകാരന്മാരും പുരാവസ്തു ഗവേഷകരും സാമൂഹ്യശാസ്ത്രകാരന്മാരും സംസ്കാരപഠിതാക്കളുമൊന്നും കണ്ടെത്തിയിട്ടില്ലാത്ത വിവരങ്ങൾ വാമൊഴിചരിത്രത്തിൽ നിന്നും ഏറ്റവും സാധാരണക്കാരായവരുമായുള്ള ദീർഘ സംഭാഷണങ്ങളിൽ നിന്നും അപ്രശസ്തരായ വ്യക്തികളുടെ ആത്മകഥകളിൽ നിന്നും ഡയറിക്കുറിപ്പുകളിൽ നിന്നും ഫോക്‌ലോറിൽ നിന്നുമൊക്കെയാവും ഒരു നോവലിസ്റ്റ് ശേഖരിക്കുന്നത്. ഇത്തരത്തിലുള്ള വിവരശേഖരണത്തിൽ നിന്ന് ലഭിക്കുന്ന ഊർജം അയാളുടെ/ അവളുടെ പ്രവൃത്തിയെ ഏറെ ആഹ്ലാദകരമാക്കുന്ന ഒരു ഘടകമായിരിക്കും.

ജീവിതം ഏത് മനുഷ്യനെയും ഭൂമിയുടെ ഏതേതൊക്കെയോ കോണുകളിൽ കൊണ്ടുചെന്നെത്തിക്കാനുള്ള സാധ്യതയ്ക്ക് ആക്കം ലഭിച്ചിരിക്കുന്ന കാലത്താണ് നാം ജീവിക്കുന്നത്. സംസ്കാരത്തിന്റെ അനേകം അടരുകളുമായി അയാൾ/ അവൾ അടുത്തുപരിചയപ്പെടാം. കുട്ടിക്കാലത്ത് താൻ സങ്കൽപിച്ചിരുന്നതിൽ നിന്ന് എത്രയോ വ്യത്യസ്തമാണ് ലോകമെന്നും പ്രകൃതിയെയും സംസ്കാരത്തെയും കുറിച്ച് ഒരു കാലത്ത് താൻ മനസ്സിലാക്കിയിരുന്ന കാര്യങ്ങൾ പരിതാപകരമാം വിധം പരിമിതമായിരുന്നുവെന്നും പിന്നീട് പല ഘട്ടങ്ങളിലായി ഒരാൾക്ക് വീണ്ടുംവീണ്ടും ബോധ്യപ്പെടാം. എങ്കിലും, കുട്ടിക്കാലത്ത് ലോകത്തെ കണ്ട കണ്ണുകൾ, കേട്ട കാതുകൾ ഒരാൾക്ക് ഉപേക്ഷിക്കാനാവില്ല. മാത്രവുമല്ല തന്റെ കാഴ്ചയും കേൾവിയും കൂടുതൽ ആധികാരികമാവുക കുട്ടിക്കാലത്തും കൗമാരാരംഭത്തിലുമെല്ലാം തനിക്കുണ്ടായിരുന്ന കണ്ണും കാതും വീണ്ടെടുക്കാനാവുമ്പോൾ മാത്രമായിരിക്കും എന്ന് വ്യക്തികൾ ചിന്തിച്ചു തുടങ്ങുകയും ചെയ്യാം. വാർധക്യത്തിലേക്ക് പ്രവേശിച്ചു തുടങ്ങുന്നു എന്ന തോന്നൽ ശക്തമാവുന്നതോടെ സ്വന്തം ദേശത്തോടുള്ള ബന്ധവും ബാല്യകാലാനുഭവങ്ങൾ അയവിറക്കിക്കൊണ്ടേയിരിക്കാനുള്ള ആഗ്രഹവും ആളുകളിൽ പ്രബലമാവും. യൗവനം കൈവിട്ടിട്ടില്ലാത്ത എഴുത്തുകാരിലും ഇത് സംഭവിക്കാം വിശേഷിച്ചും അവർ ജീവിക്കുന്നത് സ്വദേശത്തിൽ നിന്ന് വളരെ അകലെയാണെങ്കിൽ. ന്യൂയോർക് നഗരത്തിൽ ഒരു ഫിനാൻസ് പ്രൊഫഷണലായി ജോലി ചെയ്യുന്ന സരിതാ മന്ദണ്ണ (Sarita Mandanna) ഒരു നോവലെഴുതണമെന്ന് ആലോചിച്ചപ്പോൾ നൂറ്റാണ്ടുകളായി തന്റെ കുടുംബം വേരുകളാഴ്ത്തി നിൽക്കുന്ന കുടകായിരിക്കും അതിലെ കഥയുടെ പശ്ചാത്തലം എന്ന് ഉറപ്പിക്കുന്നുണ്ട്.

തന്റെ പൊക്കിൾക്കൊടി കുഴിച്ചിട്ടിരിക്കുന്ന ആ നാടിനോടുള്ള മമതതന്നെയാണ് അവരെ അവരുടെ ആദ്യനോവലായ Tiger Hills എഴുതിക്കുന്നത്. സ്വന്തം നാടിനോടുള്ള അഗാധമായ ആത്മബന്ധത്തിൽ നിന്നാണ് എഴുതാനുള്ള ആവേശം മുളച്ചു പൊങ്ങിയത് എന്ന് സരിതാ മന്തണ്ണ ഒരഭിമുഖത്തിൽ പറയുന്നുണ്ട്.

(https://www.readinggroupguides.com › blog › 2011/04/05)

കേരളത്തിൽ തന്നെ ജീവിക്കുന്ന വായനക്കാർ പ്രാദേശികാനുഭവങ്ങളിലും പ്രാദേശികചരിത്രത്തിലും കൂടുതൽ കൂടുതൽ താൽപര്യം കാണിച്ചു തുടങ്ങിയിരിക്കുന്നത് ചിന്തയുടെ തലത്തിൽ അവർ വാർധക്യത്തിന് കീഴടങ്ങിത്തുടങ്ങുന്നതുകൊണ്ടാണോ എന്ന സംശയം സ്വാഭാവികമാണ്. പക്ഷേ, അടുത്തകാലത്തായി മലയാളികളിൽ വളരെയേറെപ്പേർ പ്രകടിപ്പിച്ചു കാണുന്ന ഭൂതകാലാഭിരതിയുടെയും സ്വന്തം ദേശ/ ഗ്രാമത്തോടുള്ള അതിയായ സ്നേഹത്തിന്റെയും കാരണം മറ്റു പലതുമാകാനാണ് കൂടുതൽ സാധ്യത. ദാരിദ്ര്യം തുടച്ചു നീക്കപ്പെട്ടിട്ടൊന്നുമില്ലെങ്കിലും കേരളീയരിൽ ഭൂരിപക്ഷത്തിന്റെയും സാമ്പത്തിക സ്ഥിതി കഴിഞ്ഞ രണ്ടുമൂന്ന് ദശകക്കാലത്തിനിടയിൽ കുറെയൊക്കെ മെച്ചപ്പെട്ടിരിക്കുന്നതായാണ് സാമാന്യമായി നിരീക്ഷിക്കാനാവുക. സാമ്പത്തിക സ്വാശ്രയത്വത്തെപ്പറ്റി ആത്മവിശ്വാസം അനുഭവപ്പെടാവുന്ന അവസ്ഥയിൽത്തന്നെ അവരിൽ ഗണ്യമായ ഒരു വിഭാഗം എത്തിച്ചേർന്നിട്ടുണ്ട്. പക്ഷേ, സാംസ്കാരികമായി തങ്ങൾ അന്യാധീനപ്പെടുകയാണ് എന്ന തോന്നൽ ഈ വിഭാഗത്തെയും സാരമായി അലട്ടുന്നുണ്ട്.

കേരളത്തിലെ എല്ലാ ഗ്രാമങ്ങളിലും അഞ്ചോ പത്തോ വർഷത്തെ വൈദേശിക ജീവിതം അനുഭവിച്ച് തിരിച്ചുവന്നിരിക്കുന്നവരെ കാണാം. പലരും വർഷത്തിലൊരിക്കലോ രണ്ടു വർഷത്തിലൊരിക്കലോ മാത്രം നാട്ടിലെത്തുന്ന പ്രവാസികളാണ്. നാട്ടിൽത്തന്നെ നിൽക്കുന്നവരും വിനോദയാത്രകൾ വഴി പല ദേശങ്ങളുമായി / അനുഭവലോകങ്ങളുമായി പരിചയപ്പെടുന്നുണ്ട്. മൊബൈലും ഇന്റർനെറ്റും അവർക്ക് വിദൂരദേശങ്ങളിലുള്ളവരുമായി ആശയവിനിമയം നടത്താനുള്ള സൗകര്യമൊരുക്കുന്നുണ്ട്. ഒരു കേരളീയ ഗ്രാമത്തിലെയും ജീവിതം ആ ഗ്രാമത്തിൽമാത്രമായി ഒതുങ്ങി നിൽക്കുന്ന ഒന്നല്ല എന്ന വാസ്തവം ഇന്നിപ്പോൾഎല്ലാവർക്കും അറിയാം. ഈ അവസ്ഥ ആസ്വദിക്കുമ്പോൾത്തന്നെ തങ്ങളുടേതുമാത്രമായ എന്തെങ്കിലുമൊക്കെ ബാക്കിനിർത്തണമെന്നും അതിനെപൊലിപ്പിച്ചെടുക്കണമെന്നും ആളുകൾ അതിയായി ആഗ്രഹിക്കുന്നുണ്ട്. പ്രാദേശികചരിത്ര

രചനയിലും ഫോക്‌ലോറിലുമെല്ലാമുള്ള താൽപര്യം കഴിഞ്ഞ പത്തു മുപ്പത്‌വർഷക്കാലത്തിനിടയിൽ വ്യാപകമായ രീതിയിൽ വളർന്നു വന്നതിന്റെ മുഖ്യകാരണം അതാണ്.

കേരളത്തിലെ ചെറുനഗരങ്ങളിലെ ആളുകൾ പോലും പരിചയപ്പെട്ടുകൊണ്ടിരിക്കുന്ന വൈദേശിക ആഹാരവസ്തുക്കൾ, രുചിക്കൂട്ടുകൾ, സൗന്ദര്യവർധക വസ്തുക്കൾ, ഫാഷൻഡിസൈനുകൾ തുടങ്ങിയവയുമായും സാങ്കേതികരംഗത്തെ വളർച്ചയുടെ ഫലമായി എല്ലാവരുടെയും നിത്യപരിചയത്തിൽ എത്തിച്ചേർന്നിരിക്കുന്ന പുതിയ വസ്തുക്കളുമായും ദൃശ്യങ്ങളുടെ വിന്യാസം, നൃത്തം, സംഗീതം തുടങ്ങിയവയെക്കുറിച്ച് ടി.വിയും പുതിയകാല ചലച്ചിത്രങ്ങളും വഴി പ്രചരിപ്പിക്കപ്പെടുന്ന പുത്തൻ അഭിരുചികളുമായും കൂടിക്കലർന്ന് സ്വരൂപത്തിൽ സാരമായി മാറ്റം വരാത്ത ഏതൊക്കെ തനത് കലാരൂപങ്ങളും ആവിഷ്കാരരീതികളും ശീലങ്ങളുമാണ് ഇന്ന് മലയാളിക്കുള്ളത് എന്നത് കുഴക്കുന്ന ഒരു ചോദ്യമാണ്.തെയ്യം പോലുള്ള ചില കലാരൂപങ്ങൾ വലിയ അളവിൽ മാറ്റത്തിന് വിധേയമാവാതെ നിലനിൽക്കുന്നുണ്ടെന്ന് പറയാനുള്ള ആത്മവിശ്വാസം ചിലർ പ്രകടിപ്പിച്ചേക്കും. പക്ഷേ, ഭക്തജനങ്ങളുടെ തെയ്യത്തോടുള്ള സമീപനത്തിൽ, തെയ്യത്തെ കാണുന്ന രീതിയിൽത്തന്നെ അടിസ്ഥാനപരമായ മാറ്റം വന്നിട്ടുണ്ടെന്ന വസ്തുത ആർക്കും നിഷേധിക്കാനാവില്ല. തെയ്യം ഒരനുഷ്ഠാനമാണ്, അതിനെ മറ്റൊന്നാക്കി മാറ്റാൻ ശ്രമിക്കരുത് എന്നു വാദിക്കുന്നതിന്റെ ഇരട്ടി ആളുകൾ തെയ്യം ഒരു കലയാണെന്ന് ഉറപ്പിച്ചു പറയാൻ ഉത്സാഹം കാണിക്കുന്നവരാണ്. കുറേക്കൂടി യാഥാർത്ഥ്യബോധത്തോടും വിവേചനശേഷിയോടും ശാസ്ത്രീയധാരണകളോടും കൂടി കാര്യങ്ങളെ കാണാൻ കഴിയുന്നവർ തെയ്യം ഒരനുഷ്ഠാന കലയാണെന്നു പറയും. എന്തായാലും തെയ്യം കല, തെയ്യം കലാകാരൻ എന്നീ പ്രയോഗങ്ങൾക്ക് പൊതുസമ്മതി വന്നുകഴിഞ്ഞു. വിപണിയുടെ രീതികളിൽ നിന്നും നിയമങ്ങളിൽ നിന്നും പൂർണമായൊരു മാറി നിൽപ് ഇനിയങ്ങോട്ട് തെയ്യം കലയ്ക്ക് സാധ്യമാവില്ല എന്ന കാര്യം കൂടി നാം ഓർമിക്കണം.

പുതിയ സാഹചര്യത്തിലും നമ്മുടെ ഗ്രാമജീവിതപരിസരങ്ങൾ അന്യസംസ്കാരങ്ങളുടെ ചെറുതും വലുതുമായ ഘടകങ്ങളാലൊന്നും ബാധിക്കപ്പെടാതെ നാം സങ്കൽപത്തിൽ സൃഷ്ടിക്കുന്ന പഴയകാലത്തിന്റെ സ്വച്ഛതയും സൗന്ദര്യവും ലാളിത്യവുമെല്ലാം വഹിച്ച് നിലകൊള്ളുന്നവയാണെന്നു കരുതി ചിത്രീകരണം നിർവഹിക്കുന്നത് നീതിപൂർവകമല്ല. ആഗോളവൽക്കരണം എന്ന സാമ്പത്തിക

രാഷ്ട്രീയ യാഥാർത്ഥ്യത്തിനുനേർക്ക് വ്യത്യസ്ത രാഷ്ട്രീയപ്പാർട്ടികൾ എന്ത് നിലപാട് സ്വീകരിച്ചാലും നാം ജീവിക്കുന്നത് ആഗോള വൽക്കരണത്തിന്റെ കാലത്താണെന്നത് അനിഷേധ്യമായ ഒരു യാഥാർത്ഥ്യമാണ്. ബഹുരാഷ്ട്രക്കുത്തകകളുടെ ചൂഷണത്തിനെതിരെ എത്രയൊക്കെ ആവേശപൂർവം സംസാരിക്കുന്നവർക്കും ഈ കുത്തക കളുടെ ഉൽപന്നങ്ങൾ സ്വീകരിച്ചും വിദ്യാഭ്യാസം, തൊഴിൽ, രോഗചി കിത്സ, കലാവിപണനം എന്നിങ്ങനെയുള്ള എത്രയോ മേഖലകളിൽ അറിഞ്ഞും അറിയാതെയുമൊക്കെ അവരുടെ സഹായം സ്വീകരിച്ചും മാത്രമേ നിലനിൽക്കാനാവൂ എന്നതാണ് വസ്തുത.

പല നാടുകളിൽ ജീവിക്കുന്ന, പല സംസ്കാരങ്ങൾ പങ്കുവെക്കുന്ന അനുഭവം പല വഴികളിലൂടെ നാം യാഥാർത്ഥ്യമാക്കിത്തീർക്കുന്നുണ്ട്. നാം ആഗ്രഹിച്ചാലും ഇല്ലെങ്കിലും അത് സംഭവിക്കും. സ്വത്വബോധം ആർജിക്കുന്നതിനെക്കുറിച്ചും സ്വത്വരാഷ്ട്രീയത്തിന്റെ ആവശ്യ കതയെക്കുറിച്ചുമെല്ലാം ഒരാൾക്ക് വാശിയോടെ വാദിക്കാം; വാ തോരാതെ സംസാരിക്കാം. പക്ഷേ, ഈ ആശയങ്ങൾ വാദത്തിനും സംസാരത്തിനും അപ്പുറത്ത് ഏറെ നേരം നിലനിൽക്കുകയില്ല. നമ്മുടെ അനുഭവലോകങ്ങൾ അത്രയേറെ മാറിക്കഴിഞ്ഞിരിക്കുന്നു. 'പല സംസ്കാരിക സ്വത്വങ്ങളുമായി ബന്ധപ്പെട്ട് ജീവിക്കുമ്പോഴും അവ തമ്മിലുള്ള സംഘർഷം അനുഭവിക്കുന്നതിനു പകരം ഒരു സാർദേശീയ മനുഷ്യാത്മാവായി (Universal Soul) പ്രതീക്ഷാപൂർവം സ്വയം സങ്കൽപിക്കാനാണ് താൻ ആഗ്രഹിക്കുന്നത്' എന്ന് എലിഫ് ഷഫാക്ക് (Elif Shafak)പറയുന്നതു പോലെ പറയാനുള്ള ആർജവവും ഭൗതികവും സാംസ്കാരികവുമായ അനുഭവവൈവിധ്യം നൽകിയ കരുത്തും വളരെ കുറച്ചുപേർക്കേ ഉണ്ടാവൂ എന്നത് ശരിയാണ്. പക്ഷേ, വീട്ടിനും ചുറ്റുവട്ടത്തുമായി ശരീരം കൊണ്ടു മാത്രമല്ല മനസ്സുകൊണ്ടും ജീവിതം ജീവിച്ചു തീർക്കണമെന്ന് ആഗ്രഹിക്കുന്നവരായി അതിലും കുറച്ചാളുകളേ ഉണ്ടാവൂ. അങ്ങനെ ആഗ്രഹിക്കുന്നവർക്ക് അത് സാധ്യ മാവുകയുമില്ല. എന്റെ 'ക്ഷൗരം' എന്ന ലഘുനോവലിൽ അച്ഛന്റെ മരണാനന്തരചടങ്ങുകൾ അനുഷ്ഠാനപരത നിലനിർത്തിക്കൊണ്ടു തന്നെ ചെയ്തു തീർത്ത വൃദ്ധനെ വിദേശത്തുനിന്ന് വൈകിയെത്തിയ മകൻ അങ്ങോട്ടു ചെന്ന് സൽക്കരിക്കുന്നത് ബിരിയാണിയും മാർട്ടിനി എന്ന ഇറ്റാലിയൻ മദ്യവും നൽകിയാണ്. വടക്കൻ കേരളത്തിലെ പല ഗ്രാമങ്ങളിലെയും പുതിയ തലമുറയിലെ പലരുടെയും ജീവിത സമീപനത്തെയും താൽപര്യങ്ങളെയും കുറിച്ച് കൃത്യമായി അറിയുന്ന തുകൊണ്ടു തന്നെയാണ് ഞാൻ അങ്ങനെ എഴുതിയത്. പല തലങ്ങ

ളിൽ യുവജനങ്ങളുടെ താൽപര്യങ്ങൾക്ക് വഴങ്ങിക്കൊടുത്തുകൊണ്ടു മാത്രമേ മുതിർന്ന തലമുറയിലെ ആളുകൾക്ക് ജീവിക്കാനാവൂ എന്ന വാസ്തവം ബോധ്യപ്പെടാൻ എനിക്കെന്നല്ല ആർക്കും പ്രത്യേകിച്ചൊരു മാനസ്സികാധ്വാനവും ആവശ്യമായി വരികയുമില്ല.

ചരിത്രവും സാഹിത്യവും

പ്രാദേശികചരിത്രം ഒരു പ്രദേശത്തിന്റെ ചരിത്രത്തെ വളരെ അരികെ നിന്നാണ് നോക്കിക്കാണുന്നത്. ചരിത്രം എന്ന പദം നമ്മുടെ ഓർമയിലേക്കും വിചാരങ്ങളിലേക്കും ആനയിക്കുന്ന ബൃഹദാഖ്യാനത്തിന്റെ വിപരീതത്തിലാണ് അതിന്റെ നിൽപ്. ചരിത്രകാരന്മാർ മുമ്പൊക്കെ പാടേ അവഗണിച്ചിരുന്ന വസ്തുതകൾക്കും അനുഭവമേഖലകൾക്കും പ്രാദേശിക ചരിത്രത്തിൽ വലിയ പ്രാധാന്യം കൈവരും. നന്നേ ചെറുതും നിസ്സാരവുമായതു കാരണം ചരിത്രത്തിൽ ഇടം നൽകേണ്ടതില്ലെന്ന് ഒരു കാലത്ത് കരുതപ്പെട്ടിരുന്ന സംഭവങ്ങൾ യഥാർത്ഥത്തിൽ എത്ര വലുതാണെന്ന് പ്രാദേശിക ചരിത്രം നമ്മെ ബോധ്യപ്പെടുത്തും.

പ്രാദേശിക ചരിത്രരചനയുമായി രക്തബന്ധമുള്ളതാണ് പ്രാദേശിക സംസ്കാരത്തിനും ചരിത്രത്തിനും സാധാരണജനജീവിതത്തിനും ഊന്നൽ നൽകുന്ന സാഹിത്യകൃതികളുടെ രചനയും. അവ തമ്മിലുള്ള അന്തരങ്ങളിലൊന്ന് ആദ്യത്തേതിൽ പ്രത്യേകം പ്രത്യേകം സംഭവങ്ങളുടെ ആഖ്യാനത്തിന് പ്രാധാന്യം ലഭിക്കുമ്പോൾ രണ്ടാമത്തേത് ഒരു കാലഘട്ടത്തിലെ ജനജീവിതത്തിന്റെ ഭൗതികതലത്തിന്റെ സൂക്ഷ്മ വിശദാംശങ്ങളുടെ മാത്രമല്ല വൈകാരികലോകത്തിന്റെയും ആവിഷ്കാരം ലക്ഷ്യമാക്കുന്നു എന്നതാണ്. സർഗാത്മകാവിഷ്കാരമാണ് എന്നതുകൊണ്ട് സാഹിത്യകൃതികളിലെ അനുഭവാവിഷ്കാരങ്ങൾക്ക് സ്വാഭാവികമായും കൂടുതൽ ജനപ്രിയത്വം കൈവരും.അത് വെളിപ്പെടുത്തുന്ന ജീവിതസത്യങ്ങൾ ജനമനസ്സിൽ കൂടുതൽ ആഴത്തിൽ മുദ്രിതമാവുകയും ചെയ്യും. പ്രാദേശികതയുടെ അടയാളങ്ങളെല്ലാം നിലനിർത്തിക്കൊണ്ടു തന്നെ, പ്രത്യേകം പ്രത്യേകം സംഭവങ്ങൾക്കപ്പുറം ചെന്ന് കഥാപാത്രങ്ങളുടെ വൈകാരികലോകങ്ങളുടെ ആഴങ്ങളിലേക്കും പരപ്പുകളിലേക്കും പ്രവേശിക്കുന്ന അന്വേഷണങ്ങൾ അനുഭവത്തിന്റെ സാർവജനീന തലങ്ങളിൽ ചെന്നെത്തുമെന്നതു കൊണ്ട് അവ കൂടുതൽ പ്രസക്തവും മൂല്യവത്തും ആയി വായനാലോകത്തിന് അനുഭവപ്പെടുകയും ചെയ്യും.

ചരിത്രരേഖകളെയും പുരാവസ്തുപഠനത്തിൽ നിന്ന് ലഭിക്കുന്ന വിവരങ്ങളെയുമല്ലാതെ വാമൊഴി ചരിതത്തെയും അപ്രശസ്തരായ

വ്യക്തികളുടെ ആത്മകഥകളെയും ഫോക്‌ലോറിനെയുമെല്ലാം ആശ്രയിച്ച് എഴുതപ്പെടുന്ന നോവലുകളിലെ വിവരങ്ങളുടെ ആധികാരികതയെപ്പറ്റി പലരും സംശയം പ്രകടിപ്പിച്ചേക്കാം. സാമ്പ്രദായിക ചരിത്രം ഭരണകർത്താക്കളുടെയും ഉപരിവർഗത്തിന്റെയും താൽപര്യം സംരക്ഷിച്ചു കൊണ്ടും അടിത്തട്ടിലെ ജനജീവിതം സംബന്ധിച്ച പല വസ്തുതകളെയും അവരുടെ അതിസാഹസികമായ പ്രതിരോധ സമരങ്ങളെയും തമസ്കരിച്ചുകൊണ്ടുമാണ് നിർവഹിക്കപ്പെട്ടിരുന്നത് എന്ന കാര്യത്തിൽ ഇന്നിപ്പോൾ ആർക്കും സംശയമില്ല. പുരാവൃത്തങ്ങളെയും വ്യക്തികളുടെ ഓർമകളെയും നാട്ടുവഴക്കങ്ങളെയും നാടോടിക്കഥകളെയും മറ്റും ആശ്രയിച്ച് ഒരു നോവലിസ്റ്റ് പുന:സൃഷ്ടിക്കുന്ന ചരിത്രമാവും ഇങ്ങനെ ഇരുളിലേക്ക് തള്ളിമാറ്റപ്പെട്ട അനുഭവങ്ങളെ പുതിയ കാലത്തിന്റെ അറിവിലേക്കെത്തിക്കുക.

സാമാന്യജനജീവിതത്തിന്റെ ഭാഗമായി നിലനിൽക്കുന്ന വിശ്വാസങ്ങൾ, ആചാരങ്ങൾ, സാമൂഹ്യജീവിതത്തിലും വ്യക്തികളുടെ മനോഭാവങ്ങളിലും വന്നുചേരുന്ന സൂക്ഷ്മമായ മാറ്റങ്ങൾ ഇവയൊന്നും സാധാരണ ഗതിയിൽ ചരിത്രഗ്രന്ഥങ്ങളിൽ ഇടം പിടിക്കാറില്ല. നരവംശശാസ്ത്രപഠനങ്ങളിലോ സാമൂഹ്യശാസ്ത്ര പഠനങ്ങളിലോ അവ രേഖപ്പെടുത്തപ്പെടാം. അവയുടെ അപഗ്രഥനവും അത്തരം പഠനങ്ങളിൽ നിർവഹിക്കപ്പെട്ടേക്കാം. പക്ഷേ, രീതിശാസ്ത്രവും ലക്ഷ്യവും ഭിന്നമായതുകൊണ്ടു തന്നെ അവ ഉൽപാദിപ്പിക്കുന്ന അനുഭവവും ഫലവും ഒരു നോവലിന്റേതിൽ നിന്ന് വ്യത്യസ്തമായിരിക്കും. വിശേഷപഠനം നടത്തുന്ന വിദ്യാർത്ഥികളും അധ്യാപകരും ഗവേഷകരും മാത്രമേ അങ്ങനെയുള്ള പഠനങ്ങൾ ശ്രദ്ധിക്കുകയുള്ളൂ.

ഫോക്‌ലോർ നൽകുന്ന കരുത്ത്

ഓരോ ജനതയുടെയും ഫോക്‌ലോർ പ്രകൃതിപ്രതിഭാസങ്ങളെയും മനുഷ്യൻ ഉൾപ്പെടെയുള്ള എല്ലാ ജീവജാലങ്ങളെയും കുറിച്ച് തലമുറകൾ കൈമാറിയെത്തിയ ധാരണകളുടെയും ഭാവനാനിർമിതികളുടെയും ജീവിതം മുന്നോട്ടു കൊണ്ടുപോകുന്നതിന് ആവശ്യമായ രീതിയിൽ മനുഷ്യൻ സ്വരൂപിച്ച നാനാതരം അറിവുകളുടെയും വിശ്വാസങ്ങളുടെയും ആചാരാനുഷ്ഠാനങ്ങളുടെയും ശീലങ്ങളുടെയുമെല്ലാം സാകല്യമാണ്. ഫോക്‌ലോറിന്റെ സാന്നിധ്യം വായനാസമൂഹത്തിന് കൃതിയോട് വലുതായ മമത അനുഭവപ്പെടുത്തും. ഓർമകളുടെയും വികാരങ്ങളുടെയും അനേകം അടരുകളിലേക്ക് സഞ്ചരിക്കുന്നതിന്റെ അനന്യമായ അനുഭവമാവും തീർത്തും പ്രാദേശികമായ ഒരനുഭവത്തിന്റെ ചിത്രീകരണം ഒരു പ്രദേശത്തു മാത്രം പ്രയോഗത്തിലിരിക്കുന്ന

തികച്ചും ഗ്രാമീണമായ വാക്കുകളും പ്രയോഗങ്ങളും ചൊല്ലുകളും മറ്റും ഉപയോഗിച്ച് നിർവഹിക്കുകയാണെങ്കിൽ വായനക്കാർക്ക് നൽകുക. നാടൻ പാട്ടുകളും കഥകളും മറ്റും കഥാസന്ദർഭം അനുവദി ക്കുന്ന രീതിയിൽ അകൃത്രിമമായി ഉൾച്ചേർക്കാൻ നോവലിസറ്റിന് കഴിയുന്ന പക്ഷം ആ അനുഭവം ഒന്നുകൂടി സാന്ദ്രമായിത്തീരും. ആർ. രാജശ്രീയുടെ 'കല്യാണി എന്നും ദാക്ഷായണി എന്നും പേരായ രണ്ട് സ്ത്രീകളുടെ കത' എന്ന നോവലിൽ ഇതിനുള്ള തെളിവുകൾ ധാരാള മായുണ്ട്. അവയിൽ ഏറ്റവും മികച്ചത് നോവലിന്റെ അമ്പത്തിമൂന്നാം അധ്യായത്തിലാണുള്ളത്. അവിടെ കുഞ്ഞിപ്പെണ്ണിന്റെയും ചന്ദ്രൻ കൊച്ചാട്ടന്റെയും (ചന്ദ്രസേനൻ) ആദ്യരാത്രിയുടെ വിവരണം

'ആ അരിവാളെവിടെപ്പോയെടി
മരതകോടിപ്പൊന്നമ്മേ'

എന്നു തുടങ്ങുന്ന നാടൻപാട്ടിന്റെ വരികളുമായി ബന്ധിപ്പിച്ച് അതി മനോഹരമായി നിർവഹിച്ചിരിക്കുന്നത് കാണാം. ഫോക്‌ലോറിന്റെ ഏറ്റവും സ്വാഭാവികവും സർഗാത്മകമായ വിനിയോഗത്തിനുള്ള അത്യാകർഷകമായ ഒരു മാതൃകയാണത്.

ഇടത്താവളം മാത്രം

പ്രാദേശികാനുഭവങ്ങളോടും പ്രാദേശിക ചരിത്രത്തോടും ഫോക്‌ലോറിനോടും ഇപ്പോൾ ഒട്ടുവളരെ വായനക്കാരും ഏതാനും എഴുത്തുകാരും പ്രകടിപ്പിച്ചു വരുന്ന ആവേശം വലിയൊരു ഗതി മാറ്റത്തെ അടയാളപ്പെടുത്തുന്നതാണോ? ഇനിയങ്ങോട്ട് നമ്മുടെ സാഹിത്യം ഈ വഴിയിലൂടെ തന്നെയാണോ മുന്നോട്ട് പോവുക? എന്നിങ്ങനെയുള്ള ചോദ്യങ്ങളാണ് ഇനി നമ്മുടെ മുന്നിലുള്ളത്. പ്രാദേശികതയുടെ വിവിധ ഘടകങ്ങളെ കൊണ്ടാടുന്ന എഴുത്ത് മലയാളത്തിലെ വായനാസമൂഹത്തിന് ദീർഘകാലം സ്മരണയിൽ സൂക്ഷിക്കാവുന്ന പല അനുഭവങ്ങളും നൽകിക്കഴിഞ്ഞു എന്നതിൽ സംശയമില്ല. പക്ഷേ, എഴുത്ത് എന്ന പ്രക്രിയയെ സംബന്ധിച്ചിട ത്തോളം അത് അതിന്റെ അതിദീർഘവും അനന്തമായ ഭാവിയിലേ ക്ക് നീളുന്നതുമായ മഹായാത്രക്കിടയിൽ എത്തിച്ചേർന്നിരിക്കുന്ന ഒരു ഇടത്താവളം മാത്രമാണ് പ്രാദേശികതയുടെതെന്നാണ് ഞാൻ കരുതുന്നത്. ഇതിനു മുമ്പ് ഇങ്ങനെയുള്ള എണ്ണമറ്റ ഇടത്താവളങ്ങ ളിൽ തങ്ങിയും മണ്ണിലെയും വിണ്ണിലെയും സമുദ്രത്തിലെയും എത്ര യെത്രയോ വഴികളിലൂടെ സഞ്ചരിച്ചും സമാഹരിച്ച അനുഭവങ്ങളാൽ പലപല രൂപാന്തരണങ്ങൾ സംഭവിച്ച ശേഷമാണ് നാം ഇന്ന് കാണുന്ന ലോകസാഹിത്യം ഉണ്ടായിത്തീർന്നത്.

തെക്കൻ വഴിയും വഴക്കവും: തെന്നിന്ത്യയുടെ സംഘസംസ്കാര സാഹിത്യഭൂമിക

ഡോ. അജയ് ശേഖർ

തെളിഞ്ഞു ഹാ! ചെമ്പകമേ,
തെളിഞ്ഞൂ നിൻദീനനിൽപ്പിന്റെ രഹസ്യമിപ്പോൾ
സദ്ധർമ്മമീനാട്ടു വെടിഞ്ഞ നഷ്ടം ഓർത്തോർത്തു നീണാൾ
വ്യസനിപ്പു നീയും.

സഹോദരനയ്യപ്പൻ

ജി. എൻ. ദേവി എന്ന സമകാലിക ഇന്ത്യൻ സാഹിത്യ വിമർശ സിദ്ധാന്തരംഗത്തെ മുൻനിര വിമർശചിന്തകൻ 2019 ൽ കേരളത്തിൽ വന്നപ്പോൾ അവതരിപ്പിച്ച ഒരു വർത്തമാന വിമർശ നോക്കുപാടാണ് തെക്കൻവഴി അഥവാ ദക്ഷിണായനം. ഇന്ത്യൻ സമഗ്രാധിപത്യവും അതിന്റെ ആധാരമായ വൈദിക സനാതന അധീശ സംസ്കാരവും ഹിന്ദുത്വവും ഉത്തരായനമെന്ന മാട്ടുപ്പട്ടയിൽ അഥവാ പശുപ്പട്ടയിൽ അപരോന്മൂലനപരമായ കങ്കാള താണ്ഡവ മാടുമ്പോൾ അതിനെതിരായ സാഹിത്യ സാംസ്കാരിക പ്രതിരോധമായാണ് തെന്നിന്ത്യൻ വഴികളേയും വഴക്കങ്ങളേയും അദ്ദേഹം ആരാഞ്ഞത്. മനുഷ്യനെ അടിച്ചുകൊന്ന് മാടിനേയും നാടിനേയും മൊഴിയേയുമെല്ലാം മാതാവായി സ്ഥാപിച്ച ചോര ഞരമ്പുകളിൽ തിളപ്പിക്കുന്ന തരത്തിലുള്ള, വടക്കേയിന്ത്യയിൽ ശരൺകുമാർ ലിംബാലേയും ഓംപ്രകാശ് വാൽമീകിയുമടക്കമുള്ള ദലിത് സാഹിത്യവിമർശകരും സൈദ്ധാന്തികരും വ്യക്തമാക്കിയ പോലെ സത്യ

ശിവസുന്ദരസങ്കൽപ്പങ്ങളിലാധാരമായ സനാതന ആർഷഭാരത സൗന്ദര്യശാസ്ത്രവും സംസ്കൃതവിജ്ഞാനീയവും അധീശത്വത്തെ പാലൂട്ടുന്നതാണ്. ഹിന്ദുത്വത്തേയും ബ്രാഹ്മണിക മൂല്യങ്ങളേയും ചെറുക്കാനാവുന്ന ബഹുജനോന്മുഖമായ ജനായത്ത പാരമ്പര്യങ്ങളേയും സംസ്കാരധാരകളേയും അടിത്തട്ടിൽ നിന്നും വീണ്ടെടുക്കേണ്ടതുണ്ട്. ലോകത്തിനു മാതൃകയായ ഇന്ത്യൻ പ്രബുദ്ധതയുടെ മാർഗമല്ലാതെ വേറൊന്നും നമുക്കാധാരമായില്ല. ആധുനിക ഇന്ത്യൻ നിർമാണഘടനയുടെ വിധാതാവായ അംബേദ്കർ തന്നെ വ്യക്തമാക്കിയിട്ടുള്ളതുപോലെ ആധുനികതയുടെ ജനായത്തമൂല്യങ്ങളായ സ്വാതന്ത്ര്യം, സമത്വം, സാഹോദര്യം എന്നിവ ബുദ്ധനിൽ നിന്നും അദ്ദേഹത്തിന്റെ സംഘസംസ്കാരത്തിൽ നിന്നും നീതിചിന്തയായ ധമ്മത്തിൽ നിന്നുമാണ് ഉരുവം കൊള്ളുന്നത്. ലോകത്തു തന്നെ അനുകമ്പയാർന്ന നൈതികമായ യുക്തിചിന്തയുടേയും സാമൂഹ്യസമീക്ഷയുടേയും പാരിസ്ഥിതിക സംരക്ഷണത്തിന്റേയും തുടക്കം ഗോതമന്റെ സുവിശേഷത്തിലാണ്. തെന്നിന്ത്യയുടെ സംഘസംസ്കാരവും സംഘസാഹിത്യവും ഉന്നത അക്കാദമികളായ ചങ്കങ്ങളും ചരിത്രത്തിൽ ഉരുവം കൊള്ളുന്നതും അശോക കാലമായ ബി. സി. മൂന്നാം നൂറ്റാണ്ടിൽ ബുദ്ധബോധകരായ ഭിക്ഷുണികളും ഭിക്ഷുക്കളും നടത്തിയ അക്ഷര നൈതിക ബോധന പ്രവർത്തനങ്ങളുടെ ഭാഗമായാണ്. കീഴടിയിൽ നിന്നും ധമ്മലിപിയിലുള്ള പുരാവസ്തു തെളിവുകൾ പുറത്തു വന്നു കഴിഞ്ഞു. പട്ടണത്തും അതെല്ലാം കിട്ടിയതാണ്.

അശോക മകളായ സംഘമിത്തയാണ് ഗയയിലെ ബോധിമരത്തിന്റെ വേരുപടർത്തിയെടുത്ത ഒരു കമ്പിനെ പച്ചപ്പണയാതെ കാത്തു കപ്പലിൽ കലിംഗത്തു നിന്നും ഈഴമെന്ന ശ്രീലങ്കയിലെത്തി അവിടുത്തെ അനുരാധപുരത്തു നട്ടുവളർത്തി ആ നാടിനെ പേരുസൂചിപ്പിക്കുന്ന പോലെ ഇഴയടുപ്പമുള്ള, ഇഴചേർന്ന അഥവാ സംഘടിതമായ സംഘത്തിന്റെ അഥവാ ഈഴത്തിന്റെ നാടാക്കിയത്. ഈഴമെന്ന പ്രാചീന തമിഴ് പദം സൂചിപ്പിക്കുന്നത് ഇഴയടുപ്പമുള്ളത്, ഇഴചേർന്നിരിക്കുന്നത് അഥവാ സംഘടിതമായിരിക്കുന്നത് എന്നാണ്. പ്രബുദ്ധമായ കരകൗശല സങ്കേതമായ നെയ്ത്തിൽ നിന്നാണ് ഊടും പാവും പോലെ ചേരുന്ന ഈഴമെന്ന സംജ്ഞയുടെ ഉദയം. ഈഴവർ എന്നാൽ സംഘക്കാർ എന്നേയർഥമുള്ളൂ. സംഘടിതമായ പൂങ്കുലയോടെ നിൽക്കുന്ന ഈഴച്ചെമ്പകം, ഈഴക്കൊന്ന, ഈഴമുല്ല ഇവ ഉദാഹരണങ്ങളാണ്. ചെമ്പകം അഥവാ അലരിയെക്കുറിച്ചുള്ള സഹോദരന്റെ "അലരിയുടെ മുമ്പിൽ" എന്ന കവിതയും ഇവിടെ സ്മ

രണീയമാണ്. പഞ്ചശീലങ്ങളെ സൂചിപ്പിക്കുന്ന അഞ്ചിതൾ പുഞ്ചിരി പൊഴിക്കുന്ന ചെമ്പകവും ചെമ്പരത്തിയുമെല്ലാം ഇപ്പോഴും ബ്രാഹ്മണവൽക്കരിക്കപ്പെടാത്ത ഗജോത്തമരൂപങ്ങളിലും ശിലകളിലും പെണ്ണുങ്ങളും ബഹുജനങ്ങളും അർപ്പിച്ചാദരിക്കുന്നത് കേരളത്തിനു വെളിയിൽ ഗോവയിൽ പോലും കാണാവുന്നതാണ്. കേരളത്തിൽ മധ്യകാലത്തു നടന്ന ബ്രാഹ്മണ വൈദികവൽക്കരണത്തോടെ പ്രബുദ്ധബഹുജനബന്ധമുണ്ടായിരുന്ന ഈ പൂക്കളൊന്നും പൂജയ്ക്കെടുക്കാത്തവയായി. അയ്യോ എന്ന ആര്യപുത്തർക്കുള്ള സംബോധന പഴയ മൊണാസ്ട്രികളായ ഇല്ലങ്ങളിലും വലിയ ഇല്ലങ്ങളായ വല്ലങ്ങളിലും നിരോധിക്കപ്പെട്ട പോലെയാണിത്തരം പുറന്തള്ളലുകളും അപരവൽക്കരണങ്ങളും പൗരോഹിത്യ ആൺകോയ്മയും പടയാളി ആണത്തവും കൂടി നടന്ന ഗൂഢാലോചനയിലൂടെ അരങ്ങേറിയത്. പാലിയിൽ നിന്നുള്ള വാക്കായ പള്ളി ചേരുന്ന ഊരുപേരുകളെ പുള്ളിയും പിള്ളിയും വള്ളിയും ഉള്ളിയുമാക്കി മലയാള കുലീനാധീശത്തം ചരിത്രത്തെ മായിക്കുന്ന കർമപരിപാടി തുടരുകയാണ്.

തെന്നിന്ത്യയിലെ പാശ്ചാത്യ മിഷനറി ഇടപെടലിനെ തുടർന്നും പത്തൊമ്പതാം നൂറ്റാണ്ടിൽ യൂറോപ്പിന്റെ ആധുനികതയുടെ മുഖാമുഖത്തിലൂടെ വികസിച്ച ഈഴത്തെ പ്രബുദ്ധ ആധുനികതയുടെ ഭാഗമായും സുവിശേഷവേലയുമായി ഗോതമന്റെ സ്വന്തം നാട്ടിലേക്കു കടന്നു വന്ന അനാഗരിക ധമ്മപാലയെ പോലുള്ള ഭിക്ഷുക്കളുടെ നിരന്തരവേലയുടെ ഭാഗമായാണ് ഇന്ത്യയിലെ ആദ്യ നവബുദ്ധവാദ പ്രസ്ഥാനം തമിഴകത്ത് ഉരുവാകുന്നത്. ദലിത് നേതാവായിരുന്ന പണ്ഡിത അയ്യോതി താസരിലൂടെയായിരുന്നു അതു സാധ്യമായത്. ഏതാണ്ടീക്കാലത്താണ് ഹൈന്ദവ ബ്രാഹ്മണ്യം തീർത്തുകളഞ്ഞ സംഘസാഹിത്യത്തിന്റെ പല പാഠങ്ങളും വീണ്ടെടുക്കപ്പെട്ടത്. കൊളോണിയൽ ആധുനികതയുടെ, അച്ചടിയുടെ, പ്രസാധനത്തിന്റെ തലം വളരെ നിർണായകമായിരുന്നു.

പഞ്ചമഹാകാവ്യങ്ങളിൽ മണിമേഖലയും ചിലപ്പതികാരവും മാത്രമേ വീണ്ടെടുക്കപ്പെട്ടിട്ടുള്ളൂ. വളയാപ്പതി, കുണ്ഡലകേശി, ജീവക ചിന്താമണി എന്നിവയെ കുറിച്ചുള്ള പരാമർശ വിമർശങ്ങൾ മാത്രമേ ഇന്നു കണ്ടെടുക്കപ്പെട്ടിട്ടുള്ളൂ. പഞ്ചശീലങ്ങളുടേയും അട്ടമാർഗങ്ങളുടേയും ത്രിശരണങ്ങളുടേയും ചതുർസത്യങ്ങളുടേയും കണക്കുകളിലാണ് ഈ പഴംതമിഴ്പ്പാട്ടുകളും തൊകകളെന്ന സമാഹാരങ്ങളും ക്രമീകരിക്കപ്പെട്ടിട്ടുള്ളത്. അയിംപെരുംകാപ്യമെന്നും അയിംതിണൈവഴക്കമെന്നുമുള്ള പ്രയോഗങ്ങൾ പഞ്ചശീലങ്ങളിലാധാരമായ അഞ്ചിന്റെ

പ്രതീകസൂചനകളെ അടയാളപ്പെടുത്തുന്നതാണ്. തിരുവള്ളുവരുടെ തിരുക്കുറലിലാകട്ടെ തിപിടക സമാനമായ മൂന്നു പൊത്തകങ്ങളാണുള്ളത്, ബ്രാഹ്മണികവും ഹൈന്ദവുമായ മോക്ഷസങ്കൽപ്പം വള്ളുവരിലില്ല.

അയിംതിണൈ വഴക്കമാണ് ലോകത്തു തന്നെ ആദ്യമായി പാരിസ്ഥിതികവും ഭൗമികവും ജൈവികവുമായ ഒരു ലാവണ്യദർശനത്തെ നൈതികമായി മുന്നോട്ടു വയ്ക്കുന്നത്. ഗോതമന്റെ അനിത്യവാദത്തിലാധാരമായിരിക്കുന്ന ഈ പാരിസ്ഥിതിക നൈതിക ലാവണ്യചിന്ത. തെന്നിന്ത്യയുടെ ഭൂമിശാസ്ത്രത്തെ അഞ്ചു പാരിസ്ഥിതിക ഇടങ്ങളായി തിരിച്ചിരിക്കുന്നു. ഭൗമവും സസ്യലതാദികളുടെ പ്രത്യേകതകളും കണക്കിലെടുത്തു ജനവാസത്തേയും മനുഷ്യാനുഭവങ്ങളേയും വികാരവിചാര തലങ്ങളെയും ആവിഷ്കരിക്കുന്ന ആഖ്യാന വഴക്കങ്ങളും സാഹിതീയ ഗണങ്ങളും കൂടിയാണ് തിണവഴക്കം. പാലയും മുല്ലയും കുറിഞ്ഞിയും മരുതവും നെയ്തലും കലരുന്ന തമിഴകത്തിന്റെ ഭൂമിശാസ്ത്രത്തിൽ. കേരളത്തിൽ ഇതിനെ കുറിച്ചെല്ലാം ആദ്യം എഴുതുന്നത് ഇളംകുളമാണ്. പിന്നീട് ഇംഗ്ലീഷിൽ നമുക്ക് എ. കെ. രാമാനുജന്റേയും സേതുരാമന്റേയും മറ്റും നിരവധി ഉപന്യാസപഠനങ്ങൾ കാണാം. തമിഴ് ക്ലാസിക്കൽ സംഘം കവിതയിൽ നിന്നുള്ള രാമാനുജന്റെ വിവർത്തനങ്ങളും സ്മരണീയമാണ്. അയ്യപ്പപ്പണിക്കരും തിണവഴക്കത്തെ കുറിച്ച് പറഞ്ഞിട്ടുണ്ട്. സനാതന സൗന്ദര്യശാസ്ത്രത്തിനുള്ള തികഞ്ഞ മറുപടിയും മറുവാക്കുമാണ് തികച്ചും പരിസ്ഥിതിബദ്ധമായ തിണവഴക്കവും സംഘസാഹിത്യ രചനകളും. മനുഷ്യകേന്ദ്രീകരണത്തേയും അതു ചെറുക്കുന്നു. അകമെന്നും പുറമെന്നും ചങ്കം കവിതകളെ തിരിക്കാം. അകം ഉള്ളകത്തെ കുറിച്ചുള്ള പ്രേമകവിതകളും പുറം രാഷ്ട്രീയത്തെ കുറിച്ചും യുദ്ധത്തെ കുറിച്ചും പ്രദിപാദിക്കുന്നവയുമാണ്. പതിറ്റുപ്പത്ത്, അകനാനൂറ്, പുറനാനൂറ്, എന്നിങ്ങനെ നിരവധി സമാഹാരങ്ങൾ പതിനെട്ടു മേൽക്കണക്കും പതിനെട്ടു കീഴ്ക്കണക്കുമായി ചിട്ടപ്പെടുത്തിയിരിക്കുന്നു. സംഘസാഹിത്യത്തിന്റെ ലോകബോധത്തേയും പാരിസ്ഥിതകാവബോധത്തേയും പാശ്ചാത്യ സമകാലിക ദർശനങ്ങളുമായി തരതമ്യം ചെയ്തു വിമർശവിചിന്തനം നടത്താവുന്നതാണ്.

അധിനിവേശവും സാംസ്കാരിക ഭൂമിശാസ്ത്രവും പരിസ്ഥിതിയും

അധിനിവേശാനന്തര വർത്തമാനകാലത്ത് ഫ്രാൻസിൽ ബെർട്രാൻഡ് വെസ്റ്റ്ഫാലും അമേരിക്കയിൽ റോബർട്ട് റ്റലിയും ഭൗമവിമർശമെന്ന ജിയോക്രിറ്റിസിസത്തെ മുന്നോട്ടു വയ്ക്കുന്നു. ഭൂമിശാസ്ത്രത്തേയും

പരിസ്ഥിതിയേയും കൂടി സംസ്കാര പഠനത്തിന്റെ ബഹുവിഷയ പരിവർത്തനവിഷയ ഭൂമികയുടെ ഭാഗമാക്കുന്ന ചലനമാണിത്. സ്ത്രീവാദികളുടെ ഗൈനോക്രിറ്റീക് പോലെ വെസ്റ്റ്ഫാൽ ജിയോക്രിറ്റീക് എന്ന സങ്കൽപ്പനം തന്നെ വികസിപ്പിക്കുന്നു. ജിയോ കാർട്ടോഗ്രഫി എന്ന നോക്കുപാടാണ് റ്റലി കൂടുതലായും പ്രയോഗിക്കുന്നത്. ജ്ഞാനോദയ ചിന്തയുടെ തുടർച്ചയും വിച്ഛേദവും കൂടിയാണിത്. ആ രീതിയിൽ യൂറോകേന്ദ്രിതമായ ആധുനികതയുടെ വിമർശവും കൂടിയായി ഈ പുതുരീതികളെ കാണാം. സയീദിന്റെ കൾച്ചർ ആൻഡ് ഇംപീരിയലിസത്തിൽ തന്നെ ഈ ആധുനികതാവിമർശം സന്നിഹിതമാണ്. ഫ്രാൻകോ മോററ്റിയെ പോലുള്ള സാഹിതീയ വിമർശ ചരിത്രരചയിതാക്കളാകട്ടെ നോവലിന്റെ അറ്റ്ലസ് തന്നെ നിർമിച്ചുകൊണ്ട് സാഹിത്യ വ്യവഹാരത്തെ സ്ഥലപരമാക്കി. ഫൂക്കോയുടേയും അഗമ്പന്റേയും രചനകളുടെ സ്വാധീനം ഇടത്തെ കുറിച്ചുള്ള ഇത്തരം പുനരാലോചനകളിൽ നിർണായകമാകുന്നു. അപരസ്ഥലങ്ങളേയും ജൈവയിടങ്ങളേയും കുറിച്ചുള്ള അവരുടെ ചിന്തകൾ ഭവിഷ്യോന്മുഖവുമാണ്. മോറിസ് ബ്ലാൻഷോയുടെ സാഹിത്യ ഇടങ്ങളെ കുറിച്ചുള്ള സമീക്ഷ ഓർക്കാവുന്നതാണിവിടെ. എഡ്വേഡ് സോജയുടെ മൂന്നാമിടം എന്ന സങ്കൽപ്പവും ലത്തീനമേരിക്കൻ വ്യവഹാരങ്ങളിൽ വർത്തമാന പ്രസക്തമായി വരുന്നു. അധിനിവേശ കാലത്താണ് ലോകമെങ്ങും പ്രകൃതിയുടെ മേലുള്ള പെരിയ ചൂഷണങ്ങൾ കൊട്ടുമ്പിരിക്കൊണ്ടത്. വ്യവസായ വിപ്ലവവും യൂറോപ്യൻ അധിനിവേശത്തിന്റേയും അടിമത്തത്തിന്റേയും വംശീയതയുടേയും ആധാരമായ മൂലധനവ്യവസ്ഥയും കൂടിയാണ് അനിയന്ത്രിത ഉൽപ്പാദനലാഭങ്ങളുടെ കഴുത്തറപ്പൻ പ്രത്യയശാസ്ത്രത്തെ അഴിച്ചുവിട്ടത്. മൂലധനവ്യവസ്ഥയുടെ ആധാരങ്ങളെന്ന പോലെ പലപ്പോഴും പാരിസ്ഥിതിക ചൂഷണത്തേയും സാധൂകരിക്കുന്ന അധീശ മതമൂല്യവ്യവസ്ഥകൾ ഈ പാരിസ്ഥിതിക ഹിംസയ്ക്കു ഉപോൽബലകമാവുകയും വഴിമരുന്നിടുകയും സാധൂകരണം നൽകുകയും ചെയ്തു. പാരിസ്ഥിതിക മാനുഷിക ശേഷികളെ സാമ്പത്തികമായി ലാഭേച്ഛയോടെ കേവലം വിഭവങ്ങളും ഉൽപ്പാദന വിനിമയ ചരക്കുകളുമായി കാണുന്ന ചൂഷണമനോഭാവവും സാമൂഹ്യവ്യവസ്ഥിതിയും മൂലധനവ്യവസ്ഥയുടെ ഉൽപ്പന്നമാണ്. മനുഷ്യപ്രകൃതി ശേഷികളെ വിഭവക്കുത്തകയാക്കി മൂലധന അധീശവ്യവസ്ഥ കാണുമ്പോൾ അടിത്തട്ടിലുള്ള ചൂഷിതരും പീഡിതരും ദലിതരും ദരിദ്രരുമായ ജനതയാണ് പുറത്താവുന്നതും ദുരിതം അനുഭവിക്കുന്നതും. അവരുടെ അധ്വാനത്തിന്റെ ഫലങ്ങൾ പോലും അവർ

ക്കന്യമാവുന്ന വ്യവസ്ഥയാണ് മൂലധന വരേണ്യ അധീശ വ്യവസ്ഥ. അധിനിവേശ കാലം മുതൽ പരിസ്ഥിതിയെ കണ്ണും മൂക്കുമില്ലാതെ, ബോധമില്ലാതെ ലാഭക്കൊതിയിൽ ചൂഷണം ചെയ്ത സ്ഥലങ്ങളാണ് അധിനിവേശാനന്തരം ഏറ്റവും ദരിദ്രവും ദലിതവും ശിഥിലവുമായി മാറിയിരിക്കുന്നത്. വടക്കൻ അർധഗോളം തെക്കൻ പ്രദേശങ്ങളെ മൂന്നാം ലോകമാക്കിയ കഥയാണിത്. ഏഷ്യനാഫ്രിക്കൻ തെക്കനമേരിക്കൻ രാജ്യങ്ങൾ പാപ്പരും പീഡിതരുമായതിങ്ങനെയാണ്. യൂറോകേന്ദ്രിതമായ ആധുനികതയുടെ ശ്വേതാധീശവരേണ്യ മൂലധന ആൺകോയ്മ വിചാരണ ചെയ്യപ്പെടുന്ന സന്ദർഭമാണിത്. പ്രാന്തീകൃതരുടേയും സ്ത്രീകളുടേയും പരിസ്ഥിതിയുടേയും പ്രസ്ഥാനങ്ങൾ മുഖ്യധാരയിലേക്കു വരുന്നതിങ്ങനെയാണ്.

പരിസ്ഥിതിയുടെ ആഴമേറുന്നു

ആദ്യകാല പരിസ്ഥിതിവാദം പ്രായോഗികവാദത്തിൽ നിന്നും പ്രയോജനവാദത്തിൽ നിന്നും ഉരുത്തിരിഞ്ഞതായിരുന്നു. പ്രകൃതിയെ കാൽപ്പനികവൽക്കരിച്ചും കാമവൽക്കരിച്ചും ആദർശവൽക്കരിച്ചും മായികവൽക്കരിച്ചും പരോക്ഷ ചൂഷണവും അത്യാചാരവും മനുഷ്യകേന്ദ്രിതത്വവും ആത്മസാക്ഷാൽക്കാരവും തുടരുന്ന രീതികളും അമേരിക്കൻ മായാവാദചിന്താഭാസമായ ട്രാൻസെൻഡന്റലിസത്തിലെന്ന പോലെ ആധുനികകാലത്തും തുടർന്നു. ഭാവിയേക്കുറിച്ചുള്ള കരുതൽ അതിലുണ്ടെങ്കിലും ഭൗമവും ജൈവികവുമായ വിശ്വപ്രകൃതിയെ സഹഭാവത്തോടേയും സാഹോദര്യത്തോടേയും തുല്യതയോടേയും കാണുന്ന ജൈവനൈതികത അതിൽ തുലോം കുറവായിരുന്നു. നീതിയായിരുന്നില്ല കാൽപ്പനിക മായാവാദങ്ങളുടെ കാതൽ. മറിച്ച് നീതിവിരുദ്ധമായ അപരനിഷേധപരമായ ആത്മരതിയും ഭൂതാഭിരതിയും മുഗ്ധസംവേദനീയതയുമായിരുന്നു. അതുകൊണ്ടാണ് അതിനെ പിൽക്കാല നൈതിക ചിന്തകരും വിമർശകരും ആഴമില്ലാത്ത പരിസ്ഥിതിവാദം എന്നു വിളിക്കുന്നത്. മറിച്ച് വർത്തമാനകാലത്തു രൂഢമൂലമാകുന്ന പരിസ്ഥിതിവാദം കൂടുതൽ ഗഹനവും ഗാഢവും ആഴത്തിൽ വേരോട്ടമുള്ളതും പ്രാപഞ്ചികനീതിയിലും സാഹോദര്യത്തിലുമധിഷ്ഠിതവുമാണെന്നതിന്റെ വക്താക്കൾ വാദിക്കുന്നു. അഗാധമായ ഈ വർത്തമാന പാരിസ്ഥിതികവാദത്തെയാണ് ഗാഢപരിസ്ഥിതി അഥവാ ആഴമേറിയ പരിസ്ഥിതിവാദം (ഡീപ് ഇക്കോളജി) എന്നു പറയുന്നത്. മനുഷ്യപ്രകൃതിയെ പോലെ തന്നെ ജൈവപരിസ്ഥിതിയിലും ആഴമേറിയ ആന്തരമൂല്യവും ഉണ്മയും ദർശിക്കുന്ന തത്വചിന്തയാണിത്. ആദർശഭാവനയുണ്ടെങ്കിലും

കാമവൽക്കരണവും കാല്പനികാഭിരതികളും നൈതികധാർമികത യുടെ മുൻഋക്കത്തിലൂടെ ചെറുക്കപ്പെടുന്ന ചിന്താപദ്ധതിയാണിത്. ആൽഡോ ലിയോപോൾഡ് (1887-1948) എന്ന ആദ്യകാല അമേരിക്കൻ പരിസ്ഥിതിപ്രവർത്തകനും ആർനേ നായേസ് (1912-2009) എന്ന നോർവീജിയൻ തത്വചിന്തകനും പീറ്റർ സിങ്ങർ (1946) എന്ന ഓസ്ട്രേലിയൻ ജൈവനൈതിക വിദഗ്ധനും ആണ് ഗാഢപരിസ്ഥിതിയുടെ തത്വചിന്തയ്ക്ക് ഇന്നത്തെ രൂപം കൊടുത്തത്.

ഭൗമികതയും ജൈവനൈതികതയും അനിത്യതയും

ഭൂമി കേവലം വിഭവമോ വസ്തുവോ അല്ല എന്ന തിരിച്ചറിവാണ് ആഴമേറിയ പരിസ്ഥിതിവാദത്തിന്റെ ആധാരം. മണ്ണിലേക്കുള്ള മടക്കവും ഭൗമികബോധവുമാണത്. തീറ്റക്കണ്ണികൾ എന്ന ഫുഡ്ചെയിനുകൾ മണ്ണിൽ നിന്നും ഊർജത്തെ വിനിമയം ചെയ്യുന്നു. ചത്തും ചീഞ്ഞും വീണ്ടും ഊർജം മണ്ണിലേക്കു മടങ്ങുന്നു. ഈ ഊർജപ്രവാഹമെന്ന ജീവപ്രവാഹം പ്രപഞ്ചത്തിലെ സകല ജീവാജീവങ്ങളും തമ്മിൽ ഗാഢമായ പരസ്പരബന്ധവും വിനിമയവും ബന്ധുത്വവും സാഹോദര്യവും സഹജീവത്തവും സാധ്യമാക്കുന്നു. പാരസ്പര്യം തന്നെയാണ് ജീവനും ജീവനവും. സകലതും ബന്ധിതമാണ്, സ്വതന്ത്രമായ മാറ്റമില്ലാത്ത നിലനിൽപ്പ് ഒന്നിനുമില്ല. അനിത്യവാദമെന്ന ബുദ്ധന്റെ അനാത്മവാദമാണ് ഈ സിദ്ധാന്തത്തെ ബി. സി. ഏഴാം നൂറ്റാണ്ടിൽ തന്നെ ജ്ഞാനസിദ്ധാന്തത്തിലേക്കു കടത്തിവിട്ടത്. സങ്കീർണമായ ഈ ഊർജ ശൃംഘലയെ നിലനിർത്തുന്നതും ത്വരിപ്പിക്കുന്നതും പ്രാദേശിക ഭേദമനുസരിച്ചുള്ള നാടൻ എന്നു വിളിക്കാവുന്ന എൻഡമിക് സ്പീഷിസുകളാണ്, അതും അജീവ ഘടകങ്ങളുമായ ഗാഢബന്ധത്തിലൂടെ. ജീവികൾക്കുമാത്രമായുള്ള നിലനിൽപ്പും ഊർജവിനിമയവും തികച്ചും അസാധ്യമത്രേ. അതിനാൽ തന്നെ ജീവികളുടെ ഇടയിലെ അതിയായി പ്രവർത്തിക്കുന്ന സ്പീഷീസായ മനുഷ്യരുടെ സംതുലനമില്ലാത്ത അമിതമായ ഇടപെടലുകൾ സങ്കീർണമായ വിനിമയവലകളെ തകർത്തുകളയും. മനുഷ്യർ ഈ വലിയ വലയിലെ വെറും കണ്ണികളും ഇതര അംഗങ്ങളെ പോലൊരു അംഗവും മാത്രമാണെന്നും ലോകത്തിന്റെ ഉടമകളും അറിവാളരും അധികാരികളും സമഗ്രാധിപതികളായ പരമ പിതാക്കളും മുറ്റിയ മുതലാളികളുമല്ലെന്നുള്ള തിരിച്ചറിവും കൂടിയാണ് ആഴമേറിയ പാരിസ്ഥിതികബോധം അറിവും പൊരുളുമായി അടയാളപ്പെടുത്തുന്നത്. സ്വന്തം നിലനിൽപ്പുമാത്രമല്ല ഈ വിപുലമായ ലോകബന്ധങ്ങളുടെ മുഴുവൻ നിലനിൽപ്പും അതിൽ തങ്ങളുടെ നൈതിക ധർമവും ഇടവും

തിരിച്ചറിഞ്ഞ് മനുഷ്യർ ഈ ജീവന്റെ വലക്കണ്ണികളെ സംരക്ഷിക്കുകയാണ് കരണീയമായിട്ടുള്ളത്. ഈ വിപുലമായ മൈത്രീപൂർണമായ നൈതികതയെയാണ് സമഗ്ര നൈതികതയെന്നു വിളിക്കാവുന്നത്. പ്രജ്ഞയും കരുണയും ഉൽപ്പാദിപ്പിക്കുന്ന മുദിതത്വവും മൈത്രിയും ശ്രദ്ധയും തന്നെയാണിത്. ഗാഢപരിസ്ഥിതി ധമ്മ പരിസ്ഥിതിയെന്ന നൈതിക പാരിസ്ഥിതികാവബോധമായി മാറുന്നു. സമകാലിക ബൗദ്ധതത്വചിന്തയിൽ അതിനെ ധമ്മ പരിസ്ഥിതിയെന്നു വ്യവഹരിക്കുന്നു. ജീവാജീവ പ്രപഞ്ചത്തിന്റെ പരസ്പരബന്ധുത്വത്തെ അംഗീകരിക്കുന്ന ഈ സമഗ്രമായ പാരിസ്ഥിതിക ബോധം പരിസ്ഥിതിക്ക് മാനുഷ്യകത്തിനെന്ന പോലെ നൈതികധാർമിക മൂല്യം കൊടുക്കുന്നു. കാര്യകാരണ ബന്ധത്തെ തിരിച്ചറിയുന്ന യുക്തിചിന്താപരമായ നൈതികധാർമിക മൂല്യവിചാരമാണിതെന്നു കാണാം.

ഗാഢപരിസ്ഥിതിയും ജൈവസമുദായവും ധമ്മപരിസ്ഥിതിയും

അനിത്യവാദത്തിന്റെ ആഗോളമായ സമകാലിക രൂപമായി തന്നെ ഗാഢപരിസ്ഥിതിയെ തിരിച്ചറിയാം. ബയോടിക് കമ്മ്യൂണിറ്റി അഥവാ ജൈവസമുദായം എന്നവാക്കാണ് ലിയോപോൾഡും മറ്റും ഉപയോഗിച്ചു വന്നത്. ആഗോളമായ ജൈവവലയിലെ കെട്ടുകളും കുടുക്കുകളുമാണ് മാനവർ എന്നാണ് നായേസ് പറഞ്ഞത്. അടിച്ചമർത്തലും ചൂഷണവും കൊലയും ഒഴിവാക്കാനാവാത്ത സാഹചര്യത്തിലും അതു പരമാവധി കുറയ്ക്കണമെന്നായിരുന്നു നായേസിന്റെ മധ്യമാർഗത്തിലുള്ള അഭിപ്രായം. ജീവനെ മാനിക്കണമെന്നും ജൈവബന്ധങ്ങളെ കരുതണമെന്നും അദ്ദേഹം ആവർത്തിച്ചു. പാരിസ്ഥിതിക നയസമീപനങ്ങളുടെ പ്രാധാന്യവും അദ്ദേഹത്തിന്റെ ഗാഢപരിസ്ഥിതിവാദത്തിൽ ഉള്ളടങ്ങുന്നു. മനുഷ്യരും ഇതര ജീവാജീവ ഘടകങ്ങളും സമന്വയിക്കുന്ന വികേന്ദ്രീകൃത പ്രാദേശിക പാരിസ്ഥിതിക സമുദായങ്ങളെ കുറിച്ചും അദ്ദേഹം സൂചിപ്പിക്കുന്നു. മനുഷ്യനും പ്രകൃതിയും തമ്മിലുള്ള പരസ്പര ബന്ധുത്വത്തേയും സാഹോദര്യത്തേയും കുറിച്ചുള്ള തിരിച്ചറിവാണ് നായേസിന് ആത്മസാക്ഷാത്കാരം. ആത്മത്തേയോ ബ്രഹ്മത്തേയോ വിരാടപുരുഷത്വത്തേയോ അറിയലല്ല. ആനാത്മവാദമെന്ന അനിത്യവാദത്തിന്റെ അനുരണനം തന്നെയാണ് ഗാഢപരിസ്ഥിതിയെന്നു വ്യക്തമാക്കുന്ന മറ്റൊരു സന്ദർഭമാണിത്.

എല്ലാവരുമാത്മ സഹോദരരെന്നല്ലോ പറയേണ്ടതിതോർക്കുകിൽ നാം എന്നും കൊല്ലുന്നതുമെങ്ങിനെജീവികളെ എന്നും കേര

ളപുത്തരായി കവികളായ മൂലൂരും കറുപ്പനും സഹോദരനും വിളിച്ച നാരായണഗുരു ചോദിക്കുന്നു. സാഹോദര്യവും ബന്ധുത്വവും കാണാൻ മാത്രം മൃഗങ്ങൾക്കും അജീവികൾക്കും എന്ത് യുക്തിചിന്തയും ദുരിതാനുഭവവുമാണുള്ളത് എന്നതാണ് ഗാഢപരിസ്ഥിതിക്കെതിരേ സാമാന്യബോധത്തിലുയരുന്ന ചോദ്യം. മണ്ണുമായുള്ള മനുഷ്യരുടെ പരിപൂർണ ബന്ധുത്വം ജനതയുടെ പരിപൂർണ സ്വാതന്ത്ര്യവും സാഹോദര്യവും പോലെ ഒരു സ്വപ്നമായി നിന്നാലും നാമതിനായി പരിശ്രമിക്കണമെന്നാണ് ലിയോപോൾഡിനെ പോലുള്ള ചിന്തകർ ഇത്തരുണത്തിൽ പ്രസ്താവിക്കുന്നത്. പാരസ്പര്യത്തേയും സഹജീവനത്തേയും സമാധാനത്തേയും ജീവന്റെ കരുതലിനേയും കുറിച്ചുള്ള ഭവിഷ്യോന്മുഖമായ നൈതികവിമോചന സ്വപ്നമാണത്. അതില്ലാതെ ജീവിതവുമില്ല. ധമ്മം എന്ന പാലിവാക്കിന്റെ സൂചന യാഥാർഥ്യവും പരമാർഥവുമാകുന്നു. പ്രകൃതി സത്യവും പ്രകൃതിനിയമവുമാണ് ധമ്മം. തഥാഗതന്റെ ബോധനവുമാണ് ധമ്മം. ധമ്മപരിസ്ഥിതി അതിനാൽ യാഥാർഥ്യബോധമുള്ള സത്യവും സാർവത്രികമായ പ്രകൃതിനിയമവുമായി ഗാഢമായി ബന്ധിതമാകുന്നു.

ചുരുക്കത്തിൽ അധിനിവേശകനും കീഴടക്കുന്നവനും കയ്യാളുന്നവനും കാണക്കാരനും എന്ന മേൽനിലയിൽ നിന്നും ഭൗമസമുദായത്തിലെ ഒരു സമഭാവന നിറഞ്ഞ പൗരനും ഉത്തരവാദിത്തമുള്ള ജീവാംഗവുമായി നരവംശത്തെ അഥവാ ഹോമോസാപിയൻ സ്പീഷീസിനെ മാറ്റിത്തീർക്കുന്ന തത്വദർശനമാണ് ഗാഢപരിസ്ഥിതി. പാശ്ചാത്യ ചിന്തകരാണ് ആധുനികകാലത്ത് അതിനെ വീണ്ടെടുത്തതെങ്കിലും അതിന്റെ അടിവേരുകൾ പ്രബുദ്ധതയുടെ നൈതികചിന്തയിലും മഹാകാരുണ്യത്തിലും മഹാമൈത്രിയിലുമാണ്. കാരണം ലോകത്തിന്റെ നിലനിൽപ്പിന് ഈ നൈതിക സംതുലനം അനിവാര്യമായിരിക്കുന്നു. അരുളുള്ളവനാണുജീവിയെന്നാണുഗുരു പറഞ്ഞതും ഇവിടെ ഓർക്കാവുന്നതാണ്. അതിന്റെ പ്രബുദ്ധമായ സാർവത്രിക വ്യവഹാരം തന്നെയാണ് ധമ്മപരിസ്ഥിതി എന്ന ബൗദ്ധവാദപരമായ നൈതികപാരിസ്ഥിതിക ദർശനം. ഭൗമസമുദായത്തിലെ തുല്യ അംഗങ്ങളായ ആത്മസഹോദരങ്ങളായ ഇതര ജീവാജീവലോകങ്ങളോടുള്ള സഹജമായ സഹഭാവവും സാഹോദര്യവും സർവോപരി സമുദായത്തോടുള്ള നീതിബദ്ധമായ ആദരവും കൂടിയാണത്. തൽസ്ഥിതി മൂല്യങ്ങൾക്കും നരകേന്ദ്രിതമായ സ്വാർഥതയ്ക്കും പ്രാമുഖ്യം കൊടുക്കുന്ന ആഴമില്ലാത്ത പഴയ പരിസ്ഥിതിവാദത്തിൽ നിന്നും ആഴമേറിയ പരിസ്ഥിതി മാറിനിൽക്കുന്നു.

പുത്തൻ മൂല്യങ്ങൾ പ്രബുദ്ധതയുടെ ഗാഢവ്യവഹാരത്തിൽ നിന്നും അതു വീണ്ടെടുക്കുന്നു. ആത്മസാഹോദര്യത്തിന്റെ അനുകമ്പാപൂർണ മായ വിമോചന നൈതികതയെ വീണ്ടും മുന്നോട്ടു വയ്ക്കുന്നു. ബുദ്ധന്റെ അനിത്യവാദവും നാണുഗുരുവിന്റെ ആത്മസാഹോദര്യവാദവും സമുദായവാദവും അതിന്റെ സാർവത്രിക പ്രസക്തിയുള്ള ഇന്ത്യനും കേരളീയവുമായ തദ്ദേശീയ രൂപങ്ങളായും മനസ്സിലാക്കാവുന്നതാണ്.

വാചാലവും കരുണാർദ്രവുമായ ഭൂമീസ്പർശം

അശോകമരത്തിനടിയിൽ പിറന്നു വീഴുകയും വലിയ ഞാവൽ മരങ്ങൾക്കു കീഴേയിരുന്നു ലോകദുരിതസങ്കടങ്ങളുടെ കാരണവും നിവാരണവും ചിന്തിക്കുകയും അരയാലെന്ന പോതിമരച്ചുവട്ടിലെ നീണ്ടധ്യാനത്തിലൂടെ ബോധോദയം തേടുകയും മൃഗവാടിയിലും മുളങ്കൂട്ടങ്ങളിലും മാന്തോപ്പുകളിലും ധമ്മബോധനങ്ങൾ നടത്തുകയും സാലവൃക്ഷങ്ങൾക്കിടയിൽ കിടന്നു മരിക്കുകയും ചെയ്തു തഥാഗതന്റെ ജീവിതമാകും ലോകചരിത്രത്തിൽ തന്നെ പ്രകൃതിയും പരിസ്ഥിതി യുമായി ഏറ്റവും ഇഴചേർന്നു കിടക്കുന്നത്. വാചാലവും കരുണാർ ദ്രവുമായ യുക്തിയുക്തമായ അദ്ദേഹത്തിന്റെ ഭൂമീസ്പർശമുദ്ര പോലെ ഭൗമികവും ജൈവികവും നൈതികവുമായ മറ്റൊരു ദാർശനിക ദൃശ്യസംസ്കാര സൂചനയുണ്ടോ എന്നന്വേഷിക്കേണ്ടിവരും. കരുണയും മൈത്രിയും മുദിതത്വവും ഉപേക്ഷയും ധ്വനിപ്പിക്കുന്ന അഹിംസാവാദവും പ്രാപഞ്ചിക സാഹോദര്യവും നൈതികമായ സമഭാവനയുമാണ് ബുദ്ധന്റെ പ്രബുദ്ധചിന്തയുടെ കാതൽ. കാറ്റിലും മഴയിലുമലിയുന്ന പോതിമരം കൊല്ലരുതെന്ന മർമരം പൊഴിച്ചുകൊണ്ടേയിരിക്കുന്നു. സാഹോദര്യത്തിനും സമഭാവനയ്ക്കും സ്വാതന്ത്ര്യത്തിനുമെതിരായ പൗരോഹിത്യ ആൺകോയ്മയുടെ ഉച്ചനീചത്വമായ ബ്രാഹ്മണ്യത്തേ യും അതിന്റെ വൈദിക വർണാശ്രമ വ്യവസ്ഥയേയും അദ്ദേഹം വിമർശാത്മകമായി നിരാകരിച്ചു. മാനവികലോകത്തിന്റേയും പ്രപഞ്ചത്തിന്റേയും സമഗ്രമായ വർത്തമാനഭാവികളിലേക്കായി തന്റെ നൈതികമായ ധമ്മചിന്തയെ വികസിപ്പിച്ചു. പഞ്ചശീലങ്ങളും അഷ്ടാംഗമാർഗങ്ങളും ത്രിരത്നങ്ങളും എല്ലാം ഇതിലേക്കു വഴിനട ത്തുന്ന പ്രായോഗിക, താത്വിക പരിക്രമങ്ങളാണല്ലോ.

പ്രബുദ്ധതയും പാഷണ്ഡതയും ജൈവനൈതികതയുടെ വേരുകളും

ജന്തുബലിയും നരബലിയും വരെ അരങ്ങേറിക്കൊണ്ടിരുന്ന അഥവാ അശ്വമേധം മുതൽ നരമേധം വരെ നടമാടിക്കൊണ്ടിരുന്ന

സനാതന ആർഷവൈദിക പൗരോഹിത്യ ആൺകോയ്മയുടെ യാഗ യജ്ഞവേദികളിലേക്കു മുടന്തനായ ഒരാട്ടിൻകുട്ടിയേയും ഒക്കത്തേറ്റിക്കൊണ്ടു കടന്നുകയറി ബലിപീഠത്തിനുമുമ്പിൽ കൊലക്കത്തിക്കു തന്റെ കഴുത്തുകാണിച്ചു കൊടുത്ത സാർവഭൗമീകമായ നൈതികധീരതയായിരുന്നു ഗൗതമബുദ്ധൻ. "വെട്ടുവാൻ തൻ ഗളംകാട്ടും ലോകജിത്തെ"ന്ന് സഹോദരൻ കൊടുങ്ങല്ലൂരെ കോഴിവെട്ടും തെറപ്പാട്ടും നിർത്താനായി കൊച്ചിരാജാവിനും തിരുവിതാംകൂർ റാണിക്കുമെല്ലാം എഴുതിയ കാവ്യസന്ദേശങ്ങളിൽ ഇരുപതാം നൂറ്റാണ്ടിന്റെ തുടക്കത്തിൽ എഴുതുന്നു. ആ ലോകോത്തരമായ പ്രബുദ്ധ ചരിത്രബോധനത്തെ പിൻതുടർന്നാണ് ഗൗതമനു രണ്ടു നൂറ്റാണ്ടുകൾക്കുശേഷം മഹാനായ മൗര്യചക്രവർത്തി അശോകൻ തന്റെ ധമ്മയാത്രകളും മിഷനറി പ്രവർത്തനങ്ങളും മക്കളേയും ബന്ധുക്കളേയും വിദേശങ്ങളിലേക്കയച്ചു തുടങ്ങിവയ്ക്കുന്നത്. പോതിമരത്തിന്റെ വേരുപടർത്തിയ ശാഖകളുമായി ഈഴത്തേക്കും തെക്കനേഷ്യയിലേക്കും പോയി സുവിശേഷവേല ചെയ്ത അശോകമക്കളായ മഹിന്ദനേയും സംഘമിത്തയേയും നാമോർക്കും. ഗയയിലെ പോതിമുത്തശ്ശിയുടെ മകളായ അനുരാധപുരത്തെ പോതിമരത്തേയും അവിടെ നിന്നും ഭിക്കു ധമ്മസ്കന്ദരും മിതവാദിയും കൂടി ഇരുപതാം നൂറ്റാണ്ടിന്റെ തുടക്കത്തിൽ കോഴിക്കോട്ടെ ബുദ്ധവിഹാറിൽ കൊണ്ടുവന്നു നട്ടുവളർത്തിയ അരയാലുകളേയും നാമോർക്കും. ഗയയിലെ പോതിമുത്തശ്ശിയുടെ കൊച്ചുമകളെന്നാണ് ഇന്നും സജീവമായി നിൽക്കുന്ന അവയിലൊന്നിനെ ജാതിവ്യവസ്ഥയും ബുദ്ധമതവും എന്ന പുസ്തകമെഴുതിയ ഡോ. കെ. സുഗതൻ എന്ന ഹൃദയശസ്ത്രക്രിയാവിദഗ്ധൻ വിളിക്കുന്നത്. പുഷ്യമിത്രസുംഗനും ശശാങ്കനുമടക്കമുള്ള സനാതനികൾ നിരവധി തവണ വെട്ടിച്ചുട്ടെങ്കിലും ഭൗമഗർഭത്തിലെ നീരിലാഴ്ത്തിയ അടിവേരുകളിൽ നിന്നും ഗയയിലെ പോതിമരം വീണ്ടും തളിർത്തുവന്നു. അശോകന്റെ പട്ടമഹഷിയെ പോലും അസൂയപ്പെടുത്തുന്നതായിരുന്നു പോതിമരത്തോടുള്ള ആ ധമ്മചക്രവർത്തിയുടെ സ്നേഹാദരങ്ങൾ. പിന്നീട് അതിനോട് അതു പോലെ അഗാധമായ മൈത്രിയും അടുപ്പവും കാട്ടിയത് പാലും തേനുമൊഴിച്ചതിനെ സ്വന്തം കൈകൊണ്ടു പരിപാലിച്ച ആർക്കിയോളജിക്കൽ സർവേ ഓഫ് ഇന്ത്യയുടെ സ്ഥാപകാധ്യക്ഷനായ ബ്രിട്ടീഷുകാരനായ സർ അലക്സാണ്ടർ കണ്ണിങ്ഹാം ആണെന്നത് പ്രബുദ്ധതയുടെ ആഗോളവ്യാപനത്തെ സൂചിപ്പിക്കുന്നു. നവബുദ്ധന്റെ ഭീമയാനത്തെ കുറിച്ചു സമീപകാലത്തു പഠിച്ചു പുസ്തകങ്ങളെഴുതിയ സ്പാനിഷ്-അമേരിക്കൻ അധ്യാപികയായ ഡൊറോത്തി ഫിഗുവേര

യുടെ പേരിലെ ഫിഗ് അഥവാ ആലമരം പോലെ യൂറോപ്പിലെങ്ങും അശോകമിഷനറിമാർ പടർത്തിയ പോതിമത്തിന്റെ ബൗദ്ധികശാഖകൾ പടർന്നിരിക്കുന്നു. ബ്രിട്ടീഷുകാരായ ഇത്തരം ചരിത്രപുരാവസ്തു ഗവേഷകരില്ലായിരുന്നെങ്കിൽ ലോകോത്തരമായ പ്രബുദ്ധതയുടെ ഇന്ത്യൻ പാരമ്പര്യമായ ബുദ്ധിസത്തെ കുറിച്ച് ഇന്ത്യാക്കാരായ ബുദ്ധപാരമ്പര്യമുള്ള ബഹുജനങ്ങൾ പോലും അറിയില്ലായിരുന്നു. അത്രയും സമഗ്രമായിരുന്നു വൈദികമതത്തിന്റെ അധീശത്വവും മായിക്കലും ചരിത്രതമസ്കരണവും. നമുക്കു സന്യാസം തന്നു നമ്മുടെ ഗുരുക്കന്മാരെന്ന ബ്രിട്ടീഷുകാരെ കുറിച്ചും യൂറോപ്യൻ ജ്ഞാനസിദ്ധാന്തശാഖകളേയും കുറിച്ചുള്ള നാണവാശാന്റെ ചരിത്രഗഹനമായ പ്രസ്താവം ഒരിക്കൽ കൂടി ഓർക്കാവുന്ന മുഹൂർത്തമാണിത്.

കോൺസർവേഷന്റെ നൈതികതയും ചരിത്രവും രാഷ്ട്രീയവും

ചരിത്രത്തിലാദ്യമായി പരിസ്ഥിതി സംരക്ഷണമെന്ന കോൺസർവേഷൻ ഒരു രാജനീതിയായി, രാഷ്ട്രനയമായി രൂപീകരിക്കുന്നതും നടപ്പിലാക്കുന്നതും ബുദ്ധധമ്മത്താൽ ധമ്മശോകനായി മാറിയ മുൻപ് കൊലയാളിയായ ഹിന്ദുവായിരുന്ന ചണ്ഡശോകൻ എന്ന അശോകമന്നനായിരുന്നു. അശോകമന്നന്റെ ഊരായ അശമന്നൂരും അശോകപുരവും ഇന്നും നമ്മുടെ പെരിയാറിന്റെ കരകളിലുണ്ട്. കല്ലടയാറിന്റെ കരയിലുള്ള മണ്ണടിക്കാവിൽ പള്ളിയോടത്തിൽ വരുന്ന അശോകന്റെ അർദ്ധശില്പവുമുണ്ട്. സന്നതി സ്തൂപത്തിൽ മാത്രമാണ് തെന്നിന്ത്യയിൽ ആ വമ്പമോരിയന്റെ ഛായാശില്പമുള്ളത്. വമ്പരായ മോരിയരുടെ തേരുരുണ്ടുകയറുന്ന മേക്കുതുടർച്ചി മലകളിലെ പോതിയിൽ അഥവാ ബോധിയിൽ മലയെ കുറിച്ച് സംഘസാഹിത്യ പാരാമർശങ്ങളുമുണ്ട്. മനുഷ്യർക്കെന്ന പോലെ മൃഗങ്ങൾക്കും പക്ഷികൾക്കുമായുള്ള ധമ്മാശുപത്രികളും ശരണാലയങ്ങളും അഥവാ സാങ്ച്വറികളും അദ്ദേഹമാണ് ബി. സി. മൂന്നാം നൂറ്റാണ്ടിൽ ലോകത്താദ്യമായി സാധ്യമാക്കുന്നത്. വേട്ടയും ജന്തുബലിയും ബലിമൃഗങ്ങളെ ഉപയോഗിക്കുന്ന യാഗയജ്ഞങ്ങളും മാത്രമല്ല മൽസ്യബന്ധനം പോലും അദ്ദേഹം കർശനമായി വിവേചനബുദ്ധിയോടെ നിഷ്കർഷിച്ചു നിയന്ത്രിച്ചു. ധമ്മപാതകളുടെയോരത്തു മരങ്ങൾ വച്ചുപിടിപ്പിച്ചതും കിണറും കുളവും കുഴിപ്പിച്ചതും പഴത്തോട്ടങ്ങളും പൂന്തോട്ടങ്ങളും ഔഷധത്തോപ്പുകളും വച്ചുപിടിപ്പിച്ചതുമെല്ലാം "കേരളപുത്തോ" എന്നു പാലിയിൽ കേരളമക്കളെ ചരിത്രത്തിലാദ്യമായി സംബോധന ചെയ്തു അശോകനാണ്. കേരളമക്കളുടെ ചരിത്രം

അശോകന്റെ പ്രബുദ്ധതയുടെ ചരിത്രവുമായി അഭേദ്യമായി ബന്ധപ്പെട്ടിരിക്കുന്നു. അശോകബോധകരാണ് കേരളമടങ്ങുന്ന തെന്നിന്ത്യയിൽ ബ്രാഹ്മിയെന്നും അറിയപ്പെടുന്ന ധമ്മലിപി അവതരിപ്പിച്ചത്. പട്ടണം, കീഴടി ഉദ്ഘനനനങ്ങൾ അതിനു പുരാവസ്തു തെളിവുകൾ തരുന്നു. കേരളത്തിന്റെ സാക്ഷരതയുടേയും നൈതികമായ ധമ്മബോധത്തിന്റേയും ആധുനികതയുടേയും മാനവികതയുടേയും ചരിത്രവും കൂടിയാണത്. അദ്ദേഹത്തിന്റെ ധമ്മശാസനകളെല്ലാം ധമ്മലിപിയിലുള്ള ശിലാ, സ്തംഭലിഖിതങ്ങളിൽ വ്യക്തമായി അടയാളപ്പെടുത്തപ്പെട്ടിരിക്കുന്നു. അശോകബോധകരായ ഭിക്കുനിമാരും ഭിക്കുക്കളും നട്ടുവളർത്തി പരിപാലിച്ച ധമ്മത്തോപ്പുകളും കുളങ്ങളുമാണ് ഇന്നും കേരളത്തിലെ കാവുകളും കൊങ്കണദേശത്തെ ദേവർക്കാടുകളും ഭീമ കൊറേഗാവ് സംഭവം വ്യക്തമാക്കിയപോലെ മഹാറുകളുടെ കൂടി ദേശമായ മഹാരാഷ്ട്രത്തെ ദേവരായകളുമായി നാമമാത്രമായെങ്കിലും അവശേഷിക്കുന്നത്. ഗുജറാത്തിലെ താപ്തി നദീതടം മുതൽ കന്യാകുമാരി വരെ നീളുന്ന പശ്ചിമഘട്ട നിരകളിലും ചെരിവുകളിലുമെല്ലാം ഇന്നും ഇത്തരം കാവുകളും ചോലകളും അവശേഷിക്കുന്നു. മേക്കുതുടർച്ചിമലകളിലൂടെയായിരുന്നു പുത്തബോധകരുടെ തെക്കുവടക്കും മേക്കുകീക്കുമായ സഞ്ചാരങ്ങൾ. ബോധിമലനിരകളും പൊതിയിൽ മലയും മംഗളാദേവിക്കോട്ടവും ശബരിമലയുമെല്ലാം ഇത്തരം ധമ്മ സംരക്ഷക സ്വഭാവമുള്ള പൂങ്കാവനങ്ങൾക്കു കേൾവികേട്ടതായിരുന്നു.

സംഘാരാമങ്ങളുടെ ഹിംസാത്മകമായ പരിവർത്തനം

കന്യകാവെന്ന ഭിക്കുനിയുടെ അഥവാ ബുദ്ധകന്യാസ്ത്രീകളുടെ പേരിൽ നിന്നാണ് കാവെന്ന വാക്കു വരുന്നത്. ചങ്ങരം എന്നറിയപ്പെട്ട സംഘാരാമങ്ങളുടെ നാടായിരുന്നു കേരളം. സംരക്ഷിത ചെറുകാടുകളും മരുന്നുതോട്ടങ്ങളുമായിരുന്നു ചങ്ങരങ്ങളും കാവുകളും. ചങ്ങവും ചിങ്ങവും ചേരുന്ന സ്ഥലനാമങ്ങളെല്ലാം സംഘവുമായും സിംഹനെന്ന ശാക്യസിംഹനുമായി ബന്ധപ്പെട്ടതാണ്. കാവുതീണ്ടിയാൽ കുളവും കുടിവെള്ളവും വറ്റുമെന്ന പ്രയോഗവും അശോകകാല ഓർമകളോളം പഴക്കമുള്ളതാണ്. പക്ഷേ കുൽസിതവും കിരാതവുമായ ഹിംസയിലൂടെ അഹിംസയുടെ കാവുകളെ തീണ്ടി കോഴിവെട്ടും തെറിപ്പാട്ടും ആഭാസലീലകളും പൗരോഹിത്യദാസ്യം സ്വീകരിച്ച ക്ഷുദ്രകോമരങ്ങളെ കൊണ്ടു നടത്തിച്ചാണ് പാഷണ്ഡതയുടെ പൗരോഹിത്യ ആൺകോയ്മയായ ബ്രാഹ്മണിസം കാവുകളെ തൊട്ടുകൂടായ്മയുടെ ഹൈന്ദവ ക്ഷേത്രങ്ങളാക്കി മാറ്റിയെടുത്തത്. പുത്തമാതാവായ മഹാമായയുടേയോ താരാദേവിയുടേയോ കാവുകളെ

തലയറുത്തു ചോരകുടിച്ചു കൊല്ലുന്ന കാളിയുടേയും മഹിഷാസുരമർദിനിയായ ദുർഗയുടേയും കാവാക്കിയും മാറ്റി. കൊല്ലും കൊലയും ലൈംഗികാഭാസങ്ങളും ചെയ്തു ചത്തും കൊന്നും ഒടുങ്ങുന്ന ചാവേർ കിരാതത്വത്തെ മാനാഭിമാനമായി വിജൃംഭിപ്പിച്ചാണ് മാംഘമകമായിരുന്ന പ്രബുദ്ധമായ മഹാമാഗ്ഗത്തെ ചാപിള്ളകളായ ചാവേറുകളുടെ വെട്ടിക്കൊല മാമാങ്കമെന്ന ഫ്യൂഡൽ കുരുതിക്കളമായി മാറ്റിയത്. സൈനികവൽക്കരണമെന്ന ഹിംസാകാമവൽക്കരണത്തിലൂടെയാണ് ഹൈന്ദവ ഫ്യൂഡൽ വ്യവസ്ഥ കേരളത്തിൽ മധ്യകാലത്ത് സ്ഥാപിതമായത്. വെട്ടുംകൊലയും സംബന്ധവും മരുമക്കത്തായവും അങ്ങനെ പുലർന്നു. തൽക്കാലത്തെ ലൈസൻസു കൊടുത്ത ക്ഷുദ്രകോമരങ്ങളെ കൊണ്ടാണിതു പൗരോഹിത്യ ആൺകോയ്മ നടത്തിച്ചത്. കൊടുങ്ങല്ലൂരും ചേർത്തലയും നടമാടിയ കാവുതീണ്ടൽ ഭിക്കുനിമാരെ ഓടിക്കാനും മാനഭംഗം ചെയ്തു ദേവദാസികളാക്കാനും നടത്തിയ കിരാതകർമപരിപാടികളുടെ അനുഷ്ഠാനാവർത്തനമാണ്. പക്ഷേ ഇന്നും കേരളത്തിലെ ബഹുഭൂരിപക്ഷം ക്ഷേത്രങ്ങളുടേയും മുഴവൻ പേരിൽ കാവ് എന്നപദം നിലനിൽക്കുന്നു. കാവുക്ഷേത്രങ്ങൾ ക്രമേണ കാവിനെ കളഞ്ഞ് കേവല ക്ഷേത്രങ്ങളാക്കപ്പെടുന്നു. ഗ്രഹാം സ്റ്റെയിൻസടക്കമുള്ള മിഷനറിമാരേയും ക്രൈസ്തവകന്യാസ്ത്രീകളേയും മാനഭംഗം ചെയ്യുന്നതിൽ ഇന്നും പാഷണ്ഡതയുടെ പടജനങ്ങൾ നിഷ്കാമകർമികളാണെന്നും വർത്തമാന ചരിത്രം അടിവരയിടുന്നു. അത്തരം ക്ഷുദ്രരായ ഭീകരർ സഭയ്ക്കുള്ളിലും അധികാരം കയ്യാളുന്നതായി അടുത്തകാലത്തെ സംഭവഗതികൾ വ്യക്തമാക്കുന്നു. ഭൗതിക പ്രതിനിധാന ഹിംസകളുടെ തുടക്കം യഥാർഥത്തിൽ ബൗദ്ധകന്യാമാതാക്കളായ കാവുകളോടു നടത്തിയ കിരാതഹിംസയിലാരംഭിക്കുന്നു. 2600 കൊല്ലം മുമ്പ് ബുദ്ധനും ആനന്ദനും തമ്മിൽ നടത്തിയ സ്ത്രീകളുടെ മിഷനറി പദവിയെ കുറിച്ചുള്ള ചർച്ച ഇന്ന് ഏറ്റവും കാലിക പ്രസക്തമായിരിക്കുന്നു. എല്ലാ മതങ്ങൾക്കും മാനവരാശിക്കാകേയും ലിംഗനീതിയുടെ കാര്യത്തിൽ മാതൃകയാണ് ആശാൻ ചണ്ഡാലഭിക്ഷുകിയിലും ടാഗോർ ചണ്ടാലികയിലും കൂടി സാഹിതീയമാക്കിയ ആ ചരിത്രസംഭവം. മംഗലാപുരത്തെ കുദ്രോളിയിൽ കേരളപുത്തരായ നാണുവാശാൻ സ്ഥാപിച്ച അമ്പലത്തിലെ പൂജാരിണികളായിരിക്കുന്നത് വിധവകളായ രണ്ടു ദലിത് വനിതകളാണെന്ന വർത്തമാന യാഥാർഥ്യവും നമുക്കു ബോധോദയം പകരാം. വടയമ്പാടിയും ഗോവിന്ദാപുരവും പേരാമ്പ്രയും ഇരിങ്ങാലക്കുടയും കേരളത്തിൽ ജാതിമതിലുകളായും കിണറുകളായും കുളങ്ങളായും

വിദ്യാലയങ്ങളായും തലപൊക്കുമ്പോൾ കേരളത്തിന്റെ നവോത്ഥാന ആധുനികതയുടെ വീണ്ടെടുപ്പ് നിർണായകമാകുന്നു. യാഥാസ്ഥിതികത്വത്തിനെതിരായ നവീകരണമെന്ന ആധുനികതയുടെ ആദ്യ ഉയിർപ്പ് പുത്തരുടേയും അശോകരുടേയും കാലത്തും രണ്ടാമത്തെ പുത്തനുയിർപ്പെന്ന നവോത്ഥാനം ആധുനിക കേരളപുത്തരായ നാണുഗുരുവിന്റെ കാലത്തുമാണ് നടന്നത്.

യുക്തിചിന്തയും ധമ്മചിന്തയും നീതിബോധവും അക്ഷരസംസ്കാരവും അടിത്തട്ടിലുള്ള ബഹുജനങ്ങളിൽ പടർത്തിയ ഭിക്കുനീഭിക്കുക്കളെ അപരവൽക്കരിച്ച് രാക്ഷസീകരിച്ച് പൂതങ്ങളും പിശാചുക്കളുമാക്കിയാണ് അവരുടെ വംശഹത്യയും കേരളോൽപ്പത്തിയെന്ന ബ്രാഹ്മണിക വാമന-പരശുപാഠം വീമ്പടിക്കുന്ന "നാവുമുറിച്ചുള്ള നാടുകടത്തലും" അരങ്ങേറിയത്. പുത്തഭിക്കുനിമാരെയാണ് ഡാകിനിമാരും പാപിനിമാരുമാക്കിയത്. പാപിനിവട്ടം, പാപിനിക്കാവ്, ഭൂതത്താന്മാരുടെ അമ്പലങ്ങൾ, ഗുഹാലയങ്ങൾ എന്നിങ്ങനെ നിരവധി സ്ഥലനാമ പുരാവസ്തു തെളിവുകൾ ബൗദ്ധരെ രാക്ഷസീകരിച്ചു വംശഹത്യ ചെയ്തതിന്റെ തെളിവുകളായി ഇന്നും കേരളത്തിലങ്ങോളമിങ്ങോളം അവശേഷിക്കുന്നു. പള്ളികളും ചേരികളുമടക്കമുള്ള പാലിവാക്കുകൾ ചേരുന്ന സ്ഥലനാമങ്ങളും വീട്ടുപേരുകളും ഇന്നും നിലനിൽക്കുന്നു. ബൗദ്ധരെ നാവുമുറിച്ചു നാടുകടത്തിയതും അവരുടെ ധമ്മഗ്രന്ഥങ്ങൾ ചുട്ടുകരിച്ചതും പതിനേഴാം നൂറ്റാണ്ടിലെ കേരളോൽപ്പത്തി, കേരളമാഹാത്മ്യം തുടങ്ങിയ ബ്രാഹ്മണിക പാഠങ്ങളിൽ വീമ്പുപറയുന്നു. പിള്ളിയും പുള്ളിയും വള്ളിയും മറ്റുമാക്കി മാറ്റിയെങ്കിലും കേരളത്തിലും തെന്നിന്ത്യയിലും ഏറ്റവുമധികം സ്ഥലനാമങ്ങൾ പള്ളിയുമായി ബന്ധപ്പെട്ടാണിന്നും നിൽക്കുന്നത്. ചേരി, വട്ടം, കോട്ടം, മുട്ടം, കുടം, കുമിളി തുടങ്ങിയ സ്തൂപ വാസ്തുശില്പരൂപങ്ങളെ ഓർമിപ്പിക്കുന്ന സ്ഥലനാമങ്ങൾ വേറെ. ഊരും ചേരിയും പള്ളിയും കുളവും കാടും കോട്ടും ചേരുന്ന കേരളത്തിലേയും തെന്നിന്ത്യയിലേയും സ്ഥലനാമങ്ങളൊന്നും സംസ്കൃത മൂലമല്ല എന്നതും ശ്രദ്ധേയമാണ്. അതേ സമയം ജാതി, വർണം, കുലം എന്നിങ്ങനെയുള്ള വാക്കുകൾ ദ്രാവിഡഭാഷയിലില്ലതാനും.

സ്ഥലനാമങ്ങളിലവശേഷിക്കുന്ന പാരസ്പര്യമാർന്ന പാരിസ്ഥിതികാവബോധം

കേരളത്തിന്റെ നാട്ടിൻപുറങ്ങളും ഊരുകളും പൊലിക്കുന്നത് പ്രബുദ്ധതയുടെ നൈതികലാവണ്യം തുളുമ്പുന്ന മൈത്രീനാമങ്ങളിലാണ്.

കേരളമക്കളുടെ ഗാഢപരിസ്ഥിതി ബോധത്തിന്റെ അടിത്തറയാണീ പ്രകൃതിസാഹോദര്യമുള്ള സ്ഥലനാമങ്ങൾ. ഓരോ പള്ളിപ്പേരും ഓരോ ജീവാജീവങ്ങളുമായി ബന്ധിപ്പിച്ചിരിക്കുന്നു. ഇത്രമാത്രം പാരിസ്ഥിതികവും ലളിതസുന്ദരവുമായ പേരുകൾ തെന്നിന്ത്യയിലല്ലാതെ കാണുകയില്ല. സസ്യലതാദികളേയും ഭൂപ്രകൃതിയേയും ഗാഢമായി ഉള്ളുണർത്തിയെടുക്കുന്ന ഊരുകളും പേരുകളുമാണ് നമുക്കുള്ളത്. സംസ്കാര ചരിത്രത്തിന്റേയും നാഗരികതയുടേയും അടയാളങ്ങളായ പള്ളിയും ചേരിയും കാവും ചേരുന്ന സ്ഥലനാമങ്ങളിലെല്ലാം മരങ്ങളും പൂക്കളും സഹോദര ജന്തുക്കളും കുടിയിരുത്തപ്പെട്ടിരിക്കുന്നു. ആനത്തലവട്ടവും വാരണപ്പള്ളിയും മുതൽ കുതിരവട്ടവും കുതിരാനും വാടാനപ്പള്ളിയും വരെ ആനയും കുതിരയും നിറയുന്നു. ഇലപ്പള്ളി മുതൽ വാഴപ്പള്ളിയും ഈന്തുപള്ളിയും പനമ്പള്ളിയും കറുകപ്പള്ളിയും മുല്ലപ്പള്ളിയും വഴുതിനപ്പള്ളിയും വരെ നാടാകെ പരന്നുകിടക്കുകയാണ്. വയലോരത്തുള്ള പള്ളിയും കുളപ്പള്ളിയും മുതൽ മൂലമ്പള്ളിയും അതിരപ്പള്ളിയും ആനമലയ്ക്കു താഴെ മാനമ്പള്ളിയും തളിരണിയുകയാണ്. പുല്ലുമുതൽ പക്ഷിമൃഗങ്ങളും വാസ്തുശില്പസൂചനകളും നിറയുന്ന ഈ പേരുകൾ കേരള സംസ്കാരത്തിന്റെ ആധാരമായ സ്ഥലകാലബോധങ്ങളെ സൂചിപ്പിക്കുന്നു. സൂക്ഷ്മമായ മൈത്രീപൂർണമായ പാരിസ്ഥിതികാവബോധമുള്ള ജനതയ്ക്കേ ഇത്തരത്തിൽ പ്രകൃതിയെ സംസ്കാരത്തിന്റെ ഭാഗമാക്കുന്ന പേരുകൾ തങ്ങളുടെ ഊരുകൾക്കും കുടികൾക്കും മലകൾക്കും മുടികൾക്കും കൊടുക്കാനാവൂ. മുടിയെന്ന സഹ്യനിലെ കൊടുമുടികൾക്കുള്ള പേരുതന്നെ പുത്തരുടെ ജ്വാലാസൂചനയുള്ള തിരുമുടിക്കെട്ടിന്റെ ആകാരത്തിൽ നിന്നും വരുന്നതാണ്. ഭൂമിയും പുത്തരും അഥവാ മനുഷ്യരും മണ്ണും ഒന്നാകുന്ന കരുണാർദ്രവും വിശ്വസാഹോദര്യവും പേറുന്ന പ്രപഞ്ചവീക്ഷണമാണിത്. ചുരുക്കത്തിൽ പ്രബുദ്ധതയുടെ അനുകമ്പയാർന്ന മൈത്രീദർശനവും ജൈവനൈതികതയും കേരള സംസ്കാരത്തിന്റെ അടിത്തറയായി വർത്തിക്കുന്നതായി കാണാം. അതിനെ നിരന്തരം പ്രതിനിധാന, ജ്ഞാനിമ ഹിംസയിലൂടെയും കള്ളങ്ങളിലൂടെയും മായിക്കുകയാണ് അധീശത്വം.

ആധുനികവും സമകാലികവുമായ ഗാഢ പരിസ്ഥിതിവാദത്തെ അതിന്റെ ആഴത്തിൽ സംസ്കാര വംശാവലികളിലൂടെ അറിഞ്ഞു പെരുമാറുമ്പോൾ നാം കേരളത്തിന്റേയും ഇന്ത്യയുടേയും പ്രബുദ്ധ സംസ്കാരധാരയായ ധമ്മപരിസ്ഥിതിയിലേക്കും വഴിനടക്കും. ജൈവ സമുദായവും ഭൗമികമായ നീതിയും കാരുണ്യവും നാം തിരിച്ചറിയും.

എല്ലാവരുമാത്മസഹോദരരെന്ന നമുക്കുള്ളുണരും. പ്രബുദ്ധതയുടെ തദ്ദേശീയമായ തായ്‌വേരുകളേയും അടിയൊഴുക്കുകളേയും നാം തൊട്ടുകയും തിരിച്ചറിയുകയും ചെയ്യും. ചരിത്ര വിമർശ ബോധത്തോടെ പ്രബുദ്ധതയെ പാഷണ്ഡതയിൽ നിന്നും നാം വേർതിരിക്കേണ്ടതുണ്ട്. സാഹോദര്യത്തിനും സമത്വത്തിനും സ്വാതന്ത്ര്യത്തിനും നിതാന്ത ഭീഷണിയായ പാഷണ്ഡതയുടെ കിരാതത്വത്തെ പരിപൂർണമായി നിരാകരിച്ച് കരുണാമയമായ പ്രബുദ്ധതയെ വീണ്ടെടുക്കേണ്ടതുമുണ്ട്. അനുകമ്പാപൂർണമായ ആ നൈതിക അറിവുകളാവും വലിയ പാരിസ്ഥിതിക ദുരന്തങ്ങളുടേയും പ്രകൃതിക്ഷോഭങ്ങളുടേയും കാലത്ത് നമ്മെ അതിജീവിക്കാൻ സഹായിക്കുക. നമ്മുടെ സംസ്കാര ഭൂമി ശാസ്ത്രത്തെ കുറിച്ചും പ്രാചീന ചരിത്രത്തെ കുറിച്ചും ഏറെ എഴുതി വഴിതെളിച്ച ഇളംകുളത്തിന്റെ മുഴുവൻ രചനകളും വീണ്ടെടുത്തു പുറത്തേക്കു വരുത്തേണ്ടതുണ്ട്. അതു പോലെ തന്നെ കേരളത്തിന്റെയും ഇന്ത്യയുടേയും രാജ്യാന്തര പ്രബുദ്ധതയുടെ വിമോചന ജനായത്ത വ്യവഹാരത്തെ നമ്മുടെ നൈതികക്കരാറായ നിർമാണഘടനയോടൊപ്പം സംരക്ഷിക്കേണ്ടതുമുണ്ട്. നൈതികമായ സാമൂഹ്യമായ പാരിസ്ഥിതിക മൈത്രീബോധത്തിലേക്കു നമുക്കുണരാം.

പുസ്തകക്കുറി

1. ഇളംകുളം. ഇളംകുളം കുഞ്ഞൻപിള്ളയുടെ തിരഞ്ഞെടുത്ത കൃതികൾ, ഭാഗം ഒന്ന്. എഡി. എൻ. സാം. കേരള സർവകലാശാല, 2002.
2. പെയിനെ, റിച്ചഡ്. എഡി. ഹൗമച്ച് ഈസ് ഇനഫ്?: കൺസ്യൂമറിസം ബുദ്ധിസം ആൻഡ് ദ ഹ്യൂമൻ ഇൻവിറോൺമെന്റ്, വിസ്ഡം, 2010.
3. ബാച്ചിലർ, മാർട്ടിൻ & കെറി ബ്രൗൺ. എഡി. ബുദ്ധിസം ആൻഡ് ഇക്കോളജി. കാസെൽ, 1992.
4. ഹെന്നിങ്, ഡാനിയേൽ. എ മാനുവൽ ഓഫ് ബുദ്ധിസം ആൻഡ് ഡീപ് ഇക്കോളജി. വേൾഡ് ബുദ്ധിസ്റ്റ് യൂണിവേഴ്സിറ്റി, 2002.
5. റ്റക്കർ, മേരി & ഡി. ആർ. വില്യംസ്. എഡി. ബുദ്ധിസം ആൻഡ് ഇക്കോളജി: ദ ഇന്റർ കണക്ഷൻ ഓഫ് ധമ്മ ആൻഡ് ഡീഡ്സ്. ഹാർവാർഡ് യു. പി., 1997.
6. റ്റലി, റോബർട്ട്. സ്പേഷ്യാലിറ്റി. റൂട്‌ലഡ്ജ്, 2013.
7. ---. എഡി. ജിയോക്രിറ്റിക്കൽ എക്സ്പ്ലൊറേഷൻസ്. പാൽഗ്രേവ് മാക്മില്ലൻ, 2011.

8. രാമാനുജൻ, എ. കെ. പോയംസ് ഓഫ് ലവ് ആൻഡ് വോർ. ഓക്സ്ഫഡ് യു. പി., 1998.
9. വെസ്റ്റ്ഫാൽ, ബെർട്രാൻഡ്. ജിയോക്രിറ്റിസിസം: റിയൽ ആൻഡ് ഫിക്ഷണൽ സ്പേയിസസ്. പാൽഗ്രേവ് മക്മിലൻ, 2011.
10. സുഗതൻ, കെ. ബുദ്ധമതവും ജാതിവ്യവസ്ഥയും, പ്രോഗ്രസ്, 2011.
11. സോജ, എഡ്വേഡ്. തേഡ് സ്പേയിസ്. ബ്ലാക്വെൽ, 1996.
12. ശേഖർ, അജയ്. സഹോദരനയ്യപ്പൻ: റ്റുവേഡ്സ് എ ഡിമോക്രാറ്റിക് ഫ്യൂച്ചർ, അതർ, 2012.
13. ---. പുത്തൻകേരളം: കേരളസംസ്കാരത്തിന്റെ ബൗദ്ധ അടിത്തറ. കേരളഭാഷാ ഇൻസ്റ്റിറ്റ്യൂട്ട്, 2018.

മലബാർ: ചരിത്രരചനയുടെ പാരമ്പര്യേതരസ്രോതസ്സുകൾ

ഡോ. വി. അബ്ദുൽ ലത്തീഫ്

ഇന്ത്യാഉപഭൂഖണ്ഡത്തിന്റെ പടിഞ്ഞാറൻ തീരദേശമേഖലയിൽ ഉൾപ്പെട്ട കേരളത്തിന്റെ ചരിത്രപദ്ധതികളെ കാലത്തെ മുൻനിർത്തി മൂന്നായി തരം തിരിക്കാറുണ്ട്. യൂറോപ്യൻ കോളനിവൽക്കരണത്തിനു മുമ്പുള്ള ചരിത്രപദ്ധതികൾ, കൊളോണിയൽ കാലത്തെ ചരിത്രപദ്ധതി, കോളനിയനന്തരകാല ചരിത്രപദ്ധതി എന്നിവയാണ് അവ. 1498-ൽ വാസ്ഗോഡഗാമ മലബാർ തീരത്തെത്തുന്നതുവരെയുള്ള കാലത്തെയാണ് പ്രീകൊളോണിയൽ കാലം എന്ന് വിവക്ഷിക്കുന്നത്. ചരിത്രാതീതകാലംമുതൽ പതിനാറാം നൂറ്റാണ്ടിന്റെ ആരംഭംവരെയുള്ള ദീർഘകാലം ഈ ഭൂവിഭാഗത്തിന്റെ ഗതിവിഗതികളെന്തായിരുന്നു എന്നുള്ള അന്വേഷണങ്ങളാണ് ഈ കാലത്തെ അന്വേഷിക്കുന്ന ചരിത്രപദ്ധതികളുടെ ലക്ഷ്യം. യൂറോപ്യരായ പോർച്ചുഗീസ്, ഡച്ച്, ഫ്രഞ്ച്, ഇംഗ്ലീഷ് ശക്തികൾ ഇരുപതാം നൂറ്റാണ്ടിന്റെ ആദ്യപകുതിയോളം ഇന്ത്യയിൽ ആധിപത്യം നിലനിർത്തുന്നുണ്ട്. ആദ്യം വന്ന പോർച്ചുഗീസുകാരാണ് ഇന്ത്യയിൽനിന്ന് അവസാനം പുറത്തുപോകുന്നത് എന്നു കാണാം. ഇവിടെ സൂചിപ്പിച്ചവയല്ലാത്ത യൂറോപ്യൻ ശക്തികളും പല കാലങ്ങളിൽ ഇന്ത്യയുമായി വ്യാപാരബന്ധങ്ങളിൽ ഏർപ്പെട്ടുന്നുണ്ട്. ഇന്ത്യയെക്കുറിച്ചുള്ള യൂറോപ്യൻ ധാരണകളും യൂറോപ്യർ ഇന്ത്യൻ ഭാഗങ്ങളിൽ കച്ചവടക്കാരായും ഭരണാധികാരികളായും ഉണ്ടായിരുന്ന കാലത്തെ വാണിജ്യപരവും ഭരണപരവുമായ രേഖകളായും ബോധപൂർവ്വം ഇന്ത്യയെ മാറ്റിത്തീർക്കുന്നതിനാവശ്യമായ ഇടപെടലുകളായും കൊളോണിയൽ കാലത്തെ ചരിത്രരേഖകൾ നിറഞ്ഞിരിക്കുന്നു. കൊളണിയൽ ഇന്ത്യ

ക്കകത്തു രൂപപ്പെട്ടുവരുന്ന ആധുനിക ഇന്ത്യൻ ദേശീയതയുമായി ബന്ധപ്പെട്ട ചരിത്രനിർമ്മിതിയും ഇക്കാലത്തുതന്നെ നിർവ്വഹിക്കപ്പെ ടുന്നുണ്ട്. ലോകത്താകെ നടന്ന ചരിത്രഗവേഷണ പരിപാടികളുടെ തുടർച്ചയായി നടന്ന പര്യവേഷണപരിപാടികളും ഉത്ഖനനങ്ങളും ഇന്ത്യയുടെ ചരിത്രാതീതകാലത്തെക്കുറിച്ചുള്ള പുതിയ വെളിച്ചങ്ങൾ പകർന്നുതരുന്നതും ഇക്കാലത്താണ്. ഇന്ത്യൻ ദേശീയതയ്ക്കകത്തെ ഉപദേശീയതകളെക്കുറിച്ചുള്ള ചിന്തകൾ മൂർത്തരൂപമാർജ്ജിക്കുന്ന തിനനുസരിച്ച് പ്രാദേശിക ചരിത്രരചനയും ഇക്കാലത്ത് ശക്തിപാ പിക്കുന്നുണ്ട്. ഇന്ത്യയ്ക്കു സ്വാതന്ത്ര്യം കിട്ടിയതിനുശേഷമുള്ള ചരിത്ര പദ്ധതികളെ വിശാലമായി കോളനിയനന്തരചരിത്രപദ്ധതികളായി വിലയിരുത്താമെങ്കിലും കോളോണിയൽ യുക്തിയ്ക്കു പുറത്തുനിന്ന് ചരിത്രരചനയുമായി ബന്ധപ്പെട്ട ദത്തങ്ങളെ പരിശോധിക്കുകയും വിശകലനം ചെയ്യുകയും ചെയ്യുന്നതാണ് കോളനിയനന്തര ചരി ത്രരചന. ചരിത്രവിജ്ഞാനീയം ചരിത്രരചനയെ പലരീതിയിൽ അപഗ്രഥിച്ചുമുന്നേറിയപ്പോൾ ചരിത്രരചയുടെ മുൻവിധികളിലും കാര്യമായ മാറ്റങ്ങളുണ്ടായിട്ടുണ്ട്. രാജവംശങ്ങളുടെയും അധികാ രരൂപങ്ങളുടെയും ചരിത്രം എന്നതിനപ്പുറം അധ്വാനം, തൊഴിൽ, സംസ്കാരം, വാസ്തുശില്പമാതൃകകൾ, കൃഷി തുടങ്ങിയ അതിസൂക്ഷ്മമായ ദത്തങ്ങൾവരെ ചരിത്രനിർമ്മാണത്തിന്റെ ഘടകങ്ങളോ ലക്ഷ്യ ങ്ങളോ ആകുന്നുണ്ട്. ഇന്ത്യയിലെയും വിദേശത്തെയും ചരിത്രപഠ നവകുപ്പുകൾ ഇന്ത്യാചരിത്രത്തെ സസൂക്ഷ്മം പഠിക്കാനെടുക്കുന്നുണ്ട് പുതിയ കാലത്ത്. അത്തരം പഠനങ്ങളിലൂടെ ചരിത്രത്തിന് പുതിയ സമീപനരീതികളും അന്വേഷണമേഖലകളും രൂപപ്പെട്ടുവന്നിട്ടുണ്ട്. കഴിഞ്ഞ ഏതാനും ദശകങ്ങളിൽ വിശാലമായ ഒരു ഭൂഭാഗത്തെ ഒന്നിച്ചെടുത്തു പഠിക്കുന്ന മേഖലാപഠനങ്ങൾ ശ്രദ്ധേയമായിട്ടുണ്ട്. ഇതിനോടൊപ്പം ചേർത്തുവായിക്കാവുന്ന ഒന്നാണ് സമുദ്രാന്തരപഠ നങ്ങൾ. ഇത്തരത്തിൽ പസഫിക് മഹാസമുദ്രത്തെയോ അതിന്റെ തുടർച്ചയായ ഇന്ത്യൻ മഹാസമുദ്രത്തെയോ ഒരു യൂണിറ്റായി എടുത്തു പഠിക്കുകയാണ് ഗവേഷകർ. കടൽവഴിയ്ക്കുള്ള ദീർഘകാല കച്ചവ ടബന്ധങ്ങളിലൂടെയാണ് മേഖലയിലാകെ സമാനരീതിയിലുള്ള മതം, ഭാഷ, ഭക്ഷണരീതികൾ, സംസ്കാരം, വാസ്തുവിദ്യ എന്നിവ രൂപപ്പെട്ടത് എന്നതുകൊണ്ട് ഇത്തരത്തിലുള്ള ചരിത്രാന്വേഷ ണത്തിന് പ്രസക്തിയുണ്ട്. മലബാർപഠനം ഈ ശ്രേണിയിലുള്ള ചരിത്രകാരന്മാരുടെ പ്രധാന അന്വേഷണവിഷയമാണ്. പൊതുവെ നമ്മുടെ പരമ്പരാഗത ചരിത്രനിർമ്മാതാക്കൾ ഉപാദാനങ്ങളായി

സ്വീകരിക്കുന്ന പുരാലിഖിതങ്ങൾ, പുരാവസ്തുതെളിവുകൾ, സാഹിത്യ ത്തെളിവുകൾ എന്നതിൽനിന്ന് വ്യത്യസ്തമായി പാരമ്പര്യേതരമായ ധാരാളം ഉപാദാനങ്ങളെ ചരിത്രരചനയ്ക്കായി ഉപയോഗപ്പെടുത്തുന്നു എന്നതാണ് പ്രാഥമികമായി ഇത്തരം ചരിത്രാന്വേഷകരെ വ്യത്യ സ്തമാക്കുന്നത്. കൊളോണിയൽ മുൻവിധികളും പൊതുവെ ഇന്ത്യൻ വൈജ്ഞാനികലോകത്തെ സവർണ്ണമുൻവിധികളും ഒഴിവാക്കുകയോ കണ്ണു ചെല്ലാതിരിക്കുകയോ ചെയ്ത മേഖലകൾ ഇവർ പരിഗണി ക്കുകയും സൂക്ഷ്മമായി അപഗ്രഥിക്കുകയും ചെയ്യുന്നുണ്ട്. ഇന്ത്യൻ മഹാസമുദ്രപഠനങ്ങളോട് ചേർത്തുവെക്കാവുന്ന വിധം മലബാറിനെ സമീപിക്കുന്ന എതാനും പഠനങ്ങളും അവരുടെ സമീപനരീതികളും പരിചയപ്പെടുത്താനാണ് ഈ പ്രബന്ധം ഉദ്യമിക്കുന്നത്. മഹമൂദ് കൂരിയയും മൈക്കൽ നെയ്‌ലർ പിയേഴ്സണും ചേർന്ന് എഡിറ്റു ചെയ്ത് ഓക്സ്ഫോർഡ് യൂണിവേഴ്സിറ്റി പ്രസ് പ്രസിദ്ധീകരിച്ച 'മലബാർ ഇൻ ഇന്ത്യൻ ഓഷ്യൻ' എന്ന പുസ്തകത്തെ മുൻനിർത്തി യാണ് ഈ പ്രബന്ധം തയ്യാറാക്കിയിരിക്കുന്നത്. മലബാറുമായി ബന്ധപ്പെട്ട് ഇന്ത്യയ്ക്കകത്തും പുറത്തുമുള്ള വ്യത്യസ്ത ഭാഷകളിലുള്ള ചില രേഖകളുടെ വിവർത്തനവും പഠനവുമാണ് മുഖ്യമായും ഈ ഗ്ര ന്ഥത്തിന്റെ ഉള്ളടക്കം. പുരാലിഖിതങ്ങൾ, വാസ്തുശില്പം തുടങ്ങിയ കാര്യങ്ങളും ഈ ഗ്രന്ഥം പരിഗണിക്കുന്നുണ്ട്.

ഭാഷകളും ചരിത്രനിർമ്മിതിയും

കേരളചരിത്രവുമായി ബന്ധപ്പെട്ട് പരിഗണിക്കേണ്ട ഭാഷകൾ ഏതെല്ലാമാണ്? പരമ്പരാഗതമായി നാം പരിഗണിക്കുന്നത് മലയാളം, തമിഴ്, സംസ്കൃതം, ഇംഗ്ലീഷ് ഭാഷകളെയാണ്. ക്രിസ്തുവർഷം ആദ്യ നൂറ്റാണ്ടുകൾ മുതൽ ആധുനികകാലം വരെ മലബാറുമായുള്ള വാണിജ്യബന്ധത്തിൽ സജീവമായിരുന്ന അറബ് സമൂഹത്തിന്റെ വാണിജ്യഭാഷയും മതപരമായ ആവശ്യങ്ങൾക്കുള്ള ഭാഷയും അറബി യായിരുന്നു. മലബാറിനെ സംബന്ധിക്കുന്ന ധാരാളം രേഖകൾ അറബി ഭാഷയിലുണ്ട്. ചരിത്രഗ്രന്ഥങ്ങളായും മതഗ്രന്ഥങ്ങളായും സാഹിത്യമായും വാണിജ്യരേഖകളായും അറബി ഭാഷ മലബാർച രിത്രത്തെ നിർണ്ണായകമായി സ്വാധീനിക്കുന്നതാണ്. കേരളത്തിനക ത്തും പുറത്തും ഇനിയും പട്ടികപ്പെടുത്തുക പോലും ചെയ്യാത്ത നിരവധി അറബി രേഖകൾ ഉള്ളതായി ചരിത്രകാരന്മാർ രേഖപ്പെടുത്തുന്നു. കേരളത്തിന് ആദ്യമായി ഒരു സമഗ്രചരിത്രഗ്രന്ഥമുണ്ടാകുന്നത് അറബി ഭാഷയിലാണ്. നിരവധി ഇന്ത്യൻഭാഷകളിലേക്കും വിദേശ ഭാഷകളിലേക്കും വിവർത്തനം ചെയ്യപ്പെട്ട കൃതിയാണ് സൈനുദ്ദീൻ

മക്ദൂം എഴുതിയ തുഹ്ഫത്തുൽ മുജാഹിദ്ദീൻ എന്ന അറബി ഗ്രന്ഥം. കേരളത്തിലെ ആദ്യകാല ക്രിസ്ത്യാനികളായ സെന്റ്തോമസ് ക്രിസ്ത്യാനികൾ മതപരമായ ആവശ്യങ്ങൾക്ക് ഉപയോഗിച്ചിരുന്ന ഭാഷ സിറിയാക് ഭാഷയായിരുന്നു. പോർച്ചുഗീസുകാരുടെ വരവോടെ കേരളീയ ക്രിസ്ത്യാനികളുടെ മതപരവും ഭരണപരവുമായ കാര്യങ്ങളിൽ കാര്യമായ പാശ്ചാത്യവൽക്കരണം നടക്കുന്നുണ്ട്. ഇതുമായി ബന്ധപ്പെട്ട സംവാദങ്ങളും ചർച്ചകളുമെല്ലാം കേരളചരിത്രവുമായി ബന്ധപ്പെട്ടവയാണ്. സിറിയാക്ക്, ലാറ്റിൻ ഭാഷകളിലാണ് ഈ ചർച്ചകളെല്ലാം നടക്കുന്നത്. ഇരുപതാം നൂറ്റാണ്ടിന്റെ അവസാനപാദം വരെ കേരളത്തിലുണ്ടായിരുന്ന ജൂതസമൂഹം അവരുടെ വിശ്വാസപരമായ കാര്യങ്ങൾക്ക് ഹീബ്രുഭാഷ പ്രയോജനപ്പെടുത്തിയിരുന്നു. അറബികളെപ്പോലെ അവരും സമുദ്രാന്തരവാണിജ്യത്തിൽ ഏർപ്പെട്ടവരായിരുന്നു. കേരളത്തിലെ ജൂതസമൂഹത്തെക്കുറിച്ച് എഴുതപ്പെട്ട പല രേഖകളും കേരളചരിത്രത്തെക്കുറിച്ച് വിലയേറിയ വിവരങ്ങൾ തരുന്നവയാണ്. കൊളോണിയൽ ആധുനികതയെക്കുറിച്ചു പറയുമ്പോൾ പ്രധാനമായും നാം ഊന്നുന്നത് ഇംഗ്ലീഷുകാരിലാണ്. എന്നാൽ പോർച്ചുഗീസ്, ഡച്ച്, ഫ്രഞ്ച് സാന്നിധ്യം വലിയ അളവിൽ കേരളത്തിൽ ഉണ്ടായിട്ടുണ്ട്. ഈ ഭാഷകളിലെല്ലാം പല രേഖകളും കേരളവുമായി ബന്ധപ്പെട്ട് രചിക്കപ്പെട്ടിട്ടുണ്ട്. ഇംഗ്ലീഷിലുള്ള രചനകളോടൊപ്പം ഈ ഭാഷകളിലുള്ള രേഖകളും കേരളചരിത്രനിർമ്മാണവുമായി ബന്ധപ്പെട്ട് അറബിപോലെ പ്രധാനപ്പെട്ടതാണ്. പരിഗണിക്കപ്പെടേണ്ട മറ്റൊരു ഭാഷയാണ് പേർഷ്യൻ. 1836 വരെ ബ്രിട്ടീഷിന്ത്യയുടെ ഔദ്യോഗിക ഭാഷ പേർഷ്യനായിരുന്നു എന്ന് ഓർക്കേണ്ടതുണ്ട്. ഡൽഹി സുൽത്താന്മാരുടെയും മുഗളന്മാരുടെയും ഔദ്യോഗികഭാഷയായ പേർഷ്യൻ ദീർഘകാലത്തേക്ക് വാണിജ്യബന്ധങ്ങളുടെയും വിശേഷവ്യവഹാരങ്ങളുടെയും വാഹകഭാഷയായിരുന്നു. ഇന്ത്യൻഭാഷകളിലെല്ലാം പേർഷ്യൻ ഭാഷയിൽനിന്നുള്ള പദങ്ങൾ തത്സമങ്ങളോ തത്ഭവങ്ങളോ ആയി കടന്നുവന്നതായി കാണാം. ചരിത്രനിർമ്മാണസാമഗ്രിയായി പരിഗണിക്കുമ്പോൾ മലയാളഭാഷയെത്തന്നെ ഏറെ സൂക്ഷ്മതയോടെ കാണേണ്ടതുണ്ട്. ആധുനികമലയാളം രൂപപ്പെടുന്നതിനുമുമ്പ് മലയാളത്തിനുണ്ടായിരുന്ന വ്യത്യസ്ത കൈവഴികളെക്കുറിച്ചുള്ള ധാരണ പ്രധാനമാണ്. കേരളത്തിലെ മുസ്ലീങ്ങൾ മലയാളമെഴുതാനായി അറബിലിപിയിൽനിന്നുരുത്തിരിച്ചെടുത്ത ഒരു എഴുത്തു സമ്പ്രദായം പ്രയോജനപ്പെടുത്തിയിരുന്നു. അറബിമലയാളം എന്നറിയപ്പെടുന്ന ഈ

എഴുത്തുരീതിയിൽ ഉണ്ടായ സാഹിത്യ-സാഹിത്യേതരരചനകൾ മണിപ്രവാളം എന്ന മലയാള-സംസ്കൃത സങ്കരഭാഷയിലുണ്ടാതിനേക്കാൾ അധികം വരും. സിറിയാക്ക് ലിപിയുപയോഗിച്ചെഴുതിയ കർസോനി, ഹീബ്രുലിപിയുപയോഗിച്ചെഴുതിയ ഹീബ്രുമലയാളം എന്നിവയും പ്രാധാന്യമർഹിക്കുന്നു.

മലബാർചരിത്രവും അറബി ഭാഷയും

കേരളത്തിൽ അറബി ഭാഷ എപ്പോൾ മുതൽ പ്രചാരത്തിലായി എന്നതിന് കൃത്യമായി തെളിവില്ല. ഒമ്പതാം നൂറ്റാണ്ടിലെ തരിസാപ്പള്ളി ശാസനത്തിൽ അറബി ഭാഷാസാന്നിധ്യമുണ്ട്. ഈ ശാസനത്തിൽ കൊല്ലം തീരത്തെ അറബിവ്യാപാരികൾ കൂഫീലിപിയിൽ പേരെഴുതി ഒപ്പിട്ടിരിക്കുന്നതായി കാണാം. ഖബറിടങ്ങളിലെ സ്മാരകശിലകളിൽ അറബി എഴുത്തുകൾ കാണാം. പതിനാലാം നൂറ്റാണ്ടിൽ കേരളം സന്ദർശിച്ച ഇബ്നു ബത്തൂത്ത മലബാറിൽ നിലനിന്നിരുന്ന അറബി സാന്നിധ്യത്തെക്കുറിച്ച് പരാമർശിക്കുന്നുണ്ട്. സൈനുദ്ദീൻ മഖ്ദൂം, ഖാളീ മുഹമ്മദ്, അഹമ്മദ് കോയ ശാലിയാത്തി, വെളിയംകോട് ഉമർ ഖാളീ തുടങ്ങിയവർ അറബി ഭാഷയിൽ ഗ്രന്ഥങ്ങൾ രചിച്ചവരാണ്. കേരളത്തിൽ രചിക്കപ്പെട്ട ആദ്യത്തെ അറബി ഗ്രന്ഥം എ.ഡി.1342-ൽ ഫഖീഹ് ഹുസൈൻ രചിച്ച ഖൈദുൽ ജാമിഅ് ആണ്. (ശമീറലി കുറ്റിക്കാട്ടൂർ : അറബി ഭാഷയും കേരളവും) കേരളത്തിലെ അറബി പ്രചാരണത്തിൽ പൊന്നാനിയിലെ മഖ്ദൂമുമാർ വലിയ പങ്കു വഹിച്ചിട്ടുണ്ട്. ശൈഖ് സൈനുദ്ദീൻ ബിൻ അലിയാണ് പൊന്നാനിയിലെ മതപഠനസ്ഥാപകൻ. നിയമശാസ്ത്രം, ആധ്യാത്മശാസ്ത്രം തുടങ്ങിയവയിൽ അദ്ദേഹം രചനകൾ നിർവ്വഹിച്ചിട്ടുണ്ട്. പോർച്ചുഗീസ് അധിനിവേശത്തിനെതിരെ പോരാടാൻ ആഹ്വാനം ചെയ്തുകൊണ്ട് അദ്ദേഹം രചിച്ച തഹ്‌രീള അഹ് ലിൽ ഈമാൻ അലാഹാദി അബദത്തി സ്സുൽബാൻ എന്ന കാവ്യം ഇക്കൂട്ടത്തിൽ പ്രധാനപ്പെട്ടതാണ്. നൂറ്റമ്പത് വരികളുള്ള ഈ കാവ്യം അക്കാലത്തെ രാഷ്ട്രീയ സംഘർഷങ്ങളെ രേഖപ്പെടുത്തുന്ന രചനയാണ്. സൈനുദ്ദീൻ മഖ്ദൂം ഒന്നാമന്റെ പൌത്രനാണ് ശൈഖ് സൈനുദ്ദീൻ രണ്ടാമൻ. ഒരു കേരളീയൻ രചിച്ച പ്രഥമ കേരള ചരിത്രഗ്രന്ഥമായ തുഹ്ഫത്തുൽ മുജാഹിദ്ദീൻ ഇദ്ദേഹത്തിന്റെ രചനയാണ്. കേരളത്തിലെ ഏറ്റവും പ്രശസ്തമായ കർമ്മശാസ്ത്രഗ്രന്ഥമായ ഫത്ഹുൽ മുഈനും ഇദ്ദേഹത്തിന്റെ രചനയാണ്. ഇതിനു പുറമെ ചെറുതും വലുതുമായ പത്തോളം ഗ്രന്ഥങ്ങൾ ഇദ്ദേഹത്തിന്റേതായി ഉണ്ടത്രെ. (ശമീറലി കുറ്റിക്കാട്ടൂർ: അറബി ഭാഷയും കേരളവും) 1577-ൽ കോഴിക്കോട്ടു ജനിച്ച ഖാദി

മുഹമ്മദ് നിരവധി അറബി ഗ്രന്ഥങ്ങൾ രചിച്ച വ്യക്തിയാണ്. ഇലാ കം അയ്യുഹൽ ഇൻസാൻ എന്ന അറബി കാവ്യം രചിച്ചത് ഇദ്ദേഹമാണ്. പ്രസിദ്ധമായ മുഹിയിദ്ദീൻ മാലയുടെ രചയിതാവും ഇദ്ദേഹമാണ്. ഇദ്ദേഹം രചിച്ച അധിനിവേശവിരുദ്ധ കാവ്യമാണ് അൽഫത്ഹുൽ മുബീൻ. 1755-ൽ ജനിച്ച വെളിയംകോട് ഉമർ, ഖാദിയും കവിയും അറബ് ഗ്രന്ഥകാരനമായിരുന്നു. ഇദ്ദേഹത്തിന്റെ മഖാസിദുന്നികാഹ്, സ്വല്ലൽ ഇലാഹ്, നഫാഇസു ദ്ദൂർ തുടങ്ങിയ രചനകൾ ശ്രദ്ധേയമാണ്. സയ്യിദ് ജഫ്രിയുടെ കൻസുൽ ഹറാഹീൻ, മനമ്പുറം തങ്ങളുടെ അസ്സൈഫുൽ ബത്താർ, സയ്യിദ് ഫസലിന്റെ ഉദ്ദത്തുൽ ഹുക്കാം തുടങ്ങിയ രചനകളും കേരളത്തിൽനിന്നുള്ള അറബ് രചനകളാണ്. പതിനാറാം നൂറ്റാണ്ടിൽ മലബാറിലുണ്ടായ മൂന്ന് അറബ് ഗ്രന്ഥങ്ങൾ യൂറോപ്യൻ ഭാഷകളിലേക്ക് വിവർത്തനം ചെയ്യപ്പെട്ടിട്ടുണ്ട്. (കുരിയ: 2018) അഹ്മദ് സിയാൻ അൽ-ദീൻ മുഹമ്മദ് അൽ ഗസാലീ അൽ മലബാറീ (1583)യുടെ ഏറെ പ്രശസ്തമായ തുഹ്ഫത്ത് അൽ മുജാഹിദീൻ ഫീ ബഅ്ദീ അഖ്ബാർ അൽ ബുർത്തുഗാലിയ്യൂൻ എന്ന ഗ്രന്ഥം ഡേവിഡ് ലോപസ് ഭാഗികമായി പോർച്ചുഗീസിലേക്കും എം.ജെ. റൊളാൻസണും എസ്. മുഹമ്മദ് ഹുസൈൻ നൈനാറും ചേർന്ന് ഇംഗ്ലീഷിലേക്കും മൊഴിമാറ്റം ചെയ്തിട്ടുണ്ട്. ഇത് പല ഇന്ത്യൻ ഭാഷകളിലേക്കും വിവർത്തനം ചെയ്തിട്ടുണ്ട്. ഖാദി മുഹമ്മദ് ബിൻ അബ്ദുൾ അസീസിന്റെ ഫത്ത് അൽ മുബീൻ എം. എ.മുയീദ് ഖാൻ ഇംഗ്ലീഷിലേക്കു വിവർത്തനം ചെയ്തതിനു പുറമേ 1522-ൽ സെയ്ൽ അൽ-ദീൻ അബൂയഹിയാ ബിന്ഢ അലി രചിച്ച തഹ്രീഖ് അഹ്ൽ അൽ-ഈമാൻ എന്ന ഗ്രന്ഥവും ഇംഗ്ലീഷിലേക്ക് വിവർത്തനം ചെയ്തിട്ടുണ്ട്. ഈ മൂന്നു ഗ്രന്ഥങ്ങൾക്കും വ്യത്യസ്തമായ സാഹിതീയ ഗുണങ്ങളും ചരിത്രപരമായ പ്രാധാന്യവുമാണ് ഉള്ളത്. ആധുനികപൂർവ്വ ഇന്ത്യാചരിത്രത്തിൽ വ്യാപരിക്കുന്ന പണ്ഡിതർ ധാരാളമായി ഉപയോഗിക്കുന്ന ഗ്രന്ഥമാണ് തുഹ്ഫത്ത്. മറ്റു രണ്ടു ഗ്രന്ഥങ്ങളും അവരുടെ ശ്രദ്ധയിൽ അധികം വരാറില്ല.

മഹമൂദ് കൂരിയ ഇംഗ്ലീഷ് പരിഭാഷയിലൂടെ ലോകത്തിനു പരിചയപ്പെടുത്തുന്ന ഒരു ലഘു അറബ് രചനയാണ് 'ഖുതുബത്ത് അൽ ജിഹാദിയ : പതിനാറാം നൂറ്റാണ്ടിലെ ഒരു പോർച്ചുഗീസ് വിരുദ്ധ ഗീതം' എന്ന കൃതി. കോഴിക്കോട്ടുകാരനായ ഖാദി മുഹമ്മദാണ് ഇതിന്റെയും രചയിതാവ്. പതിനാറാം നൂറ്റാണ്ടിലെ ഇന്തോ-പോർച്ചുഗീസ് സംഘർഷങ്ങൾക്കു പിന്നിലെ ചരിത്രപരമായ സങ്കീർണ്ണതകളിലേക്കും സാമൂഹികഭാവനകളിലേക്കും വെളിച്ചം വീശുന്ന

രചനയാണ് ഇത്. പ്രാദേശിക സമൂഹങ്ങൾ, വിശിഷ്യാ മലബാറിലെ മാപ്പിള മുസ്ലീങ്ങൾ ഇന്ത്യൻ മഹാസമുദ്രത്തിലെ പോർച്ചുഗീസ് സംരംഭങ്ങൾക്കെതിരെ എത്രത്തോളം പ്രചോദിതരായിരുന്നു എന്നു മനസ്സിലാക്കാൻ ഈ ചെറുപുസ്തകം സഹായിക്കും. തലക്കെട്ടിലും കൈയെഴുത്തുപ്രതിയുടെ ആദ്യവരിയിലും സൂചിപ്പിക്കുന്നതുപോലെ ഇത് പള്ളിയിലെ പ്രാർത്ഥനായോഗത്തിൽ നടത്തിയ ഒരു പ്രബോധന (അറബിയിൽ ഖുതുബ)മാണ്. ഇസ്ലാമിന്റെ ആദ്യകാല ബൗദ്ധികപാരമ്പര്യത്തിൽ ഇത്തരം പ്രബോധനങ്ങൾക്കുള്ള പ്രാധാന്യം നോർമാൻ കാൾഡർ വിശകലനം ചെയ്തിട്ടുണ്ട് . തെക്കും തെക്കുകിഴക്കുമുള്ള ഇന്ത്യൻമഹാസമുദ്രതീരങ്ങളിലെ മുസ്ലീങ്ങൾക്ക് മധ്യേഷ്യയിലെ സമാനമനസ്കരുമായി മതരാഷ്ട്രീയകാര്യങ്ങളിലുള്ള ചാർച്ചാബന്ധങ്ങൾ പതിമൂന്ന്, പതിനെട്ട് നൂറ്റാണ്ടുകളിലുടനീളം മതപ്രബോധനങ്ങളിലൂടെ എങ്ങനെയാണ് നിർവ്വഹിക്കപ്പെട്ടത് എന്ന് ഖലീഫമാരുടെയും സുൽത്താന്മാരുടെയും പേരുകൾ ഇത്തരം പ്രഭാഷണങ്ങളിൽ കടന്നുവരുന്നത് ചൂണ്ടിക്കാണിച്ചുകൊണ്ട് എലിസബത്ത് ലാംബോൺ സ്ഥാപിക്കുന്നുണ്ട്.

1727-1808 കാലത്ത് കോഴിക്കോട്ടു ജീവിച്ച ഹദ്റാമി സൂഫി പണ്ഡിതനാണ് ഷെയ്ക്ക്അൽ-ജഫ്രിയ. തെക്കൻ യമനിലെ തരീമിലെ ഹാവിയിൽനിന്ന് തന്റെ ഇരുപതുകളുടെ തുടക്കത്തിൽ മലബാറിലേക്ക് കുടിയേറിയ ഷെയ്ക്ക് ജഫ്രി മാപ്പിളസമൂഹത്തിന്റെ സാമൂഹിക മതരാഷ്ട്രീയപശ്ചാത്തലങ്ങളിൽ ഏറെ സ്വാധീനം ചെലുത്തിയ വ്യക്തിയാണ്. മലബാറിലെ ഡയസ്പോറ കുടിയേറ്റക്കാരെ വിശാലമായ ഹദ്റാമി ശൃംഖലകളുടെ സാർവത്രികസന്ദർഭകങ്ങളുമായി ഇണക്കുന്ന നിരവധി സൂഫീവംശാവലീഗ്രന്ഥങ്ങൾ അദ്ദേഹം എഴുതിയിട്ടുണ്ട്. കൂടാതെ മലബാറിലെ സാമൂഹ്യരാഷ്ട്രീയസാഹചര്യങ്ങളുമായി ബന്ധപ്പെട്ട രസകരമായ കവിതകളും അദ്ദേഹം ചിട്ടപ്പെടുത്തി. കവ്കാഇ്അൽ-ജലീൽ എന്ന അദ്ദേഹത്തിന്റെ രചന എഴുത്തുകാരനെയും മലബാറിലെ മറ്റു കുടിയേറ്റക്കാരെയും ഇന്ത്യൻ മഹാസമുദ്രത്തിലെ നിരവധി സ്ഥലങ്ങളിലെ കുടുംബ-സൂഫീ ബന്ധുക്കളുമായി ബന്ധിപ്പിക്കുന്ന ഒരു വംശാവലീനിബന്ധമാണ്. നത്തീജഅഷ്ക്കാൽ, കന്സ്അ അൽ ബരാഹീൻ എന്നിവ ജഫ്രിയുടെ സൂഫി യജമാനന്മാരുടെ ജീവിതത്തെ വിവരിക്കുന്ന രചനകളാണ്. മലബാറിലെ അദ്ദേഹത്തിന്റെ ഷെയ്ക്ക്, കൊയിലാണ്ടിയിലെ മുഹമ്മദ് ബിൻ ഹാമിദ് (മരണം 1747) ഹസൻ ബിൻ അബ്ദുള്ള അൽ ഹമീദ് തരീം (മരണം 1774) എന്നിവരാണ്. രണ്ടു ഗ്രന്ഥങ്ങളും അതേസമയം അക്കാലത്ത്

മലബാറിലുണ്ടായിരുന്ന ദൈവനിഷേധാത്മകമായ സൂഫി ക്രമങ്ങളുടെ ഇസ്ലാമികേതരമായ അനുഷ്ഠാനങ്ങൾക്കു നേരെയുണ്ടായ തീവ്രമായ ആക്രമണങ്ങളെയും അനാവരണം ചെയ്യുന്നു.

ജഫ്രിയുടെ സൂഫി വംശാവലീ ചരിത്രവും മറ്റു മതഗ്രന്ഥങ്ങളും നേരത്തേ മലബാറിലുണ്ടായിരുന്ന പണ്ഡിതപാരമ്പര്യത്തെ ദൃഢപ്പെടുത്തിയതിന് പ്രത്യക്ഷ സൂചനകൾ തരുന്നുണ്ട്. വഹാബി ശുദ്ധീകരണ പ്രസ്ഥാനം അറേബ്യൻ ഉപദ്വീപിൽ പടർന്നു കയറിയതുപോലെ മലബാറിലെ മുസ്ലീങ്ങൾക്കിടയിൽ കടന്നുകയറിയ ഷിയാ ആചാരക്രമങ്ങളെയും കപടസൂഫീ ആചാരങ്ങളെയും ശക്തമായി അപ്രമാണീകരിക്കുന്നതിലേക്കാണ് 1784, 1785 വർഷങ്ങളിലായി അദ്ദേഹം രചിച്ച നത്തീജാ അഷ്ക്കാൽ, കല്സ് അൽ- ബറാഹീൻ എന്നീ ഗ്രന്ഥങ്ങൾ ശ്രദ്ധിക്കുന്നത്. അലവി സൂഫീ ഗുരു പരമ്പരയിൽപ്പെട്ട പുണ്യാത്മാക്കളുടെ ചരിതം പദ്യരൂപത്തിൽ ആഖ്യാനം ചെയ്യുന്നതാണെങ്കിലും വാസ്തവത്തിൽ അത് ചിട്ടപ്പെടുത്തിയിരിക്കുന്നത് കൊണ്ടോട്ടിയിലെ ഫക്കീർ മുഹമ്മദ് ഷായുടെ സൂഫീവാദങ്ങളെ വിമർശിക്കാനാണ്. ഷായുടെ രീതികൾ ഇസ്ലാമിക ശരീയത്തിന് അനുസൃതമല്ല എന്നാണ് ജഫ്രിയുടെ വാദം . അലവി സൂഫി ആരാധനാക്രമവും റാത്തീബ് അൽ ഹദ്ദാദ് പോലുള്ള അനുഷ്ഠാനങ്ങളും പ്രോത്സാഹിപ്പിക്കുക വഴി മലബാറിലെ മതവഴക്കുകളെ ജഫ്രി പുതിയൊരു വഴിയിലേക്കു കൊണ്ടുവരികയായിരുന്നു. വ്യത്യസ്ത സന്ദർഭങ്ങളിലായി ജഫ്രി എഴുതിയ പദ്യങ്ങളുടെ സമാഹാരമായ ഹഫവാത്ത് എന്ന കൃതി പ്രദേശത്തെ ഡയസ്പോറാസമൂഹത്തിന്റെ രാഷ്ട്രീയ വീക്ഷണവും മതസാമൂഹ്യപ്രവർത്തനങ്ങളും വിശദീകരിക്കുന്ന പ്രധാനപ്പെട്ട രചനയാണ്. കോഴിക്കോട്ടെ ഷിയാ ആചാരങ്ങളും മുഹറം വിലാപാനുഷ്ഠാനവും ഹഫവാത്ത് തള്ളിക്കളയുന്നു. അതേസമയം അൽ- ഇർഷ്വദാത്ത്അൽ- ജഫ്രിയു ഫീ അൽ- റദ്ദ്അ്ലാ അൽ- ദലാലത്ത് എന്ന പദ്യം സൂഫീ ആരാധനാക്രമങ്ങളെ ഭർത്സിക്കുന്ന വഹാബി ശുദ്ധീകരണവാദങ്ങളെയും തള്ളിക്കളയുന്നു. ഷെയ്ക്ക് ഇബ്ൻ അബ്ദ് അൽ വഹാബ് അന്തരിച്ച് ഒരു ദശകത്തിനു ശേഷം, 1804-ൽ എഴുതപ്പെട്ട ഈ രചന അനറബ് സാഹചര്യത്തിലെ ആദ്യകാല വഹാബി വിമർശനമായും പരിഗണിക്കാവുന്നതാണ്. പൊന്നാനിയിലെ മഅ്ഊനത്തുൽ അറബിക് കോളേജിൽ ഇതിന്റെ രണ്ടു വ്യത്യസ്ത കൈയെഴുത്തുപ്രതികൾ ലഭ്യമാണെന്ന് അബ്ദുൾ ജലീൽ സൂചിപ്പിക്കുന്നു. (ജലീൽ: 2018)

കൊയിലാണ്ടിയിലെ ഷെയ്ക്കിന്റെ മരണത്തിൽ വ്യസനം രേഖപ്പെടുത്തുന്ന വിലാപഗീതങ്ങൾ രചിച്ചതായി ജഫ്രി സൂചിപ്പിക്കുന്നുണ്ട്. പൊന്നാനിയിലെ ഗ്രന്ഥശേഖരത്തിൽ ഇത് ലഭ്യമാവാൻ സാധ്യതയുണ്ട്. ഇത് കണ്ടെടുത്ത് പ്രസിദ്ധീകരിക്കുകയാണെങ്കിൽ ലഭ്യമായ കേരളീയ വിലാപകാവ്യങ്ങളിൽ ആദ്യത്തേതാവും അത്. ഭാവനാത്മകമായ ഒരു സന്ദർഭമല്ല, കൃത്യമായ രേഖകളുള്ള ഒരു ചരിത്രസംഭവമാണ് ഇതിന് ആധാരമെന്ന പ്രത്യേകതയും ആ കൃതിയ്ക്ക് അവകാശപ്പെടാനായേക്കും.

മലബാർ ചരിത്രവും പേർഷ്യൻ, ഹീബ്രുഭാഷകളും

ഇന്ത്യയിൽ നൂറ്റാണ്ടുകളോളം ഔദ്യോഗികഭാഷയായി നിലനിന്ന ഭാഷയാണ് പേർഷ്യൻ. വിവിധ ദില്ലി സുൽത്താനേറ്റുകളും ഡക്കാൻ സുൽത്താനേറ്റുകളും ബംഗാൾ നവാബുമാരും മുഗളന്മാരും ഇവരുടെയൊക്കെ സാമന്തന്മാരായ ചെറുരാജാക്കന്മാരും ഭരണപരമായ ആവശ്യങ്ങൾക്കുപയോഗിച്ചത് പേർഷ്യൻ ഭാഷയായിരുന്നു. 1757-ൽ നടന്ന പ്ലാസി യുദ്ധത്തോടെ ഇന്ത്യയിൽ ബ്രിട്ടീഷ് അധികാരം നടപ്പിലായെങ്കിലും 1837-വരെയും അവർ ഇന്ത്യയിലെ ഭരണകാര്യങ്ങൾക്കുള്ള ഭാഷയായി പരിഗണിച്ചത് പേർഷ്യൻഭാഷയായിരുന്നു. ഭരണഭാഷ എന്ന നിലയിലും അല്ലാതെയും പേർഷ്യൻഭാഷയുടെ സ്വാധീനം തുടർന്നു. കേരളചരിത്രവുമായി ബന്ധപ്പെട്ട സുപ്രധാന രേഖയായ തരിസാപ്പള്ളി ശാസനത്തിലെ തരിസാ എന്ന പദം ക്രിസ്ത്യൻ എന്നു സൂചിപ്പിക്കുന്ന പേർഷ്യൻ പദമാണത്രെ. എങ്കിലും കേരളചരിത്രം പരാമർശിക്കുന്ന നേരിട്ടുള്ള രേഖകൾ വിരളമാണ്. ഇതിന് അപവാദമാണ് സമീപകാലത്ത് കണ്ടെടുക്കപ്പെട്ട ഏതാനും പേർഷ്യൻ കത്തുകൾ. 1748-ന്റെ ആദ്യമാസങ്ങളിൽ കൊച്ചിയിലെത്തിപ്പെട്ട ഒരു യാത്രാസംഘം കൊച്ചിയിൽനിന്നെഴുതിയതാണ് ഏതാണ്ടെല്ലാ കത്തുകളും. ആ വർഷം ഏപ്രിലിൽ കൊച്ചിയിൽനിന്ന് ബംഗാളിലേക്ക് പുറപ്പെട്ട യാത്രക്കാരുടെ കൈവശമാണ് ആ കത്തുകൾ കൊടുത്തേല്പിക്കപ്പെട്ടത്. ഗഗൻ ഡി.എസ് സൂദ് ആണ് ഈ രേഖകൾ പരിചയപ്പെടുത്തുന്നത്. (ഗഗൻ:2018)

സയ്യിദ് മുസ്തഫ (1 മുതൽ 9 വരെ) മുഹമ്മദ് ആബിദ് തനാ അള്ളാ (10 മുതൽ 16 വരെ) പേരുവെക്കാത്ത ഒരാൾ (17 മുതൽ 18 വരെ) എന്നിവരാണ് ഈ കത്തുകൾ എഴുതിയ വ്യക്തികൾ. ചരിത്രരേഖയിൽ ഒരു സൂചനപോലും അവശേഷിക്കാത്ത സാധാരണക്കാരായിരുന്നു അവർ. അതുകൊണ്ടുതന്നെ അവരുടെ സാധാരണത്തമാണ് ഈ രചനകളെ അസാധാരണമാക്കുന്നത്. പതിനെട്ടാം നൂറ്റാണ്ടിന്റെ

മധ്യത്തിൽ മലബാർലോകത്തിന്റെ പ്രാദേശികവശങ്ങൾ പുനർനിർമ്മിക്കാൻ ഇത് നമ്മെ സഹായിക്കുന്നു. ഇക്കാലത്തോളം വിസ്മൃതമോ അറിയപ്പെടാത്തതോ ആയ, ബംഗാളിൽനിന്ന് പുണ്യനഗരമായ കർബാലയിലേക്ക് ബസ്റ വഴി യാത്രതിരിച്ച ഒരു ഷിയാവിശ്വാസിയാണ് സയ്യിദ് മുസ്തഫ. യാത്ര ഒരേസമയം തീർത്ഥാടനവും കുടുംബ വൃക്ഷത്തിന്റെ വേരുകൾതേടിയുള്ള അന്വേഷണവും വാണിജ്യസംരംഭവുമായിരുന്നു, കുടുംബ വൃത്തത്തിന്റെ നിർദ്ദേശപ്രകാരം ഏറ്റെടുത്ത യാത്രയിൽ മലബാർ പദ്ധതിയിലുണ്ടായിരുന്നതിനാൽ കൊച്ചിയിലെത്തിയത് അപ്രതീക്ഷിതമായല്ല. എന്നാൽ 1748-ൽ ബസ്റയിലേക്ക് യാത്രതിരിച്ച് ഒരു മാസത്തിനു ശേഷം കൊച്ചിയിലേക്കുതന്നെ മടങ്ങേണ്ടി വന്നത് അപ്രതീക്ഷിതമായിരുന്നു. കാറ്റ് അങ്ങോട്ടുമിങ്ങോട്ടും കളിച്ചതിനാൽ സയ്യിദ് മുസ്തഫയുടെ കപ്പൽ അറബിക്കടലിൽ ലക്ഷ്യമില്ലാതെ വിഷമഗതിയായി ബസ്റയിലേക്കുള്ള യാത്ര മുടങ്ങി. ആഴ്ചകളായി ഇത് തുടർന്നപ്പോൾ സ്ഥിതിഗതികൾക്ക് മാറ്റം വരുമെന്ന് പ്രതീക്ഷിച്ച് ആഴക്കടലിൽ ഇനിയും തുടരുന്നത് അപകടമായിരിക്കുമെന്നു കണ്ട് അവർ കൊച്ചിയിലേക്കു മടങ്ങി. എന്തായാലും തെക്കുപടിഞ്ഞാറൻ കാലവർഷക്കാറ്റ് വീശാൻ തുടങ്ങുന്ന ഓഗസ്റ്റ്, സെപ്തംബർ മാസങ്ങൾ വരെ സയ്യിദ് മുസ്തഫ മലബാർ തീരത്ത് അകപ്പെട്ട അവസ്ഥയിലായി. കൊച്ചിയിൽ തങ്ങിയ രണ്ടു സന്ദർഭങ്ങളിലായി സയ്യിദ് മുസ്തഫ വീട്ടിൽ അദ്ദേഹത്തിന്റെ മകനായ സയ്യിദ് മൂർത്തയദയ്ക്കും (1, 3, 5 കത്തുകൾ) മൂത്തപുത്രനാകാവുന്ന പേരു വെക്കാത്ത ഒരാൾക്കും (4-ാമത്തെ) കുടുംബത്തിൽ അദ്ദേഹത്തിന്റെ മുതിർന്ന ബന്ധുക്കൾക്കും (2, 6, 7, 8) അദ്ദേഹത്തിന്റെ സഹപ്രവർത്തകനും (9) കത്തുകളെഴുതി.

ഈ കത്തുകളുടെ ചരിത്രമൂല്യത്തെക്കുറിച്ച് ഗഗൻ പറയുന്നതു നോക്കു: ഈ അധ്യായത്തിൽ വിവർത്തനം ചെയ്ത് ചേർത്തിട്ടുള്ള രേഖകൾ അടിസ്ഥാനപരമായി മലബാർകൂടി ഉൾപ്പെട്ട ഒരു വിശാലലോകത്തെയാണ് കാണിച്ചുതരുന്നത്. ഈ കത്തുകൾ അവയെ ബന്ധിപ്പിച്ച നേർത്ത പട്ടിനെയും കെട്ടുപിണഞ്ഞ ഇടപാടുകളെയും പരിഗണനകളെയും വെളിച്ചത്തുകൊണ്ടുവരുന്നു. ഇതിൽ സൂചിപ്പിക്കുന്ന കാര്യങ്ങൾ ഒന്നിലധികം തവണ ഒരാൾ തന്നെ വ്യത്യസ്ത സന്ദർഭങ്ങളിലോ വ്യത്യസ്ത വായനക്കാർക്കായോ, വ്യത്യസ്തരായ എഴുത്തുകാരാലോ വിവരിക്കപ്പെടുന്നു എന്നത് നമ്മെ സംബന്ധിച്ച് ഭാഗ്യമാണ്. അങ്ങനെ വ്യത്യസ്തവും സവിശേഷവുമായ കണ്ണാടികളിലൂടെ നമുക്ക് മലബാറിനെ കാണാനാകുന്നു. വിവരണങ്ങളിലെ ബഹു

സ്വരത അക്കാലത്തെ മലബാറിനെക്കുറിച്ചുള്ള നമ്മുടെ ധാരണയെ ബലപ്പെടുത്തുകയും സങ്കീർണ്ണമാക്കുകയും ചെയ്യുന്നു. ദൂരദിക്കുകളുമായി ബന്ധപ്പെട്ട അനിശ്ചിതത്വങ്ങളും അപകടങ്ങളുംസാഹചര്യങ്ങൾ വരുതിയിലാക്കാൻ ഉപയോഗിച്ച വഴികളെയുംക്കുറിച്ച്, എഴുത്തായും വാമൊഴിയായും സാധിച്ച ആശയവിനിമയത്തിന്റെ പ്രായോഗികത കളെക്കുറിച്ച്, കടൽയാത്രയുടെ ആൾ-ചരക്കുവിന്യാസം സംബന്ധി ച്ച്, കരയിലും ആഴക്കടലിലും നടന്ന ഗതാഗതം എന്നിവയെക്കുറിച്ച്, ചുറ്റുപാടുകൾ, വ്യവഹാരങ്ങൾ പദ്ധതികൾ എന്നിവയെ സംബന്ധിച്ച്, പറഞ്ഞതും കേട്ടതുമായ വിവരങ്ങളിലൂടെ ഇവിടുത്തെ നിവാസികൾ രൂപപ്പെടുത്തുന്ന ധാരണകളെക്കുറിച്ച്, ഊഹങ്ങൾ, അപമാനങ്ങൾ, സാമൂഹ്യബന്ധങ്ങൾ, പരിപാലിക്കുകയും വളർത്തുകയും ചെയ്യേണ്ട ചില വ്യക്തികളുടെ സ്ഥാനത്തെക്കുറിച്ചുള്ള ധാരണകൾ, ഒന്നോ അതിലധികമോ വർഷമെടുത്തുമാത്രം സാധ്യമാകുന്ന വ്യാപാര സംരംഭങ്ങളെക്കുറിച്ച് അത് വെളിച്ചം പകരുന്നു. വിഭജിതരായ തദ്ദേശീയരെ ഒരുമിപ്പിക്കുന്നു. ഹുബ്ലിയിലെ രത്നവും ബസ്രയിലെ അബീസിനയൻ അടിമപ്പെൺകുട്ടിയും മുതൽ പണമിടപാടും ചരക്ക യക്കലും വരെയുള്ള സേവനങ്ങളെക്കുറിച്ച്; ലോകസംബന്ധമായ സംവേദനാത്മകത, ദൈവികരൂപങ്ങൾ, ജീവിതം, മരണം, വിധി, പ്രാർത്ഥന, പെരുമാറ്റരീതികൾ, ദാനം, തീർത്ഥാ ടനങ്ങൾ എന്നിവ യുമായി ബന്ധപ്പെട്ട യാഥാർത്ഥ്യകങ്ങളെക്കുറിച്ച്, എല്ലാറ്റിലുമധികം കുടുംബസാമൂഹ്യഘടനയും അതിനകത്ത് മനുഷ്യരെ പരസ്പരം ബന്ധിപ്പിക്കുന്ന കർത്തവ്യങ്ങൾ, മനോവികാരങ്ങൾ, മാനസികവി ക്ഷോഭങ്ങൾ, അവകാശങ്ങൾ ഉത്തരവാദിത്വങ്ങൾ, വിശേഷാധികാ രങ്ങൾ എന്നിവയെക്കുറിച്ചെല്ലാം നമുക്ക് പഠിക്കാൻ സാധിക്കുന്നു. സയ്യിദ് മുസ്തഫ, മുഹമ്മദ് ആദിബ് തനാ അള്ള അജ്ഞാതനായ എഴുത്തുകാരൻ എന്നിവരുടെ കത്തുകളിലൂടെയും റിപ്പോർട്ടുകളിലൂ ടെയും പതിനെട്ടാം നൂറ്റാണ്ടിന്റെ മധ്യത്തിൽ മലബാർ ഉൾപ്പെട്ട വിസ്തൃതലോകത്തെ നാഢീഞരമ്പുകളെയുംകുറിച്ച് തൊട്ടറിയാവുന്ന തും അയുക്തികവുമായ ധാരണകൾ നമുക്ക് ലഭിക്കുന്നു.

1858-ൽ ജറുസലേമിലെ ഒരു ജൂതസമൂഹം ധനികരായ ജൂത ന്മാരിൽനിന്ന് പണം ശേഖരിക്കുന്നതിനായി ഒരു രഹസ്യദൂതനെ ഇന്ത്യയിലേക്കയച്ചു. ഈജിപ്റ്റിലൂടെ യാത്രചെയ്യുകയും യമനിലെ ജൂതന്മാരെ നിരീക്ഷിക്കുകയും ചെയ്ത് ജേക്കബ് സാപിർ എന്നു പേരായ ഈ റബ്ബി 1859 നവംബറിൽ മുംബൈയിലെത്തി അവിടെ ആറുമാസം താമസിച്ച് ഒരു കപ്പലിൽ കൊച്ചിയിലേക്കു പോയി.

രണ്ടുമാസത്തിനു ശേഷം കല്ക്കത്തയിലേക്കുള്ള ഒരു കപ്പലിൽ ഇടം കണ്ടെത്തിയെങ്കിലും കാലവർഷം യാത്ര മുടക്കി. ഒരു മീൻപിടുത്ത വഞ്ചിയിൽ കേരളത്തിലെ കായലുകളിലൂടെ ആലപ്പുഴയിൽനിന്ന് തിരുവനന്തപുരത്തും അവിടെനിന്ന് കാളവണ്ടിയിൽ തെക്കൻ മുനമ്പ് ചുറ്റി തമിഴ് സമതലങ്ങളിലൂടെ തൂത്തുക്കുടിയിലും ആകെ ആറാഴ്ച യെടുത്ത് ഒരുതരത്തിൽ മദ്രാസിലുമെത്തി. അവിടെനിന്ന് 1860 ആഗസ്റ്റിൽ അദ്ദേഹം കടൽമാർഗ്ഗം കൽക്കത്തയിലേക്കുപോയി, പത്തുമാസം അവിടെ തങ്ങി. അവിടെനിന്ന് ബർമ്മ, ജാവ, ആസ്ട്രേലിയ എന്നിവിടങ്ങളിലേക്ക് അദ്ദേഹം തുടർന്ന് സഞ്ചരിച്ചു. നാട്ടിൽ തിരിച്ചെത്തിയ ശേഷം സാപിർ ഹീബ്രു ഭാഷയിൽ ഇവൻ സാപിർ എന്ന പേരിൽ ഒരു യാത്രാവിവരണം തയ്യാറാക്കി. (1866ലും 1874-ലുമായി രണ്ടു വോളിയങ്ങൾ പ്രസിദ്ധീകരിച്ചു. വിദൂരദേശങ്ങളിലുള്ള സ്വന്തം സഹോദരന്മാരെ കണ്ടെത്തുകയും അവരുടെ കഥ പറയുകയും ചെയ്യുന്ന ഒരു പര്യവേഷകനായി ഈ ഗ്രന്ഥത്തിൽ സാപിർ സ്വയം ചിത്രീകരിക്കുന്നു. ജൂതസമൂഹത്തിനു പുറത്തുള്ള മനുഷ്യരെക്കുറിച്ചു പറയാനും അദ്ദേഹം ധാരാളം പേജുകൾ നീക്കി വെച്ചിട്ടുണ്ട്. ഉദാഹരണത്തിന് ഇന്ത്യൻ ഭാഗങ്ങൾക്കായി നീക്കിവെച്ചിടത്ത് നാല്പതു ശതമാനത്തോളം ഇന്ത്യൻ സംസ്കാരം, ചരിത്രം, പ്രകൃതികാര്യങ്ങൾ, ഹിന്ദുക്കളുടെ മതപരമായ ജീവിതം എന്നിവ വിശദീകരിക്കാനാണ് മാറ്റിവെച്ചിരിക്കുന്നത്. റിച്ചാർഡ് ജി. മാർക്ക് ആണ് മലബാറുമായി ബന്ധപ്പെട്ട ഈ ഹീബ്രുരേഖ പരിചയപ്പെടുത്തുന്നത് (മാർക്ക്:2018). കേരളത്തിലെ ജൂതന്മാരുടെ ചരിത്രം, സാമൂഹികജീവിതം തുടങ്ങിയ കാര്യങ്ങളോടൊപ്പം കേരളത്തിന്റെ ഭൂമിശാസ്ത്ര വിവരങ്ങളും സാമൂഹികപശ്ചാത്തലവും അദ്ദേഹത്തിന്റെ വിവരണങ്ങളിലുണ്ട്. കേരളത്തിലെ ഉൾനാടൻ ജലഗതാഗതസംവിധാനങ്ങളുപയോഗിച്ച് അദ്ദേഹം നടത്തുന്ന യാത്രകളിൽ കാണുന്ന മനുഷ്യജീവിതം മനോഹരമായി അദ്ദേഹം ആവിഷ്കരിച്ചിട്ടുണ്ട്

സഭാതർക്കരേഖകളും ചരിത്രവും

പോർച്ചുഗീസുകാർ മലബാറിലെത്തുമ്പോൾ കേരളത്തിലുണ്ടായിരുന്ന ക്രിസ്ത്യാനികളാണ് കിഴക്കൻസഭക്കാരായ സെന്റ്തോമസ് ക്രിസ്ത്യാനികൾ. പോർച്ചുഗീസുകാരുടെ കത്തോലിക്കാവിശ്വാസം കിഴക്കൻസഭയുമായി ഏറ്റുമുട്ടുകയും രാഷ്ട്രീയാധികാരം മതപരമായ അധീശത്വമായി മാറ്റുന്നതിനു ശ്രമിക്കുകയും ചെയ്യുന്നത് കേരള ചരിത്രത്തിലെ സുപ്രധാനമായ ഒരു ഭാഗമാണ്. പള്ളിരേഖകളും എഴുത്തുകുത്തുകളുമായി ഈ സംഭവത്തെക്കുറിച്ചുള്ള രേഖകളെല്ലാം

വ്യത്യസ്തഭാഷകളിലായാണ് ചിതറിക്കിടക്കുന്നത്. ഇവിടെ വിവർത്തനം ചെയ്തു ചേർത്ത രേഖകൾ പോർച്ചുഗീസ്, സിറിയാക്ക്, മലയാളം ഭാഷകളിൽനിന്നുള്ളവയാണ്. ഈ ഭാഷകൾക്കെല്ലാം വ്യത്യസ്ത ധർമ്മങ്ങുണ്ടായിരുന്നു. പതിനാറാംനൂറ്റാണ്ടിന്റെ രണ്ടാം പകുതിയിൽ മലബാർ തീരത്തുണ്ടായിരുന്ന നാല് വ്യത്യസ്ത വ്യവഹാരങ്ങളെയാണ് അത് ഉൾക്കൊള്ളുന്നത്.

റോമൻ പേപ്പൽ സഭയും കിഴക്കൻ ക്രിസ്ത്യാനികളുമായുള്ള ആശയവിനിമയം തത്വത്തിൽ ലാറ്റിൻഭാഷയിലായിരുന്നു. ഈ ഭാഷയിലെഴുതപ്പെട്ട കത്തുകൾ ഔദ്യോഗികസ്വഭാവത്തിലുള്ളതും രചയിതാക്കളുടെ യഥാർത്ഥ മനോഭാവം മറച്ചുവെക്കുന്നതുമാണ്. എന്തിനധികം, യൂറോപ്യൻ പ്രമാണിവർഗ്ഗത്തിന്റെ വിശേഷാധികാരഭാഷയാണ് ലാറ്റിൻ എന്നതുകൊണ്ട് വിവർത്തനപ്രക്രിയയിൽ പ്രാഥമിക രചയിതാക്കളുടെ യഥാർത്ഥ ഇംഗിതങ്ങൾ തിരുത്തപ്പെട്ടിരിക്കാൻ സാധ്യതയുണ്ട്. അതുകൊണ്ട് മാർ അബ്രഹാം പോപ്പ് ഗ്രിഗറി പതിമൂന്നാമെഴുതിയ കത്തിൽ മാർ അബ്രഹാമിന്റേതായി കാണുന്ന പരാതികൾ കൂട്ടിച്ചേർത്തതാകാൻ വഴിയുണ്ട്. അദ്ദേഹത്തിനു വേണ്ടി കത്ത് ഭാഷാന്തരണം നടത്തിയ ജസ്യൂട്ട് ഇത് ഗൂഢമായി ചെയ്ത് അദ്ദേഹത്തിന്റെ തലയിൽ വെച്ചതാവണം. ലാറ്റിൻ ഇന്ത്യൻ സമൂഹത്തിനും മിഷണറിമാർക്കും ഇടയിൽ വ്യക്തിപരമായ ആശയവിനിമയത്തിനുള്ള ഭാഷയായിരുന്നില്ല ഇത് എന്ന് അക്കാലത്തെ രേഖകൾ സാക്ഷ്യപ്പെടുത്തുന്നു. മറിച്ച് യൂറോപ്യന്മാർക്ക് പരസ്പരം ആശയവിനിമയം നിർവ്വഹിക്കാനുള്ള ഭാഷയായിരുന്നു ലാറ്റിൻ.

പോർച്ചുഗീസ് ഭാഷ പ്രാഥമികമായി പോർച്ചുഗീസ് നാവികസാമ്രാജ്യത്തിന്റെ ഔദ്യോഗിക ഭാഷയായിരുന്നു. രണ്ടാമതായി തങ്ങളുടെ ഔദ്യോഗിക ദേശീയതയുടെ ഭാഗമോ ഭാഷയോ അല്ലാതിരുന്നിട്ടും പദ്രോഡകളും തങ്ങളുടെ മിഷണറി പ്രവർത്തനങ്ങളുടെ ഔപചാരികഭാഷയായി പോർച്ചുഗീസ് ഉപയോഗിച്ചു. അതുകൊണ്ട് പോർച്ചുഗീസ് ഭാഷയിലെ രേഖകൾക്ക് ഒരു ഔദ്യോഗികസ്വഭാവമുണ്ട്. എങ്കിലും ലാറ്റിനിൽ കാണാത്ത ആഭ്യന്തരവിവരങ്ങൾ ഈ രേഖകളിലുണ്ടായിരുന്നു. എന്തായാലും ഈ പഠനത്തിൽ അവയുടെ മൂല്യത്തിനു നിരക്കുന്ന വിധം അത്തരം രേഖകൾ ഉപയോഗപ്പെടുത്തിയിട്ടില്ല. മറ്റു രേഖകളുടെ വിശദീകരണത്തിനുവേണ്ടി മാത്രമാണ് ഇത് ഉപയോഗപ്പെടുത്തിയിട്ടുള്ളത്. മാർ അബ്രഹാമിനെപ്പോലുള്ള പശ്ചിമേഷ്യൻ മിഷണറിമാരും സെന്റ് തോമസ് ക്രിസ്ത്യാനികളും

ആശയവിനിമയത്തിനുപയോഗിച്ച ഭാഷ സിറിയാക്കായിരുന്നു. സെന്റ് തോമസ് ക്രിസ്ത്യാനികളും യൂറോപ്യൻ മിഷണറിമാരും തമ്മിലുള്ള ആശയവിനിമയവും ഈ ഭാഷയിലായിരുന്നു. എന്നിരുന്നാലും മിഷണറിമാരിൽ പലരും പ്രാദേശിക ക്രിസ്ത്യാനികളുടെ ഭാഷയായ മലയാളം പഠിച്ചിരുന്നു. പ്രാദേശിക ക്രിസ്ത്യാനികൾക്കിടയിലെ വിദ്യാഭ്യാസമുള്ള പ്രമാണിമാർക്ക് പോർച്ചുഗീസ്ഭാഷയിലുള്ള അവഗാഹവും അന്യമായിരുന്നില്ല. പശ്ചിമേഷ്യക്കാരും യൂറോപ്യൻ മിഷണറിമാരുമായുള്ള ആശയവിനിമയത്തിനും ഇത് ഉപയോഗിച്ചിരുന്നു. വ്യത്യസ്ത മിഷണറി ഗ്രൂപ്പുകൾ തമ്മിലുള്ള സാംസ്കാരികയുദ്ധത്തിന്റെ ഭാഷയും ഇതായിരുന്നു. സമാന്തര മിഷനുകളോട് മത്സരിക്കുമ്പോഴും പ്രാദേശിക ക്രിസ്ത്യാനികളോട് പറയാനുള്ളതെല്ലാം എല്ലാവർക്കും സിറിയാക്കിൽ പറയേണ്ടി വന്നു. അങ്ങനെ കിഴക്കൻ/കൽദായ സഭകളുടെ കുറേക്കൂടി പരമ്പരാഗത സിറിയാക്കിന് പുതിയതും സമർത്ഥമായി രൂപപ്പെടുത്തിയതുമായ ആധുനിക മിഷണറി സംസ്കാരവുമായി ബന്ധപ്പെട്ട സിറിയാക്കിനോട് മത്സരിക്കേണ്ടിവന്നു. കേരളത്തിന്റെ ക്രിസ്ത്യൻസഭാചരിത്രവുമായി ബന്ധപ്പെട്ട് പലഭാഷകളിലായി ചിതറിക്കിടക്കുന്ന രേഖകൾ പഠിച്ച് ചരിത്രവസ്തുകകളിലേക്ക് സൂചനകൾ തരുന്നത് ബഹുഭാഷാ പണ്ഡിതനായ ഇസ്ത്വാൻ പെർസൽ ആണ്. (പെർസൽ :2018)

ഇംഗ്ലീഷേതര യൂറോപ്യൻഭാഷാ സ്രോതസ്സുകൾ

പതിനാറാം നൂറ്റാണ്ടിന്റെ തുടക്കം മുതൽ നിരവധി യൂറോപ്യൻ സന്ദർശകർ ആധുനികാരംഭമലബാറിനെക്കുറിച്ച് വിവരിച്ചിട്ടുണ്ട്. വർത്തേമാ, അഫോൺസോ അൽബുർഖ്, ടോംപയസ്, ദുവാർത്തെ, ബർബോസ തുടങ്ങിയവരുടെ വിവരണങ്ങൾ ഇക്കാലത്തുള്ളവയാണ്. ഈ നൂറ്റാണ്ട് അവസാനമാകുമ്പോഴേക്ക് നമുക്ക് ജെ.എച്ച്. വാൻലിൻ ഷോട്ടൻ, ഫ്രാങ്കോയിസ് വൈറാർഡ് സിലവാൽ, പിയട്രോ സെല്ലാ വാല്ലി എന്നിവരുടെ വിവരണങ്ങൾ ലഭിക്കുന്നുണ്ട്. 17-18 നൂറ്റാണ്ടുകളിലേതായി അലക്സാണ്ടർ ഹാമിൽട്ടൺ, ഫ്രാൻസിസ് ബുക്കാനൻ, ഫിലിപ്പ് ബാൽദ്യൂസ് എന്നിവരെ പരാമർശിക്കാം. ഇവയൊക്കെ ഇംഗ്ലീഷിൽ ലഭ്യമായ രേഖകളാണ്. ഡച്ചിലും പോർച്ചുഗീസിലും ഫ്രഞ്ചിലുമായി നിരവധി വിവരണങ്ങൾ ഇനിയും കിടപ്പുണ്ട്.

1649-ൽ ജനിച്ച് 1709-ൽ അന്തരിച്ച ഒരു ഫ്രഞ്ച് ഡോക്ടറാണ് ചാൾസ് ഡില്ലൻ. ഗോവയിൽ നടന്ന പോർച്ചുഗീസ് വിചാരണയുമായി ബന്ധപ്പെട്ട വിവരണങ്ങളുടെ പേരിലാണ് അദ്ദേഹം അറിയപ്പെടുന്നത്. അദ്ദേഹത്തിന്റെ യഥാർത്ഥ വിവരണങ്ങൾ 1687-ൽ

ലെയ്ഡനിലാണ് പ്രകാശിതമാകുന്നത്. ഒരു വർഷത്തിനുശേഷം ഗോവയിലെ മതവിചാരണങ്ങളുടെ വിവരണം (relation de inquisition de Goa) എന്ന പേരിൽ പാരീസിൽ നിന്ന് പ്രകാശിതമായി. തുടർന്ന് ജർമ്മൻ, ഇംഗ്ലീഷ്, ഡച്ച് ഭാഷകളിലേക്ക് പെട്ടെന്നുതന്നെ വിവർത്തനങ്ങളുണ്ടാവുകയും നിരവധി പതിപ്പുകൾ പുറത്തുവരികയും ചെയ്തു. അദ്ദേഹത്തിന്റെ ആദ്യകാലരചനയായ Relation voyage des Indes oriental spur dellon എന്ന കൃതി ശ്രദ്ധേയമാണ്. 1685-ൽ ബാർബിൻ (Barbin) ആണ് രണ്ടുവാല്യങ്ങളായി പാരീസിൽ ഇത് പ്രസിദ്ധീകരിക്കുന്നത് വൈകാതെ ഇതിന്റെ ഇംഗ്ലീഷ് വിവർത്തനവും വന്നു. 1698-ൽ ലണ്ടനിലാണ് ഇത് പ്രസിദ്ധീകരിച്ചത്. ഈ കൃതി സൂക്ഷ്മമായ കുറിപ്പുകളോടെ വിവർത്തനം ചെയ്ത് അവതരിപ്പിക്കുന്നത് മൈക്കൽ നെയ്ലർ പിയേഴ്സൺ ആണ് (പിയേഴ്സൺ : 2018). ഉദ്ധരണികളും എഡിറ്റിംഗുമുള്ള ആധുനിക വിവർത്തനങ്ങളുടെ അഭാവത്തിലായിരിക്കണം മലബാറിനെക്കുറിച്ചുള്ള അദ്ദേഹത്തിന്റെ വിവരണങ്ങൾ പൊതുവായി അവഗണിക്കപ്പെട്ടാണുള്ളത്. 1670-ൽ അദ്ദേഹം കണ്ട മലബാറിലെ മനുഷ്യരുമായി ബന്ധപ്പെട്ട ഭാഗങ്ങളാണ് ഈ പഠനത്തിനായി തിരഞ്ഞെടുത്തിരിക്കുന്നത്. ആന, കടുവ, കുറുക്കൻ, വെരുക്, കുരങ്ങ്, പന്നി, പാമ്പ് മുതലായ ജീവികളെക്കുറിച്ച് ആദ്ദേഹം പറയുന്നുണ്ട്. മലബാറിലെ സസ്യജാലങ്ങളെക്കുറിച്ചു പറയുന്ന ഭാഗങ്ങളും ഈ പഠനത്തിന് പ്രയോജനപ്പെടുത്തിയിട്ടില്ല. തേങ്ങ, കുരുമുളക്, മാമ്പഴം, ചക്ക, കറുവപ്പട്ട, ഏലം, വെറ്റില എന്നിവയെപ്പറ്റി അദ്ദേഹം പറയുന്നുണ്ട്. മലബാറിൽ അദ്ദേഹം കണ്ട വിദേശികളെക്കുറിച്ചുള്ള വിവരണങ്ങളും ശ്രദ്ധേയമാണെങ്കിലും പിയേഴ്സൺ പഠനത്തിൽ ഉപയോഗിച്ചിട്ടില്ല. ഈ പഠനത്തിൽ ഉൾപ്പെട്ടിട്ടില്ലെങ്കിലും ഡില്ലന്റെ പൂർണ്ണവിവരണങ്ങൾ ചരിത്രകാർക്ക് താല്പര്യമുള്ളവയാകും. മലബാറിന്റെ തെക്കുള്ള സൂറത്ത്, ഗോവ തുടങ്ങിയ പ്രദേശങ്ങളെക്കുറിച്ച് വിശദമായ വിവരണങ്ങൾ ഡില്ലൻ നൽകുന്നുണ്ട്. ഭൂമിശാസ്ത്രപരമായ വിവരണങ്ങൾക്കുശേഷം രോഗങ്ങളും ചികിത്സയുമായി ബന്ധപ്പെട്ടകാര്യങ്ങളെക്കുറിച്ച് അദ്ദേഹം പറയുന്ന കാര്യങ്ങൾ അനുബന്ധമായി ചേർത്തതുമാത്രം പതിനൊന്ന് അധ്യായങ്ങളാണ്. വസൂരി, കരപ്പൻ, ലൈംഗിക രോഗങ്ങൾ, പലതരം പനികൾ, എന്നിവയെക്കുറിച്ച് അദ്ദേഹം വിസ്തരിക്കുന്നുണ്ട്.

ഡില്ലൻ സന്ദർശിച്ച വിവിധ നഗരങ്ങളെക്കുറിച്ചുള്ള കൗതുകകരമായ വിവരങ്ങൾ വായനക്കാരന് ലഭിക്കും. മലബാറിലെ ജാതിവ്യവ

സ്ഥയും അതിന്റെ അയവില്ലായ്മയും സമൃദ്ധമായി വിവരിച്ചിട്ടുണ്ട്. മാതൃദായക്രമം അദ്ദേഹം വിശകലനവിധേയമാക്കുന്നുണ്ട്. മഴ ശക്തമായ ജൂൺ മാസത്തിൽ അദ്ദേഹം യാത്രചെയ്യുന്നതിന്റെ വിവരങ്ങളുണ്ട്. കടൽക്കൊള്ളയെക്കുറിച്ച്, വിശേഷിച്ച് കുഞ്ഞാലിമരക്കാരുടെ കടൽ കൊള്ളയെക്കുറിച്ച് പലതവണ പരാമർശിച്ചിട്ടുണ്ട്. രോഗികളുടെ മരണത്തിൽ കലാശിച്ച രണ്ടു ചികിത്സകളെക്കുറിച്ച് അദ്ദേഹം പ്രതിപാദിക്കുന്നുണ്ട്. ഇവിടെയും മറ്റിടങ്ങളിൽ പൊതുവായും വംശീയതയും വർണ്ണവിവേചനവും മലബാറിനെയും ഇവിടത്തെ ജനങ്ങളെയും സംബന്ധിച്ച് അദ്ദേഹത്തിന്റെ വിവരങ്ങളിൽ കടന്നുവരുന്നുണ്ട്.

മീര കെ. മുരളീധരൻ വിവർത്തനം ചെയ്തു ചേർത്ത 1600-72 കാലത്തെ ഡച്ച് ഈസ്റ്റ് ഇന്ത്യാ പശ്ചാത്തലത്തിൽ നടന്ന അന്തർ സംസ്കാര ഇടപെടലുകളും മിഷനറി എഴുത്തുകളും ശ്രദ്ധേയമാണ് (മീര: 2018.) തീരദേശങ്ങളിലേക്ക് പോർച്ചുഗീസ്, ഡച്ച് മത-രാഷ്ട്രീയ ശൃംഖലകൾ വ്യാപിച്ചതോടെ ദക്ഷിണേന്ത്യൻ സമൂഹങ്ങൾ വലിയ രീതിയിലുള്ള സാംസ്കാരികസമന്വയങ്ങൾക്കും സംഘർഷങ്ങൾക്കും സാക്ഷ്യം വഹിക്കുകയുണ്ടായി. ദക്ഷിണേന്ത്യൻ സമൂഹങ്ങൾക്ക് ഇക്കാലത്ത് യൂറോപ്പ്, അറബ് ലോകം, ഏഷ്യയുടെ മറ്റുഭാഗങ്ങൾ എന്നിവയുമായി സാംസ്കാരിക സാമ്പത്തിക വിനിമയങ്ങൾ സാധ്യമായി. ഇക്കൂട്ടത്തിൽ പുസ്തകങ്ങളിലൂടെയും ഓർമ്മകളിലൂടെയും ഇന്ത്യയിൽ പ്രവർത്തിച്ച യൂറോപ്യൻ മിഷണറിമാരുടെ കത്തുകളിലൂടെയും ഏഷ്യയിലെ മനുഷ്യരെകുറിച്ചും മതങ്ങളെക്കുറിച്ചുമുള്ള അറിവുകളും യൂറോപ്പിലെത്തി. ഏഷ്യയിലെ അവിശ്വാസികളായ സമൂഹങ്ങളെക്കുറിച്ച് നേരത്തെതന്നെ അറിവു ലഭിച്ചിട്ടുള്ള വായനക്കാർക്കിടയിൽ ഈ എഴുത്തുകൾക്ക് വലിയ സ്വീകാര്യതയുണ്ടായി. ഏഷ്യൻ മതങ്ങളും കലകളും സംബന്ധിച്ച യൂറോപ്യൻ പ്രതികരണങ്ങളെക്കുറിച്ചുള്ള മാറ്റേഴ്സിന്റെ പഠനം ഈ വിഷയത്തിൽ ഇപ്പോഴും ക്ലാസിക്കാണ്. ഇന്ത്യൻ മതങ്ങളെക്കുറിച്ചുള്ള യൂറോപ്യൻ മതസമൂഹങ്ങളുടെ ജിജ്ഞാസ ജനിപ്പിക്കുക എന്നതിനപ്പുറം പോർച്ചുഗീസ് ഡച്ച് വ്യവഹാരങ്ങൾക്ക് മറ്റു തലങ്ങളുണ്ടായിരുന്നു. ആധുനികതയുടെ ആരംഭകാലത്തെ യൂറോപ്യൻ വ്യാപനത്തെക്കുറിച്ചുള്ള നിശിതമായ ധാരണയ്ക്ക് സാമ്പത്തികവും രാഷ്ട്രീയവുമായ ശൃംഖലകളെക്കുറിച്ചുള്ള വിശകലനങ്ങൾപോലെ അറിവുരൂപങ്ങളെക്കുറിച്ചുള്ള പഠനവും പ്രധാനമാണ്.

പതിനേഴാം നൂറ്റാണ്ടിന്റെ തുടക്കത്തിൽ പോർച്ചുഗീസ് അധികാരലോകത്തിനും പുറത്തേക്ക് വ്യാപിച്ച ഒരു കാത്തോലിക് മിഷ

ണറിശൃംഖല നിലവിലുണ്ടായിരുന്നു. ഈ കത്തോലിക്കാമിഷൻ പ്രവർത്തനങ്ങൾ പിൽക്കാല പ്രൊട്ടസ്റ്റന്റ് എഴുത്തുകൾക്ക് മാതൃകയും സാഹചര്യവുമൊരുക്കിയതായി കാണാം. പതിനേഴാം നൂറ്റാണ്ടിൽ യൂറോപ്യൻ പുസ്തകക്കമ്പോളത്തിൽ നിറഞ്ഞ ഡച്ച് യാത്രാവിവരണഗ്രന്ഥങ്ങൾ യഥാർത്ഥത്തിൽ കിഴക്കൻ പ്രഭാവത്തെ അതിന്റെ ഗരിമയിൽ വിവരിക്കുന്നതായിരുന്നെങ്കിലും പുസ്തകരൂപത്തിലായപ്പോഴേക്കും എഡിറ്റുചെയ്തും ക്രമീകരിക്കപ്പെട്ടും ഒതുങ്ങിയ ഒരു ചിത്രം മാത്രം നൽകുന്ന ഒന്നായി മാറ്റപ്പെട്ടിരുന്നു. ഡച്ച് യാത്രികനായ ഴാൻ ഹ്യൂജൻ വാൻ ലിൻസ്കോട്ടന്റെ (Jan Huygen Van Linschoten) ഇറ്റിനെറാരിയോ (Itinerario) ഇത്തരം എഴുത്തിന് മികച്ച ഉദാഹരണമാണ്. വെറീനിസ്ജ് ഓസ്റ്റിൻഡിഷ് കമ്പനി (VOC) അഥവാ ഡച്ച് ഈസ്റ്റ് ഇന്ത്യാ കമ്പനിയ്ക്കുവേണ്ടി കോറമോണ്ടൽ മലബാർ തീരങ്ങളിൽ പ്രവർത്തിക്കുമ്പോൾ പ്രൊട്ടസ്റ്റന്റ് മിഷണറിമാരായ ഫിലാപ്പസ് ബാൽഡ്യൂസും അബ്രഹാം റോജറിയസും ഇന്ത്യയിലെ ബ്രാഹ്മണരെകുറിച്ചും അവരുടെ ആചാരങ്ങളെകുറിച്ചും രചിച്ച രണ്ടു രേഖകൾ ഏറെ ശ്രദ്ധിക്കപ്പെട്ടവയാണ്. ബ്രാഹ്മണമതത്തെ സംബന്ധിച്ചുള്ള പ്രാഥമികവും പ്രധാനപ്പെട്ടതുമായ രണ്ടു രേഖകളായതിനാൽ ഡച്ച് പുസ്തകമാർക്കറ്റിലും യൂറോപ്യൻ മതബോധനകേന്ദ്രങ്ങളിലും ഈ വിവരണങ്ങൾ സ്വീകരിക്കപ്പെട്ടു. സ്വന്തം മതത്തിന്റെ ശ്രേഷ്ഠതയും ആധികാരതയും കുറിക്കുന്ന അറിവുകൾ പ്രചരിപ്പിക്കാനുള്ള ബ്രാഹ്മണഎഴുത്തുകാരുടെ ശക്തിയെ സംബന്ധിച്ച് ആധുനികതയുടെ തുടക്കകാലത്തെ മതപരമായ ചടങ്ങുകളെ സമീപകാലപഠനങ്ങൾ വിശദമായി പറയുന്നുണ്ട്. പോർച്ചുഗീസുകാരും ഡച്ചുകാരും മറ്റു യൂറോപ്യന്മാരുമായ മിഷനറിമാർക്കും ആവേദകരാകുകവഴി ബ്രാഹ്മണസമൂഹങ്ങളെ സംബന്ധിച്ചും ക്ഷേത്രങ്ങളെക്കുറിച്ചും അറിവ് പുറംലോകത്തിനു പകർന്നുകൊടുക്കാൻ ബ്രാഹ്മണർക്കു സാധിച്ചു. 1600-കളിൽ മതപരമായ ബഹുസ്വരത അനുഭവിക്കാൻ കഴിഞ്ഞ കാൽവനിസ്റ്റ് ഡച്ച് റിപ്പബ്ലിക്കിന്റെ ഉൽപ്പന്നങ്ങളാണ് രണ്ടുപേരും എന്നതാണ് ഇതിനുകാരണം. ഇവരുടെ കാൽവനിസ്റ്റ് പശ്ചാത്തലവും കിഴക്കുള്ള പോർച്ചുഗീസ് ജെസ്യൂട്ടുകളുമായുള്ള ഏറ്റുമുട്ടലുകളും ഈ വിവരണങ്ങളിൽ പ്രതിഫലിക്കുന്നുണ്ട്.

മീര കെ.മുരളീധരൻ പഠിക്കാനെടുക്കുന്ന റൊഗേരിയസിന്റെയും ബാൽട്യൂസിന്റെയും വിവരണങ്ങളുടെ ഇംഗ്ലീഷ് വിവർത്തനത്തിന് ആശ്രയിച്ചിട്ടുള്ളത് The Linschoten society പരമ്പരയുടെ ഭാഗമായി ഡിജോംഗ് കലാൻസും പ്രസിദ്ധീകരിച്ച എഡിറ്റ് ചെയ്ത പാഠമാണ്.

ഇവിടെ പ്രതിനിധീകരിക്കുന്ന വൈദേശികരുടെ പ്രബന്ധങ്ങൾ ദക്ഷിണേന്ത്യയെ പ്രതിനിധാനം ചെയ്യുന്ന വിദേശികളുടെ ഒറ്റപ്പെട്ട വിവരങ്ങളായി സങ്കൽപ്പിക്കരുത്. അവയുടെ സന്ദർഭം, ഉറവിടങ്ങൾ, കൃതികൾ, സാംസ്കാരികതലത്തിലും ഇന്ത്യൻ മഹാസമുദ്രമേഖല യിലെ ബൗദ്ധികവ്യവഹാരങ്ങളിലും ഇത് ചെലുത്തിയ സ്വാധീനം എന്നിവയും പഠിക്കപ്പെടേണ്ടതാണ്. ഉദാഹരണത്തിന് ബാൽദ്യൂ ഹന്റെ വിവരണത്തിൽ മലബാറിനെ Malabar Carma Pumi (പരശു രാമൻ സൃഷ്ടിച്ച മലബാർ) എന്നാണ് പരാമർശിക്കുന്നത്. മലബാ റിന്റെ ഉത്ഭവത്തെ സംബന്ധിച്ച ഈ മിത്ത് കേരളോല്പത്തിയിലും മറ്റ് മലയാളം പ്രദേശങ്ങളിലും ഉള്ളതാണ്. ഉറപ്പായിട്ടും ഇവയെല്ലാം യൂറോപ്യന്മാർക്ക് ലഭിച്ചപോലെ വാമൊഴിപാരമ്പര്യത്തിന്റെയും ഭാഗമായിരുന്നിരിക്കണം. 16-17 നൂറ്റാണ്ടുകളിൽ യൂറോപ്യന്മാർക്ക് ലഭ്യമായ ആദ്യകാല വിവരസ്രോതസ്സുകൾ ശ്രദ്ധാപൂർണ്ണമായ സൂക്ഷ്മ പരിശോധനയ്ക്ക് വിധേയമാക്കേണ്ടതുണ്ട്. കാരണം വിവരസ്രോതസ്സു കളുടെ പരസ്പരാശ്രിതത്വം സവിശേഷശ്രദ്ധപതിപ്പിക്കേണ്ടതാണ്. അതുകൊണ്ട് ഈ പാഠങ്ങൾ ചേർത്തുവെച്ചാൽ ദക്ഷിണേന്ത്യയിലെ ബ്രാഹ്മണസമുദായങ്ങളുടെ ജീവിതം, അവരുടെ നിത്യവൃത്തികൾ, പോരാട്ടങ്ങൾ എന്നിവയെക്കുറിച്ച് വലിയരീതിയിൽ മനസ്സിലാ ക്കാൻ സാധിക്കും. യൂറോപ്പിനെക്കുറിച്ചുള്ള ഇത്തരം വിവരങ്ങൾ ഓറിയന്റലിസ്റ്റ് കൊളോണിയലിസ്റ്റ് സിദ്ധാന്തങ്ങൾക്കപ്പുറത്തേക്ക് ചരിത്രഗവേഷണത്തെ നയിക്കപ്പെട്ടുമെന്നുമാത്രമല്ല സൂക്ഷ്മാവലോ കനത്തിനുള്ള അന്തർപാഠപരതയിലേക്കുകൂടി വെളിച്ചം വീശാൻ സഹായിക്കും.

മലബാറിലെ പള്ളിരേഖകൾ

ഇന്ത്യൻ ഉപഭൂഖണ്ഡത്തിൽ മുസ്ലീംശിലാലിഖിതങ്ങൾക്ക് ചരിത്ര രേഖകൾ എന്ന നിലയിൽ നിർണ്ണായകസ്ഥാനമുണ്ട്. കൈയെഴുത്തു കളിൽ സാധാരണ സംഭവിക്കാറുള്ള പ്രയോഗങ്ങളിലും പേരുകളിലും സംഭവങ്ങളിലും മറ്റും വരാറുള്ള എഴുത്തുപിഴകളോ പകർപ്പുകളിൽ കടന്നുകൂടുന്ന പ്രക്ഷിപ്തങ്ങളോ ഒന്നും ശിലാലിഖിതങ്ങളിൽ സാധാരണ കടന്നു കൂടാറില്ല. അവ അതുണ്ടായ കാലത്തുനിന്ന് നേരിട്ട് നമ്മോടു സംസാരിക്കും. രേഖപ്പെടുത്തിയ സമുദായത്തിന് അവരെക്കുറിച്ചും പുറംലോകത്തെക്കുറിച്ചുമുള്ള കാഴ്ചപ്പാടുകൾ, ലിഖി തകർത്താവിന് തന്റെ സാമൂഹികപദവിയെക്കുറിച്ചുള്ള കാഴ്ചപ്പാട് എന്നിവയെല്ലാം നേരിട്ടു മനസ്സിലാക്കാം. മലബാറിലെ പള്ളിരേ ഖകളെക്കുറിച്ച് സമഗ്രമായി പഠിച്ച ഗവേഷകനാണ് മെഹർദാദ്

ഷൊക്കോഹി അദ്ദേഹത്തിന്റെ പഠനം കേവലം പുരാവസ്തുപഠനം എന്നതിനപ്പുറം കേരളത്തിന്റെ പഴയകാല സാംസ്കാരികജീവിതത്തി ലേക്കുള്ള ചൂണ്ടുപലക കൂടിയാണ്. (ഷൊക്കോഹി : 2018)

മലബാർ പള്ളിരേഖകൾ ചരിത്രപരവും മതപരവുമായ പാഠങ്ങൾ ഉൾക്കൊള്ളുന്നവയാണ്. പ്രധാനസംഭവങ്ങൾ, പ്രശസ്തരുടെ മരണം എന്നിവയുടെ തീയതികൾ, രക്ഷാധികാരികളായ ആളുകളുടെ പേര് എന്നിവയായിരിക്കും ഇത്തരം രേഖകളിൽ ചരിത്രപരമായ വിവരങ്ങൾ നല്കുന്ന ഭാഗം. രക്ഷാധികാരികളുടെ വംശാവലി, സമൂഹത്തിൽ അദ്ദേഹത്തിനുള്ള സ്ഥാനം, ജന്മദേശം, നഗരം എന്നിവയെല്ലാം മിക്കവാറും പരാമർശിക്കപ്പെടാറുണ്ട്. സമുദായ രൂപവൽക്കരണത്തെക്കുറിച്ച് കൃത്യമായി മനസ്സിലാക്കുന്നതിന് ഇത്തരം വിവരങ്ങൾ നിർണ്ണായകമാണ്. ഖുർ ആനിൽനിന്നോ ഹദീസിൽനിന്നോ ഉള്ള ഭാഗങ്ങളായിരിക്കും സാധാരണയായി മതപരമായ ഉള്ളടക്കം. ഇന്ത്യയ്ക്കു പുറത്തുള്ള വ്യക്തികളുടെ വിനയം വെളിപ്പെടുത്തുന്ന ഇത്തരം വചനങ്ങളാണ് കാണുക. സാമൂഹികമോ സാംസ്കാരികമോ ആയ വിവരങ്ങൾക്കപ്പുറം സ്വർഗ്ഗത്തിനായി ദൈവ ത്തോടുള്ള പ്രാർത്ഥനയോ പാപങ്ങളിൽനിന്നുള്ള മാപ്പപേക്ഷയോ ആവും ഉണ്ടാവുക. ദക്ഷിണേന്ത്യൻ തീരദേശങ്ങളെ സംബന്ധിച്ച് ഇത് ഇങ്ങനെയല്ല. തദ്ദേശീയ ഹൈന്ദവ സമൂഹത്തെയും നേരത്തെ നിലയുറപ്പിച്ചവരും പിന്നീടെത്തിയവരുമായ രണ്ടു കൊളോണിയൽ ശക്തികളുടെയും-അറബികളും പോർച്ചുഗീസുകാരും-സാന്നിധ്യത്തെ യും പരസ്പര സംഘർഷങ്ങളെയും അടയാളപ്പെടുത്തുന്ന തരത്തിൽ സൂക്ഷ്മമായി തിരഞ്ഞെടുത്തതാണ് ഇവിടെങ്ങളിൽ കാണുന്ന ഖുർ-ആൻ ഹദീസ് ഭാഗങ്ങൾ. ഒന്നാംനിലയുടെ നിർമ്മാണത്തിന് കല്ല് പ്രയോജനപ്പെടുത്തുമെങ്കിലും മലബാറിലെ വാസ്തുശില്പശൈലി മരത്തെ ധാരാളമായി ആശ്രയിക്കുന്നതാണ്. തദ്ദേശീയമായ നിർ മ്മാണരീതിയെ പിൻപറ്റി മുകൾനില മിക്കവാറും മരംകൊണ്ടുള്ള താവും. ഇതുകൊണ്ട് ചരിത്രസ്മാരകങ്ങളുടെ സ്ഥാപനവിവരങ്ങളും പുതുക്കിപ്പണിയുകയോ നവീകരിക്കുകയോ ചെയ്തതിന്റെ വിവര ങ്ങളും മരപ്പാളികളിലോ ഉത്തരങ്ങളിലോ ആയിരിക്കും കൊത്തി വെച്ചിട്ടുണ്ടാവുക. ശിലാലിഖിതങ്ങൾ വളരെ കുറവാണ്. എന്നാലും സ്മാരകഫലകങ്ങൾ മിക്കവാറും കല്ലിലാണ് രേഖപ്പെടുത്തിയിട്ടുള്ളത്. ഇത്തരം രേഖകളെ സംബന്ധിച്ച് ധാരാളം കേൾക്കുന്നുണ്ടെങ്കിലും ഒന്നുപോലും വിശദപഠനത്തിന് വിധേയമാക്കിയിട്ടില്ല. ഉദാഹര ണത്തിന് രണ്ടെണ്ണം ചൂണ്ടിക്കാണിക്കാം. കോഴിക്കോട് സയ്യിദ്

മസ്താൻ വീട് എന്നറിയപ്പെടുന്ന സയ്യിദ് അബ്ദുള്ളയുടെ ദർഗ്ഗയിലെ മിക്കവാറും ദ്രവിച്ചുപോയെങ്കിലും വായിച്ചെടുക്കാവുന്ന തീയതിയുള്ള തറക്കല്ലാണ് ആദ്യത്തേത്. പഴക്കംചെന്നതും ചതുരമേൽക്കൂരയോടു കൂടിയതും ചെത്തിയ കല്ലുകൊണ്ടു പണിതതുമായ ഒരു അറയാണ് ഈ ദർഗ്ഗ. തെക്കുവശമൊഴിച്ച് എല്ലാ ചുമരിലും മധ്യഭാഗത്തായി വാതിലുകളുണ്ട്. അറയുടെ മധ്യഭാഗത്തായി പ്രധാന ശവകുടീരവും അതിനു കിഴക്കായി ചെറിയ രണ്ടു ശവകുടീരങ്ങളുമുണ്ട്.

മലബാറിലെ മറ്റു പ്രദേശങ്ങളിൽനിന്നു വ്യത്യസ്തമായി കോഴിക്കോട്ടെ മുസ്ലിങ്ങൾ സാമാന്യം ശക്തരും പ്രബലരുമായിരുന്നതു കൊണ്ട് തങ്ങളുടെ ആരാധനാലയങ്ങളുടെ ചരിത്രമൂല്യത്തെക്കുറിച്ച് അവർക്ക് ധാരണയുണ്ടായിരുന്നു. അതുകൊണ്ടുതന്നെ കാലത്തിന്റെ ജീർണ്ണതകളെ അതിജീവിച്ചുകൊണ്ട് കോഴിക്കോട്ട് ഏതാനും പള്ളികൾ അവശേഷിച്ചു. ഏതാനും രേഖകൾ സംരക്ഷിക്കപ്പെടുന്ന ജാമിയും മിത്കാൽ പള്ളിയുമാണ് ഇവയിൽ പ്രധാനം. ജാമിയിൽ നിന്ന് അല്പം തെക്കുമാറി നഗരത്തിൽ മുസ്ലീങ്ങൾ തിങ്ങിപ്പാർക്കുന്ന ഒരു ഭാഗത്തിന്റെ നടുക്കായി സ്ഥിതി ചെയ്യുന്ന മിത്കാൽ പള്ളിയിലാണ് ഏറ്റവും പ്രാചീനമായ ശിലാഫലകം സൂക്ഷിച്ചിരിക്കുന്നത്. പള്ളിയുടെ ഭാഗമായി സ്ഥാപിച്ച നിലയിലല്ല, വേറെ എവിടെനിന്നോ കൊണ്ടുവന്നു സ്ഥാപിച്ച നിലയിലാണ് ഇവിടെയുള്ള ശിലാഫലകം കാണപ്പെടുന്നത്. ഇപ്പോഴത്തെ പള്ളിയുടെ സ്ഥാനത്തുണ്ടായിരുന്ന പഴയ മിത്കാൽ പള്ളിയുടെ തറക്കല്ലാണ് ഇതെന്നാണ് തദ്ദേശീയർ വിശ്വസിക്കുന്നത്. അറബിയിലും തമിഴിലുമുള്ള ഈ ദ്വിഭാഷാഫലകം വായിച്ചെടുക്കാൻ പ്രയാസമുള്ളവിധം ജീർണ്ണിച്ചിട്ടുണ്ട്. തപ്പിവായിക്കാൻ മാത്രം വ്യക്തതയുള്ള രണ്ടു ലിഖിതഭാഗങ്ങൾ പരേതനായ മസൂദിന്റെ സ്വതന്ത്രനാക്കപ്പെട്ട അടിമ ഷഹാബ് അൽ-ദീൻ റഹ്യ്യാൻ സ്വന്തം പണമുപയോഗിച്ച് സ്ഥലം വാങ്ങി ഒരു കിണറും, ഇമാമും ബാങ്കുവിളിക്കുള്ള മുക്രിയും (മുഅദ്ദിൻ) അടക്കം പള്ളിയും പണികഴിപ്പിച്ചതായി സൂചന തരുന്നു. കൃത്യമായി വായിച്ചെടുക്കാനാവില്ലെങ്കിലും അവശേഷിച്ച അറബ് എഴുത്തിൽനിന്ന് ഹിജ്റ 686 (12878) എന്നൊരു തീയതി ഏതാണ്ട് വായിച്ചെടുക്കാം.

മിത്കാൽ പള്ളി

അപൂർണ്ണമായിപ്പോലും മിത്കാൽ പള്ളിയുടെ തറക്കൽ ലിഖിതം അവശേഷിച്ചിട്ടില്ലെങ്കിലും പല തരത്തിലും ജാമിയേക്കാൾ ചരിത്രപരമായ പ്രാധാന്യമുള്ളതാണ് ഈ പള്ളി. കല്ലിൽ തീർത്ത ഒന്നാം നിലയും മരത്തിൽ തീർത്ത മൂന്ന് മുകൾനിലകളുമായി മുസ്ലീംഭ്രരിപ

ക്ഷപ്രദേശത്തിന്റെ വടക്കുഭാഗത്തായി പള്ളിയുടെ മേൽക്കൂര നഗര ക്കാഴ്ചയിൽ ഇന്നും തലയുയർത്തി നിൽക്കുന്നു. നിരവധി കപ്പലുകളുടെ ഉടമയും ഇന്ത്യ, ചൈന, യമൻ, പേർഷ്യ എന്നീ രാജ്യങ്ങളുമായി കച്ചവട ബന്ധത്തിലേർപ്പെട്ടുകയും ചെയ്തതായും ഇബ്ൻ ബത്തൂത്ത പരാമർശിക്കുന്ന കോഴിക്കോട്ടെ വർത്തകപ്രമുഖൻ മിത്കാൽ 14-ആം നൂറ്റാണ്ടിൽ പണി കഴിച്ചതാണ് ഈ പള്ളിയെന്ന് കരുത പ്പെടുന്നു. ജാമിയായി മിഖ്ദാ മിഷ്ക്കാൽ പള്ളി പണിയിച്ചതായും35 1510-ൽ പോർച്ചുഗീസുകാർ തീയിട്ടു നശിപ്പിച്ച ഇത് 986-7/15789ൽ പുനർനിർമ്മിച്ചതായും സൈൻ അൽ ദീൻ രേഖപ്പെടുത്തിയിട്ടുണ്ട്.

മുച്ചുന്തിപള്ളി

തറക്കല്ല് മുതൽ ആരംഭിക്കുന്ന മുച്ചുന്തിപ്പള്ളിയിലെ രേഖകളായിരു ന്നു ഇരുപതാം നൂറ്റാണ്ടിന്റെ അവസാനദശകങ്ങൾ വരെ കോഴിക്കോ ട്ടെ മുസ്ലീം സമുദായത്തിന്റെ ആരംഭകാലംതൊട്ടുള്ള സമഗ്രചിത്രമറി യാൻ നമ്മെ സഹായിച്ച ലിഖിതങ്ങളുടെ മർമ്മം. അതുകൊണ്ടുതന്നെ തറക്കല്ലിലെ വരവീണ ലിഖിതത്തിന്റെ പരിശോധന പ്രധാനപ്പെട്ട താണ്. ജാമിക്ക് അല്പം തെക്കുമാറിയുള്ള ഈ പള്ളി വലിപ്പത്തിൽ ചെറുതെങ്കിലും 14-15 നൂറ്റാണ്ടുകളിലെ ജാമിയുടെ മാതൃക പിൻപറ്റുന്ന താണ്. തൂണുകളിൽ നിൽക്കുന്ന പൂമുഖവും പ്രാർത്ഥനാമുറിയിലേക്കു തുറക്കുന്ന അകത്തളവും അടങ്ങുന്നതാണ് ഇതിന്റെ ഘടന.

കൊച്ചിയിലെയും കൊല്ലത്തെയും പള്ളിരേഖകൾ

കൊച്ചിനദിയുടെ കരയിലുണ്ടായിരുന്ന പഴയ നഗരത്തെക്കുറിച്ച് ആദ്യകാല മുസ്ലീംചരിത്രകാരന്മാർ പരമാർശിക്കാത്തത് ആ നഗര ത്തിന് കടൽവാണിജ്യവുമായി കാര്യമായ ബന്ധമില്ലാത്തതുകൊ ണ്ടാവണം. ഭൂകമ്പം പോലുള്ള ഏതോ ഭൗമപ്രതിഭാസത്താൽ 1341-ൽ ഈ നഗരം തകരുകയും തീരദേശത്തിന്റെ രൂപം മാറ്റി വരച്ചുകൊണ്ട് കടലിൽനിന്ന് വൈപ്പിൻ ദ്വീപ് പൊങ്ങിവരികയുമുണ്ടായി. നഗരവും പരിസരപ്രദേശവും വെള്ളത്തിനടിയിലായപ്പോൾ ജൂതന്മാർ താമ സിച്ചിരുന്ന ഒരു കുന്നിൻ പ്രദേശമാണ് അവശേഷിച്ചത്. സംഭവം കഴിഞ്ഞ് രണ്ടു വർഷത്തിനു ശേഷം ഇബ്നു ബത്തൂത്ത ഈ പ്രദേശം സന്ദർശിക്കുന്നുണ്ട്. ഈ സമുദായം പിന്നെ 14-ആം നൂറ്റാണ്ടിന്റെ ഉത്തരാർദ്ധത്തിൽ വികസിച്ചു തുടങ്ങിയ പുതിയ നഗരത്തിലേക്ക് നീങ്ങി. ഒരു പ്രദേശത്തിന്റെ ഘടനതന്നെ മാറ്റിക്കളഞ്ഞ ഈ സംഭവം നടന്ന തീയതി പുതുവെയ്പ്പ് എന്നൊരു പുതിയ കലണ്ടറി ന്റെ നാന്ദിദിനവുമായി. കൊച്ചിയിലും മറ്റുമുള്ള ചില രേഖകളിൽ ഈ കലണ്ടർ വർഷമാണ് രേഖപ്പെടുത്തിയിരിക്കുന്നത്.

ഷാഫി ഈ ജാമി അഥവാ ചെമ്പാട്ടമ്പള്ളി

മുമ്പ് മുസ്ലീങ്ങൾ ധാരാളമായി താമസിച്ചിരുന്ന സ്ഥലത്തിന് തെക്ക ഭാഗത്തായിട്ടാണ് ഈ പള്ളി. മഹാരാജാവിന്റെ കൊട്ടാര സമുച്ചയം ജൂതമേഖലയിൽനിന്ന് ഈ പ്രദേശത്തെ മാറ്റി നിർത്തുന്നു. കൊച്ചിയിൽ ഏതാനും ജൂതന്മാർ ഇപ്പോഴുമുണ്ടെങ്കിലും ജൂതകേന്ദ്ര ങ്ങൾ ഇപ്പോൾ ചരിത്രസ്മാരകങ്ങളായി സംരക്ഷിച്ചിരിക്കുകയാണ്. ത്തൂണുകളിൽനിൽക്കുന്ന ഒരു പൂമുഖം, അവിടെനിന്ന് മൂന്നു വാതിലുക ളിലൂടെ പ്രവേശിക്കാവുന്ന ഒരു പ്രാർത്ഥനാ മുറി എന്നിങ്ങനെയാണ് ചെമ്പട്ടപ്പള്ളിയുടെ ഘടന. മലയാളത്തിലും അറബിയിലുമായുള്ള ദ്വിഭാഷാലിഖിതമടങ്ങിയ ഫലകം വാതിലുകൾക്കു മുകളിലായി നീള ത്തിലാണ് സ്ഥാപിച്ചിരിക്കുന്നത്. പുതുവെയ്പു വർഷം 180-ലെ (1520-1), മതപരമായ ചില വചനങ്ങൾ, ചരിത്രപരമായി പ്രാധാന്യമുള്ള ചില പരാമർശങ്ങൾ എന്നിങ്ങനെ നവീകരണപ്രവർത്തനങ്ങളാണ് ഇതിന്റെ ഉള്ളടക്കം. മലയാളലിഖിതത്തിന്റെ ഇടയിലായി മൂന്നു പാളികളിൽ നസ്ഖീ ലിപിയിൽ കൊത്തിയ അറബി ലിഖിതം ആചാ രങ്ങളും മതപരമായ വചനങ്ങളും നവീകരണത്തിന്റെ തീയതിയും ഉൾക്കൊള്ളുന്നതാണ്.

കൊച്ചിയിലെ അകത്തിപ്പള്ളി എന്നുകൂടി അറിയപ്പെടുന്ന ഷെയ്ക്ക് സെയ്ൻ അൽ-ദീൻ മക്ദൂം അൽ മ്'ബാരിയുടെ ദർഗ്ഗയും പള്ളിയും അനുബന്ധകെട്ടിടങ്ങളും ചേർന്ന കെട്ടിട സമുച്ചയം നിരവധി രേഖകൾകൊണ്ടു സമ്പന്നമാണ്. കൊല്ലം ജുമാ മസ്ജിദിൽ സംര ക്ഷിച്ചിട്ടുള്ള വെണ്ണക്കൽഫലകത്തിന്റെ ഭാഗമാണ് രണ്ടാമത്തേത്. ഇത് കുറച്ചുകൂടി പഴക്കമുള്ളതും സാംസ്കാരികമായ കാഴ്ചപ്പാടിൽ പ്രാ ധാന്യമേറിയതുമാണ്. ഈ വെണ്ണക്കൽഫലകഭാഗവും ലിഖിതകവും ഏതോ ശവകുടീരത്തിന്റെ ഭാഗമായിരിക്കണം. ഒരു വെണ്ണക്കൽപ്പാ ളിയുടെ രണ്ടായി മുറിഞ്ഞ നിലയിലുള്ള ഇടതുപാളിയുടെ ഒരു ഭാഗം മാത്രമാണ് സംരക്ഷിക്കപ്പെട്ടിട്ടുള്ളത്. ചിത്രപ്പണികളും ഖുർ ആൻ സൂക്തങ്ങളും ആലേഖനം ചെയ്ത ചതുരാകൃതിയിലുള്ള ഫലകം വ്യ ക്തതയുള്ളതാണ്. പതിമൂന്ന്പതിനാല് നൂറ്റാണ്ടുകളിൽ ഉത്തരേന്ത്യ യിൽ പ്രചാരത്തിലുണ്ടായിരുന്ന തുൽത്ത് മാതൃകയിലുള്ള ലളിതമായ ലിപികളാണ് ഇതിലുള്ളത്. ഖുർ-ആൻ XLVIII (ഫാത്തിഹ) വാക്യം 12-ന്റെ അവസാനം മുതൽ തുടക്കത്തിലെ 15:7-ൽ തുടക്കംവരെയാണ് ഫലകത്തിന്റെ അവശേഷിച്ച ഭാഗത്തു കാണുന്നത്.

ഫലകത്തിന്റെ ആകൃതിയും ചിത്രീകരണശൈലിയും പതി നാല്-പതിനഞ്ച് നൂറ്റാണ്ടുകളിലെ ഗുജറാത്തി ശവകുടീരഫലക

ങ്ങളുടെ മാതൃകയിലുള്ളതാണ്. ജമാദ II 716 (സെപ്തംബർ 6, 1316) ഉമർ ബി. അഹ്മദ് അൽ കാസിറൂനിയുടെ ശവകുടീരമടക്കം ഇത്തരത്തിലുള്ളനിരവധി ഉദാഹരണങ്ങളുണ്ട്. ഇവിടെയും മിഹ്റാബുകളും വിളക്കുകളും അടിപ്പടവിൽ രത്നാലങ്കാരമാതൃകകളും കമാനങ്ങളുടെ താങ്ങുകളിൽ കൊത്തുപണികളുമുള്ളതാണ്. ശവകുടീരങ്ങളുടെ വശങ്ങളിൽ കാണുന്ന വെണ്ണക്കൽപ്പാളികൾ കൊല്ലത്തെ ഫലകം ഗുജറാത്തിൽനിന്ന് കൊണ്ടുവന്നതാണോ എന്ന സംശയിക്കത്തക്ക വിധം അച്ചുകൊത്തുകൾക്ക് സാമ്യമുള്ളതാണ്. ഗുജറാത്തിൽനിന്ന് കൊല്ലത്തെത്തിയ കൈവേലക്കാർ ഉണ്ടാക്കിയതാവാമെന്ന കരുതാമെങ്കിലും ഗുജറാത്തിൽ സുലഭമായ ഇത്തരം വെണ്ണക്കല്ലുകൾ ദക്ഷിണേന്ത്യയിലോ മലബാർ പ്രദേശത്തോ ലഭ്യമല്ല. മരണപ്പെട്ടയാളുടെ പേരെഴുതാൻ ഒരു കറുത്ത പ്രതലം മാറ്റിവെച്ച രീതിയിൽ അച്ചുകൊത്തും അലങ്കാരപ്പണികളുമുള്ള ഗുജറാത്തി ശവകുടീരപാളികൾ സമുദ്രവാണിജ്യപാതകളിലെല്ലാം വിതരണം ചെയ്യപ്പെട്ടിരുന്നു. ദക്ഷിണഇറാനിലെ സഫർ പഴയ തുറമുഖം, യമനിലെ പഴയ റസൂലിദ് എമിറേറ്റിന്റെ ഭാഗമായിരുന്ന ഒമാനിൽ, കിഴക്ക് ജാവയിൽ, പടിഞ്ഞാറ് കിഴക്കനാഫ്രിക്കൻ തീരങ്ങളിൽ എല്ലാം ഇത്തരം ശവകുടീരഫലകങ്ങൾ എത്തിച്ചേർന്നിട്ടുണ്ട്. അടിത്തട്ടും കൂട്ടിച്ചേർക്കാവുന്ന അരികുപാളികളുമായി ഇത്തരം ഒരു സെറ്റ് ഗുജറാത്തിൽനിന്ന് കൊല്ലത്തേക്ക് ഇറക്കുമതി ചെയ്യപ്പെട്ടതാകാം.

കണ്ണൂർ ജില്ലയിലെ മാടായിയിൽനിന്നുള്ള പതിമൂന്നാം നൂറ്റാണ്ടിലെ ലിഖിതങ്ങളും തുല്യപ്രാധാന്യമുള്ളവയാണ്. ചെറുതെങ്കിലും ഇപ്പോൾ വികസിച്ചുകൊണ്ടിരിക്കുന്ന പയങ്ങാടി (പഴയങ്ങാടി) തുറമുഖത്തുനിന്ന് അല്പം ഉള്ളിലേക്കു മാറിയാണ് മാടായി സ്ഥിതി ചെയ്യുന്നത്. പയങ്ങാടിയും മാടായിയും ഇപ്പോൾ ഒന്നാവാൻ തുടങ്ങിയിട്ടുണ്ട്. മാലിക് ബി.ദീനാർ അല്ലെങ്കിൽ മാലിക് ദീനാർ ഇസ്ലാമിന്റെ ആദ്യദിനങ്ങളിൽത്തന്നെ മാടായി എത്തിയെന്നും ഒരു പള്ളി പണിതുവെന്നും പ്രാദേശികമായി ഒരു ഐതീഹ്യമുണ്ട്. ഇതിന് അടിസ്ഥാനമേതുമില്ലെങ്കിലും വലുതും വികസിതവുമായ തുറമുഖങ്ങൾക്കു പുറമേ ചെറു തുറമുഖങ്ങളിലേക്കു പോലും ആദ്യകാല മുസ്ലീം സമുദായം വ്യാപിച്ചതിന് ഇവിടെനിന്ന് കണ്ടുകിട്ടിയ രണ്ടു കുഴിമാടക്കല്ലുകൾ സാക്ഷ്യം വഹിക്കുന്നു. ഹിജ്റ 602 റംസാൻ 2ന് (1274) അന്തരിച്ച അബ്ദുൾ രഹ്മാന്റെ ഇദ്ദേഹം പേർഷ്യക്കാരനാണെന്ന കരുതുന്നു- കുഴിമാടക്കല്ല് ശ്രദ്ധേയമാണ്. ഇദ്ദേഹത്തിന്റെ പിതാമഹൻ റുസ്ബ്ബീഹ് സൗരാഷ്ട്രിയൻ മതക്കാരനായിരുന്നു. പന്ത്രണ്ടാം നൂറ്റാണ്ടിന്റെ

അവസാനമോ പതിമൂന്നാം നൂറ്റാണ്ടിന്റെ ആരംഭകാലത്തോ ആണ് ഇവരുടെ കുടുംബം ഇസ്ലാമതം സ്വീകരിക്കുന്നത്. റുസ്ബീഹ് ആകും കുടുംബത്തിൽനിന്ന് ഇസ്ലാം സ്വീകരിച്ച ആദ്യവ്യക്തി എന്നതുകൊണ്ടാണ് കുടുംബബന്ധങ്ങൾ അമുസ്ലീങ്ങളായ പിതാമഹന്മാരിലേക്ക് നീളാത്തത്. ഇതേപോലെ താൽപര്യമുണർത്തുന്നതാണ് 684 റബീഉൽ 4 ലെ (1285മെയ് 10) രണ്ടാമത്തെ കുഴിമാടക്കല്ല്. അബ്ദുള്ള ബി.അബൂ താഹിർ അൽ-തക്രിതി ഇപ്പോഴത്തെ ഇറാഖിലെ തക്രിത് നഗരത്തിൽനിന്നുള്ള വ്യക്തിയാണ്. കൊല്ലത്ത് നാം കണ്ടതുപോലെ ഇവിടെയുള്ള ശവകുടീരലിഖിതങ്ങളും ഗുജറാത്തിൽനിന്നുള്ളതാണ് എന്നതുകൊണ്ട് ഇതും മലബാറിലേക്ക് ഇറക്കുമതി ചെയ്യപ്പെട്ടതായിരിക്കണം. കൊല്ലം മുതൽ മാടായി വരെയുള്ള പള്ളികളുമായി ബന്ധപ്പെട്ട നൂറുക്കണക്കിനു രേഖകളുടെ ശാസ്ത്രീയപഠനമാണ് ഷൊക്കോഹി നിർവഹിക്കുന്നത്. കേരളത്തിന്റെ സാംസ്കാരികവും രാഷ്ട്രീയവും സാമ്പത്തികവുമായ ചരിത്രത്തിലേക്ക് വെളിച്ചം വീശുന്ന രേഖകളാണ് ഇവയെല്ലാം. ഇവയിൽ മിക്കതും പുതിയഗവേഷകർക്ക് പ്രയോജനപ്പെടുത്താവുന്ന പ്രാഥമിക ചരിത്രരേഖകളാണ്.

പള്ളിവാസ്തുശില്പവും മുസ്ലീം സാമൂഹ്യജീവിതവും

മെഹർദാദ് ഷൊക്കോഹി, നതാലി എച്ച്. ഷൊക്കോഹി എന്നിവർ ചേർന്ന് മലബാറിലെ പള്ളികളുടെ വാസ്തുശില്പപരമായ സവിശേഷതകളെക്കുറിച്ചും സൂക്ഷ്മമായ പഠനം നടത്തിയിട്ടുണ്ട്. (ഷൊക്കോഹി, നാതാലി എച്ച്.ഷൊക്കോഹി : 2018) തെക്കുകിഴക്കനേഷ്യയിലെ പള്ളികളിൽ പരമ്പരാഗത മലബാർ പള്ളികളോട് ഏറ്റവും ചാർച്ചയുള്ളത് മരത്തടിയിലുള്ള മേൽക്കൂരയ്ക്കു പകരം പൂർണ്ണമായും കല്ലിൽ നിർമ്മിച്ച ഇന്തോനേഷ്യയിലെ യോഗ്യാക്കാർട്ടയിലുള്ള സെലോ മസ്ജിദാണ്. ഉപശാല, പുറത്തേക്കു തള്ളിയിരിക്കുന്ന ഒറ്റ മിഹ്റോബോടുകൂടിയ പ്രാർത്ഥനാഹാൾ എന്നിങ്ങനെയാണ് ഇതിന്റെ ഘടന. ഇത് മലബാറിലെ പള്ളികളോട് വിശേഷിച്ച് ചേരമാൻ ജാമിക്ക് സമാനമാണ്. മരമേൽക്കൂരയെ അനുകരിച്ചുകൊണ്ട് പ്രാർത്ഥനാഹാളിനു മുകളിലായി കൂമ്പിയ മേൽക്കൂരയും ഉപശാലയ്ക്കു മുകളിലായി ഒരു ത്രികോണമുഖപ്പുമുണ്ട്. സെലോമസ്ജിദിന്റെ രൂപരേഖ ഒറ്റപ്പെട്ടതല്ല. ഇന്തോനേഷ്യയിലെ പഴയ പള്ളികളുടെയെല്ലാം ഘടന ഉപശാലയോ തൂണുകളിലുള്ള പുറംവരാന്തയോ ഉള്ളവയായിരുന്നു. ഈ ഭാഗത്തെ പിൽക്കാല പള്ളികളിലും ഇതിന്റെ സ്വാധീനം കാണാം.

മലബാർ പള്ളികളുടെ സവിശേഷതകളുടെ ഉത്ഭവമന്വേഷിച്ച് ഗുജറാത്തിൽനിന്നു തുടങ്ങി ഇസ്ലാമികലോകത്തിന്റെ ഏറ്റവും കിഴ

ക്കുഭാഗങ്ങളിലെത്തിയ ഈ സഞ്ചാരത്തിലൂടെ സമുദ്രവ്യാപാരികളുടെ വാസ്തുവിദ്യയും അവരുടെ ആവാസവ്യവസ്ഥകളും തമ്മിലുള്ള ബന്ധത്തിന് അടിവരയിടുന്ന വിശാലമായ വീക്ഷണകോണിലൂടെ ഗവേഷകർ കടന്നുപോകുന്നുണ്ട്. പേർഷ്യൻഗൾഫിലെയും ചെങ്കടലിലെയും തീരപ്രദേശങ്ങളിൽ വേരുകളുണ്ടെങ്കിലും ഈ വാസ്തുവിദ്യ അതിന്റേതായ സവിശേഷതകൾ വികസിപ്പിച്ചെടുത്തിട്ടുണ്ട്. ഇന്ത്യയിലെ എല്ലാ പ്രദേശങ്ങളിലും മറ്റു ദേശങ്ങളിലും പ്രാദേശികമായി ലഭ്യമായ വിദഗ്ധരെയും നിർമ്മാണതത്ത്വങ്ങളെയും കച്ചവടക്കാർ ഉപയോഗപ്പെടുത്തിയിട്ടുണ്ട്. മരങ്ങൾ കുറവായ വരണ്ട പ്രദേശങ്ങളിൽ കല്ല് പ്രധാന നിർമ്മാണസാമഗ്രിയായപ്പോൾ ഉഷ്ണമേഖലാ പ്രദേശങ്ങളിൽ സുലഭമായ മരം മേൽക്കൂരയ്ക്ക് ഉപയോഗപ്പെടുത്തി. അപ്പോഴും ഒന്നാംനിലയുടെ ചുമരുകൾ കല്ലുകൊണ്ടുള്ളതായിരുന്നു. കാലക്രമേണ മലബാറിൽ ഇന്ത്യയുടെ മറ്റുഭാഗങ്ങളിൽനിന്ന് വ്യത്യസ്തമായി ഒറ്റ മിഹ്റാബ് മാത്രമുള്ള പ്രാർത്ഥനാഹാളിലൂന്നിയ രൂപരേഖയോടുകൂടിയ ഒരു വാസ്തുവിദ്യാപദകോശം വളർന്നുവന്നിട്ടുണ്ട്. മലബാർ മിമ്പറുകളുടെ വളഞ്ഞതൂണുകളിലും അഴികളിലും പ്രഭാഷകന്റെ ഇരിപ്പിടത്തിന്റെ പിൻനിരയിലും ചില അലങ്കാരപ്പണികളുണ്ട്. ഇവ ഇസ്ലാമികപാരമ്പര്യത്തിൽനിന്നുള്ളതും പ്രാദേശിക ഇസ്ലാമേതര രൂപങ്ങളിൽനിന്ന് സ്വീകരിച്ച സസ്യജാലങ്ങളും പൂക്കളുടെ പാറ്റേണുകളും കൊത്തിവെച്ചവയുമാണെന്നു കാണാം. പള്ളികൾ പൊതുവെ അലങ്കാരങ്ങളിൽ മിതത്വം പാലിക്കുന്നവയാണ്. ഉപശാലയുടെ മുകളിലെ ത്രികോണമുഖപ്പിലോ തൂണുകളിൽനിൽക്കുന്ന പൂമുഖത്തിലോ ഒക്കെയാണ് സാധാരണയായി അലങ്കാരപ്പണികൾ കാണുക. ഈ പള്ളിരൂപരേഖയും അലങ്കാരങ്ങളോടുള്ള ലാളിത്യമുള്ള സമീപനവുമാണ് തെക്കനേഷ്യയിലേക്കും അതിനപ്പുറത്തേക്കും എത്തിയത്. അതോടൊപ്പം അതതുപ്രദേശങ്ങളിലുള്ള പ്രാദേശികപാരമ്പര്യങ്ങളും രൂപരേഖയിലും നിർമ്മാണത്തിലും സ്വാംശീകരിച്ചിട്ടുണ്ട്. പക്ഷേ സമുദ്രാന്തരകച്ചവടക്കാരുടെ ചില ശീലങ്ങൾ ഒരിക്കലും മാഞ്ഞുപോകുന്നുമില്ല. പള്ളികളുടെ വാസ്തുശില്പസവിശേഷതകളെക്കുറിച്ചുള്ള ഈ പഠനം മലബാറിന്റെ വാസ്തുവിദ്യ രൂപപ്പെട്ടതിൽ സമുദ്രാന്തരബന്ധങ്ങൾക്കുള്ള സ്വാധീനം കൃത്യമായി സൂചിപ്പിക്കുന്ന ഒന്നാണ്.

മലബാറിലെ പള്ളികളിലൂടെ തെളിയുന്ന സാമൂഹ്യജീവിതത്തെ വിശകലനാത്മകമായി പരിശോധിക്കുകയാണ് ഗവേഷകനായ സെബാസ്റ്റ്യൻ പ്രാങ്. (പ്രാങ് : 2018) മലബാറിലെ പള്ളികളുടെ

തനതുശൈലി അറേബ്യനോ വടക്കേ ഇന്ത്യനോ ആയ വാസ്തുശില്പമാതൃകകളിൽനിന്ന് രൂപംകൊണ്ടതല്ല. പ്രത്യക്ഷത്തിൽ തന്നെ വ്യക്തമാവുന്ന മിനാരങ്ങളുടെയും താഴികക്കുടങ്ങളുടെയും അഭാവം മാത്രമല്ല ഈ രണ്ടു ശില്പമാതൃകകളിൽനിന്നും മലബാറിലെ പള്ളികൾക്കുള്ള വ്യത്യാസം. ഇവ നിർമ്മിച്ച സമുദായങ്ങളുടെ സ്വത്വവുമായി ബന്ധപ്പെടുത്തി ഈ പള്ളികളുടെ അനന്യതയെ ഭാഗികമായി വിശദീകരിക്കാനാവും. കടൽമാർഗ്ഗമുള്ള വാണിജ്യത്തിനായെത്തി മലബാറിൽ ആവാസമുറപ്പിച്ച മനുഷ്യരിൽ ഭൂരിഭാഗവും വന്നത് ഇസ്ലാമിക നാഗരികതയുടെ തലസ്ഥാനങ്ങളിൽനിന്നോ മുഖ്യ കേന്ദ്രങ്ങളിൽനിന്നോ ആയിരുന്നില്ല, മറിച്ച് കുറെയേറെ അകന്ന അറേബ്യൻ പെനിൻസുലയുടെ തീരമേഖലകളിൽനിന്നായിരുന്നു. സാമ്രാജ്യത്വാധിപതികൾ പണിതുയർത്തിയ ആഡംബര സൗധങ്ങളിലല്ല, ഒതുങ്ങിയ മട്ടിൽ പണിത തദ്ദേശീയ ശൈലിയിലുള്ള പള്ളികളിലായിരുന്നു അവർക്ക് ആരാധന നിർവഹിച്ച ശീലം. മാത്രമല്ല ഈ കച്ചവട സമൂഹത്തിന് സാമ്രാജ്യത്വശൈലിയിലുള്ള വമ്പൻ പള്ളികൾ നിർമ്മിക്കാനുള്ള പണവും സന്നദ്ധതയും ഉണ്ടെന്നുതന്നെ വെച്ചാലും തദ്ദേശീയ വാസ്തുശൈലിയ്ക്കുമേൽ വമ്പൻ എടുപ്പുകൾ നിർമ്മിക്കുന്നതിനുള്ള സാങ്കേതികവിദ്യയുടെയും രാഷ്ട്രീയ അധികാരത്തിന്റെയും അഭാവം അവർക്കുണ്ടായിരുന്നു. ഒറ്റക്കാഴ്ചയിൽ തന്നെ വേറിട്ടുനിൽക്കുന്ന വൈദേശിക മാതൃകകളെ മലബാർ തീരത്ത് പ്രതിഷ്ഠിക്കുന്നത് പ്രാദേശിക ഭരണകൂടങ്ങൾക്ക് എതിരായ വെല്ലുവിളിയായി വായിക്കപ്പെടാനുള്ള സാധ്യതയും കണക്കിലെടുക്കേണ്ടതുണ്ട്. വടക്കേ ഇന്ത്യയിൽ സവിശേഷമായ ഇന്തോ-ഇസ്ലാമിക് വാസ്തുശില്പമാതൃകകൾ പുതിയൊരു മുസ്ലിം ഭരണക്രമത്തിന്റെ ഉദയചിഹ്നങ്ങളാണ് അടയാളപ്പെട്ടതെങ്കിൽ തെക്ക്, ഹിന്ദുരാജാക്കന്മാരുടെ കീഴിൽ പ്രവർത്തിക്കുകയായിരുന്ന മുസ്ലിം കച്ചവടക്കാർ എന്നതായിരുന്നു പ്രകടമായ ഒരു വ്യത്യാസം.

ഏതായിരുന്നാലും തെക്കുകിഴക്കൻ ഏഷ്യൻ തീരത്തെയും തെക്കുപടിഞ്ഞാറൻ ഇന്ത്യയിലെയും മുസ്ലിം വാസ്തുശില്പ നിർമ്മിതികൾ തമ്മിൽ സംശയരഹിതമായ വിധം സാമ്യങ്ങളുണ്ടായിരിക്കുമ്പോഴും മലബാറിലെ പള്ളികൾ ഹിന്ദു ക്ഷേത്രങ്ങളുടെ ചില സവിശേഷതകൾ കൂടി പങ്കുവെക്കുന്നുണ്ട്. ഒമ്പതാം നൂറ്റാണ്ടുമുതൽ പഴക്കമുള്ളതാണ് കേരളത്തിൽ ഇന്നും നിലനിൽക്കുന്ന ഏറ്റവും പ്രാചീന ക്ഷേത്രം. അക്കാലം മുതൽ മേഖലയിലെ ക്ഷേത്രനിർമ്മാണങ്ങൾ സജീവമാകുന്നത് വലിയൊരളവോളം സമുദ്രവ്യാപാരം വഴിയുള്ള

വരുമാനത്തിലൂടെയാണ്. സാമ്പത്തികമായും രാഷ്ട്രീയമായും പരസ്പരം മത്സരിച്ചിരുന്ന തീരത്തെ വ്യത്യസ്ത രാജഭരണകൂടങ്ങൾക്കിടയിലാണ് ഈ വരുമാനം വിഭജിക്കപ്പെട്ടത്. പതിനൊന്നാം നൂറ്റാണ്ടോടുകൂടി അസ്തമിച്ച ഏകീകൃത ചേര സാമ്രാജ്യത്തിന് ശേഷം മേഖലയിലെ ഭരണരംഗത്ത് ഒരു ശിഥിലീകരണം സംഭവിക്കുന്നുണ്ട്. പക്ഷേ വ്യത്യസ്തരായ ഈ നാട്ടുവാഴികൾ തങ്ങളുടെ വംശഅഭിരുചികൾക്ക തീതമായി തദ്ദേശീയ ശൈലിയിലുള്ള ശൈലികളുടെ പൊതു ഭൂമി കയിൽനിന്നുള്ള ഒരു ഏകീകൃത ക്ഷേത്രനിർമ്മാണ രീതിയെ പ്രോ ത്സാഹിപ്പിക്കുന്നതായി കാണാം. മറ്റൊരു തരത്തിൽ പറഞ്ഞാൽ ചേരസാമ്രാജ്യാനന്തര കേരളത്തിലെ ഏകഛത്രാധിപത്യത്തിന്റെ അഭാവമാണ് സവിശേഷമായ രാഷ്ട്രീയ താൽപര്യങ്ങളോട് കെട്ടു പാടില്ലാത്ത ഒരു പ്രാദേശിക ഏകീകൃത ക്ഷേത്രനിർമ്മാണശൈലി വികസിക്കുന്നതിന് കാരണമാകുന്നത്.

നിലനിൽക്കുന്ന മതസാംസ്കാരിക ചട്ടക്കൂടിനകത്ത് പള്ളികളെ കൂടി പ്രതിഷ്ഠിക്കാനുള്ള പ്രേരണ, പരിവർത്തിതരെ ആകർഷിക്കലും ഉൾക്കൊള്ളലും മാത്രമാണെന്ന് കരുതാനാവില്ല. മലബാർതീരത്തെ ഹിന്ദു സാമൂഹിക രാഷ്ട്രീയ ക്രമത്തിനകത്ത് ചിതറിയതും ചെറുതുമായ ചില തുരുത്തുകൾക്കകത്താണ് മുസ്ലീങ്ങൾ ഉണ്ടായിരുന്നത്. ഹിന്ദു ഭരണാധികാരികളുടെ തുടർച്ചയായ സൗമനസ്യം പൂർണ്ണമായും ആശ്രയിച്ചിരുന്നവരായിരുന്നു മുസ്ലിം കച്ചവടക്കാർ. നിലനിൽക്കുന്ന ആരാധനാലയ ശില്പമാതൃകയ്ക്കകത്തേക്ക് തങ്ങളെക്കൂടി ചേർത്തുവെ ക്കാനുള്ള ആഗ്രഹത്തിനു പിന്നിൽ ആ ആശ്രിതത്വത്തിന്റെ ഊന്നൽ കൂടിയുണ്ട്. പാരമ്പര്യ മാതൃക നിലനിർത്തി ചരിത്രത്തിൽ ഇടംപി ടിച്ച മലബാറിലെ പള്ളികളെക്കുറിച്ച് എഴുതുമ്പോഴെല്ലാം ബ്രിട്ടീഷ് നിരീക്ഷകർ തുടർച്ചയായി ചൂണ്ടിക്കാണിക്കുന്ന ഒരു സവിശേഷത അവയിലുള്ള മിനാരങ്ങളുടെ അഭാവമാണ്. ഇവയിൽ ചില പള്ളിക ളിൽ കാണുന്ന ചെറുഗോപുരങ്ങൾ പോലുള്ള എടുപ്പുകൾ ഹിന്ദു ശിവ ക്ഷേത്രങ്ങളുടെ നിർമ്മാണവുമായി ബന്ധപ്പെടുത്തിക്കൊണ്ടും അവർ വിവരിച്ചിട്ടുണ്ട്.

ഘടനയിലും ബാഹ്യമായ വാസ്തുശൈലിയിലും മലബാറിലെ ക്ഷേത്രങ്ങളും പള്ളികളും ഒരു തുടർച്ച സൂക്ഷിക്കുമ്പോൾത്തന്നെ അവയുടെ ഉൾവശങ്ങളിൽ കാതലായ വ്യത്യാസങ്ങൾ പ്രകടമാണ്. മിക്ക ക്ഷേത്രങ്ങളും സമചതുരമായ നിരന്ന തറയിൽ മുഖമണ്ഡപ ത്തോടുകൂടി നിർമ്മിക്കപ്പെട്ടവയാണ്. പള്ളികളാകട്ടെ പൊതുവേ ദീർഘചതുരാകൃതിയാണ് സ്വീകരിക്കുന്നത്.

മധ്യകാല മലബാർതീരത്ത് പ്രവാസി കച്ചവടസമൂഹം തീർച്ചയായും മുസ്ലീങ്ങൾ മാത്രമായിരുന്നില്ല. ക്രിസ്ത്യാനികൾ, ജൂതന്മാർ, സരതുഷ്ടർ, ജാവക്കാർ, ചൈനക്കാർ, ആഫ്രിക്കക്കാർ ഇന്ത്യൻ ഉപഭൂഖണ്ഡത്തിലെ മറ്റുഭാഗങ്ങളിൽ നിന്നുള്ളവർ തുടങ്ങി നിരവധി കൂട്ടായ്മകൾ ഉണ്ടായിരുന്നതായി ചരിത്രരേഖകൾ സാക്ഷ്യപ്പെടുത്തുന്നുണ്ട്. ചർച്ചുകളും സിനഗോഗുകളും നിർമ്മിക്കാനും പരിപാലിക്കാനും ഉള്ളതുൾപ്പെടെ നിരവധി സാമൂഹിക അവകാശങ്ങൾ ക്രിസ്ത്യൻ ജൂത സമൂഹങ്ങൾക്ക് നൽകുന്ന ഒട്ടേറെ ചെപ്പേടുകൾ കണ്ടെടുക്കപ്പെട്ടിട്ടുണ്ട്. പക്ഷേ മുസ്ലിങ്ങൾക്ക് ഇത്തരം സാമൂഹിക അവകാശങ്ങൾ നൽകുന്ന രാജശാസനങ്ങൾ മേഖലയിൽ കാണുന്നില്ലതാനും. ലിഖിതശാസനങ്ങളുടെ അഭാവത്തെ ഭാഗികമായെങ്കിലും പരിഹരിക്കാൻ മറ്റു തെളിവുകൾ പക്ഷേ മുസ്ലിം ജീവിതത്തെക്കുറിച്ച് ഉണ്ട്. അതുപ്രകാരം ശാസനങ്ങൾ പ്രകാരം ലഭിക്കുന്ന അവകാശങ്ങൾ മിക്ക മുസ്ലിങ്ങളും അനുഭവിച്ചിട്ടുണ്ട്. രേഖകളിലൂടെ ലഭിക്കുന്നതിനു പകരം സ്വാഭാവികമായിത്തന്നെ അവ ലഭ്യമായിരുന്നു എന്നർത്ഥം. പള്ളികളുടെ വാസ്തുരീതി ഇതിനുള്ള പ്രധാന തെളിവാണ്. അക്കാലത്ത് സാധാരണയായിരുന്ന ഓലമേയലിനുപകരം പള്ളികൾ ഓട്ടുമേയാനുള്ള അനുവാദം പ്രതീകാത്മകമായ ഇത്തരം വിശേഷാധികാരങ്ങളിൽ ഒന്നാണ്. ഒരു ചെപ്പേടിൽ കൊച്ചിയിലെ ജൂതസമൂഹത്തിന് ഇത്തരത്തിൽ ഓട്ടുമേയാനുള്ള അവകാശം പ്രത്യേകം സൂചിപ്പിച്ചുനൽകുന്നുണ്ട്. പതിനഞ്ചാം നൂറ്റാണ്ടിൽ കൊച്ചിക്ക് മേൽ ആധിപത്യം നേടുന്ന കോഴിക്കോട്ടെ ഭരണാധികാരി കൊട്ടാരങ്ങൾ ചുവന്ന ഓട്ടുമേയാനുള്ള അവകാശം കൊച്ചി രാജകുടുംബത്തിന് നിഷേധിക്കുന്നുണ്ട്. ഓട്ടുമേയലിന്റെ പ്രാധാന്യം സൂചിപ്പിക്കുന്നതാണ് ഈ രേഖയും.

ലോകവ്യാപകമായിത്തന്നെ മുസ്ലീം പള്ളികൾ അധ്യയനകേന്ദ്രങ്ങൾ കൂടിയായിരുന്നു. മലബാർ തീരമേഖലകളിൽ ഇതിന് സവിശേഷമായ പ്രാധാന്യമുണ്ട്. പരിവർത്തിതമുസ്ലീങ്ങളെ സംബന്ധിച്ച് ന്യായാധിപരും മതപ്രാസംഗികരുമായ ആളുകളായിരുന്നു അറബിഭാഷയുടെ കാവൽക്കാർ. പള്ളികളുടെ മുകൾനിലകൾ അധ്യയനപ്രവർത്തനങ്ങൾക്കുള്ള ഉത്തമ ഇടമായിരുന്നു. മലബാറിലെ ഏതാനും പള്ളികൾ സന്ദർശിച്ച ഈ പ്രബന്ധകാരന് അവയെല്ലാം ഇക്കാലത്തും അങ്ങനെ തന്നെ തുടരുന്നുവെന്ന് ബോധ്യപ്പെടുകയുണ്ടായി. മലബാറിപള്ളികളിലെ ദൈവശാസ്ത്രവിദ്യാർത്ഥികളെ കുറിച്ചും അവർക്കു ലഭിച്ചിരുന്ന ധനസഹായത്തെക്കുറിച്ചും ഇബ്നു ബത്തൂത്ത സംസാരിക്കുന്നുണ്ട്. ഹൊനാവർ എന്ന തുറമുഖ നഗരത്തിൽ എല്ലാ

വർക്കും ഖുർ-ആൻ മനഃപാഠമാണെന്നാണ് ബത്തൂത്ത പറയുന്നത്. ആ നഗരത്തിൽ ആൺകുട്ടികൾക്കായി 23-ഉം പെൺകുട്ടികൾക്കായി 13-ഉം വിദ്യാലയങ്ങളുള്ളതായും ഇത്തരമൊരു സംവിധാനം മറ്റെവിടെയും കണ്ടിട്ടില്ലെന്നും അദ്ദേഹം നിരീക്ഷിക്കുന്നു. ഖുർ-ആൻ പാരായണം പഠനത്തിലുൾപ്പെടുത്തിയതിനെ സംബന്ധിച്ച് സൈൻ അൽ ദീനും പറയുന്നുണ്ട്. കണ്ണൂർഭാഗത്തും പരിസരങ്ങളിലുമുള്ള മുസ്ലീങ്ങൾ വളരെ നന്നായി ഖുർ-ആൻ പാരായണം ചെയ്യുന്നവരും ഒപ്പം മറ്റു മതകാര്യങ്ങൾ പഠിക്കുന്നവരാണെന്നും അദ്ദേഹം സൂചിപ്പിക്കുന്നു. ഈ സാഹചര്യത്തിലാണ് അറബി-മലയാളം എന്ന ഭാഷാരീതി രൂപപ്പെടുന്നത്. മലബാറിലെ മാപ്പിളസമുദായങ്ങൾക്കിടയിൽ ഇന്നും അത് പ്രചാരത്തിലുണ്ട്. ഈ വിധത്തിൽ പള്ളികൾ അറബിഭാഷയിലേക്കും അതുവഴി വിശാലമായ ഇസ്ലാമിക ലോകത്തേക്കും പ്രവേശിക്കുന്നതിനുള്ള പാലമായി വർത്തിച്ചു. മലബാറിലെ പരമ്പരാഗത മുസ്ലീംപള്ളികളിൽ ആരാധനക്കായി സ്ത്രീകളെ പ്രവേശിപ്പിക്കാത്തതിനുള്ള ഉത്തരവും സെബാസ്റ്റ്യൻ പ്രാങ്ങിന്റെ പഠനത്തിൽനിന്ന് വായിച്ചെടുക്കാനാകും. കച്ചവടമുതലിന്റെ സൂക്ഷിപ്പുകേന്ദ്രവും രാത്രി വിശ്രമിക്കാനുള്ള സത്രവുമായി പരിചരിക്കപ്പെട്ട പള്ളികളിൽ സ്ത്രീകളുടെ സാന്നിധ്യം ആശാസ്യമായി തോന്നിയിരിക്കില്ല എന്നു നിരീക്ഷിക്കാവുന്നതാണ്.

ഉപസംഹാരം

മലബാറിന്റെ ചരിത്രനിർമ്മാണവുമായി ബന്ധപ്പെട്ട പാരമ്പര്യേതര സ്രോതസ്സുകളാണ് നാം പരിചയപ്പെട്ടത്. പുരാരേഖകളിൽ കുറച്ചുമാത്രം പഠിക്കപ്പെട്ടിട്ടുള്ളതാണ് മലബാറിലെ പള്ളികളിലുള്ള രേഖകൾ. വിശാലമായ ഇന്ത്യൻമഹാസമുദ്രപഠനങ്ങളുമായി ബന്ധപ്പെടുത്തി പഠിക്കുമ്പോൾ അറബി, പേർഷ്യൻ, ഹീബ്രു തുടങ്ങിയ പൌരസ്ത്യഭാഷകളും പോർച്ചുഗീസ്, ലാറ്റിൻ, ഫ്രഞ്ച്, ഡച്ച് തുടങ്ങിയ യൂറോപ്യൻ ഭാഷകളും മലബാർ ചരിത്രത്തിൽ എത്രനിർണ്ണായകമാണെന്നു നാം കണ്ടു. ഒരുകാലത്ത് കേരളവുമായി വാണിജ്യബന്ധങ്ങളിലേർപ്പെട്ടിരുന്ന ആഫ്രിക്കൻ സമൂഹങ്ങളുടെ ഭാഷകളും മലബാറിന്റെ ചരിത്രവുമായി ബന്ധപ്പെടുന്നുണ്ടാവണം. പ്രത്യേകിച്ച് കിഴക്കനാഫ്രിക്കൻ രാജ്യങ്ങളിലെ ഭാഷകളായ സ്വാഹിലി, ബാണ്ടു തുടങ്ങിയ ഭാഷകളിൽ മലബാറിനെ സംബന്ധിച്ച വിവരങ്ങൾ ലഭ്യമാവും. നേരിട്ട് ബന്ധമില്ലെങ്കിലും സ്വാഹിലി പോലൊരു ഭാഷയും അറബിമലയാളം പോലൊരു ഭാഷയും രൂപപ്പെട്ട സാഹചര്യങ്ങളിൽ സമാനതയുള്ളതുകൊണ്ടും രണ്ടു ഭാഷകളിലും അറബിയുടെ

സാന്നിധ്യമുള്ളതുകൊണ്ടും ഈ രണ്ടു ഭാഷകളും തമ്മിലുള്ള ഭാഷാശാസ്ത്രവിശകലനങ്ങൾക്ക് ഇന്ത്യൻ മഹാസമുദ്രത്തിന്റെ രണ്ടതിരുകളിൽ കിടക്കുന്ന ദേശങ്ങളുടെ ജീവിതത്തെയും സംസ്കാരത്തെയും ബന്ധിപ്പിക്കുന്ന പൊതുതന്തുക്കൾ കണ്ടെത്താൻ സാധിച്ചേക്കും. വാസ്തുശില്പശൈലികൾ പഠനവിധേയമാക്കിയതുപോലെ വസ്ത്രധാരണം, ആഹാരരീതികൾ, ചികിത്സ, കലാരൂപങ്ങൾ എന്നിവയും സമുദ്രാന്തരപഠനങ്ങളിലൂടെ കൂടുതൽ വിളക്കിയെടുക്കേണ്ടതുണ്ട്. മരക്കലത്തമ്മത്തോറ്റത്തെക്കുറിച്ചുള്ള പഠനത്തിൽ അഭിലാഷ് മലയിൽ അത്തരമൊരു സൂചന നൽകുന്നുണ്ട്. (അഭിലാഷ് : 2018) കലകളായാലും പ്രാദേശികസാഹിത്യമായാലും ചരിത്രനിർമ്മിതിയെ സംബന്ധിച്ച് അവയ്ക്ക് സമുദ്രാന്തരബന്ധങ്ങളുടെ കഥപറയാനുണ്ടാകുമെന്ന സൂചിപ്പിക്കുന്ന പഠനമമാണ് പടപ്പാട്ടുകളെക്കുറിച്ചുള്ള മഹമൂദ് കൂരിയയുടെ പഠനം. (കൂരിയ : 2018) മലബാറിന്റെ ചരിത്രപദ്ധതികളെ സമുദ്രാന്തരപഠനങ്ങളുടെ ഭാഗമായി കാണുന്ന ലോകത്തിന്റെ എല്ലാ ഭാഗത്തുനിന്നുമുള്ള ഗവേഷകർക്ക് പുതിയ സ്രോതസ്സുകൾ തുറന്നിട്ടുന്നുണ്ട് ഈ മേഖലയിൽ നടക്കുന്ന അന്തർവൈജ്ഞാനികവും മൾട്ടിലിംഗ്വലുമായ പഠനങ്ങൾ.

റഫറൻസ്

1. മഹമൂദ് കൂരിയയും മൈക്കൽ നെയ്‌ലർ പിയേഴ്‌സണും. മലബാർ ഇൻ ഇന്ത്യൻ ഓഷ്യൻ, കോസ്‌മോപൊളിറ്റനിസം ഇൻ എ മാരിടൈം ഹിസ്റ്റോറിക്കൽ റീജ്യൻ. ഓക്സ്‌ഫോർഡ് യൂണിവേഴ്‌സിറ്റി പ്രസ്, ന്യൂഡൽഹി, 2018.
2. മെഹർദാദ് ഷൊക്കോഹി, 2018. സോഴ്‌സസ് ഓഫ് മലബാർ മുസ്ലീം ഇൻസ്ക്രിപ്ഷ്യൻസ്, മഹമൂദ് കൂരിയ ആന്റ് മൈക്കൽ നെയ്‌ലർ പിയേഴ്‌സൺ, (എഡി.)
3. മഹ്മൂദ് കൂരിയ, 2018. ഖുത്ബത്-അൽ ജിഹാദിയ: എ സിക്സ്റ്റീൻത് സെഞ്ചുറി ആന്റി പോർച്ചുഗീസ് സെർമൻ, മഹമൂദ് കൂരിയ ആന്റ് മൈക്കൽ നെയ്‌ലർ പിയേഴ്‌സൺ, (എഡി.)
4. ഇസ്റ്റ്വാൻ പെർസൽ, 2018. സം ഏർലി ഡോക്യുമെന്റ്സ് എബൌട്ട് ദി ഇന്ററാക്ഷൻസ് ഓഫ് ദി സെന്റ് തോമസ് ക്രിസ്ത്യൻസ് ആന്റ് ദി യൂറോപ്യൻ മിഷനറീസ്. മഹമൂദ് കൂരിയ ആന്റ് മൈക്കൽ നെയ്‌ലർ പിയേഴ്‌സൺ, (എഡി.)
5. മീര സി.മുരളീധരൻ, 2018. ക്രോസ് കൾച്ചറൽ ഇന്ററാക്ഷൻസ് ആന്റ് മിഷനറി റൈറ്റിംഗ്സ് ഇൻ ദി കണ്ടന്റ് ഓഫ് ദി ഡച്ച് ഈസ്റ്റ് ഇന്ത്യ കമ്പനി, സി.1600-72.

6. മഹമൂദ് കൂരിയ, 2018. പടപ്പാട്ട്, എ മലയാളം വാർ സോങ് ഓൺ ദി പോർച്ചുഗീസ് ഡച്ച് ബാറ്റിൽ ഇൻ കൊച്ചിൻ. മഹമൂദ് കൂരിയ ആന്റ് മൈക്കൽ നെയ്‌ലർ പിയേഴ്സൺ, (എഡി.)

7. മൈക്കൽ നെയ്‌ലർ പിയേഴ്സൺ, 2018. ചാൾസ് ഡില്ലൺസ് ജേണി ത്രൂ മലബാർ. മഹമൂദ് കൂരിയ ആന്റ് മൈക്കൽ നെയ്‌ലർ പിയേഴ്സൺ, (എഡി.)

8. ഗഗൻ ഡി.എസ്.സൂദ്, 2018. ത്രൂ എ പേർഷ്യൻ ലുക്കിംഗ് ഗ്ലാസ്: മലബാർസ് വേൾഡ് ഇൻ ദി മിഡിൽ ഓഫ് ദി എയ്റ്റീൻത് സെഞ്ചുറി. മഹമൂദ് കൂരിയ ആന്റ് മൈക്കൽ നെയ്‌ലർ പിയേഴ്സൺ, (എഡി.)

9. അഭിലാഷ് മലയിൽ, 2018. മദർഗോഡസ് ആന്റ് ദി വുഡൻഷിപ്പ്: ടെയ്ൽ ആന്റ് ട്രേഡ് ഇൻ ദി തോറ്റം ഓഫ് മരക്കലത്തമ്മ. മഹമൂദ് കൂരിയ ആന്റ് മൈക്കൽ നെയ്‌ലർ പിയേഴ്സൺ, (എഡി.)

10. അബ്ദുൾ ജലീൽ, പി.കെ.എം. 2018. റിലീജ്യസ് റൈവൽറീസ് ഇൻ എയ്റ്റീൻത് സെഞ്ചുറി മലബാർ: ദി ഡയസ്പോറിക് റൈറ്റിംഗ്സ് ഓഫ് എ ഹദ്റാമി സ്കോളർ. മഹമൂദ് കൂരിയ ആന്റ് മൈക്കൽ നെയ്‌ലർ പിയേഴ്സൺ, (എഡി.)

11. റിച്ചാർഡ് ജി. മാർക്ക്സ്, 2018. ജ്യൂസ് ആന്റ് ദി അദർ പീപ്പ്ൾസ് ഓഫ് സതേൺ ഇന്ത്യ: എക്സേർപ്റ്റ്സ് ഫ്രം ദി ട്രാവലോഗ് ഇവൻ സാപിർ, വൈ റബ്ബി ജേക്കബ് സാപിർ, ബെയ്സ്ഡ് ഓൺ ഹിസ് ജേണി എലോങ് ദി മലബാർ കോസ്റ്റ് ആന്റ് ബിയോണ്ട്, 1860. മഹമൂദ് കൂരിയ ആന്റ് മൈക്കൽ നെയ്‌ലർ പിയേഴ്സൺ, (എഡി.)

12. മെഹർദാദ് ഷൊക്കോഹി ആന്റ് നതാലി എച്ച്. ഷൊക്കോഹി, 2018. ദി മലബാർ മോസ്ക്: എ വിഷ്വൽ മാനിഫെസ്റ്റേഷൻ ഓഫ് ആൻ എഗാലിറ്റേറിയൻ ഫെയ്ത്ത്. മഹമൂദ് കൂരിയ ആന്റ് മൈക്കൽ നെയ്‌ലർ പിയേഴ്സൺ, (എഡി.)

13. സെബാസ്റ്റ്യൻ ആർ. പ്രാങ്ങ്, 2018. ദി മോസ്ക് ഇൻ ദി ലാന്റ് ഓഫ് ടെമ്പിൾസ്: റീഡിംഗ് മലബാർസ് മുസ്ലീം മോണ്യുമെന്റ്സ്. മഹമൂദ് കൂരിയ ആന്റ് മൈക്കൽ നെയ്‌ലർ പിയേഴ്സൺ, (എഡി.)

14 ശമീറലി കറ്റിക്കാട്ടൂർ. 2016 അറബി ഭാഷയും കേരളവും, suprabhaatham.com

പടപ്പാട്ടുകൾ: വിവർത്തനത്തിന്റെ രാഷ്ട്രീയ സഞ്ചാരങ്ങൾ

ഡോ. എം.സി. അബ്ദുൾ നാസർ

ദേശീയത (Nationaltiy)യെക്കുറിച്ചുള്ള പഠനസന്ദർഭങ്ങളിൽ പ്രദേശ (Region) ത്തെക്കുറിച്ചുള്ള ചിന്തകൾ ഇന്ന് ഏറെ പരിഗണിക്കപ്പെടുന്നുണ്ട്. ദേശരാഷ്ട്രനിർമ്മിതിയുടെ വിമർശ–സ്ഥാന ത്താണ് 'റീജിയൺ' പലപ്പോഴും നിലകൊള്ളുന്നത്. ദേശരാഷ്ട്ര (Nation State)ത്തിന്റെ ഭരണയുക്തിക്കനുസരിച്ച് പ്രദേശത്തെ അടയാളപ്പെ ടുത്താൻ നിരന്തരമായി ശ്രമങ്ങൾ നടക്കുമ്പോഴും, പ്രദേശത്തിന്റെ ചരിത്രപരവും സാംസ്കാരികവുമായ യുക്തികൾ അതിനെ നിഷേധിച്ച കൊണ്ടേയിരിക്കും. പക്ഷേ ഇത്തരത്തിൽ ദേശരാഷ്ട്രത്തിന്റെ എതിർ സ്ഥാനത്ത് പ്രദേശത്തെ കാണുമ്പോഴും ദേശരാഷ്ട്രം വിഭാവനം ചെയ്യപ്പെടുന്ന അതേ മാതൃകയിൽ തന്നെയാണ് പ്രദേശം അതിന്റെ വിമർശനസ്ഥാനത്തേയും രൂപപ്പെടുത്തുന്നതെന്ന് കാണാനാവും. യഥാർത്ഥത്തിൽ ദേശരാഷ്ട്രയുക്തികൾക്ക് പുറത്ത്, പ്രദേശം സ്വ രൂപിക്കുന്ന എതിർബലങ്ങളെക്കൂടി കണക്കിലെടുക്കുമ്പോഴാണ് ഇത്തരം അന്വേഷണങ്ങൾ സമഗ്രമാവുന്നത്. ഒരു പ്രദേശം (Region) എന്ന നിലയിൽ മലബാറിനെക്കുറിച്ച് അന്വേഷിക്കുമ്പോൾ ഇത് ഏറെ പ്രസക്തമാണ്. കോളോണിയൽ കാലം മുതൽ മലബാറിലെ മാപ്പിള സമൂഹത്തിന്റെ സാന്നിധ്യം, മലബാറിനെ സ്ഥാനപ്പെടുത്തുന്ന ഭരണകൂടയുക്തികളെ ഏറിയ തോതിൽ നിർണയിച്ച പോന്നിട്ടുണ്ട്. മാപ്പിള സമുദായരൂപീകരണത്തേയും അതിന്റെ പരിണാമങ്ങളേയും,

അതിന്റെ തനതായ സാംസ്കാരികബന്ധങ്ങളെക്കൂടി പരിഗണി ച്ചുകൊണ്ടേ പഠിക്കാനാവൂ. മാപ്പിള സമുദായത്തിനകത്തു നടന്ന ചില സംസ്കാരവിവർത്തനങ്ങളും അതിന്റെ വിനിമയ ബന്ധങ്ങളും മലബാർ പഠനങ്ങളിൽ സവിശേഷവും സുപ്രധാനവുമാവുന്നത് അതു കൊണ്ടാണ്.

മലബാറിലെ മാപ്പിള മുസ്ലീംകളുടെ സാംസ്കാരികവും രാഷ്ട്രീയവു മായ കർതൃത്വത്തെ നിർണയിക്കുന്നതിൽ അറബിമലയാളത്തിൽ രചിക്കപ്പെട്ട പടപ്പാട്ടുകൾ വലിയ പങ്കുവഹിച്ചിട്ടുണ്ട്. പതിനെട്ടും പത്തൊമ്പതും നൂറ്റാണ്ടുകളിൽ മാപ്പിളമാർ ഒരു സമുദായമെന്ന നിലയിൽ നേരിട്ട പ്രതിസന്ധികളെ മുൻനിർത്തിയാണ് പ്രവാച കന്റെ യുദ്ധവിജയങ്ങൾ വർണിക്കപ്പെടുന്ന പടപ്പാട്ടുകളുടെ രചന നിർവ്വഹിക്കപ്പെടുന്നത്. ഇസ്ലാമികചരിത്രത്തിലെ വീരകഥകളുടെ വിവർത്തനം എന്ന നിലയിൽ മാത്രമല്ല ലക്ഷ്യഭാഷാസമൂഹത്തിന്റെ സാമൂഹികാവശ്യങ്ങളുടെ നിർവ്വഹണം എന്ന നിലയിൽ കൂടി ഈ പാട്ടുകളെ പഠിക്കേണ്ടതുണ്ട്. ആ അർത്ഥത്തിൽ ഈ കൃതികളുടെ രചനയിൽ സ്വീകരിക്കപ്പെട്ടിരിക്കുന്ന വിവർത്തനതന്ത്രങ്ങളെക്കുറി ച്ചാണ് ഈ പ്രബന്ധം അന്വേഷിക്കുന്നത്.

AD- 7ഉം 8ഉം നൂറ്റാണ്ടുകളിൽ തന്നെ ഇസ്ലാം കേരളത്തിലെ ത്തിയതായി സൂചനകളുണ്ട്. (Imperial Gazatters Vol XVII P.56) .ഹിജറ വർഷം 122-ലും 163-ലും കണ്ണൂരിലെ അറയ്ക്കൽ രാജവംശം പുറത്തിറക്കിയിരുന്ന വെള്ളിനാണയങ്ങളെക്കുറിച്ച് പി.എ.സെയ്തു മുഹമ്മദ് തന്റെ 'കേരള മുസ്ലീം ചരിത്ര'ത്തിൽ സൂചിപ്പിക്കുന്നുണ്ട്.[1] ഹിജറവർഷം ആരംഭിച്ച് അധിക താമസിയാതെ തന്നെ കേരള ത്തിൽ മുസ്ലീം അധിവാസം ആരംഭിച്ചിട്ടുണ്ടെന്നതിന്റെ തെളിവായി കണക്കാക്കപ്പെടുന്നവയാണ് ആ നാണയങ്ങൾ. പക്ഷേ ഒരു വ്യാ പാരസമൂഹം എന്ന നിലയിൽ കേരള തീരത്ത് പ്രവർത്തിച്ചിരുന്ന മുസ്ലീംകൾ, ഒരു സമുദായം എന്ന നിലയിൽ ദൃഢീകരിക്കപ്പെടുന്നത് പോർച്ചുഗീസ് ആഗമനത്തോടെയാണ്. വ്യാപാരരംഗത്തുണ്ടായിരു ന്ന മേൽക്കോയ്മ തകരുകയും ചിതറുകയും ചെയ്ത ആ പ്രതിസന്ധി ഘട്ടം സമുദായരൂപീകരണത്തിലെ പ്രധാന ചുവടായിരുന്നു.

മലബാർ തീരത്തെ വ്യാപാരക്കുത്തക പോർച്ചുഗീസുകാർ കയ്യ ടക്കുന്നതോടെ മാപ്പിളമാർക്ക് കച്ചവടത്തിന്റെ കേന്ദ്രസ്ഥാനത്തു നിന്ന് പിൻവാങ്ങേണ്ടി വന്നു. തീരദേശത്തു നിന്ന് മലബാറിന്റെ

---

1 സെയ്തു മുഹമ്മത്. പി.എ. 1996 കേരള മുസ്ലിം ചരിത്രം. അൽഹുദ ബുക്ക് സ്റ്റാൾ കോഴിക്കോട്. പുറം 51

ഉൾഭാഗങ്ങളിലേക്കുള്ള മാപ്പിളമാരുടെ കുടിയേറ്റം ആരംഭിക്കുന്നത് അങ്ങനെയാണ്. കുടിയേറ്റം കാർഷിക വ്യവസ്ഥിതിയിലേക്കുള്ള ഒരു മാറ്റം കൂടിയായിരുന്നു. പോർച്ചുഗീസ് അധിനിവേശത്തോടുകൂടി അതുവരെ മലബാർ തീരത്തെ മുസ്ലീംകളുടെ രക്ഷാകർതൃത്വം വഹിച്ചിരുന്ന സാമൂതിരി, പോർച്ചുഗീസ് സഖ്യം സ്ഥാപിക്കുകയും മാപ്പിളമാർ, സാമൂതിരിയുമായുള്ള ബന്ധം വേർപെടുത്തി ഒരു സ്വതന്ത്ര സമുദായമായിത്തീരുകയും ചെയ്തു. AD പതിനാറും പതിനേഴും നൂറ്റാണ്ടുകൾ മാപ്പിളമാരെ സംബന്ധിച്ചിടത്തോളം അങ്ങേയറ്റം അവ്യവസ്ഥിതവും അതിജീവന പ്രതിസന്ധികൾ നിറഞ്ഞതുമായിരുന്നു. ഇക്കാലങ്ങളിൽ രചിക്കപ്പെട്ട ശൈഖ് സൈനുദ്ദീൻ മഖ്ദൂം I- ന്റെ തഹ്രീളുഅഹ്ലിൽ ഈമാനി അലാജിഹാദി അബ്ദത്തിസ്സുൽബാനി, ഖാസി മുഹമ്മദിന്റെ ഫത്ഹുൽമുബീൻ, ശൈഖ് സൈനുദ്ദീൻ II- ന്റെ തുഹ്ഫത്തുൽ മുജാഹിദീൻ തുടങ്ങിയ കൃതികളിൽ മാപ്പിളമാർ നേരിട്ട പ്രതിസന്ധിയുടെ ആഴം വായിച്ചെടുക്കാം.

ടിപ്പുസുൽത്താന്റെ ഭരണത്തിനുശേഷം ബ്രിട്ടീഷുകാർ മലബാർ പിടിച്ചെടുക്കുന്നതോടെ, കാർഷികമേഖലയിൽ മാപ്പിളമാർക്ക് കനത്ത വെല്ലുവിളികളാണ് നേരിടേണ്ടി വന്നത്. കുടിയാന്മാരുടെ അവകാശങ്ങളെല്ലാം റദ്ദാക്കപ്പെടുകയും ഭൂവുടമകൾക്ക് സർവ്വസ്വാതന്ത്ര്യം ലഭിക്കുകയും ചെയ്തു. 18ഉം19ഉം നൂറ്റാണ്ടുകൾ സംഘർഷങ്ങളും സംഘട്ടനങ്ങളും നിരന്തരമായി ആവർത്തിക്കപ്പെട്ട കാലമായിരുന്നു. "ബ്രിട്ടീഷ് ഭരണത്തിന്റെ ആദ്യത്തെ 40 വർഷത്തിനിടയിൽ 90 സംഘട്ടനങ്ങൾ നടന്നതായാണ് രേഖകൾ'[2] 1830-ൽ പന്തല്ലൂർ, 1834-ൽ മലപ്പുറം, 1843-ൽ മഞ്ചേരി, 1843-ൽ ചേറൂർ, 1846-ൽ മണ്ണാർക്കാട്, 1849-ൽ അങ്ങാടിപ്പുറം, 1879-ൽ പാറോൽ, 1884-ൽ തെക്കൻ കുറ്റൂർ 1889-ൽ പാണ്ടിക്കാട്, 1891-ൽ ചെർപ്പുളശ്ശേരി എന്നീ സ്ഥലങ്ങളിൽ നടന്ന കലാപങ്ങൾ ഏറെ ആൾനാശമുണ്ടാക്കിയവയായിരുന്നു. 19-ാംനൂറ്റാണ്ടിന്റെ രണ്ടാം പകുതിയാവുമ്പോഴേക്ക് വംശീയമായ അതിജീവനത്തിനുവേണ്ടിയുള്ള പോരാട്ടത്തിനൊരുങ്ങുന്ന ഒരു സമൂഹമനസ്സ് (Social psyche) മലബാറിലെ മാപ്പിള സമുദായത്തിനകത്ത് രൂപപ്പെട്ടു കഴിഞ്ഞിട്ടുണ്ട്.

1879-ൽ മോയിൻകുട്ടി വൈദ്യർ ബദർപടപ്പാട്ട് രചിക്കുന്നത് ഇത്തരമൊരു ചരിത്ര പശ്ചാത്തലത്തിലാണ്. പ്രവാചകനും 313 അനുചരന്മാരും എണ്ണത്തിലും വണ്ണത്തിലും തങ്ങളേക്കാൾ എത്രയോ

---

2 ബാലകൃഷ്ണൻ വള്ളിക്കുന്ന്. 2017 മഹാകവി മോയിൻകുട്ടി വൈദ്യരുടെ കാവ്യലോകം. വചനം ബുക്സ്. കോഴിക്കോട്. പുറം 154

ശക്തരായ ശത്രുസൈന്യത്തെ ദൈവസഹായം കൊണ്ട് പരാജയപ്പെടുത്തുന്നതാണ് ബദർയുദ്ധകഥ. ബ്രിട്ടീഷ് സാമ്രാജ്യത്വവും ശക്തരായഭ്രവുടമകളും ഒരു മുന്നണിയായി തങ്ങൾക്കു നേരെ അനീതി പ്രവർത്തിക്കുമ്പോൾ അതിനെതിരായ പോരാട്ടത്തിനൊരുങ്ങി നിൽക്കുന്ന മാപ്പിളമാരെ പ്രചോദിപ്പിക്കാൻ ഇതിനേക്കാൾ മികച്ച ഒരു ഇതിവൃത്ത (Plot) മില്ല. അതോടൊപ്പം ഒറ്റക്കെട്ടായി നിൽക്കുന്ന ഒരു സമുദായമനസ്സ് രൂപപ്പെടുത്താനും ഈ പ്രമേയത്തിനു സാധിക്കും.

ബദർ ഉൾപ്പെടെയുള്ള ഇസ്ലാമികചരിത്രസാഹിത്യം വളരെ മുൻപെ തന്നെ അറബിമലയാള ഭാഷയിൽ പ്രത്യക്ഷപ്പെട്ടിട്ടുണ്ട്. രണ്ടു തരം ധർമ്മ (Functions)ങ്ങളാണ് അവയ്ക്ക് സമുദായത്തിൽ നിർവ്വഹിക്കാനുണ്ടായിരുന്നത്.ഒന്ന് മാപ്പിള സമുദായത്തിന്റെ ഘടനയുമായി ബന്ധപ്പെട്ടതാണ്. മലബാറിലെ മുസ്ലീം സമുദായത്തെ രൂപപ്പെടുത്തുന്നതിൽ പ്രധാന പങ്കുവഹിച്ചത് മതപരിവർത്തനമായിരുന്നു. ഇസ്ലാം സ്വീകരിച്ച തദ്ദേശവാസികളെ പ്രത്യയശാസ്ത്രപരമായി സെമിറ്റിക്‌വൽക്കരിക്കുന്നതിൽ ഈ സാഹിത്യത്തിന്, വലിയ സ്വാധീനമുണ്ട്. ഇസ്ലാമിന്റെ ചരിത്രവുമായി ബന്ധപ്പെട്ട കഥകൾ, പാട്ടായും പ്രകടനമായും (Performance) ജനമനസ്സുകളിൽ തുന്നിച്ചേർക്കുന്നതിലൂടെ ലോകമെങ്ങുമുള്ള ഒരു മുസ്ലീംഫോകിന്റെയും അവരുടെ പാരമ്പര്യത്തിന്റെയും ഭാഗമായി തങ്ങളെ അടയാളപ്പെടുത്താൻ മതപരിവർത്തിതരെ അത് സഹായിച്ചു. രണ്ടാമത്തേത് കുറേക്കൂടി അടിയന്തിരമായ ധർമ്മമായിരുന്നു. സാമൂഹികമായ അതിജീവനത്തിനുവേണ്ടി പൊരുതിയിരുന്ന മാപ്പിളമാർക്ക് വീര്യം പകരുന്നതിനും ആത്മീയവും വിശ്വാസപരവുമായ ഒരു ബാധ്യതയായി ആ പോരാട്ടത്തെ അവതരിപ്പിക്കുന്നതിനും ഈ ഇസ്ലാമികചരിത്ര സാഹിത്യം പ്രയോജനപ്പെട്ടു. അക്കൂട്ടത്തിൽ ഏറ്റവും കൂടുതൽ പുനരാഖ്യാനം ചെയ്യപ്പെട്ടത് ബദർയുദ്ധ ചരിത്രമാണ്. താനൂർ മൊയ്തീൻ കുട്ടിമൊല്ലയുടെ 'ബദർ ഒപ്പന' കാഞ്ഞിരാല കുഞ്ഞിരായിൻ രചിച്ച 'ബദർ മാല' നാലകത്ത് മരക്കാർകുട്ടി മുസ്ലിയാരുടെ 'ബദർ ബൈത്ത്', മാഞ്ചാൻ എറിയകത്ത് അബ്ദുൽ അസീസിന്റെ 'ബദർ ഇളമ', പൊന്നാനി വളപ്പിൽ അബ്ദുൽ അസീസ് മുസ്ലിയാരുടെ ബദർ മൗലിദ്, കെ.സി. മുഹമ്മദിന്റെ ബദർ കെസ്സ്, മൗരത്തൊടിക മുഹമ്മദ് മൗലവിയുടെ ബദറുൽ കുബ്‌റാ ചിന്ത്, കിഴക്കിനിയകത്ത് കമ്മുക്കുട്ടി മരക്കാരുടെ ബദർ തിരുപ്പകൾ, കോടഞ്ചേരി മരക്കാർ മുസ്ലിയാരുടെ ബദർമാല, പട്ടിക്കാട് ഇബ്രാഹിം മൗലവിയുടെ ബദർ പാട്ട്, ചാലിലകത്ത് അഹമ്മദ്കോയ മുസ്ലിയാരുടെ ബദരിയ്യത്തുൽ ഹംസിയ്യ, വാഴപ്പ

ള്ളിയിൽ അബ്ദുല്ലക്കുട്ടിയുടെ ബദർ ഒപ്പനപ്പാട്ട്, തിരൂരങ്ങാടി ബാപ്പു മുസ്ലിയാരുടെ അസ്ബാബുന്നസ്വീർ, നല്ലളം ബീരാന്റെ ബദർ ഒപ്പന, കെ.സി.അവറാന്റെ ബദർപാട്ട്, ചാക്കീരി മൊയ്തീൻകുട്ടിയുടെ ബദർ യുദ്ധകാവ്യം, ഹാജി.എം.എം. മൗലവിയുടെ ബദർ ചരിത്രം എന്നിവയെല്ലാം മോയിൻകുട്ടി വൈദ്യരുടെ ബദർ പടപ്പാട്ടിനെക്കൂടാതെ അറബിമലയാള ഭാഷയിൽ ഉണ്ടായ കൃതികളാണ്.

മോയിൻകുട്ടി വൈദ്യരുടെ ബദർ പടപ്പാട്ടാണ് മലബാറിലുടനീളം മാപ്പിളമാർക്കിടയിൽ ഏറെ ജനകീയമായിത്തീർന്നത്. അറബിയും മലയാളവും തമിഴും പ്രധാനമായി മിശ്രണം ചെയ്യപ്പെട്ടതാണ്. പടപ്പാട്ടിന്റെ കാവ്യഭാഷ (Poetic diction) മാപ്പിളപ്പാട്ടുകൾക്ക് സ്വാഭാവികമായുള്ള കർക്കശമായ രചനാനിയമങ്ങൾ അതിനെ വീണ്ടും സങ്കീർണ്ണമാക്കുന്നുണ്ട്. ഘടനാപരമായ ഈ പ്രശ്നങ്ങളെ മറികടന്നുകൊണ്ട് വിപുലമായ പ്രചാരം നേടാൻ ബദർ പടപ്പാട്ടിനെ സഹായിച്ചത് 'പാടിപ്പറയൽ' (കാവ്യം പാടി വ്യാഖ്യാനിക്കുന്ന ഒരു പ്രകടനകല (Performance art) എന്ന കലാരൂപമാണ്. വ്യക്തിഗതമായ വായനാസംസ്കാരത്തിലുപരി തെരുവുകളിലും അങ്ങാടികളിലുമുള്ള സാമുദായികമായ കൂടിച്ചേരലുകൾ ഈ കൃതി വ്യാപകമായി പാടി അവതരിപ്പിക്കപ്പെട്ടു. ഭാഷാപരമായ സങ്കീർണതകളേയും ഉള്ളടക്കത്തിന്റെ സ്വഭാവത്തേയും വ്യാഖ്യാനിക്കുക വഴി, മാപ്പിള സമൂഹത്തെ പൊതുവായ ഒരു സെമിറ്റിക് പാരമ്പര്യത്തിലേക്ക് ചേർത്തുനിർത്തുന്നതിനും, ഒരു ഭാവനാസമൂഹത്തെ (Imagined Communtiy) രൂപപ്പെടുത്തുന്നതിനും വിശ്വാസദാർഢ്യം ഉറപ്പിക്കുന്നതിനും ബദർ പടപ്പാട്ടിനു സാധിച്ചു. 19-ാംനൂറ്റാണ്ടിന്റെ അവസാനമാവുമ്പോഴേക്ക് 'പാടിപ്പറയൽ' എന്ന കലാരൂപം ബ്രിട്ടീഷ് മലബാർ കലക്ടർ നിരോധിക്കുന്നത് ആ കൃതി മാപ്പിള സമൂഹത്തിൽ സൃഷ്ടിച്ച സ്വാധീനത്തിന് തെളിവാണ്.

വിവർത്തനത്തിലെ ഏകഭാഷക തന്ത്രങ്ങൾ

വീരകഥകൾ അതിന്റെ വിശദാംശങ്ങളിൽ വ്യത്യസ്തമായ പാഠങ്ങളെ (Texts) ഉല്പാദിപ്പിച്ചുകൊണ്ടാണ് കാലത്തിലൂടെ സഞ്ചരിക്കുന്നത്. മഹാഖ്യാനങ്ങളായും (Grand narratives) ലഘു ആഖ്യാനങ്ങളായും (Minor narratives) വാമൊഴിയിലും വരമൊഴിയിലും വ്യാപിച്ചു കിടക്കുന്ന ഈ കഥകൾക്ക് ബഹുഭാഷകത്വം (Heteroglossia) സ്വാഭാവികമാണ്. ഓരോ ചരിത്ര സന്ദർഭങ്ങളിലും ആവശ്യാനുസരണം വ്യത്യസ്തമായ അർത്ഥ സാധ്യതകളിലേക്ക് അത് മാറിക്കൊണ്ടിരിക്കും. പക്ഷേ അത് ഒരു സാഹിതീയ പാഠമാവുമ്പോൾ (Literary text) ഈ ബഹുഭാഷക സ്വഭാവത്തെ കയ്യൊഴിഞ്ഞ് ഏതെങ്കിലും ഒരു പാഠത്തെ സ്വീകരിച്ചേ പറ്റൂ. ഒരു സാഹിതീയപാഠത്തിന്റെ രചന നിർവ്വഹിക്കപ്പെടുന്നത് കൃത്യമായ പ്രത്യയശാസ്ത്രബോധ്യങ്ങളെ മുൻ നിർത്തിയാണ്. ആ പ്രത്യയശാസ്ത്രത്തിലേക്ക് ചേർന്നു നിൽക്കുന്ന ഒരു പാഠത്തെ മാത്രമേ അതിന് നിലനിർത്താനാവൂ. പ്രത്യയശാസ്ത്ര പരമായ ഈ ഏകഭാഷകത്വം (Ideological Monoglossia) സാഹിത്യ കൃതികൾക്ക് പൊതുവായുള്ളതാണ്.

ഇസ്ലാമിക ചരിത്രവുമായി ബന്ധപ്പെട്ട ആഖ്യാനങ്ങളിൽ (Narratives) കൃതി മുന്നോട്ടു വെക്കുന്ന പ്രത്യയശാസ്ത്രവുമായി ബന്ധപ്പെട്ട ഏകഭാഷകത്വം നിലനിർത്തുക എന്നത് മതാനുഷ്ഠാനങ്ങൾ പോലെ പ്രധാനമായാണ് കാണാറുള്ളത്. പാഠങ്ങളുടെ കൃത്യതയെ ഒരു ശാഠ്യം പോലെ പിന്തുടരാൻ വിവിധ മുസ്ലീം വിഭാഗങ്ങൾ ശ്രമിക്കാറുണ്ട്. പ്രവാചകന്റെ ജീവിതത്തെയും അധ്യാപനത്തെയും കുറിച്ചുള്ള രേഖകളിൽ (ഹദീസ്) സ്വീകാര്യതയേയും കൃത്യതയേയും സംബന്ധിച്ച് കർക്കശമായ മാനദണ്ഡങ്ങളാണ് നിലനിൽക്കുന്നത്. റിപ്പോർട്ടിംഗ് പരമ്പരയുടെ വിശ്വാസ്യതയെ മുൻനിർത്തി, സ്വീകരിക്കേണ്ടവയും (Swahih) തള്ളിക്കളയേണ്ടവയും (Laeef) ആയി വേർതിരിക്കുന്നതാണ് പൊതുരീതി. ഈ കൃത്യതയെ വിശ്വാസത്തിന്റെ ഭാഗമായാണ് കരുതിപ്പോരുന്നത്.

പാഠത്തിന്റെ പ്രത്യയശാസ്ത്രപരമായ കൃത്യതയെ സംബന്ധിച്ച് മുസ്ലീംങ്ങൾക്കിടയിൽ നില നിന്നിരുന്ന നിഷ്ഠയെ മോയിൻകുട്ടി വൈദ്യർ തന്റെ വിവർത്തനത്തിൽ ഉപയോഗപ്പെടുത്തുന്നുണ്ട്. അത് തന്റെ കൃതിക്ക് ആത്മീയമായ ഗൗരവം നൽകുമെന്നും മാപ്പിളമാരുടെ അതിജീവനസമരത്തിൽ അവർക്ക് ആത്മീയമായ പിന്തുണയാവുമെന്നും അദ്ദേഹം തിരിച്ചറിഞ്ഞിരുന്നു. 1826-ൽ രചിക്കപ്പെട്ട കൈപറ്റ മുഹ്യിദ്ധീൻ മൗലവിയുടെ 'അൻവ ഉൽബസ്വർ ബീ അക്ബറുൽ ബദർ' എന്ന അറബി കാവ്യത്തെയാണ് ബദർകഥയുടെ വിവർത്തനത്തിന് മോയിൻകുട്ടി വൈദ്യർ സ്വീകരിച്ചത് എന്ന് പണ്ഡിതാഭിപ്രായമുണ്ട്.[3] എന്നാൽ, പണ്ഡിതന്മാർ, ചരിത്രകാരന്മാർ, വ്യാഖ്യാതാക്കൾ എന്നിവർ പറഞ്ഞിട്ടുള്ള പല കഥകളിൽ നിന്ന് ഏറ്റവും ശരിയാണെന്ന് ഉറപ്പുള്ള പാഠമാണ് താൻ ഈ കാവ്യത്തിൽ പറയുന്നത് എന്ന് കാവ്യത്തിന്റെ തുടക്കത്തിൽ തന്നെ വൈദ്യർ പ്രഖ്യാപിച്ചിട്ടുണ്ട്.[4] പ്ര

3 ബാലകൃഷ്ണൻ വള്ളിക്കുന്ന്. 2017 മഹാകവി മോയിൻകുട്ടി വൈദ്യരുടെ കാവ്യലോകം. വചനം ബുക്സ്. കോഴിക്കോട്. പുറം 149

4 മുഹമ്മദ് അബ്ദുൾ കരീം.കെ.കെ., അബൂബക്കർ.കെ (എഡി.) 2015 മഹാകവി മോയിൻകുട്ടി വൈദ്യരുടെ സമ്പൂർണകൃതി–കൾ. വാല്യം II. മഹാകവി

വാചകചര്യ (Hadith) കളുടെ ശരിരൂപത്തെക്കുറിക്കാൻ പൊതുവായി സ്വീകരിച്ചു വരാറുള്ള സ്വഹീഹ് എന്ന അറബി പദമാണ് അദ്ദേഹം ഈ പ്രഖ്യാപനത്തിൽ ഉപയോഗിച്ചിട്ടുള്ളത്. മതപരമായ മാനങ്ങളുള്ള ഈ പദത്തിന്റെ തിരഞ്ഞെടുപ്പ്, കൂട്ടായ്മ (Folk)യുടെ വിശ്വാസദൃഢതയെ ലക്ഷ്യം വെച്ചുകൊണ്ടുള്ളതാണ്. കഥയുടെ കാലസഞ്ചാരത്തിനിടയിൽ വന്നു ചേർന്നിരിക്കാവുന്ന ബഹുഭാഷികത്വ (Heteroglossia)ത്തെക്കുറിച്ച് കവി ബോധവാനാണ്. അഭിപ്രായ വ്യത്യാസം എന്ന അർത്ഥം വരുന്ന ഖിലാഫ് (Khilaf) എന്ന പദമാണ് വൈദ്യർ അതിനെക്കുറിക്കാൻ ഉപയോഗിച്ചിട്ടുള്ളത്. അതിനെ മറികടന്ന് മുസ്ലിംകൾ പൊതുവെ മതപരമായ പവിത്രത കൽപ്പിക്കുന്ന സ്വഹീഹ് എന്ന അറബി പദത്തിന്റെ ഗൗരവം അവകാശപ്പെട്ടുകൊണ്ട് വൈദ്യർ നിർവ്വഹിക്കുന്ന വിവർത്തനത്തിൽ പാഠത്തിന്റെ ആധികാരികത (Authortiy)ഫലപ്രദമായി ഉപയോഗിക്കപ്പെടുന്നുണ്ട്.

വൈദ്യരുടെ ഉഹ്ദ് പടപ്പാട്ടിലും ആധികാരികതയെ സംബന്ധിച്ച വിവരണം കാണാം.[5] അഹമ്മദ് ദഹ്ലാൻ എന്ന മെക്കയിലെ പണ്ഡിതശ്രേഷ്ഠൻ, സ്വപ്നത്തിൽ പ്രവാചകൻ ആജ്ഞ നൽകിയതു പ്രകാരം, പ്രവാചകന്റെ ചരിത്രത്തിലെ ചില സംഭവങ്ങൾ, ശരിയെന്നുറപ്പുള്ളതു മാത്രം തിരഞ്ഞെടുത്ത് 'സീറത്തുന്നബവിയ്യ വൽ ആസാറുൽ മുഹമ്മദിയ്യ' എന്ന പേരിൽ ഒരു ഗ്രന്ഥം തയ്യാറാക്കി. പ്രസ്തുത കൃതിയുടെ പ്രസക്ത ഭാഗങ്ങൾ കോഴിക്കോട്ടെ പണ്ഡിതന്മാരിൽ ഏറ്റവും ശ്രേഷ്ഠനായ അബൂബക്കർ കുഞ്ഞി എന്നയാൾ മലബാർ ഭാഷയിലേക്ക് തർജ്ജമ ചെയ്തത് അദ്ദേഹം തന്നെ ഏൽപ്പിക്കുകയുണ്ടായി. അതിനെയാണ് താൻ കാവ്യമാക്കിയത് എന്നാണ് വൈദ്യരുടെ പ്രഖ്യാപനം. ഇവിടെയും മലബാറിലെ മാപ്പിളമാർക്ക് പരിചിതമായതും അവർ വിശുദ്ധമായി കരുതുന്നതുമായ സ്വഹീഹ് എന്ന അറബി പദം, വൈദ്യർ അതേ പടി വിവർത്തനത്തിൽ ഉപയോഗിച്ചിട്ടുണ്ട്. മാത്രമല്ല താൻ ആശ്രയിക്കുന്ന കൃതിയുടെ സ്രോതസ്സിനെക്കുറിച്ചും ഒരു സൂചന, വിവർത്തനത്തിൽ കാണാം. ഇസ്ലാമിലെ നാലു മാർഗങ്ങളിലൊന്നായ ഷാഫി മാർഗത്തിൽ ഉപദേശങ്ങൾ നൽകുന്ന പണ്ഡിതനാണ് തന്റെ മൂലകൃതിയുടെ കർത്താവായ അഹമ്മദ് ദഹ്ലാൻ എന്നതാണത്. മലബാറിലെ മാപ്പിളമാർ പൊതുവെ ഷാഫി മാർഗം സ്വീകരിച്ചവരാണ്. ഈ സൂചന വഴി മാപ്പിളമാർക്കിടയിൽ

മോയിൻ കുട്ടി വൈദ്യർ മാപ്പിളകലാ അക്കാദമി, കൊണ്ടോട്ടി. പുറം 796

5 മുഹമ്മദ് അബ്ദുൾ കരീം.കെ.കെ., അബൂബക്കർ.കെ (എഡി.) 2015 മഹാകവി മോയിൻകുട്ടിവൈദ്യരുടെ സമ്പൂർണകൃതികൾ. III. മഹാകവി മോയിൻ കുട്ടി വൈദ്യർ മാപ്പിളകലാ അക്കാദമി, കൊണ്ടോട്ടി. പുറം 1692.

സ്വീകാര്യതയും ആധികാരികതയും ഉറപ്പിക്കുയാണ് വൈദ്യരുടെ ലക്ഷ്യം. ഇതു കൂടാതെ പടപ്പാട്ടിന്റെ വിവിധ ഇശലുകളിൽ ഓരോ സംഭവവും റിപ്പോർട്ട് ചെയ്യപ്പെട്ടത് എന്ന അർത്ഥം വരുന്ന റാവി എന്ന അറബി പദം ഉപയോഗിച്ചു കാണാം. ഇസ്ലാമിക ചരിത്രരചനാരീതിശാസ്ത്രത്തിലെ പൊതു സമ്പ്രദായമാണിത്. സംഭവത്തിൽ നേരിട്ട് പങ്കാളിയായവരോ അവരിൽ നിന്നു കേട്ടവരോ ആയവർ ചെയ്യുന്ന റിപ്പോർട്ടുകൾ മാത്രമേ സ്വീകാര്യമായി പരിഗണിക്കുകയുള്ളൂ. ഭാവനയ്ക്ക് പ്രാധാന്യമുള്ള കാവ്യത്തിൽ സാധാരണഗതിയിൽ സാമ്പ്രദായികമായ ചരിത്രരചനാരീതിശാസ്ത്രം അവലംബിക്കേണ്ട കാര്യമില്ല. പക്ഷേ, മതവിശ്വാസപരമായിത്തന്നെ തന്റെ കാവ്യം സ്വീകരിക്കപ്പെടണം എന്ന നയമാണ് വൈദ്യർ പടപ്പാട്ടുകളിൽ സ്വീകരിച്ചിരിക്കുന്നത്.

ആധികാരികതയെ സംബന്ധിച്ച ഈ നിഷ്ഠയ്ക്ക് ചില രാഷ്ട്രീയ വിവക്ഷകൾ ഉണ്ട്. ആഗോളതലത്തിൽ ഇസ്ലാമിനകത്ത് സുന്നി, ഷിയാ എന്നീ രണ്ടു ചിന്താധാരകൾ (Paradigms) നിലനിൽക്കുന്നുണ്ട്. കേരളത്തിൽ ഇസ്ലാംമതപ്രചരണം സംഭവിച്ചത് സുന്നീധാരയിലൂടെയാണ്. അറബികളുടെ വ്യാപാരസന്ദർശനങ്ങളിലും മാലിക് ദിനാറിന്റെ മതപ്രചരണ സംരംഭങ്ങളിലും സുന്നീ ചിന്താധാരയാണ് പ്രചരിക്കപ്പെട്ടത്. പിൽക്കാലത്ത് പേർഷ്യൻ ഗൾഫ് കേന്ദ്രമായി വികസിച്ച ഷിയാധാരയ്ക്ക് കേരളത്തിൽ വലിയ പ്രചാരം സിദ്ധിച്ചിരുന്നില്ല. മലബാറിലെ കൊണ്ടോട്ടി കേന്ദ്രമായി പ്രവർത്തിച്ചിരുന്ന തങ്ങൾ കുടുംബമായിരുന്നു ഇതിന് ഒരു അപവാദം.

ഇറാനിൽ വേരുകളുള്ള കൊണ്ടോട്ടി തങ്ങൾ കുടുംബത്തിന് ഷിയാധാരയുമായി അടുത്ത ബന്ധമുണ്ടായിരുന്നു. തങ്ങളുടെ പണ്ഡിതസദസ്സായ 'തഖ്‌വേ ഗാഹി'ൽ പേർഷ്യയിൽ നിന്നുള്ള നിരവധി പണ്ഡിതന്മാർ പങ്കെടുത്തിരുന്നു. സുന്നീചിന്താധാരയ്ക്ക് പ്രബലമായ സ്വാധീനമുണ്ടായിരുന്ന മലബാറിൽ ഷിയാചിന്തകളും വിശ്വാസങ്ങളും പ്രത്യക്ഷത്തിൽ പ്രചരിപ്പിക്കാനാവുമായിരുന്നില്ല. പക്ഷേ തഖ്‌വേ ഗാഹിനകത്ത് ഷിയാകഥകളും മിത്തുകളും ധാരാളമായി പങ്കുവെച്ചിരുന്നു താനും. സ്വന്തം ജന്മനാടായ കൊണ്ടോട്ടിയിലെ ഈ പണ്ഡിതസദസ്സിൽ സ്ഥിരം പങ്കാളിയായിരുന്നു മോയിൻകുട്ടി വൈദ്യർ. ഈ സദസ്സിലുണ്ടായിരുന്ന സയ്യിദ് നിസാമുദ്ദീൻ അടക്കമുള്ള പണ്ഡിതരുടെ സ്വാധീനത്തിൽ ഷിയാകഥകളെ പ്രമേയമാക്കി വൈദ്യർ ചില കാവ്യങ്ങൾ രചിക്കുകയും ചെയ്തിരുന്നു. കിളത്തിമാല, സലീഖത്ത് പടപ്പാട്ട് എന്നിവ ഉദാഹരണങ്ങളാണ്.

ഈ കൃതികളിൽ പലതും സുന്നി പണ്ഡിതന്മാരാൽ നിശിതമായി വിമർശിക്കപ്പെട്ടു. വിമർശനങ്ങൾ താങ്ങാതെ, സലീഖത്ത് പടപ്പാട്ട് ഇനി പുനഃപ്രസിദ്ധീകരിക്കില്ല എന്ന് ഒസ്യത്ത് വരെ എഴുതിവെച്ചിരുന്നു മോയിൻകുട്ടി വൈദ്യർ. തന്റെ മേൽ ആരോപിക്കപ്പെട്ടിരുന്ന ഈ ഷിയാബന്ധം കാരണം താൻ എഴുതുന്ന ഈ ചരിത്രകാവ്യങ്ങൾക്ക് വിശ്വസ്യത നഷ്ടപ്പെട്ടേക്കുമോ എന്ന ഭയവും വിവർത്തനത്തിലെ ആധികാരികതയ്ക്ക് വേണ്ടിയുള്ള വൈദ്യരുടെ ഈ ശ്രമങ്ങൾക്ക് പിന്നിലുണ്ടാവാം. ഇത്തരത്തിലുള്ള സാംസ്കാരികഘടകങ്ങളേയും അവ തമ്മിലുള്ള സംഘർഷങ്ങളേയും മുൻനിർത്തി മാത്രമേ ഈ വിവർത്തനങ്ങളുടെ രാഷ്ട്രീയം വിശകലനം ചെയ്യാനാവൂ. ഇസ്രായേലി സാംസ്കാരികചിന്തകനായിരുന്ന ഇതാമർ ഇവാൻ സോഹർ മുന്നോട്ടു വെച്ച ബഹുവ്യവസ്ഥാ സിദ്ധാന്തം (Poly system Theory) ഇത്തരത്തിലുള്ള ചില ഉൾക്കാഴ്ചകൾ നൽകുന്നുണ്ട്. വിവർത്തന പാഠത്തെ പോളിസിസ്റ്റത്തിന്റെ കേന്ദ്രസ്ഥാനത്തു നിർത്തിക്കൊണ്ട്, മറ്റു സംസ്കാരവ്യവസ്ഥകളുമായി അതിനുള്ള ബന്ധത്തേയും പ്രതിപ്രവർത്തനത്തേയും വിശകലനം ചെയ്യുന്നതാണ് ഇവാൻ സോഹറിന്റെ രീതിശാസ്ത്രം.ലക്ഷ്യഭാഷയുടെ സംസ്കാരവ്യവസ്ഥയ്ക്കകത്തു നിലനിൽക്കുന്ന ബന്ധങ്ങൾക്കും മാറ്റങ്ങൾക്കും അനുസൃതമായി വിവർത്തനം ചെയ്യേണ്ട പാഠങ്ങൾ തിരഞ്ഞെടുക്കപ്പെടുന്നത് ഇവാൻ സോഹർ വിശദീകരിക്കുന്നുണ്ട്.[6] മോയിൻകുട്ടി വൈദ്യർ വിവർത്തനത്തിനായി തിരഞ്ഞെടുക്കുന്ന പാഠങ്ങളിൽ ഇത്തരത്തിൽ സൂക്ഷ്മമായ സാംസ്കാരിക ബന്ധങ്ങൾ പ്രവർത്തിക്കുന്നുണ്ട്.

മതാത്മകതയുടെ ആവിഷ്ക്കാരങ്ങൾ

മതാത്മകതയുടെ ഒരു അന്തരീക്ഷം പാട്ടിലുടനീളം നിലനിർത്താൻ വിവർത്തനത്തിൽ വൈദ്യർ ശ്രദ്ധിച്ചിട്ടുണ്ട്. മുസ്ലീംകൾ പൊതുവെ ശുഭകാര്യങ്ങൾ ആരംഭിക്കുന്നതിനായി ഉച്ചരിക്കാറുള്ള 'ബിസ്മില്ലാഹി റഹ്മാനിർ റഹീം' (പരമകാരുണികനും കരുണാനിധിയുമായ ദൈവത്തിന്റെ തിരുനാമത്തിൽ)എന്ന ഖുർആൻ വചനം കൊണ്ടാണ് വൈദ്യർ ഓരോ പടപ്പാട്ടും ആരംഭിക്കുന്നത്. തുടർന്ന് ദൈവസ്തുതികളാണ്. ബദർപടപ്പാട്ടിന്റെ തുടക്കത്തിൽ ബിസ്മില്ലാഹ് എന്ന പദത്തെ പല മട്ടിൽ വിശദീകരിച്ചുകൊണ്ട് ഒരു നീണ്ട ഇശൽ തന്നെ വൈദ്യർ രചിക്കുന്നുണ്ട്. ഉഹ്ദ് പടപ്പാട്ടിന്റെയും ആദ്യ ഇശൽ ദൈവനാമത്തെ വർണിച്ചുകൊണ്ടാണ്. പൊതുവെ അനുഷ്ഠാനങ്ങൾ

6 Hamar Even zohar 1990 'The position of Translated Literature within the Literary Polysystems', Poetics today 11: P 45:51

ക്കു വേണ്ടി ഉപയോഗിക്കുന്ന ഗ്രന്ഥങ്ങളുടെ രീതിയാണിത്. തന്റെ രചനകളിൽ മതാത്മകമായ ഒരു അനുഷ്ഠാന വിശുദ്ധി വൈദ്യർ ആഗ്രഹിക്കുന്നുണ്ട്.

അറബി, മലയാളം, തമിഴ്ഭാഷാപദങ്ങൾ യഥേഷ്ടം ചേർത്തു പയോഗിക്കുന്നതാണ് വൈദ്യരുടെ കാവ്യഭാഷ. മതാത്മകമായ സാങ്കേതിക പദങ്ങൾ അറബിയിൽ തന്നെ ഉപയോഗിക്കുന്നതാണ് അദ്ദേഹത്തിന്റെ രീതി. ശറഹ്, രിവായത്ത്, തവസ്സുഫ്, ഇജാസത്ത്, സുബ്ഹാൻ, അഹ്ൽ തുടങ്ങി നൂറുകണക്കിന് ഇത്തരം വാക്കുകൾ ഇസ്ലാമിക വ്യവഹാരങ്ങളിൽ നിത്യജീവിതപ്രചാരമുള്ളവയാണ്. കഥാസന്ദർഭത്തിനൊത്ത് ഖുർആൻ വാക്യങ്ങൾ പാട്ടിൽ സൂചിപ്പിക്കുന്ന രീതിയും ഒരു രചനാതന്ത്രം എന്ന നിലയിൽ പാട്ടുകളിൽ കാണാം. 22-ാം ഇശലിൽ 'ഫകീല ലഹും' എന്നും തുടങ്ങുന്ന വചനം, 23-ാം ഇശലിൽ 'ഫമാ ലകും' എന്ന തുടങ്ങുന്നത്, 43-ാം ഇശലിൽ 'വത്തകു ഫിത്നതൻ' എന്നാരംഭിക്കുന്ന വചനം, എന്നിങ്ങനെ നിരവധി ഉദാഹരണങ്ങൾ ഉഹ്ദ് പടപ്പാട്ടിൽ കാണാം. ഖുർആൻ വചനങ്ങളെ നേരിട്ടു പരാമർശിക്കുന്ന ഈ രീതി, പടപ്പാട്ടുകളിൽ മാത്രമാണ് വൈദ്യർ ഉപയോഗിക്കുന്നത്. ഖുർആനിലെ വചനങ്ങൾക്ക് ഓരോന്നിനും ഓരോ ചരിത്രപശ്ചാത്തലമുണ്ട്. വിഭിന്നസാഹചര്യങ്ങളിലാണ് ഈ വചനങ്ങൾ ഓരോന്നും വെളിപ്പെട്ടത്. അതിജീവനത്തിനുവേണ്ടിയുള്ള സംഘർഷങ്ങളിൽ ഒരു വിശ്വാസിസമൂഹത്തിന് ആത്മവിശ്വാസം പകരുന്നവയും സാന്ത്വനിപ്പിക്കുന്നവയുമാണ് പരാമർശിക്കപ്പെട്ട വചനങ്ങൾ മിക്കതും. പ്രതിസന്ധികളിലും വിജയങ്ങളിലും ദൈവം അവർക്ക് തുണ നിന്നതിന്റെ സാക്ഷ്യങ്ങൾ കാവ്യത്തിലുൾച്ചേർക്കുന്നതിലൂടെ, അതിജീവനസമരങ്ങൾക്കൊരുങ്ങുന്ന ലക്ഷ്യഭാഷാസമൂഹത്തിന് ആത്മവിശ്വാസത്തിന്റെ ആത്മീയമാനം പകരുകയാണ് കവി. ബദർ പടപ്പാട്ട് ആരംഭിക്കുന്നതുതന്നെ അത്തരത്തിൽ ആത്മീയമായ ആത്മവിശ്വാസത്തെ വാഗ്ദാനം ചെയ്തുകൊണ്ടാണ്. ആറാമത്തെ ഇശൽ തുടങ്ങുന്നത് ഇങ്ങനെയാണ്. 'ദൃഢമായ വിശ്വാസത്തോടുകൂടി, ബദർ പോരാളികളുടെ മഹത്വത്തെ മുൻനിർത്തി ആരെങ്കിലും ദൈവത്തോട് പ്രാർത്ഥിച്ചാൽ ഏതു സമയത്താണെങ്കിലും അത് സ്വീകരിക്കപ്പെടും.' [7] ഫ്യൂഡൽ- കൊളോണിയൽ എതിർപ്പുകൾക്കു മുന്നിൽ അതിജീവനത്തിനായി ശ്രമിക്കുന്ന മാപ്പിള

---

7 മുഹമ്മദ് അബ്ദുൽ കരീം. കെ.കെ., അബൂബക്കർ.കെ (എഡി.) 2015 മഹാകവി മോയിൻകുട്ടി വൈദ്യരുടെ സമ്പൂർണകൃതി–കൾ. വാല്യം II. മഹാകവി മോയിൻ കുട്ടി വൈദ്യർ മാപ്പിളകലാ അക്കാദമി, കൊണ്ടോട്ടി. പുറം 799

മാർക്ക് പ്രതീക്ഷാനിർഭരമായ വാഗ്ദാനമാണിത്. രണ്ടു തരത്തിലുള്ള കോളനീകരണങ്ങൾക്കു വിധേയരായിരുന്ന അവർ. ഭൂമിയുടെയും വിഭവങ്ങളുടേയും കാര്യത്തിൽ ഒരു പരിധിയുമില്ലാത്ത ചൂഷണം നയമായി സ്വീകരിച്ച ജന്മിമാരിൽ നിന്നുള്ള ആഭ്യന്തരകോളണീകരണമാണ് ഒന്ന്. റവന്യൂ- ഭൂപരിഷ്ക്കരണങ്ങളുമായി ബന്ധപ്പെട്ട നിയമനിർമ്മാണങ്ങളിലൂടെ ഈ ആഭ്യന്തരകോളണീകരണത്തിന് പിന്തുണ നൽകിയ ബ്രിട്ടീഷ് കോളോണിയലിസം മറുവശത്തും. 19-ാം നൂറ്റാണ്ടിൽ മലബാറിലുണ്ടായ എണ്ണമറ്റ കർഷകമുന്നേറ്റങ്ങൾ ഈ ചൂഷണ വ്യവസ്ഥയ്ക്കെതിരായ സ്വാഭാവിക പ്രതിരോധങ്ങളായാണ് രൂപപ്പെട്ടത്. പക്ഷേ അവർക്ക് സമ്പത്തും ആയുധവും അധികാരവും ഉണ്ടായിരുന്നില്ല. അത്തരമൊരവസ്ഥയിൽ ആശ്രയിക്കാനുള്ള ഏക അഭയസ്ഥാനത്തെയാണ് വൈദ്യർ ഉയർത്തിക്കാണിക്കുന്നത്.

വിവർത്തനത്തിലെ രചനാതന്ത്രങ്ങൾ

പടപ്പാട്ടുകളുടെ വിവർത്തനത്തിനായി മോയിൻകുട്ടി വൈദ്യർ സ്വീകരിച്ച രണ്ട് മൂലഭാഷാകൃതികളും അറബിഭാഷയിൽ നിന്നുള്ളതാണ്. വസ്തുതകളുടെ യഥാർത്ഥ വിവരണം എന്നതിനപ്പുറത്തേക്ക് കടന്നിട്ടില്ലാത്ത കൃതികളാണ് രണ്ടും. ആധികാരികതയ്ക്ക് പ്രാധാന്യം കൊടുക്കുന്നുണ്ടെങ്കിലും സാധ്യമാവുന്ന സന്ദർഭങ്ങളിൽ സ്വതന്ത്രമാതൃകകൾ സൃഷ്ടിച്ചുകൊണ്ടാണ് വൈദ്യരുടെ വിവർത്തനം മുന്നോട്ടു പോവുന്നത്. യുദ്ധവർണ്ണനകൾ, പ്രവാചകപ്രകീർത്തനങ്ങൾ, വൈകാരിക ആഖ്യാനങ്ങൾ എന്നിവയിൽ വൈദ്യർ തന്റെ ഭാവനാശേഷി സമൃദ്ധമായി ഉപയോഗിക്കുന്നുണ്ട്. സംഘർഷാത്മകമായ രംഗങ്ങളിൽ ആകാംക്ഷയും പിരിമുറുക്കവും നിലനിർത്തുന്നതിനു വേണ്ടിയുള്ള രചനാതന്ത്രങ്ങൾ കാണാം. പ്രവാചകനെ വർണിക്കുന്ന സന്ദർഭങ്ങളിൽ അറബി വാക്കുകൾ സമൃദ്ധമായി ഉപയോഗിക്കുന്ന വൈദ്യർ പക്ഷേ യുദ്ധവർണനകളിലെ ചടുലമായ രംഗങ്ങളിൽ വാമൊഴി മലയാള പദങ്ങളാണ് ഏറെയും പ്രയോഗിക്കുന്നത്. ആ രംഗങ്ങളുടെ തീവ്രതയും വൈകാരികതയും കൂടുതൽ ഫലപ്രദമായി വിനിമയം ചെയ്യാൻ ഇതുമൂലം സാധിക്കുന്നുണ്ട്. യുദ്ധവർണനകളെ വിവരണാത്മകമായി അവതരിപ്പിക്കുന്നതാണ് വൈദ്യരുടെ രീതി. യുദ്ധത്തിനിടയിൽ വ്യക്തികൾ തമ്മിൽ നടക്കുന്ന പോരാട്ടങ്ങളുടെ സൂക്ഷ്മമായ വിശദാംശങ്ങൾ വരെ വർണിക്കുന്നുണ്ട് വൈദ്യർ. ബദർ പടപ്പാട്ടിലെ ഹംസയും അസ്വദും തമ്മിലുള്ള യുദ്ധം, ഉഹ്ദ് പടപ്പാട്ടിലെ മിസ്അബും അബ്ദുല്ലയും തമ്മിലുള്ള യുദ്ധം എന്നിങ്ങനെ നിരവധി ഉദാഹരണങ്ങൾ കാണാനാവും.

യുദ്ധവുമായി പ്രത്യക്ഷത്തിൽ ബന്ധമില്ലാത്ത പല സംഭവങ്ങളും വൈദ്യർ പടപ്പാട്ടുകളിൽ ഉൾപ്പെടുത്തിയിട്ടുണ്ട്. കഥയുടെ ഒഴുക്കിനെ സഹായിക്കുക മാത്രമല്ല അവയുടെ ധർമ്മം. ലക്ഷ്യസമൂഹത്തിന് കുറേക്കൂടി പരിചിതമായതും വിനോദപ്രധാനമായതുമായ രംഗങ്ങൾ ഒരുക്കി കഥയിൽ വൈവിധ്യം ഉണ്ടാക്കാൻ അവ ഉപകരിക്കുന്നുണ്ട്. ബദർ പടപ്പാട്ടിലെ 11-ാംഇശലിൽ രണ്ട് സ്ത്രീകൾ തമ്മിൽ നടക്കുന്ന വഴക്ക് ചിത്രീകരിക്കുന്നത് കാണാം. ശത്രുസൈന്യത്തിന്റെ യാത്രാ വിവരം അറിയുന്നതിനായി പ്രവാചകൻ അയച്ച ദൂതന്മാർക്ക് ശത്രു സംഘത്തിന്റെ യാത്രയെ സംബന്ധിച്ച് വിവരങ്ങൾ ലഭിക്കുന്നത് വഴക്കിനിടയിൽ സ്ത്രീകൾ തമ്മിലുള്ള സംസാരത്തിൽ നിന്നാണ്. പക്ഷേ അതിനു പുറമേ ആ കലഹം എല്ലാ വിശദാംശങ്ങളോടെയും പൂർണമായി അവതരിപ്പിക്കുന്നുണ്ട് വൈദ്യർ.

പടപ്പാട്ടുകളിൽ വൈദ്യർ ഉപയോഗിക്കുന്ന മറ്റൊരു ശില്പതന്ത്രം അറബി കവിതകൾ അതേ പടി പാട്ടിൽ ഉപയോഗിക്കുന്നതാണ്. യുദ്ധത്തിലെ പല സന്ദർഭങ്ങളിലായി അറബി കവിതകൾ പൂർണമായോ ഭാഗികമായോ ഉപയോഗിച്ചിട്ടുണ്ട്. വൈദ്യരുടെ പടപ്പാട്ടുകളിൽ മാത്രം കാണുന്ന സവിശേഷതയാണിത്. മാപ്പിള സമൂഹത്തെ തങ്ങളുടെ വംശീയപാരമ്പര്യത്തെ ഓർമ്മിപ്പിക്കുക യാണ് ഈ കവിതകളുടെ ലക്ഷ്യം എന്ന് ബാലകൃഷ്ണൻ വള്ളിക്കുന്ന് നിരീക്ഷിക്കുന്നുണ്ട്.[8] പക്ഷേ ആ കവിതകളുടെ അർത്ഥതലം കൂടി കണക്കിലെടുത്താൽ യുദ്ധവർണ്ണനകളുടെ ഭാഗം തന്നെയാണവയെ ന്ന മനസ്സിലാവും. അതോടൊപ്പം ആസ്വാദകസമൂഹത്തെ സംബന്ധി ച്ചിടത്തോളം പോരാട്ടവീര്യം ഉണർത്താൻ പോരുന്നതുമാണ് ആ കവിതാഭാഗങ്ങൾ. 26-ാം ഇശലിൽ പ്രവാചകന്റെ വാളിന്മേൽ എഴു തിവെച്ചിരിക്കുന്ന ഒരു കവിതാഭാഗമാണ് വൈദ്യർ എടുത്തു ചേർത്തി രിക്കുന്നത്. ഭീരുത്വം അപമാനമാണ്. മുന്നേറ്റത്തിലാണ് അഭിമാനം. ഭീരുത്വം കൊണ്ട് മനുഷ്യന് വിധിയെ തടുക്കാനാവില്ല' എന്നാണ് ആ കവിതാഭാഗത്തിന്റെ ആശയം, 33-ാം ഇശലിൽ യുദ്ധത്തിൽ സൈന്യത്തിന് പിന്തുണ നൽകാനെത്തിയ സ്ത്രീകൾ ചൊല്ലുന്ന ഒരു കവിത ഇപ്രകാരമാണ്. 'ഞങ്ങൾ യുദ്ധത്തിൽ മുന്നേറുന്ന പോരാ ളികൾക്കായി മിനുപ്പേറിയ വിരിപ്പൊരുക്കി കാത്തിരിക്കുന്നവർ; പിന്തിരിഞ്ഞോടുന്നവരോടുള്ള സ്നേഹബന്ധം മുറിച്ച് പിരിയുന്നവർ. യുദ്ധത്തെ പ്രോത്സാഹിപ്പിക്കുകയാണ് ഈ കവിതാഭാഗങ്ങളെല്ലാം എന്നു കാണാനാവും.

---

8 ബാലകൃഷ്ണൻ വള്ളിക്കുന്ന്. 2017 മഹാകവി മോയിൻകുട്ടി വൈദ്യരുടെ കാവ്യലോകം. വചനം ബുക്സ്. കോഴിക്കോട്. പുറം 195–196

പൗരുഷത്തിന്റെ ആഘോഷമാണ് പടപ്പാട്ടുകളിൽ നിറഞ്ഞു നിൽക്കുന്നത്. പുരുഷയോദ്ധാക്കളുടെ ധീരതയേയും സാഹസികതയേയും വാഴ്ത്തിപ്പാടുന്നവയാണ് ഭൂരിഭാഗം പാട്ടുകളും. സ്വന്തം പക്ഷത്തിന്റെ വിജയത്തിനുവേണ്ടി സാഹസികമായി പോരാടി വിജയിക്കുകയോ ജീവൻ ത്യജിക്കുകയോ ചെയ്യുന്നവരാണ് ഈ പാട്ടുകളിൽ മഹത്വവൽക്കരിക്കപ്പെടുന്നത്. അവരുടെ സാഹസികതകളെ നാടകീയമായി അവതരിപ്പിച്ച് ആവേശം ജനിപ്പിക്കുന്നതാണ് വൈദ്യരുടെ രീതി. യുദ്ധരംഗത്തെ സ്ത്രീ സാന്നിധ്യവും വൈദ്യർ ധാരാളമായി ചിത്രീകരിക്കുന്നുണ്ട്. പക്ഷേ പൗരുഷത്തിന്റെ പ്രതിഫലനമാണ് ആ സ്ത്രീകൾക്കും അദ്ദേഹം പകർന്നു നൽകിയിരിക്കുന്നത്. സ്ത്രൈണതയുടെയും പൗരുഷത്തിന്റെയും സാമ്പ്രദായിക അതിരുകൾ അപ്രസക്ത മാവുന്ന നിരവധി രംഗങ്ങൾ പടപ്പാട്ടുകളിൽ കാണാം. 19-ാംനൂറ്റാണ്ടിൽ അധികാരവും സമ്പത്തുമുള്ള മഹാശക്തികളോട് ഇതൊന്നുമില്ലാതെ ഏറ്റുമുട്ടാനൊരുങ്ങിയ മാപ്പിളമാർക്ക് ഇത്തരം സാഹസികബിംബങ്ങളായിരുന്നു ആവശ്യവും.

സമുദായരൂപീകരണത്തിന്റെ ഒരു തലം പടപ്പാട്ടുകളിൽ ശക്തമായി നിലനിൽക്കുന്നുണ്ട്. അറബ് ജീവിതത്തെ നിർണയിച്ചിരുന്ന ഏറ്റവും പ്രധാനപ്പെട്ട സാമൂഹികഘടകം ഗോത്രബന്ധങ്ങളായിരുന്നു. മനുഷ്യൻ തിരിച്ചറിയപ്പെടുന്നതു തന്നെ വിവിധ ഗോത്രങ്ങളുടെ പേരിലാണ്. ഇസ്ലാമിന്റെ ആഗമനത്തോടെ ഇതിൽ മാറ്റം വരുന്നതിന്റെയും മതപരമായ സമുദായം എന്ന സത്ത നിലവിൽ വരുന്നതിന്റെയും ചിത്രീകരണം പടപ്പാട്ടുകളിൽ കാണാം. ഗോത്രബന്ധങ്ങളേക്കാൾ മതപരമായ സംഘബോധത്തിന് മുൻഗണന നൽകുന്ന നിരവധി അനുഭവങ്ങൾ പാട്ടിലുണ്ട്. യുദ്ധത്തിനിടയിൽ ഖുറൈശി ഗോത്രക്കാരായ താനും മുഹമ്മദും തമ്മിലുള്ള തർക്കമാണിതെന്നും മറ്റു ഗോത്രക്കാർ ഇതിൽ ഇടപെടേണ്ടതില്ലെന്നും അബൂസുഫ്യാൻ, ഔസ്, ഖസ്റജ് എന്നീ ഗോത്രക്കാരോട് നിർദ്ദേശിക്കുന്നുണ്ട്. പക്ഷേ ഗോത്ര പരിഗണനകൾ മാറ്റിവെച്ച് മതപരമായ സത്തയെ മുൻനിർത്തി അവർ യുദ്ധം ചെയ്യുന്നതു കാണാം. പരസ്പരം ഇടകലരാനാവാത്ത വിധം ജാതീയമായി വിഘടിച്ചു നിന്നിരുന്ന മനുഷ്യരാണ് മതപരിവർത്തനത്തിനുശേഷം മലബാറിൽ മാപ്പിള ഫോക്കിനെ രൂപപ്പെടുത്തിയത്. അതുകൊണ്ടുതന്നെ ഭൂതകാലത്തിലെ ജാതീയമായ ഓർമകൾക്കുപരിയായി മതപരമായ സംഘബോധത്തെ സ്വീകരിക്കുക എന്നത് അവരുടെ സമുദായ രൂപീകരണത്തിലെ ആദ്യ ചുവടാണ്. പൂർവിക പാരമ്പര്യത്തെ ഓർമ്മിപ്പിച്ച് അത്തരമൊരു പ്രചോദനം പടപ്പാട്ടുകൾ മാപ്പിളമാർക്ക് നൽകുന്നുണ്ട്.

വിവർത്തനം അടിസ്ഥാനപരമായി ഒരു സാമൂഹ്യ പ്രയോഗ മാണ്. സാമൂഹിക ബന്ധങ്ങളുടെ സമ്മർദ്ദങ്ങളെ മുൻനിർത്തിയാണ് വിവർത്തനത്തിലെ തിരഞ്ഞെടുപ്പുകളും തന്ത്രങ്ങളും തീരുമാനിക്ക പ്പെടുന്നത്. 19-ാംനൂറ്റാണ്ടിലെ മലബാറിന്റെ രാഷ്ട്രീയ- സാമൂഹ്യ കാലാവസ്ഥയാണ് പടപ്പാട്ടുകളുടെ വിവർത്തനം സാധ്യമാക്കിയത്. ഏകദൈവവിശ്വാസം, പ്രവാചകസ്നേഹം, ആത്മത്യാഗം എന്നിവ യിലധിഷ്ഠിതമായ ഒരു സമുദായരൂപീകരണം ആ പാട്ടുകൾ ലക്ഷ്യ മാക്കിയിട്ടുണ്ട്. അത്തരമൊരു രാഷ്ട്രീയത്തെ മുൻനിർത്തിയുള്ള വിവർത്തന തന്ത്രങ്ങൾ പാട്ടുകളിലുടനീളം കാണാം.

പ്രതിരോധ രാഷ്ട്രീയത്തിന്റെ ഒരു ഇടമായി മലബാർ പ്രദേശത്തെ മാറ്റിയെടുക്കുന്നതിൽ മാപ്പിള സമുദായരൂപീകരണത്തിലെ ഇത്തരം അടിയടരുകൾക്ക് വലിയ പങ്കുണ്ട്. മാപ്പിള സമൂഹത്തിന്റെ ഉപദേ ശീയഭാവനയിൽ പ്രവർത്തിക്കുന്ന സാർവ്വലൗകിക ബലതന്ത്രം സവിശേഷമായിത്തന്നെ പഠിക്കപ്പെടേണ്ടതാണ്. ജാതീയമായ വി'ജനത്തിൽ നിന്ന് ഊർജ്ജം ഉൾക്കൊണ്ട തദ്ദേശീയവും വിദേ ശീയവുമായ അധികാരഘടനകൾക്കെതിരെ നിലകൊള്ളാൻ പ്രേരണയായി നിൽക്കുന്നത് പ്രത്യയശാസ്ത്രപരമായ ഈ സാർവ ലൗകികതയാണ്. സംസ്കാരവിവർത്തനത്തിന്റെ ബോധപൂർവ്വമായ നിർമ്മിതികളിലൂടെയാണ് സാർവലൗകികമായ ഏകസമുദായ ബോധത്തെഭാവന ചെയ്തെടുത്തത്. മലബാറിന്റെ പ്രദേശസ്വരൂ പത്തെ നിർണയിക്കുന്നതിൽ ഇത്തരം സംസ്കാരമാതൃകകളുടെ പങ്ക് കൂടുതൽ പഠിക്കപ്പെടേണ്ടതുണ്ട്.

BIBLIOGRAPHY

1. Alavi, Seema 2015 Muslim Cosmopolitanism in the age of empire. Harvard: Harvard University press.
2. Althusser, Louis. 1971 'Ideology and Ideological state apparatuses (Notes towards an Investigation)' In essays on Ideology, London: Verso
3. Anderosn, Benedict 1983 Imagined Communities London: Verso.
4. Dale, Stephen 1980. Islamic Society on the South Asian frontier: The Mappilas of Malabar, 1498 1922 Oxford: Clarendon Press.
5. Engineer, Asghar Ali, (ed) 1995 Kerala Muslims: A Historical perspective, Delhi: Ajanta.

6. Makhdum, Shaykh Zainuddin, 2006. Tuhfat al Muhahideen: A historical epic of the sixteenth Century Trans: Muhammad Husayn Nainar. Kaulalumpur: Islamic Book trust.
7. Miller, Roland & 1992 Mappila Muslims of Kerala: A study in Islamic trends. Hyderabad: Orient Longman.
8. Panikkar, KN 1992 Against Lord and State: Religion and Peasant uprising in Malabar 1836-1921 Delhi: Oxford University.
9. ബാലകൃഷ്ണൻ വള്ളിക്കുന്ന്, 2017 മഹാകവി മോയിൻകുട്ടി വൈദ്യരുടെ കാവ്യലോകം. കോഴിക്കോട്: വചനം ബുക്സ്.
10. മുഹമ്മദ് അബ്ദുൾ കരീം കെ. കെ., അബൂബക്കർ കെ. (എഡി) 2015 മഹാകവി മോയിൻകുട്ടി വൈദ്യരുടെ സമ്പൂർണ്ണകൃതികൾ 3 വാല്യങ്ങൾ. കൊണ്ടോട്ടി: മഹാകവി മോയീൻകുട്ടി വൈദ്യർ മാപ്പിള കലാ അക്കാദമി.

ഭാവനയുടെ അരിക് ലോകങ്ങൾ

ഡോ. ഒ.കെ.സന്തോഷ്

സവിശേഷാധികാരങ്ങളുള്ള ഇന്ത്യയിലെ സാമൂഹികവിഭാഗങ്ങൾ ഇന്ത്യയ്ക്ക് വെളിയിലേയ്ക്ക് പ്രത്യേകിച്ചും ഇംഗ്ലണ്ടിലേയ്ക്ക് പോയതോടുകൂടിയാണ് അപമാനവീകരണം എന്താണെന്ന് അവർ അറിഞ്ഞത്. ഇല്ലെങ്കിൽ വരേണ്യചെറുപ്പക്കാരായ അവർ അപമാനം എന്തെന്ന് ഒരിക്കലും അറിയുമായിരുന്നില്ല. ഫസ്റ്റ് ക്ലാസ് ടിക്കറ്റ് ഉണ്ടായിട്ടും സെക്കന്റ് ക്ലാസിൽ യാത്ര ചെയ്യേണ്ടിവരിക, പണമുണ്ടായിട്ടും ഹോട്ടലിൽ പ്രവേശനം നിഷേധിക്കപ്പെടുക തുടങ്ങിയ അനുഭവങ്ങൾ അസാധാരണമായപ്പോഴാണ് അവർ സ്വാതന്ത്ര്യത്തെക്കുറിച്ച് ചിന്തിച്ചു തുടങ്ങിയത്. എന്നാൽ സഹസ്രാബ്ദ്ങ്ങളായി ഏറ്റവും മനുഷ്യത്വവിരുദ്ധമായ സമീപനങ്ങൾക്ക് വിധേയരായ ഇന്ത്യയിലെ ദളിതരുടെയും സ്ത്രീകളുടെയും ആദിവാസികളുടെയും അവസ്ഥയെക്കുറിച്ച് അതുവരെയും അവർക്കൊരു ഖേദവുമുണ്ടായിരുന്നില്ല.വിദേശത്തുനിന്ന് തിരിച്ചുവന്ന ചെറുപ്പക്കാരാണ് ഗാന്ധി, നെഹ്റു സുഭാഷ് ചന്ദ്ര ബോസ്, രാജേന്ദ്ര പ്രസാദ്, ലാലാ ലജ് പത്റായി തുടങ്ങിയവരാണ് പുതിയ മാറ്റങ്ങളെക്കുറിച്ച് ആലോചിച്ചത്.

–മാതാ പ്രസാദ്

Jhompri se Rajbhavan

സാഹിത്യത്തിലെ സ്ഥലഭാവനയെക്കുറിച്ച് കൗതുകകരവും ആകർഷണീയവുമായ സംവാദങ്ങൾ മലയാളത്തിൽ സമീപകാലത്തായി നടക്കുന്നുവെന്നുള്ളത് ശ്രദ്ധേയമാണ്. പ്രത്യേകി

ച്ചം പുതിയ കവിതകളുടെ അനുഭവലോകങ്ങളെയും എഴുത്തുകാരെയും ചുറ്റിപ്പറ്റി വികസിക്കുന്ന നിരൂപണാസക്തികളും അനുകൂലമായ പൊതു ഭാവനയും ക്രമാതീതമായ നിലയിലേയ്ക്ക് നമ്മുടെ സംവാദങ്ങളെ നിർണ്ണയിച്ചു തുടങ്ങിയിരിക്കുന്നു. അനിൽകുമാർ ഡി, അശോകൻ മറയൂർ, സുകുമാരൻ ചാലിഗധ, പി.ശിവലിംഗൻ, ധന്യാ വെങ്ങചേരി തുടങ്ങി ഒട്ടേറെപ്പേരെ ചുറ്റിപ്പറ്റിയെടുക്കുന്ന അനുഭവലോകങ്ങളെ വേറിട്ടുകാണാൻ നടത്തുന്ന ശ്രമം ഇതിന്റെ ഭാഗമാണ്. മലയാളിയുടെ പൊതു അനുഭവലോകത്തിനു അപരിചിതമായ ഭൂപടമായി ഇവരുടെ കവിതകളെ വായിക്കുന്ന രീതിയും നിലനിൽക്കുന്നു. പക്ഷേ, ഈ നിരൂപണങ്ങളിലും മാധ്യമവ്യവഹാരങ്ങളിലും ആവർത്തിച്ചുറപ്പിക്കുന്ന കണിശതയെ കവികളുടെ ജീവിതലോകവുമായി ചേർത്തുവെച്ച് ആലോചിക്കാവുന്നതാണ്. കടൽ, കാട് എന്നീ സ്ഥലഭാവനകളാണ് ഇവരുടെ കവിതകളുടെ അടിസ്ഥാനം. മലയാളസാഹിത്യത്തിൽ ബാഹ്യനോട്ടങ്ങളാൽ മാത്രം ആവിഷ്കരിക്കപ്പെട്ട ഈ രണ്ടുലോകങ്ങൾക്ക് യഥാർത്ഥ അവകാശികൾ വന്നിരിക്കുന്നു എന്ന മട്ടിലുള്ള വിലയിരുത്തലുകളും ധാരാളമായി വന്നുകൊണ്ടിരിക്കുന്ന സാഹചര്യത്തിൽ വ്യത്യസ്ത ആലോചനകൾക്ക് വഴിയുണ്ട്. അകത്തേയ്ക്കും പുറത്തേക്കുമുള്ള യാത്രകൾ തങ്ങളുടെ സർഗാത്മക ബോധ്യങ്ങളെ നവീകരിക്കുന്നുണ്ടെങ്കിലും എഴുത്തിലെ ലോകത്തിലേയ്ക്ക് അവർ ഒതുക്കിവെക്കുന്നത് സ്വന്തം ചുറ്റുപാടുകൾ മാത്രമാണെന്നത് ശ്രദ്ധിക്കുക. വാക്കുകളും വസ്തുക്കളും അവിടുത്തേത് മാത്രമാകാൻ നിഷ്കർഷിക്കുന്ന തരത്തിലാണ് ഈ എഴുത്തുകാർക്ക് ചുറ്റും അണിനിരക്കുന്ന നിരൂപക ആസ്വാദകവൃന്ദവും എന്നത് കൗതുകകരമായി കാണേണ്ട വസ്തുതയാണ്. കടലിന്റെയും കാടിന്റെയും കവിയാക്കാനുള്ള അൻവർ അലിയുടെയും പി. രാമന്റെയും ദേശാഭിമാനി ആഴ്ചപ്പതിപ്പിൽ വന്ന കുറിപ്പുകൾ കാണുക.

കാടും കടലും മറ്റെവിടെയ്ക്കും പോകാത്തതുപോലെ ഈ കവികളുടെ ആഖ്യാനലോകവും മറ്റൊരിടത്തേക്കും ചിതറാതെ അണച്ചുനിർത്തുവാൻ മലയാളി സംവേദനമണ്ഡലം ആത്മാർത്ഥമായി ശ്രമിക്കുന്നു. ചുരുക്കത്തിൽ ചലനരഹിതമായ ഭാവനാസ്ഥലം എന്ന് നമ്മുക്കിതിനെ വിശേഷിപ്പിക്കാം. ഇതിൽ വീക്ഷണപരമായ പ്രശ്നങ്ങൾ ഉണ്ടെന്നു പറയേണ്ടതില്ലല്ലോ.

സ്ഥലവും സാമൂഹികചലനാത്മകതയും

കേവലമായ സ്ഥലം എന്നതിൽനിന്നും മാറി സാമൂഹികമായ ചലനാത്മകതയും അതിലൂടെ ഉണ്ടാകുന്ന വികാസത്തെയും ഗുണപ

രമായി കാണാൻ ഇഷ്ടപ്പെടുന്നവരാണ് കേരളീയർ. സമ്പദ് വ്യവസ്ഥ യുടെ സുരക്ഷിതത്വവും സുഗമമായ നിലനിൽപ്പും പ്രവാസത്തിലൂടെ നേടിയതാണന്ന് സമ്മതിക്കുന്നതിൽ മടികാണിക്കാത്തവരുമാണവർ. സാഹിത്യവും സാമൂഹികവ്യവഹാരങ്ങളും കൊടുക്കൽ വാങ്ങലുകളുടെ മണ്ഡലമാണെന്ന ധാരണ തുടക്കംമുതലേ സൃഷ്ടിക്കുവാൻ എഴുത്തുകൾക്ക് കഴിഞ്ഞിട്ടുണ്ട്.

'മലയാളത്തിലെ ലക്ഷണമൊത്ത ആദ്യ നോവൽ' എന്ന് വിശേഷിപ്പിക്കപ്പെടുന്ന ഇന്ദുലേഖയുടെ തുടക്കംതന്നെ ചിന്നനെ ഇംഗ്ലീഷ് വിദ്യാഭ്യാസത്തിനായി കൊണ്ടുപോകാനുള്ള ഒരു യാത്രയെക്കുറിച്ചുള്ള തർക്കത്തിലാണ്. പാരമ്പര്യവും ആധുനികതയും തമ്മിലുള്ള മൂല്യപരമായ സംഘർഷത്തിലുപരി സ്ഥലപരമായ മാറ്റങ്ങൾ സൃഷ്ടിക്കുന്ന ആശങ്കകളും പഞ്ചുമേനോന്റെ സമീപനങ്ങളെ നിർണ്ണയിച്ചുവെന്ന് മനസ്സിലാക്കാവുന്നതാണ്. എന്നാൽ മലയാളഭാവനയുടെ, പ്രത്യേകിച്ച് നോവലിന്റെ തുടക്കംതന്നെ വിപുലമായ യാത്രകളെ ഉൾക്കൊള്ളുന്നതായിരുന്നുവെന്ന് കാണാം. മീനാക്ഷി മുഖർജി തന്റെ പഠനത്തിൽ ബങ്കിം ചന്ദ്രചാറ്റർജി, ഹരി നരൈൻ ആപ്തെ എന്നിവരുടെ രചനകളിൽനിന്നും വ്യതസ്തമായി ഇന്ദുലേഖയിൽ കാണുന്ന യാത്രകളെ വിലയിരുത്തുന്നുണ്ട്. (മുഖർജി : 1994: 83). ഭാഷയുടെയും ദേശത്തിന്റെയും അതിർത്തികൾ കടക്കുന്ന ഭാവനാസങ്കൽപ്പമാണ് ഇന്നത്തെ വായനക്കാർക്കും ഇന്ദുലേഖയെ പുതുമയുള്ള രചനയാക്കിത്തീർക്കുന്നത്. കൂടാതെ വടക്കെ മലബാറിൽ നിന്നും അല്ലാത്ത കഥാപാത്രങ്ങളെ സൃഷ്ടിക്കുവാനും ചന്ദുമേനോന് കഴിഞ്ഞതായി മുഖർജി ചൂണ്ടിക്കാണിക്കുന്നു. വിപുലമായി യാത്രചെയ്യുവാൻ ആഗ്രഹിക്കുന്ന മാധവനോട് ഗിൽഹാം സായ്പ് പറയുന്നത്' മനസ്സിന് വല്ല സുഖക്കേടും ഉണ്ടെങ്കിൽ രാജ്യസഞ്ചാരം ചെയ്യുന്നതുപോലെ അതിന്റെ നിവൃത്തിക്ക് വേറെ ഒന്നുമില്ല' എന്നാണ്. കൂടാതെ കഴിയുമെങ്കിൽ യൂറോപ്പിലേയ്ക്കാണ് പോകേണ്ടത് എന്നും അദ്ദേഹം മാധവനെ ഉപദേശിക്കുന്നുണ്ട്. എന്നാൽ മദിരാശി, മുംബൈ, കൊൽക്കത്ത തുടങ്ങി വടക്കെയിന്ത്യൻ നഗരങ്ങളിലൂടെ സഞ്ചരിക്കുന്ന മാധവൻ ആണ് ഇന്ദുലേഖയിലെ നായകൻ. (ചന്തുമേനോൻ: 2014:189) ഇപ്രകാരം ഭാഷയുടെയും ഭാവനയുടെയും ചലിക്കുന്ന ലോകമായിരുന്ന ചന്തുമേനോൻ ആവിഷ്ക്കരിക്കാൻ ശ്രമിച്ചത് എന്ന് കാണാം. എന്നാൽ മലയാളഭാവന തുടക്കത്തിൽ കാണിച്ച ഈ അതിർലംഘനങ്ങൾ പിൽക്കാലത്ത് ചില സവിശേഷമായ സമൂഹങ്ങളെക്കുറിച്ച് പറയുമ്പോൾ നിശ്ചലമായിപ്പോകുന്നതായി കാണാം. അരികുജീവിത

ങ്ങളെക്കുറിച്ചും അവരുടെ സാമൂഹികസ്ഥലത്തെക്കുറിച്ചുമുള്ള ചില ആഖ്യാനങ്ങളെ ഇതിനായി പരിശോധിക്കാവുന്നതാണ്.

സരസ്വതീവിജയം (1892, പോത്തേരി കുഞ്ഞമ്പു) എന്ന നോവലിൽ എത്തുമ്പോൾ വരേണ്യനായകന്റെ ആഭിജാത്യത്തിനു വിരുദ്ധമായി യാത്രയിലൂടെ സ്വയം രൂപപ്പെടുന്ന കീഴാള നായകനെ കാണാം. വിമോചനത്തിന്റെ ഉപാധിയായി മാറുന്ന സ്ഥലപരമായ മാറ്റം ആണ് ഈ നോവലിന്റെ ആണിക്കല്ല് എന്ന് പറയാവുന്ന വിധത്തിലാണ് അതിന്റെ വ്യാപ്തി. ഇതേകാലത്ത് തന്നെ പുറത്തുവന്ന മലയാളത്തിലെ ആദ്യകാല ചെറുകഥ എന്ന് വിശേഷിപ്പിക്കപ്പെടുന്ന വാസനാവികൃതി (1891, വേങ്ങയിൽ കുഞ്ഞിരാമൻ നായനാർ)യിലാകട്ടെ കൊച്ചിരാജ്യത്ത്നിന്നും മോഷണം നടത്തി മദിരാശിയിലെത്തുമ്പോൾ പോലീസിനാൽ പിടിക്കപ്പെടുന്ന ഇക്കണ്ടക്കുറുപ്പിന്റെ ജീവിതമാണ് ആവിഷ്ക്കരിക്കപ്പെടുന്നത്. ഇവിടെ ശ്രദ്ധിക്കപ്പെടേണ്ട വസ്തുത, നാട്ടുവഴക്കങ്ങൾ എന്ന പേരിൽ നടപ്പിലാക്കപ്പെടുന്ന ജാതി അധീശത്വത്തിന്റെ ഹിംസകളിൽനിന്നും രക്ഷപ്പെടാൻ മദിരാശിപോലുള്ള ആധുനികനിയമങ്ങളും പരിഷ്കൃതമായ ഉൾക്കൊള്ളലും (Inclusiveness) ഉള്ള കൊളോണിയൽ നഗരങ്ങളിലേയ്ക്ക് പോകേണ്ടിവന്നു എന്നുള്ളതാണ്. സരസ്വതീവിജയത്തിലെ സ്ഥലസങ്കൽപ്പത്തെക്കുറിച്ച് ദിലീപ് എം. മേനോൻ ഗൗരവമായ ചില നിരീക്ഷണങ്ങൾ നടത്തുന്നുണ്ട്. കുബേരൻ നമ്പൂതിരിയും മരത്താൻപുലയനും നടത്തുന്ന യാത്ര യഥാക്രമം കാശിയിലേയ്ക്കും മദിരാശിയിലേയ്ക്കുമാണ്. ഈ സ്ഥലങ്ങളെ അഥവാ ഭൂമിശാസ്ത്രമേഖലകളെ മതപരം / മതേതരം, ഗ്രാമം /നഗരം, ഹൈന്ദവം / ക്രൈസ്തവം എന്നിങ്ങനെ തിരിച്ചിട്ട് അവയിലെ വിപരീതദ്വന്ദങ്ങൾ ദിലീപ് എം. മേനോൻ വിശദീകരിക്കുന്നത് അധികാരശ്രേണി x സ്വത്വബഹുലത, അചഞ്ചലം x ചലനാത്മകത, അടിമത്തം x സ്വാതന്ത്ര്യം എന്നിങ്ങനെയാണ് അദ്ദേഹം തിരിക്കുന്നത്. ഇതുകൂടാതെ ഈ രണ്ടു പേരുടെയും യാത്രകളെ വിശദീകരിക്കുമ്പോൾ തീർത്തും വിരുദ്ധമായ അർത്ഥമാണ് കണ്ടെത്തുന്നത്. അദ്ദേഹം എഴുതുന്നു: പക്ഷേ, തീർത്തും ഭിന്നമായ ഭൂമിശാസ്ത്രമേഖലകളിലൂടെയാണ് അവരുടെ യാത്ര. രണ്ട് പേർക്കും വിരുദ്ധങ്ങളായ അർത്ഥമാണ് യാത്രയ്ക്കുള്ളത്. നമ്പൂതിരിയുടേത് ഒരു വിശുദ്ധയാത്രാപഥമാണ്. മലബാറിൽനിന്നും കാശിയിലേയ്ക്ക്. മരത്തന്റെത് മതേതര (ഐഹിക) ഭൂമിശാസ്ത്രത്തിലൂടെയും. അവിടെ പ്രദേശങ്ങളിലൂടെ മാത്രമല്ല, സാമൂഹികമായും ചലനവും സഞ്ചാരവും സംഭവിക്കുന്നുണ്ട്. (മേനോൻ : 2002) ഇതിൽനിന്നും ഒരു

കാര്യം വ്യക്തമാണ്. ദേശമെന്നത് കേവലം ഭൗതികാർത്ഥത്തിലുള്ള സാന്നിധ്യം മാത്രമല്ലെന്നും വിവിധതരത്തിലുള്ള സാമൂഹികാഭിലാഷങ്ങളും വ്യവഹാരാർത്ഥങ്ങളും പ്രതിനിധാനം ചെയ്യുന്ന സങ്കീർണ്ണമായ ഉള്ളടക്കമുള്ള ഇടമാണെന്ന യാഥാർത്ഥ്യമാണ്.

സ്ഥലസങ്കല്പങ്ങൾ, വ്യത്യസ്തതകൾ

ഗ്രാമനഗരസംഘർങ്ങൾ സാഹിത്യത്തിൽ മാത്രമല്ല സാമൂഹികസംവാദങ്ങളിലും രാഷ്ട്രീയ പ്രയോഗങ്ങളിലും സവിശേഷമായ ആശയരൂപീകരണത്തിന് കാരണമായിട്ടുണ്ട്. സാഹിത്യത്തിൽ നന്മയുടെയും നിരുപാധികമായ സഹവർത്തിത്വത്തിന്റെയും ഭാവനാഭൂപടമായി ഗ്രാമം ആവിഷ്ക്കരിക്കപ്പെട്ടപ്പോൾ രാഷ്ട്രീയപ്രക്രിയയിൽ വിശേഷിച്ചും എഴുപതുകളിലെ തീവ്രഇടതുപക്ഷ ആഖ്യാനങ്ങളിൽ വ്യവസ്ഥയെ അട്ടിമറിക്കുന്ന ശക്തിസ്രോതസ്സ് ആയി അത് മാറുന്നു. ഇവ രണ്ടും ന്യൂനീകരിച്ചോ അതിശയോക്തിപരമോമായി ഗ്രാമങ്ങളെ കാണുന്നുവെന്നതാണ് യാഥാർഥ്യം . ഗ്രാമങ്ങൾ ഇന്ന് നഗരങ്ങളെ വളയുന്നത് ജീവസന്ധാരണാർത്ഥം തൊഴിൽ തേടിയോ നഗരത്തിന്റെ ഓരങ്ങളിലും അഴുക്കുചാലിലും ജീവിച്ചോട്ടുങ്ങാനോ ആണെന്നത് വസ്തുതയാകുമ്പോൾതന്നെ, അംബേദ്കർ നഗരങ്ങളെ കണ്ടത് പഴമയുടെയും സ്വാതന്ത്ര്യത്തിന്റെയും സ്വാഭാവികമായ പ്രകാശനയിടങ്ങളെന്ന നിലയിലാണ്. ഗാന്ധിയുമായി മറ്റുപല വിഷയങ്ങളിലുമെന്നപോലെ ഇക്കാര്യത്തിലും അംബേദ്കർ വിയോജിച്ചു. ഇന്ത്യൻ സാമൂഹിക ജീവിതത്തിന്റെ മാതൃകാപരമായ അടിസ്ഥാന യൂണിറ്റ് എന്ന നിലയ്ക്കാണ് ഗാന്ധി ഗ്രാമങ്ങളെ വിലയിരുത്തിയത്. വ്യവസ്ഥയുടെ സമതുലിതാവസ്ഥയെ നിലനിർത്താനാണ് വർണ്ണാശ്രമധർമത്തെയും തൊഴിൽ വിഭജനങ്ങളിലെ സ്ഥാപനവൽകൃത അധികാരത്തെയും ഗാന്ധി കണ്ടതെന്നറിയുമ്പോൾ ഗ്രാമവ്യവസ്ഥയെക്കുറിച്ചുള്ള അദ്ദേഹത്തിന്റെ സമീപനത്തിൽ അത്ഭുതപ്പെടേണ്ടതില്ല. ജാതിയുടെയും അസമത്വത്തിന്റെയും കൂടാരങ്ങളായാണ് അംബേദ്കർ ഗ്രാമവ്യവസ്ഥയെ കണ്ടത്. ഈയടുത്ത് തമിഴ്നാട്ടിലെ 20 ജില്ലകളിൽ നടത്തിയ പഠനത്തിൽ 640 ഗ്രാമങ്ങളിൽ അയിത്താചാരമോ അതുമായി ബന്ധപ്പെട്ട പ്രാക്ടീസുകളോ നിലനിൽക്കുന്നുവെന്ന് സൂരജ് യങ്ങ്ദേ കാസ്റ്റ് മാറ്റെഴ്സ് എന്ന ഗ്രന്ഥത്തിൽ പറയുന്നുണ്ട്. ഇതെല്ലാം സൂചിപ്പിക്കുന്നത് നിശ്ചലവും ജാതി വംശീയവെറിയുടെയും ആധിപത്യഹിംസയുടെയും കർക്കശമായ ഇടമാണ് ഗ്രാമങ്ങൾ എന്നതാണ്. ഗ്രാമീണജീവിതം കർക്കശമായ ജാതിയധികാരത്തിന്റെയും ആണത്തപ്രകടനത്തിന്റെയും മതപരമായ വില

ക്കുകളുടെയും കേന്ദ്രങ്ങളാണെന്ന വസ്തുത സമീപകാലത്തു നടക്കുന്ന സംഭവങ്ങൾ അടയാളപ്പെടുത്തുന്നു. Unotuchabiltiy in Rural India (2006) എന്ന ഗ്രന്ഥത്തിൽ ഘനശ്യാം ഷാ, ഹർഷ് മന്ദർ, സുഖദേവ് തോറട്ട് തുടങ്ങിയവർ നടത്തിയ വിശദമായ പഠനം ഇക്കാര്യത്തിൽ ഉള്ള ആധികാരികമായ രേഖയായി നമുക്ക് മുൻപിലുണ്ട്.

താൻ ഉറച്ച വർണ്ണാശ്രമധർമ്മ വിശ്വാസിയാണെന്ന് ഗ്രാമസ്വരാജിനെക്കുറിച്ചുള്ള ഗാന്ധിയുടെ നിലപാടുകളിൽ ആവർത്തിക്കുന്നുണ്ട്. അതിന് അദ്ദേഹം പറയുന്ന വിശദീകരണം ഹിന്ദു മതം മനുഷ്യജാതിക്ക് നൽകിയ ഒരു അനുഗ്രഹമാണ് അതെന്നാണ്. (കെ.രാമചന്ദ്രൻ നായർ : 2012 : 671). ഗാന്ധി തുടർന്ന് വിശദീകരിക്കുന്നു: ' എനിക്ക് കാണാൻ കഴിഞ്ഞിടത്തോളം ആ ധർമ്മസ്വീകരണം ആത്മീയ പുരോഗതിയുടെ ഒരു ഉപാധിയാണ്. ആ നാല് വിഭാഗങ്ങൾ കുത്തനെയല്ല, വിലങ്ങനെയാണ്. അവിടെ എല്ലാവരും സമനിലയിലാണ് നില്ക്കുന്നത്. ഒരോരുത്തർക്കും നീക്കിവച്ച സേവനങ്ങൾ ചെയ്തുകൊണ്ട്. സ്വധർമ്മംല സമുചിതമായി അനുഷ്ഠിച്ച ബ്രാഹ്മണനും അപ്രകാരം തന്നെ ചെയ്ത തോട്ടിക്കും ഈശ്വരന്റെ കണക്ക് പുസ്തകത്തിൽ മാർക്ക് ഒന്നാണ്. (അതേ പുറം.).

ഗാന്ധിയുമായി അംബേദ്കർ നടത്തിയ സംവാദങ്ങളുടെ കേന്ദ്രം ആധുനീകരണത്തോടുള്ള വിമർശനമായിരുന്നു. വിപുലമായ വൈജ്ഞാനികബോധ്യങ്ങളും ആധുനികാശയങ്ങളും സ്ഥാപനങ്ങളുമായി നടത്തിയ അഭിമുഖീകരണവുമാകാം അംബേദ്കറെ വിമർശാവബോധമുള്ള ചിന്തകനാക്കി മാറ്റിയതെന്നു കരുതാം.

ഭാവനയുടെ അടഞ്ഞലോകങ്ങൾ

'എത്രയോ കാലമായി അടഞ്ഞുകിടന്നിരുന്ന ജാലകമാണത്. ചുമയോഴിഞ്ഞ ഒരു മധ്യാഹ്നത്തിൽ അത് തുറന്നിടുവാൻ ഈനാശുവിന് തോന്നി. ഇടറിയിടറി തുറന്നുവന്ന പാളികൾക്കപ്പുറത്തുനിന്ന് പ്രവഹിച്ച പ്രകാശത്തോടിണങ്ങാൻ പണിപ്പെട്ട് നില്ക്കുമ്പോഴാണ് ഭൂതകാലത്തിൽനിന്നും ഇറങ്ങിവരുന്നതുപോലെ കൗമാരവികൃതികളുടെ നേരിയ ആരവം ജാലകത്തിനപ്പുറം വിസ്തൃതമായ ശൈശവം (ചാവുനിലം, പി.എഫ്.മാത്യൂസ്, 2018 : 158)

സാമൂഹികമായി ബഹിഷ്കൃതരായവരുടെ ജീവിതവും പ്രദേശവും സവിശേഷമായി ആഖ്യാനം ചെയ്യപ്പെടുന്ന മലയാളത്തിലെ നോവലുകളിൽ ചലനരഹിതമായ ഭൂമിശാസ്ത്രവും മനുഷ്യരും നിലനിൽക്കുന്നതായി കാണാം. മലയാളഭാവനയുടെ തുടക്കത്തിൽ ആവിഷ്ക്കരി

ക്കപ്പെട്ട ജീവിതാവബോധവും കർതൃത്വവികാസവും അതിൽനിന്നും തികച്ചും ഭിന്നമായ ലോകമായി രൂപപ്പെടുത്താനുള്ള ശ്രമങ്ങളാ യി മാറുന്നു ഇവ. അഥവാ ആദ്യകാലനോവലുകളിൽ പുറംലോകത്തേയ്ക്കു ള്ള യാത്രകളാണ് സ്വത്വത്തെയും അവയുടെ വികാസത്തെയും നിർ ണ്ണിയിച്ചതെങ്കിൽ ഇവയിൽ ബാഹ്യലോകത്തുനിന്നുള്ള നോട്ടങ്ങളും അതിന്റെ വിനിമയങ്ങളുമാണ് നിർണ്ണചയോപാധിയായി മാറുന്നത്. ചലനരഹിതമായതും തുടക്കത്തിൽ തന്നെ അവസാനിക്കുന്നതുമായ രചനയ്ക്ക് ഉദാഹരണമാണ് ഖസാക്കിന്റെ ഇതിഹാസം. രവി വന്നി റങ്ങിയ ഇടത്ത് തന്നെ അവസാനിക്കുന്ന കഥ. അടഞ്ഞുപോയ സാമൂഹികചുറ്റുപാടുകളെ പുനസൃഷ്ടിക്കുന്നില്ല എന്നുമാത്രമല്ല അത്തരം ആഗ്രഹങ്ങൾ പ്രകടിപ്പിക്കുന്നവരെ തടയുകയോ ദിശമാറിചിന്തി ക്കാൻ പ്രേരിപ്പിക്കുകയോ ചെയ്യുന്നു.ഇതിന്റെ വ്യക്തമായ ചിത്രമാണ് പരീക്ഷ കഴിഞ്ഞു പാലക്കാട്ടേക്ക് പോകുവാൻ താൽപ്പര്യം പ്രകടിപ്പി ച്ച വിദ്യാർഥികളെ ചെതലിമലയിലേയ്ക്ക് രവി കൊണ്ടുപോകുന്നത്. കൂമൻകാവെന്ന അതിർത്തി കടക്കുന്നവർതന്നെ ഖസാക്കിൽ വിര ളമാണെന്ന് തിരിച്ചറിയുമ്പോഴാണ് പാലക്കാട്ടേക്ക് പോകാനുള്ള വിദ്യാർഥികളുടെ അഭിവാഞ്ഛയുടെ വ്യാപ്തി മനസ്സിലാക്കാനാവൂ.

പ്രിസണിലേക്കുള്ള പത്മയുടെ ക്ഷണം നിരസിക്കുന്നതിനു പിന്നിലും രവിയ്ക്ക് പുറത്തേക്കു പോകാനുള്ള താൽപ്പര്യമില്ലായ്മ പ്രക ടമാണ്. ഈയൊരു നിശ്ചലാവസ്ഥ നോവലിന്റെ അവസാനത്തിൽ പൂർത്തിയാകുന്നു. അതിപ്രകാരമാണ് : ദേശം നിശ്ചയിച്ചു കഴിഞ്ഞി രുന്നു. ഖസാക്കിലും ചുറ്റിലുമായി അൻപതിലേറെ കുടിയിരിപ്പുകൾ ഉണ്ട്. ഏകാധ്യാപക വിദ്യാലയം എടുത്തുപോവുകയാണെങ്കിൽ സഭ കൂടി പണം പിരിച്ചു മറ്റൊരു സ്കൂൾ അവിടെ തുടങ്ങുമെന്ന് അവർ നിശ്ച യിച്ചു. രവി എങ്ങും പോകേണ്ടതില്ല. ഇപ്രകാരം ചലനരഹിതമായ സ്ഥലഭാവനയും സാമൂഹികഭാവനയും ഖസാക്കിന്റെ ഇതിഹാസ ത്തിൽ ഒരുപോലെ പ്രവർത്തിക്കുന്നത് കാണാം.

ആലാഹയുടെ പെൺമക്കൾ എന്ന നോവൽ സ്ത്രൈണാനുഭവ ങ്ങളുടെ വ്യതിരിക്തഭാവനയും പാരിസ്ഥിതികരാഷ്ട്രീയത്തിന്റെ പുതുലോകവും വിഭാവന ചെയ്യുന്നുണ്ടെങ്കിലും ദേശമെന്നനിലയ്ക്ക് കൊക്കാഞ്ചിറ നിശ്ചലമായ ഒരിടമാണ്. അധിനിവേശത്തിന്റെ നിരവധി സൂചനകൾ അവിടെ നിന്ന് ലഭ്യമാണ്. പുതിയ സ്കൂളുകൾ മതിലുകൾ കെട്ടിത്തിരിച്ച വീടുകൾ തുടങ്ങിയ ഭൗതികമായ മാറ്റങ്ങൾ പുറത്തുനിന്ന് വന്നവരിലൂടെ സാധ്യമാകുന്നുണ്ടെങ്കിലും കൊക്കാഞ്ചിറയ്ക്ക് പുറത്തേയ്ക്ക് പോകുന്ന തദ്ദേശിയരായ ആരെയും

കാണാൻ കഴിയുന്നില്ല. രോഗിയായ കുട്ടിപ്പാപ്പൻ മാത്രമാണ് ചില കത്തുകളിലൂടെയെങ്കിലും പുറംലോകത്തോട് സംവദിക്കുന്നത്. ഗാന്ധിയൻ സമരങ്ങളും പിന്നീട് എ.കെ.ജി.യുടെ ഭൂസമരങ്ങളുമെല്ലാം കൊക്കാഞ്ചിറയിൽ ചർച്ച് ചെയ്യുന്നതും പ്രായോഗിക്കുന്നതും ക്ഷീണിതനും രോഗിയുമായ കുട്ടിപ്പാപ്പന്റെ മുറിഞ്ഞുപോകുന്ന വാക്കുകളിലും അതിലേറെ നേരത്ത് ഓർമ്മകളിലൂടെയുമാണ്. വലിയമ്മാമയും ആനിയുമാകട്ടെ ഗോസായിക്കുന്ന് വരെയാണ് ദൂരത്തിൽ പോയിട്ടുള്ളത്. എത്ര ഹ്രസ്വമായ ലോകമാണ് അവരുടെ ജീവിതത്തിന്റെ ഭാഗമാകുന്നത് എന്നോർക്കുക.

സ്ഥലപരമായ ഉള്ളിലേയ്ക്ക് മാത്രം നോക്കി ജീവിക്കുന്നവരാണ് കൊക്കാഞ്ചിറയിലെ മനുഷ്യരിലേറെയും എന്നത് വ്യക്തമാണ്. തങ്കമണിക്കേറ്റം എന്ന സ്ഥലത്തേയ്ക്ക് അമ്മാമയുടെ കൂടെ പോകുന്ന ആനിയുടെ സ്ഥലഭാവനയും അതുവരെ കാണുകയോ അനുഭവിക്കുകയോ ചെയ്യാത്ത സമൃദ്ധിയുടെയും സംതൃപ്തിയുടെയും ഇടമാണ്.

കൊക്കാഞ്ചിറയെ വെറുക്കാൻ ശീലിക്കുന്ന ആനി അതിനു പുറത്തുള്ള സ്ഥലങ്ങളെ കൗതുകത്തോടെയും തീവ്രമായ ആഭിമുഖ്യത്തോടെയുമാണ് കാണുന്നത്. എങ്കിലും പതിയെപ്പതിയെ കൊക്കാഞ്ചിറയെ പരിഷ്ക്കാരത്തിന്റെയും അധിനിവേശത്തിന്റെയും തിന്മകൾ കീഴടക്കുന്നതിന്റെ സൂചനകൾ നോവലിൽ കാണാം. വീടുകൾക്ക് ചുറ്റും ഉയരുന്ന മതിലുകളും കനത്തഫീസും സാമൂഹിക വിവേചനങ്ങൾ നിലനിർത്തുന്ന വിദ്യാഭ്യാസ സ്ഥാപനങ്ങളും കൊള്ളപ്പലിശ ചുമത്തുന്ന ധനകാര്യസ്ഥാപനങ്ങളും പീഡിതരുടെയൊപ്പം നിൽക്കാതെ ചൂഷിതരുടെ പക്ഷം പിടിയ്ക്കുന്ന സഭയും പൗരോഹിത്യവും എല്ലാം ഈ സ്ഥലപരമായ മാറ്റത്തിന്റെ അനിവാര്യമായ സാന്നിധ്യങ്ങളായാണ് നോവലിസ്റ്റ് രേഖപ്പെടുത്തുന്നത്. അതായത് സാമൂഹികമായ ചലനാത്മകതയും വികാസവും നേടുമ്പോൾ അതിന്റെ വിപരീതമായി വരാവുന്ന സംഘർഷാപ്രദേശങ്ങൾ ആണ് ഇപ്പറഞ്ഞതെല്ലാം എന്നാണ് അർത്ഥം. കീഴാളസമൂഹങ്ങളുടെ ജീവിതലോകത്തെക്കുറിച്ചുള്ള ഭാവനാസൃഷ്ടികളെല്ലാം അവരുടെ ആവാസവ്യവസ്ഥയെ ആദർശവൽക്കരിച്ചോ അല്ലെങ്കിൽ ന്യൂനീകരിച്ചോ ആണ് വിനിമയം ചെയ്യപ്പെടുന്നതെന്ന്സകാണാം. ആദിവാസികളെയും അവരുടെ കാടിനോടുള്ള സ്നേഹത്തെയും കാൽപ്പനികവല്ക്കരിക്കാൻ എഴുത്തുകാരും ഫോക് ലോർ പഠിതാക്കളും കാണിക്കുന്ന താൽപ്പര്യം ഇതിന്റെ മറ്റൊരു രൂപമാണ്.

ഇതിനു സമാനമായ നിരവധി രചനകൾ മലയാളത്തിൽനിന്നും കണ്ടെടുക്കാവുന്നതാണ്. പി.എഫ്. മാത്യൂസിന്റെ ചാവുനിലം, രാജു കെ.വാസുവിന്റെ ചാവുതുള്ളൽ സമീപകാലത്ത് ഏറെ ശ്രദ്ധ നേടിയ എസ്.ഹരീഷിന്റെ മീശ തുടങ്ങിയവയിലെ ദേശസങ്കൽപ്പവും മനുഷ്യരുടെ ജീവിതാവബോധവും നിശ്ചലവും തുറവികൾ ഇല്ലാത്തതുമാണെന്ന് കാണാം. മരണത്തിന്റെയും നരകത്തിന്റെയും ചിഹ്നസൂചനകളാൽ സമൃദ്ധവുമാണ് ഈ രചനകൾ എന്നത് ശ്രദ്ധിക്കുക. മഹാമാരി, പകർച്ചവ്യാധി അഗമ്യഗമനം, കുലിത്തല്ല്, കുടുംബനാശങ്ങൾ, അസാധാരണവുംആർത്തിയോടെയുമുള്ള രതി, പ്രത്യേകിച്ചും ലൈംഗികസ്വാതന്ത്ര്യത്തെ ഉന്മാദത്തോളം എത്തിക്കുന്നസ്ത്രീകൾ എന്നിങ്ങനെ തകർന്നാ ജീവിതങ്ങളും സൂചകങ്ങളും ആണ് ഇത്തരം രചനകളുടെ ആഖ്യാനത്തെ നിർണ്ണ യിക്കുന്നത്. പലപ്പോഴും ദേശത്തിനുള്ളിലെ തിരിഞ്ഞു നടത്തത്തിനും സാക്ഷ്യം വഹിക്കുന്ന രീതിയിലുള്ള സൂചനകളും കാണാവുന്നതാണ്. കൊച്ചരേത്തി (നാരായൻ : 2014 : 176)അത് ഇപ്രകാരമാണ്: ഭാര്യയെ പിടിച്ചുവലിച്ചു കൊണ്ടോടാൻ ഭാവിക്കയായിരുന്നു കൊച്ചുരാമൻ. അവർ വേഗം നടന്നു. കോണിപ്പടികളിറങ്ങി. ഇറങ്ങുന്നവാച്ചുമാനെ സൂക്ഷിച്ചുനോക്കിയിട്ട് അവർ മിന്നൽ വേഗത്തിൽ പുറത്തുകടന്നു. ഹാവൂ... രക്ഷപ്പെട്ടെന്ന തോന്നൽ.

ഇങ്ങനെ പുറത്തുകടന്നു ആധുനികതയുടെ ലോകത്തോട് പുറംതിരിയുകയും അസ്വസ്ഥതപ്പെടുകയും ചെയ്യുന്നിടത്താണ് കൊച്ചരേത്തി എന്ന നോവൽ അവസാനിക്കുന്നത്. ഇത് വിട്ടുപോന്ന ലോകത്തേയ്ക്കും ജീവിതത്തിലേയ്ക്കുമുള്ള തിരിച്ചുപോക്കാണ്. സരസ്വതിവിജയത്തിൽ പുറത്തുകടക്കാൻ ആഗ്രഹിക്കുമ്പോൾ പിന്നീട് നമ്മൾ പരിശോധിച്ച നോവലുകൾ അകം ലോകത്തിന്റെ എല്ലാത്തരം അസ്വാതന്ത്ര്യങ്ങളെയും അധികാരങ്ങളെയും നിരുപാധികം സ്വീകരിക്കുകയും അതിജീവനശ്രമങ്ങളെ കൈയൊഴിയുകയും ചെയ്യുന്നു. അതിനെ വിമർശനപരമായി മറികടക്കണമെങ്കിൽ അംബേദ്കർ-ഗാന്ധി സംവാദങ്ങളിലെ സ്ഥലസങ്കല്പങ്ങളെ ആഴത്തിൽ വിശകലനം ചെയ്യുകയും സാംശീകരിക്കുകയും ചെയ്യേണ്ടതുണ്ട്

ഗ്രന്ഥസൂചി

1. ഇ.വി.രാമകൃഷ്ണൻ (2017)മലയാള നോവലിന്റെ ദേശകാലങ്ങൾ, മാതൃഭൂമി ബുക്സ്, കോഴിക്കോട്.
2. ഇ.വി.രാമകൃഷ്ണൻ (2012) അനുഭവങ്ങളെ ആർക്കാണ് പേടി, ഡി.സി.ബുക്സ്, കോട്ടയം

3. സജ്ജ മാത്യു (എഡിറ്റർ, 2019) മലയാള നോവൽ സമകാലിക വായനയും വിചാരവും, ഭൂമി മലയാളം, ആലുവ.
4. കുമാർ ജെ., ഷിജു കെ., (എഡിറ്റർ, 2018) ആധുനികാനന്തര മലയാള നോവൽ, മാളൂബൻ പബ്ലിക്കേഷൻസ്, തിരുവനന്തപുരം.
5. സാറാ ജോസഫ് (2013) ആലാഹയുടെ പെണ്മക്കൾ, കറന്റ് ബുക്സ്, തൃശ്ശൂർ
6. പി.എഫ്. മാത്യൂസ് (2018) ചാവുനിലം, ഡി.സി.ബുക്സ്, കോട്ടയം
7. പോത്തേരി കുഞ്ഞമ്പു (2003) സരസ്വതീവിജയം, ഡി.സി.ബുക്സ്, കോട്ടയം
8. നാരായൻ (2014) കൊച്ചരേത്തി, നാഷണൽ ബുക്ക് സ്റ്റാൾ, കോട്ടയം

ഓരാ പ്രൊ നോബിസ്: സാംസ്കാരികഭൂമിശാസ്ത്രത്തിന്റെ ലുത്തനിയ

ഡോ. സജിത കെ.ആർ.

നവോത്ഥാനരചനകളിലാണ് ഒരു ആഖ്യാനസ്ഥലമെന്ന നിലയിൽ കൊച്ചി മലയാളസാഹിത്യത്തിൽ ഇടംപിടിക്കുന്നത്. കെ. പി കറുപ്പൻ, വാര്യത്ത് ചേറുപീറ്റർ, സഹോദരനയ്യപ്പൻ എന്നിവർ കൊച്ചിയെ നവോത്ഥാനചർച്ചകളിലേയ്ക്കു കൊണ്ടുവന്നവരാണ്. കൊച്ചി എന്ന നാട്ടുരാജ്യം അതിന്റെ ജാതിചിന്തകൾ വെടിയണം എന്നാണ് കെ. പി കറുപ്പനും സഹോദരനും ആവർത്തിച്ചെഴുതിയത്. പരിഷ്കാരവിജയം (വാര്യത്ത് ചേറുപീറ്റർ, 1906) ആകട്ടെ കൊച്ചിയിലെ ലത്തീൻക്രൈസ്തവർ വിദ്യാഭ്യാസത്തിലൂടെ കൈവരിക്കേണ്ട സാമൂഹ്യോന്നമനമാണ് ഏറ്റെടുത്തത്. ആധുനിക ഇടത്തിലേയ്ക്കുള്ള ദളിതരുടെ പ്രവേശനത്തിന്റെ രേഖപ്പെടുത്തലുള്ള ടി. കെ. സി വടുതലയുടെ കഥകൾ, നോവലുകൾ, സ്വർഗദൂതൻ എന്ന ബോധധാരാ നോവൽ (1954, പോഞ്ഞിക്കര റാഫി), എന്നിവയിലൂടെ ആധുനികകൊച്ചിയുടെ സാമൂഹ്യലോകവും മലയാളസാഹിത്യത്തിൽ ഇടംപിടിച്ചിട്ടുണ്ട്. കൊച്ചിനഗരത്തെ നായകനാക്കികണ്ടുകൊണ്ടുള്ള കെ. എൽ മോഹനവർമയുടെ കൊച്ചി (2004)എന്ന നോവൽ പതിനാലാംനൂറ്റാണ്ടുവരെയുള്ള കൊച്ചിയെയാണ് ആവിഷ്കരിക്കുന്നത്. കോട്ടക്കൊച്ചിയും കടലും സാക്ഷി (അനുരാധ, 2015) എന്ന കൃതിയാവട്ടെ പോർത്തുഗീസ്, ഡച്ച് കാലങ്ങളിലെ കൊച്ചിരാജകുടുംബത്തിന്റെ ചരിത്രമാണ് ആവിഷ്കരിക്കുന്നത്. തീരദേശജീവിതരചനകളായി പി. എഫ് മാത്യൂസിന്റെയും ജോണി മിറാന്റെയുടെയും ഫ്രാൻസിസ്

നൊറോണയുടെയും ഒക്കെ കൃതികൾ രംഗത്തുവരുന്നതോടെ കൊച്ചിയിലെ ലത്തീൻക്രൈസ്തവജീവിതവും ആംഗ്ലോഇന്ത്യൻ വംശജരുടെ ജീവിതവും സാഹിത്യത്തിൽ സ്ഥാനം പിടിച്ചു. എൻ. എസ് മാധവന്റെ ലന്തൻ ബത്തേരിയിലെ ലുത്തിനിയകൾ (2004) കൊച്ചിനഗരത്തിന്റെ ഭാഗമായ തുരുത്തുകളിലെ ആളുകളെയും അവരുടെ ജീവിതവും ആവിഷ്കരിച്ചു. സ്വർഗദൂതൻ ഇക്കൂട്ടത്തിൽ വേർതിരിഞ്ഞു നിൽക്കുന്ന കൃതിയാണ്. പോഞ്ഞിക്കരറാഫിയുടെ ഓരാ പ്രോ നോബിസ് (1981) കോളനികാല കൊച്ചിയിലെ സാംസ്കാരികജീവിതം അടയാളപ്പെടുത്തുന്ന ഏക കൃതിയാണ്. കൊച്ചി ആഖ്യാനം ചെയ്യുന്ന ഈ കൃതികളിൽ കെ. പി. കറുപ്പന്റെയും സഹോദരനയ്യപ്പന്റെയും രചനകളൊഴികെ മറ്റുള്ളവയെല്ലാം നോവലുകളാണ്.

കൊച്ചി: സ്ഥലവും സംസ്കാരവും

കൊച്ചിരാജ്യം എന്ന നാട്ടുരാജ്യത്താണ് പരിഷ്കാരവിജയവും ബാലാകലേശവും അവതരിപ്പിക്കുന്നതെങ്കിൽ ടി. കെ. സി കൃതികളും സ്വർഗദൂതനുമെല്ലാം നടക്കുന്നത് സ്വാതന്ത്ര്യാനന്തര ഇന്ത്യയുടെ ഭാഗമായ കൊച്ചിയെന്ന തുറമുഖനഗരത്തിലാണ്. കൊച്ചിനഗരമെന്ന പേരിൽ ഇന്നറിയപ്പെടുന്നത് എറണാകുളവും കൊച്ചിയും ഉൾപ്പടെയുള്ള വിശാലനഗരത്തെയും അതിന്റെ പ്രാന്തപ്രദേശങ്ങളെയുമാണ്. എന്നാൽ കൊച്ചി എന്ന ഭൗതികസ്ഥലം വൈദേശികവ്യാപാരത്തിന്റെയും ഭരണത്തിന്റെയും ഇടമായിരുന്ന ഫോർട്ടുകൊച്ചിയാണ്. പോർച്ചുഗീസുകാർ നിർമ്മിച്ച കോട്ടയുള്ളതിനാലാണ് ഫോർട്ട്കൊച്ചി എന്ന പേരു കൊച്ചിക്കു ലഭിച്ചത്. എന്നാൽ പോർച്ചുഗീസുകാരിൽ നിന്നു ഡച്ചുകാർ കൊച്ചി പിടിച്ചെടുത്തതിനുശേഷം കോട്ടതകർത്തു കളഞ്ഞെങ്കിലും അത് അതേപേരിലാണ് ഇന്നും നിലനിൽക്കുന്നത്. എല്ലാ അധീശശക്തികളോടും വിധേയപ്പെട്ടു നിന്ന ഒരു ചരിത്രമാണ് കൊച്ചിരാജ്യത്തിനുള്ളത്. എന്നാൽ കൊച്ചിത്തുറമുഖത്തിലൂടെ വന്നെത്തിയ വിദേശികളിലൂടെയാണ് അതിന്റെ ആധുനീകരണം നടന്നത്. ചൈനക്കാരും, ജൂതന്മാരും, പോർച്ചുഗീസുകാരും, ഡച്ചുകാരും എന്നുവേണ്ട അവിടെയെത്തിയവരെല്ലാം ജനജീവിതത്തിൽ കാര്യമായ സ്വാധീനം ചെലുത്തിയിട്ടുണ്ട്. ഫ്യൂഡൽ ഘടനയുടെ സ്വഭാവങ്ങൾ പേറിനിന്ന കൊച്ചി ജനസംസ്കാരത്തിൽ വൈവിധ്യങ്ങളായ ജീവിതരീതികൾ പരിചയപ്പെടുത്തി. മാറ്റങ്ങൾ സ്വീകരിച്ചവരും നിരാകരിച്ചവരും ഉണ്ടായിരുന്നു. സ്വാഭാവികമായും അവർ തമ്മിൽ സംഘർഷവും ഉണ്ടായിരുന്നു. ഈ സംഘർഷം കോളനികാലം മുതലേ ഉണ്ടായിരുന്നു.

കൊച്ചി ആരുടെ നാടാണ്? വർത്തമാന വ്യവഹാരങ്ങളിൽ നഗരത്തിന്റെ പശ്ചിമതീരം എന്ന നിലയിൽ പശ്ചിമകൊച്ചി, തുറമുഖനഗരം, വാസ്കോ ഡ ഗാമയെ സംസ്കരിച്ച സ്ഥലം, വാണിജ്യകേന്ദ്രം, മത്സ്യകേന്ദ്ര പ്രദേശം, പ്രശ്നസാധ്യതയുള്ള പ്രദേശം, കലാകേന്ദ്രം (ബിനാലെ) എന്നിങ്ങനെ വൈവിധ്യമാർന്ന സ്വത്വമാർന്നതാണ് കൊച്ചി എന്ന ഭൗതികസ്ഥലം. സാമൂതിരിക്കെതിരായ യുദ്ധത്തിൽ അൽഫോൺസ് ഡി ആൽബുക്വർക്കിന്റെ പോർച്ചുഗീസ് സൈന്യം കൊച്ചിയെ സഹായിച്ചതിന് ഉപഹാരമായി കൊച്ചിരാജാവ് പോർച്ചുഗീസുകാർക്കു കൊടുത്തതാണ് കൊച്ചി. അവരുടെ വ്യവസായതാത്പര്യങ്ങൾ സംരക്ഷിക്കാൻ അവിടെ കോട്ട കെട്ടി. പോർച്ചുഗൽ രാജാവ് ഡോം ഇമ്മാനുവലിന്റെ പേരിൽ നാമകരണം ചെയ്യപ്പെട്ട ഇമ്മാനുവൽ ഫോർട്ട്‌ൽ നിന്നാണ് ഫോർട്ടുകൊച്ചി ഉണ്ടായത്. ഈ കോട്ട പിന്നീട് ഡച്ചുകാർ തകർത്തു. 160 വർഷം ഫോർട്ട് കൊച്ചി പോർച്ചുഗീസുകാരുടെ ആധിപത്യത്തിൽ തുടർന്നു. 1663ൽ പോർച്ചുഗീസുകാരെ ഡച്ചുകാർ തോൽപ്പിച്ചു. 112വർഷം കൊച്ചി ഡച്ചുകാരുടേതായിരുന്നു. പിന്നീട് ബ്രിട്ടീഷുകാർ. ഒടുവിൽ സ്വാതന്ത്ര്യത്തോടെ വൈദേശികഭരണത്തിന് അറുതി വന്നെങ്കിലും തിരുക്കൊച്ചിയ്ക്കുള്ളിൽ ഒരു ദ്വീപായി മദ്രാസ് പ്രദേശമായി കൊച്ചി നിന്നു. 1950ലെ അബ്സോർബ്ഷൻ ഓഫ് എൻക്ലേവ് ആക്ട് പ്രകാരം തിരുകൊച്ചിയിലുണ്ടായിരുന്ന മദ്രാസിന്റെ എല്ലാ എൻക്ലേവുകളും കൊച്ചിയിൽ ലയിച്ചെങ്കിലും ഫോർട്ട്കൊച്ചി ലയിക്കാതെ നിന്നു. ബ്രിട്ടീഷ് ഇന്ത്യയിലെ പ്രധാനതുറമുഖങ്ങളിലൊന്നായ കൊച്ചി ഇന്ത്യൻ യൂണിയനിലെ മദ്രാസ് സംസ്ഥാനത്തെ പ്രദേശമായി തുടർന്നു. 1955ന് സംസ്ഥാന പുനസംഘടനാ കമ്മീഷൻ കൊച്ചിയെ നിർദ്ദിഷ്ടകേരളത്തിനു ശുപാർശ ചെയ്തെങ്കിലും മദ്രാസ് ഭരണകൂടം സമ്മതിച്ചില്ല. ഏറെ ചർച്ചകൾക്കു ശേഷമാണ് കൊച്ചി കേരളത്തിന്റേതായത് (കേരള സംസ്ഥാന രൂപീകരണം അതിർത്തി തർക്കവും ഭാഷാസമരവും, ഡോ. ജോയി ബാലൻ ബ്ലാത്താങ്കര). പതിനാറാം നൂറ്റാണ്ടുമുതൽ ഇന്ത്യയുടെ സ്വാതന്ത്ര്യത്തിനു ശേഷവും കൊച്ചിയുടെ നാട്ടധികാരത്തിനുള്ളിലായിരുന്നില്ലെന്നു ചുരുക്കം. വൈവിധ്യമാർന്ന സംസ്കാരങ്ങൾ കൊച്ചിയിൽ വന്ന താമസമുറപ്പിച്ചുകൊണ്ടേയിരുന്നു. കച്ചവടക്കാരും, കലാകാരന്മാരും ഉള്ളടങ്ങിയ സംസ്കാരങ്ങളാണ് കൊച്ചിയെ സാംസ്കാരികമായി സമ്പന്നമാക്കിയത്. ചവിട്ടുനാടകവും മലയാളിത്തമില്ലാത്ത ക്രൈസ്തവപേരുകളും പോർച്ചുഗീസുപാരമ്പര്യത്തിൽ വിശ്വസിക്കുന്ന ജനതയും അവരുടെ സർനെയിമുകളും

കൊച്ചിയുടെ സ്വാഭാവിക തകളായി. യൂറോപ്പിന്റെയും അറബിന്റെയും ജൂതരുടെയും വാസ്തുകലയും ചൈനയുടെ മീൻവലകളും കൊച്ചിയുടെ തുറമുഖസാധ്യതകൾ തേടിയെത്തിയ വടക്കേന്ത്യൻ സംസ്കാരവും ഇടകലർന്നു നിൽക്കുന്ന ഇക്കാലത്തും കൊച്ചി എന്ന ഭൗതികയിടം.

ഇത്തരം കുടിച്ചേരലുകളുടെ കഥയാണ് പോഞ്ഞിക്കര റാഫിയുടെ (1981) ഓരാ പ്രൊ നോബിസ് വിവരിക്കുന്നത്. പോർച്ചുഗീസുനിന്നും കൊണ്ടുവരപ്പെട്ടവർ ഈ നാടിന്റെതന്നെ ചരിത്രമായി മാറുന്നതാണ് ഈ നോവൽ. കൊച്ചിയിൽ നിന്നും അവർ കൊച്ചിരാജ്യത്തിന്റെ വിവിധഭാഗങ്ങളിലേയ്ക്കു ചിതറുകയും ലയിക്കുകയും ചെയ്തുകൊണ്ട് കൊച്ചി എന്ന സ്ഥലത്തിന്റെ എല്ലുകകൾ അലിച്ചുകളഞ്ഞു. ഒരേ സമയം കൊച്ചിക്കാരാവുകയും കടലുകൾക്കപ്പുറത്തു നിന്നും മോചിപ്പിക്കാനെത്തുന്നവരെക്കാത്ത് തലമുറകൾ കാത്തിരിക്കുകയും ചെയ്യുന്ന പിളർക്കപ്പെട്ട സ്വത്വഘടനയുള്ളവരുടെ ഇടമായി കൊച്ചി മാറി. അത്തരത്തിൽ കോളനികാലകൊച്ചിയെ അവതരിപ്പിക്കുന്ന കൃതിയാണ് ഓരാ പ്രൊ നോബിസ്. ഒരു നൂറ്റാണ്ടിലേറെ നിന്ന പോർച്ചുഗീസ് ഭരണത്തിനുശേഷം ഡച്ചുഭരണത്തിലൂടെ കടന്നുപോകുന്ന ജനതയിലുണ്ടാകുന്ന മാറ്റങ്ങൾ ഒരുകുടുംബത്തിന്റെ വൈകാരികഘടനയിലൂടെ പങ്കുവെയ്ക്കുകയാണ് ഓരാ പ്രൊ നോബിസ്. കൊച്ചി എന്ന ഭൗതികസ്ഥലത്തിൽ നിന്ന് ഇവർ കൊച്ചിയുടെതന്നെ വിവിധ ദേശങ്ങളിലേയക്കു പിരിഞ്ഞുപോകുകയും അവരിലേയ്ക്ക് വിവിധസംസ്കാരങ്ങൾ കടന്നുവരികയും അവർ പലതരം സംസ്കാരങ്ങളിലേയ്ക്ക് അലിഞ്ഞുചേരുകയും ചെയ്യുന്ന പ്രക്രിയ ഈ കൃതിയിലുണ്ട്. കൊച്ചിയിൽ പ്രചാരത്തിലുള്ള കാപ്പിരിമുത്തപ്പനിലുള്ള വിശ്വാസം ഒരു കുടുംബം ഏറ്റെടുത്ത വലിയൊരു പ്രതിജ്ഞയുടെ കഥയായി ഈ കൃതിയുടെ സാംസ്കാരികഘടനയെ നിർണ്ണയിക്കുന്നു. അങ്ങനെ കൊച്ചിയെന്ന ഭൗതികസ്ഥലഘടന (landscape) കേവല ഭൂമിശാസ്ത്രപരികല്പനയിൽ നിന്നും അതിലെ മനുഷ്യജീവിതത്തെ നിർണ്ണയിക്കുന്ന അധികാരവും സ്വത്വപ്രശ്നങ്ങളും ദേശീയതയുമൊക്കെ ഉൾക്കൊള്ളുന്ന സംസ്കാരിക ഭൂമിശാസ്ത്ര (cultural geography)ത്തിലേയ്ക്കുള്ള ഒരു പരിവർത്തനമായി മാറുന്നു. കൊച്ചി ആഖ്യാനയിടമായിട്ടുള്ള രചനകളിൽ നിന്നു ഓരാ പ്രൊ നോബിസ് എന്ന കൃതി കൊച്ചിയുടെ സാംസ്കാരികഭൂമിശാസ്ത്രം എഴുതുന്നതെങ്ങനെയെന്ന് അന്വേഷിക്കുകയാണ് ഇവിടെ.

കാപ്പിരി മുത്തപ്പൻ

കൊച്ചിയിൽ ഇപ്പോഴും ആരാധിക്കപ്പെടുന്ന സങ്കല്പമാണ് കാപ്പിരിമുത്തപ്പൻ. യൂറോപ്യൻ അധിനിവേശകർ അവരുടെ കോളനി

കളിൽ കറുത്തവർഗക്കാരെ അടിമകളാക്കി കൊണ്ടുപോയിരുന്നു. പോർച്ചുഗീസുകാരും ഇന്ത്യയിലേയ്ക്ക് അടിമകളെ കൊണ്ടുവന്നിരുന്നു. കൊച്ചിയിൽ നിന്ന് അവർക്കു വിട്ടുപോകേണ്ടിവന്നപ്പോൾ അവരുടെ സ്വത്തുക്കൾ കൂടെ കൊണ്ടുപോവാനൊത്തില്ല. എന്നെങ്കിലും തിരിച്ചു വന്ന് അവ കൊണ്ടുപോകാനായി അവർ കണ്ടുപിടിച്ചമാർഗം സ്വത്തുക്കൾ കുഴിച്ചിട്ട് അതിനുമുകളിൽ വിശ്വസ്തനായ അടിമയെ ബലി കൊടുക്കുക എന്നതായിരുന്നു. ആ അടിമയുടെ ആത്മാവ് കാവലിനു കടപ്പെട്ടിരിക്കുന്നുവെന്നാണ് വിശ്വാസം. ഏതെങ്കിലും മരത്തോടു ചേർത്തോ തറയോ മതിലോ പണിഞ്ഞ് അവരിതിനു അടയാളവും വെച്ചു. കാലം പോകെ നാട്ടുകാരും ഇത്തരം ആത്മാക്കളുടെ ആരാധകരായി. അവരുടെ കാപ്പിരി മുത്തപ്പനായി. മുത്തപ്പനിരിക്കുന്നിടം കാപ്പിരിത്തറയും, കാപ്പിരിമതിലും കാപ്പിരിമാവും, കാപ്പിരി ആലും ഒക്കെയായി. ഉദ്ദിഷ്ടകാര്യങ്ങൾ നടക്കുവാൻ മെഴുകുതിരി കത്തിച്ചു. മദ്യം, ചുരുട്ട്, മുട്ട, മീൻപൊരിച്ചത് ഇവ മുത്തപ്പനു കാഴ്ചവെച്ചു. പുട്ടുണ്ടാക്കുമ്പോൾ പൊടിയാതിരിക്കാൻ തലപ്പുട്ടു നേർന്നു. ആദ്യം ഉണ്ടാക്കുന്ന പുട്ട് മുത്തപ്പനുകൊടുക്കുന്നതാണ് തലപ്പുട്ടു നേർച്ച. ഫോർട്ടുകൊച്ചിയിൽ ഇത്തരത്തിൽ ധാരാളം മുത്തപ്പൻ കേന്ദ്രങ്ങളുണ്ടായിരുന്നത് കാലക്രമത്തിൽ പൊളിച്ചുമാറ്റപ്പെട്ടു. എങ്കിലും കാപ്പിരിമുത്തപ്പൻ വിശ്വാസം പോർച്ചുഗീസുകാരുമായി ബന്ധപ്പെട്ട ഇടങ്ങളിൽ ഇപ്പോഴുമുണ്ട്. കേരളത്തിന്റെ ആരാധനാസങ്കല്പങ്ങളുടെ ഭാഗമാണ് മുത്തിയും മുത്തപ്പനും. മലയാറ്റൂർ മുത്തപ്പൻ, കൊരട്ടിമുത്തി, പറശ്ശിനിക്കടവു മുത്തപ്പൻ എന്നിങ്ങനെ മുത്തപ്പൻ പിതൃബിംബമാണ്. വിശ്വാസത്തിന്റെയും സംരക്ഷണത്തിന്റെയും പിതാവായി മുത്തപ്പൻ നാട്ടുബോധത്തിൽ നിൽക്കുന്നു. അത്തരമൊരു പിതൃപരമ്പരയിലേയ്ക്കാണ് കാപ്പിരിമുത്തപ്പനും ഇടംപിടിക്കുന്നത്. കൊച്ചിയുടെ ഈ ആരാധനാസങ്കല്പത്തിൽ നിന്നാണ് ഓരാ പ്രൊ നോബിസിലെ ഈ കാവൽകഥ രൂപംകൊള്ളുന്നത്. ചരിത്രവും ഐതിഹ്യവും കൂടിച്ചേർന്ന് ഒരു ജനതയുടെ സംസ്കാരത്തെ കരുപ്പിടിപ്പിക്കുന്ന കാഴ്ചകൂടി ഈ കോളനികൊച്ചിയുടെ കഥയിലുണ്ട്.

ഓരാ പ്രൊ നോബിസ്

ഞങ്ങൾക്കുവേണ്ടി പ്രാർത്ഥിക്കേണമേ എന്ന ലത്തീൻ ലുത്തനിയാണ് ഓരാ പ്രൊ നോബിസ്. 1663ൽ പോർച്ചുഗീസുകൊച്ചി പിടിച്ചെടുത്ത ലന്ത (ഡച്ച്)ക്കാർ ആവശ്യപ്പെട്ട പ്രകാരം പോർച്ചുഗീസുകാർക്ക് കൊച്ചിയിൽ നിന്നു ഒഴിഞ്ഞുപോകേണ്ടിവന്നു. അവരുടെ കോട്ടകളും പാണ്ടികശാലകളും പള്ളികളും പള്ളിക്കൂടങ്ങളും അച്ച

കൂടവും ഗ്രന്ഥാലയങ്ങളുമെല്ലാം ലന്തക്കാർ തീവെച്ചു നശിപ്പിച്ചു. കൊച്ചിയിൽ താമസക്കാരായ പോർച്ചുഗലിലെ മാടമ്പിമാരായ അസ്വേരസ് കുടുംബവും രാത്രിക്കരാത്രി എല്ലാ സമ്പാദ്യങ്ങളും വിട്ടൊഴിഞ്ഞ് പോർട്ടുഗലിലേയ്ക്ക് പായ്ക്കപ്പലേറി. പോകുന്നതിനുമുമ്പേ അവരുടെ സ്വർണ്ണനാണയങ്ങളും സ്വർണ്ണക്കട്ടികളും രത്നശേഖരങ്ങളുമെല്ലാം ഭൂമിയിൽ നിക്ഷേപിച്ച് അതിനു കാവലായി 33 വയസ്സുമാത്രം പ്രായമുള്ള അവരുടെ വിശ്വസ്തനായ, അംബ്രോസ് എന്ന കാപ്പിരിഅടിമയെ ഭൂതമാകാനുള്ള ബലിനൽകി. അയാളുടെ ഭാര്യയെയും മകളെയും അസ്വേരസ് കുടുംബം പോർട്ടുഗലിലേയ്ക്ക് ഒപ്പം കൂട്ടി. മൂന്ന് ആൺമക്കളെ ഇവിടെ നിർത്തി. തന്നിൽ സ്നേഹവിശ്വാസങ്ങളർപ്പിക്കുകയും തന്നിലുമുപരി താൻ സ്നേഹിച്ചാരാധിക്കുകയും ചെയ്ത അസ്വേരസ് കുടുംബത്തിന്റെ നിധി അവരുടെ സന്തതിപരമ്പരകളിൽപ്പെട്ട ആരെങ്കിലും എടുക്കാനെത്തുന്ന കാലംവരെ കാത്തുസൂക്ഷിക്കുമെന്ന പ്രതിജ്ഞയോടെയായിരുന്നു അംബ്രോസ് എന്ന അടിമ കുരുതികൊടുക്കപ്പെട്ടത്. 1663 ജനുവരി 13നായിരുന്നു അത്. ഏഴു തലമുറ വരെ ഈ പ്രതിജ്ഞ പാലിക്കേണ്ടതുണ്ട്. ഇന്ന് അഞ്ചാം തലമുറയിലെത്തി നിൽക്കുന്നു നിധികാവൽ. മൂന്നാം തലമുറയിലെ ചിന്ന അംബ്രോസാണ് കുടുംബകാരണവർ. എന്നാൽ നാലാം തലമുറയിൽത്തന്നെ ഈ കാവലിനെ ചോദ്യംചെയ്തുതുടങ്ങിക്കഴിഞ്ഞു. ഒടുവിൽ മൂത്തമകന്റെ സമർദ്ദത്തിനുമുമ്പിൽ നിധിവിവരം വെളിപ്പെടുത്താനൊരുങ്ങുന്ന ചിന്ന അംബ്രോസ് അപ്പൂപ്പൻ മരിച്ചുവീഴുന്നു.

കഥയിൽ മൂന്ന് അംബ്രോസുമാരുണ്ട്. ബലികൊടുക്കപ്പെട്ട അംബ്രോസ്, മൂന്നാം തലമുറയിലെ ചിന്ന അംബ്രോസ്, അഞ്ചാം തലമുറയിലെ ചട്ടക്കാരൻ അംബ്രോസ് അംബ്രോസുകുട്ടി. അമ്പ്രോസ് അപ്പൂപ്പന്റെ ബലിക്കുശേഷം കുടുംബത്തിൽ ജനിച്ച ആദ്യ ആൺകുട്ടിയാണ് ചിന്ന അംബ്രോസ്. അമ്പ്രോസ് അപ്പൂപ്പന്റെ കാവൽക്കടമയുടെ ചരിത്രകാരനാണ് ഇദ്ദേഹം. ഇദ്ദേഹത്തിന്റെ മൂത്തമകന്റെ മകനാണ് പതിനാറുകാരനായ അംബ്രോസ്. കാവൽക്കടമയ്ക്ക് ഇനിയും രണ്ടു തലമുറകൂടി ശേഷിക്കെ ചരിത്രവാഹകനായി അപ്പൂപ്പൻ ഇവനെ കാണുന്നു. ഇവനിലൂടെയാണ് നോവലിന്റെ ആഖ്യാനം നടക്കുന്നത്. അസ്വേരസുകുടുംബത്തിനുവേണ്ടി ഒന്നാം അംബ്രോസ് ബലികൊടുക്കപ്പെട്ട 1663 മുതൽ ചിന്നഅംബ്രോസ് അപ്പൂപ്പന്റെ മരണം നടക്കുന്ന 1750 ഏപ്രിൽ 21 വരെയുള്ള, പോർച്ചുഗീസുകാലത്തിനുശേഷമുള്ള നൂറുവർഷങ്ങളാണ് നോവലിലെ കാലം. കൊച്ചിയിലും എറണാകുളത്തുമായാണ് കഥ നടക്കുന്നത്.

അസ്വേരസുകുടുംബം തിരികെ പോയപ്പോൾ അവരുടെ കുതിരകളെയും അവയുടെ സൂക്ഷിപ്പുകാരായിരുന്ന അംബ്രോസ്കുടുംബത്തെയും കൊച്ചിരാജാവിനു കൈമാറി. അതോടെ കൊച്ചിരാജാവിന്റെ കുതിരക്കാരായി കൊച്ചിരാജ്യത്തെ സേവിച്ചു. അവിടെ ശക്തനായ ഒരു രാജാവു പിറന്നുവരാൻ കാത്തിരുന്നു. കൊച്ചിത്തമ്പുരാക്കന്മാരുടെ വാഴ്ചയുടെ നാൾവഴികൾ കുടുംബചരിത്രത്തിന്റെ ഭാഗമായി. ഒരിക്കലും ലന്തക്കാരോടു കൂറുകാട്ടിയില്ല. 1734ൽ കൊച്ചിപ്പട്ടണത്തിൽ നിന്നും കുതിരലായം എറണാകുളത്തേയ്ക്കു മാറ്റിയപ്പോൾ കുതിരക്കാരുടെ കുടുംബവും അനുഗമിച്ചു. ആ വർഷം എറണാകുളത്തുവച്ചാണ് അഞ്ചാം തലമുറക്കാരനായ അംബ്രോസ് മൂന്നാമന്റെ ജനനം. കൊച്ചിയിൽ ജനിച്ച ചിന്നഅംബ്രോസ് അപ്പൂപ്പൻ 1751ൽ എറണാകുളത്തുവച്ചു മരിക്കുന്നു. അപ്പൂപ്പന്റെ വിശ്വാസങ്ങളുടെ തുടർച്ച അംബ്രോസ് മൂന്നാമൻ സ്വയം ഏറ്റെടുക്കുന്നിടത്താണ് നോവൽ അവസാനിക്കുന്നത്.

ചരിത്രമെഴുതുന്ന അപ്പൂപ്പൻ

ചരിത്രമെഴുത്ത് അധികാരത്തിന്റെ ഒരു പ്രകടനമാണ്. എന്നാൽ അധികാരമില്ലാത്ത അംബ്രോസ് അപ്പൂപ്പൻ ചരിത്രമെഴുതിക്കൊണ്ടിരുന്നു. പൂർവികർ ഇവിടെ വന്നതുമുതൽ ഇന്നു വരെയുള്ള ചരിത്രം. 1663മുതൽ 1750വരെയുള്ള ചരിത്രം. കുതികൊടുക്കപ്പെട്ട അംബ്രോസു മുതൽ ചിന്ന അംബ്രോസിലൂടെ അംബ്രോസുകുട്ടിയാകുന്ന അഞ്ചാം തലമുറയിലെത്തിനിൽക്കുന്ന കുടുംബചരിത്രം. പോർച്ചുഗീസ് ചരിത്രമല്ല കൊച്ചിരാജാക്കന്മാരുടെ ചരിത്രത്തിലൂടെയാണ് അവർ കാലത്തെ അളക്കുന്നത്. കൊച്ചിരാജാവ് തീപ്പെട്ടത് തങ്ങളുടെ കുടുംബചരിത്രത്തിന്റെ ഭാഗമാകുന്നതെങ്ങനെ എന്ന് അതിശയിച്ച അംബ്രോസുകുട്ടിക്ക് അദ്ദേഹം ചരിത്രം എങ്ങനെയാണ് പ്രവർത്തിക്കുന്നതെന്ന് പറഞ്ഞുകൊടുക്കുന്നു. അവനും അപ്പൂപ്പനൊപ്പം ചരിത്രം നിർമ്മിക്കുന്നു. ലന്തക്കാരുടെ കാലത്തെ ഏഴാമത്തെ കൊച്ചിരാജാവിന്റെ കാലത്ത് എറണാകുളത്തുവെച്ചാണ് താൻ ജനിച്ചതെന്ന് അംബ്രോസ് ഓർത്തു. ലന്തക്കാരുടെ ഭരണത്തിന്റെ 68 ആം വർഷമാണ് ഏഴാമത്തെ കൊച്ചി രാജാവു വാഴ്ചയേറ്റത്. ലന്തക്കാരുടെ ഭരണത്തിന്റെ 71ആം വർഷമാണ് കുതിരാലയം കൊച്ചിപട്ടണത്തുനിന്ന് എറണാകുളത്തേയ്ക്കു മറ്റിയത്. എഴുപത്തിരണ്ടാം വർഷമാണ് എറണാകുളത്തുവെച്ചു താൻ ജനിച്ചത് (പുറം 53). അങ്ങനെ അവനും ചരിത്രം നിർമ്മിച്ചു തുടങ്ങി. എന്നാൽ ചരിത്രത്തിൽ നിന്ന് എന്തൊളിപ്പിക്കാം എന്നും അപ്പൂപ്പൻ അവനു മനസ്സിലാക്കിയിട്ടുണ്ട്. നിധിയെസംബന്ധിക്കുന്ന വിവരങ്ങൾ അദ്ദേഹം ചരിത്രക്കെട്ടിൽ

നിന്ന് മാറ്റിക്കളഞ്ഞു. ഒരിക്കലും താമ്പൂലം അതു നശിക്കരുതെന്ന് അദ്ദേഹം വിചാരിച്ചു. അങ്ങനെ സംഭവിച്ചാൽ കുടുംബത്തിനും ആപത്താണെന്നും അദ്ദേഹം മനസ്സിലാക്കുന്നു. അതുകൊണ്ടുതന്നെ നിധിയുടെ ആവശ്യക്കാരനായ മൂത്തമകനിൽ നിന്നും അതൊളിപ്പിച്ചുവെച്ചു. അദ്ദേഹത്തിനു മൂന്ന് ആശകളുണ്ട്. ഒന്നാമത്തെ ആശ അംബ്രോസുമോൻ രാജാവിന്റെ കുതിരകളെ ഓടിക്കുന്ന ആളാവണം. രണ്ട്, ആ രാജ്യത്തിന് ഒരു പെരിയ രാജാവു പിറന്നുവരണം, മൂന്ന്, പൊട്ടുത്തുക്കാളിലെ അസ്വേരസുമാടമ്പിമാർ വന്ന് കഠിനമായ കാവൽക്കടമയിൽ നിന്ന് അംബ്രോസപ്പൂപ്പനെ വിടുതൽ ചെയ്യണം. എന്നാൽ മാത്രമേ തങ്ങളുടെ കുടുംബവും സ്വതന്ത്രരാവൂ. ഈ വികാരം തലമുറകളിലൂടെ അവർ കൈമാറി വരുന്നു. ഓരോ വർഷവും ആ പ്രതിജ്ഞ പുതുക്കുന്നു.

അപ്പൂപ്പനെയും അംബ്രോസിനെയും അടുപ്പിക്കുന്നത് തങ്ങൾ വലിയൊരു ചരിത്രത്തിന്റെ സൂക്ഷിപ്പുകാരാണെന്ന ബോധ്യമാണ്. എന്നാൽ അംബ്രോസിന്റെ അപ്പൻ മിഖേല്യകുട്ടി അതു നിരസിക്കുന്നു. തന്റെ അപ്പന്റെ നടപടികളികൾ അവൻ ഖിന്നനാണ്. അതുകൊണ്ടുതന്നെ സ്വന്തം അപ്പനമ്മമാരോടുകൂടി താമസിക്കാതെ അപ്പൂപ്പന്റെയും അമ്മായിയുടെയും ഒപ്പമാണ് അവന്റെ താമസം. നിധിയുടെ കാര്യത്തിൽ അപ്പനും ആങ്ങളയും തമ്മിലുള്ള ബന്ധം വഷളാകുന്നതുകണ്ട പെങ്ങൾ ആങ്ങളയുടെ ആഗ്രഹം നടത്തിക്കൊടുക്കാൻ അപ്പനെ പ്രേരിപ്പിക്കുന്നു. ഇപ്പോൾ അവർ എറണാകുളത്താണ് താമസിക്കുന്നത്. നിധിവെച്ച സ്ഥലം കൊച്ചിയിലുമാണ്. കുടുംബചരിത്രത്തിലെ നിധിയുടെ കാര്യംപറയുന്ന ഓലകൾ മറ്റൊരിടത്തും. ഓലകൾ ഇരിക്കുന്ന സ്ഥലം അപ്പൂപ്പനിൽ നിന്നു അംബ്രോസ് രഹസ്യമായി മനസ്സിലാക്കിയിട്ടുണ്ട്. എങ്കിലും മകനിൽ നിന്നുള്ള എതിർപ്പിന്റെ കാഠിന്യം തന്നെ കൊലപ്പെടുത്തുമെന്നു മനസ്സിലാക്കി നിധി വെളിപ്പെടുത്താൻ അപ്പൂപ്പൻ തീരുമാനിച്ചു. നാലുമാസം മുമ്പ് അംബ്രോസ്അപ്പൂപ്പന്റെ ഓർമദിവസം ആചരിച്ചെങ്കിലും നിധിരഹസ്യം പറയാനുള്ള മുന്നോടിയായി നിലവിളക്ക് ഉള്ളിലാക്കിയ മെഴുതിരികൾകൊണ്ടുള്ള കുരിശുണ്ടാക്കി അവർ അപ്പൂപ്പന്റെ ഓർമയാചരിച്ചു. അപ്പൂപ്പനെ കാവൽ ഭൂതമാക്കാൻ ബലികൊടുത്ത അന്ന് ഇസെബെല്ലാമിസി ചൊല്ലിയ മാതാവിന്റെ ലത്തീൻ ലുത്തനിയും അവർ ചൊല്ലി. എൺപത്തേഴ വർഷമായി ആ കുടുംബം അപ്പൂപ്പന്റെ സത്യത്തെ ഞങ്ങൾ ഏറ്റെടുത്തുകൊള്ളാമെന്ന പ്രതിജ്ഞയോടെ നടത്താറുള്ള ഓർമ്മച്ചടങ്ങിനിടയിൽ പ്രാർത്ഥനമുഴമിപ്പിക്കാതെ അപ്പൂപ്പൻ മരിച്ചു. പ്രതിജ്ഞാലംഘനം മരണത്തിൽ കലാശിച്ചു.

സാംസ്കാരികാടിമത്തം

പോർച്ചുഗീസുകുടുംബത്തിന്റെ ഭൃത്യൻ അംബ്രോസിന്റെ ബലിയിലൂടെ യജമാനകുടുംബത്തോടു വിധേയത്വം ഉറപ്പാക്കിയാണ് അയാളുടെ യജമാനർ തിരിച്ചുപോകുന്നത്. ഓരോ വർഷവും അവർ പിതാമഹന്റെ ബലിയോർമയിൽ അഴലിലാണ്ടുപോകുകയും പ്രതിജ്ഞ പുതുക്കുകയും ചെയ്തുകൊണ്ടിരുന്നു. യജമാനൻ സമീപത്തില്ലെങ്കിലും കാലങ്ങളിലൂടെ തുടരുന്ന വിധേയത്വം അവർ ആത്മാവിൽ ബന്ധിപ്പിച്ചു. യൂറോപ്പിലെ അടിമച്ചന്തയിൽ നിന്നു വാങ്ങിയ കാപ്പിരിയുടെ സന്തതിപരമ്പരകളാണവർ. രണ്ടാം തലമുറ മുതൽ കേരളത്തിലെ ജാതികളിലേയ്ക്ക് കലർന്നിറങ്ങിയവർ. നോവലിൽ അതിങ്ങനെ കുറിക്കുന്നു: പോർത്തുഗലിൽനിന്ന്, പോർത്തുഗലിലെ അസ്വേരസ് മാടമ്പിമാരുടെ തറവാട്ടിൽനിന്ന്, അച്ചക്കോ അസ്വരസ് കപ്പിത്താന്റെ പായ്ക്കപ്പലിലൂടെ, കാറ്റിന്റെ ചുണ്ടുകളൂതി വിടർത്തിയ വെള്ളപ്പായച്ചിറകുകളുമായി കടലുകളിലൂടെ മെല്ലെമെല്ലെ പറന്നുവന്ന ആ പായക്കപ്പലിലൂടെ ഈ കൊച്ചിരാജ്യത്ത് എത്തിച്ചേർന്നതായിരുന്നു മിഖേൽ എന്ന അവന്റെ മുതുമുത്തപ്പനും കുടുംബവും. കൊച്ചിയിലെ തെരുവീഥികളിലൂടെ അച്ചക്കോഅസ്വേരസ് കപ്പിത്താന്റെ കുതിരവണ്ടിയോടിച്ചുകൊണ്ടു മിഖേൽ എന്ന ആ മുതുമുത്തപ്പനും കുടുംബവും ഈ കൊച്ചീരാജ്യത്തിന്റെ സ്വരരാഗങ്ങളിൽ അലിഞ്ഞുചേരുകയായി... (പുറം 150). മുതുമുത്തപ്പന്റെ മൂന്ന് ആൺമക്കളിൽ രണ്ടുപേർ അവരുടെ യജമാനർ അടിമചന്തയിൽ നിന്നും മേടിച്ച ക്രിസ്ത്യാനികളാക്കിയ ശൂദ്രസ്ത്രീകളെ ഭാര്യമാരാക്കി. മൂന്നാമനായ അംബ്രോസിനെ യജമാനന്റെ ബംഗ്ലാവിനു കവൽക്കാരനുമാക്കി. അയാളെക്കൊണ്ട് ഒരു അടിമകാപ്പിരിസ്ത്രീയെ വിവാഹം കഴിപ്പിച്ചു. അയാളെയാണ് യജമാനകുടുംബം ബലികൊടുത്തത്. അയാളുടെ ഭാര്യയെയും മക്കളെയും യജമാനർ പോച്ചുഗലിലേയ്ക്കുകൊണ്ടുപോയി. അംബ്രോസിന്റെ സഹോദരങ്ങളും അവരുടെ തലമുറയും പ്രതിജ്ഞ പാലിച്ചുകൊണ്ടു കൊച്ചിയിൽ തുടർന്നു. അവർ മറ്റു നാട്ടുക്രിസ്ത്യാനികളിൽ നിന്നു ബന്ധങ്ങൾ സ്വീകരിച്ചു. ക്രിസ്ത്യാനികൾ തന്നെ പലതായിരുന്നു. അവർ നാടിന്റെ സ്വരരാഗങ്ങളിൽ അലിഞ്ഞുചേർന്നു. അവരുടെ കറുപ്പുകളിൽ കലർപ്പുണ്ടായി. നാട്ടുകാരുടെ നിറമായി. എത്തിച്ചേർന്ന നാടിനോടാണ് അംബ്രോസുകുടുംബത്തിനു മമത. അവരിലാരും തിരിച്ചുപോകുന്നതിനെപ്പറ്റി ഓർക്കുന്നില്ല. പകർച്ചവ്യാധികളിൽനിന്നൊക്കെ ജനങ്ങളെ രക്ഷിക്കുന്ന, തിരുവിതാംകൂറിലെ മാർത്താണ്ഡവർമയെപ്പോലെ കരുത്തനായ ഒരു രാജാവ്

കൊച്ചിയിൽ പിറന്നവരണമെന്നാണ് അപ്പൂപ്പന്റെ വലിയ ആഗ്രഹം. ആ രാജാവിന്റെ കുതിരക്കാരനായി തന്റെ പേരക്കുട്ടി ജോലിചെയ്യണം. പിന്നെ കാവൽക്കടമയിൽ നിന്നു തന്റെ കുടുംബം ഒഴിയണം. തങ്ങൾക്കു സാധാരണജീവിതം കിട്ടണം. ഈ ആഗ്രഹത്തെയാണ് അയാളുടെ മകൻ മിഖേലുകുട്ടി വെല്ലുവിളിക്കുന്നത്.

നിലവിലെ കുടുംബകാരണവർ വിവാഹം ചെയ്തത് പോഞ്ഞിക്കരയിൽ നിന്നാണ്. അയാളുടെ മൂന്നുമക്കളിൽ മകളെ അച്ചുകൂടത്തിൽ ജോലിയുള്ള കൊച്ചിക്കാരൻ വിവാഹം കഴിച്ചു. മൂത്തമകൻ മിഖേലുകുട്ടി വെള്ളജ്ജൂതന്റെ നാട്ടിലെ സ്ത്രീയിലുണ്ടായ മകളുടെ മകളെ കല്യാണം കഴിച്ചു. ഇളയവൻ മത്തേസും നാട്ടുക്രിസ്ത്യാനിയെ കല്യാണം കഴിച്ചു. വെള്ളജ്ജൂതന്റെ കച്ചവടപാരമ്പര്യമുള്ള ഭാര്യവീട്ടുകാരിൽ നിന്നും മിഖേലുകുട്ടി കച്ചവടത്തിന്റെ പാഠങ്ങൾ പഠിച്ചു. അയാൾ കുടുംബജോലിയായ കുതിരക്കാരനായില്ല. അയാൾ എരുമകളെ വളർത്തിവിറ്റും സ്ഥലകച്ചവടം ചെയ്തും കാശുകാരനായി. അപ്പന്റെ അടിമമനസ്സിനെ അയാൾചോദ്യം ചെയ്തു. നിധിയെടുത്തു പണക്കാരനായി രാജാവിനെപ്പോലെ ജീവിക്കാനാഗ്രഹിച്ചു. അപ്പനാകട്ടെ വരുമാനത്തിൽ നിന്നു ജീവിക്കാനുള്ളതുമാത്രം സ്വീകരിച്ച് ബാക്കി മൂപ്പച്ചന്മാർക്കു ദാനം ചെയ്തു. യൂറോപ്പിൽ നിന്നുവന്ന ആ വൈദികരുടെ സാമൂഹ്യസേവനത്തെ മാനിച്ചായിരുന്നു അയാളതു ചെയ്തുകൊണ്ടിരുന്നത്. കാശിന്റെ വിലയറിയാത്തതുകൊണ്ടാണ് അപ്പനിതു ചെയ്യുന്നതെന്നായിരുന്നു മകന്റെ അഭിപ്രായം. ചികിത്സിച്ചും മരുന്നു വിറ്റുകിട്ടണ കാശെല്ലാം കടലീ എറിഞ്ഞു കളേണ പോലേല്ലെ? പള്ളീലെ അച്ചന്മാർക്കു കൊണ്ടുപോയികൊടുക്കണത്? ആ കാശെല്ലാമുണ്ടാർന്നെങ്കിനമ്മക്ക് എത്തയെത്ര പറമ്പുമേടിക്കാമായിരുന്നു! നമ്മക്ക് എന്തെല്ലാം കാര്യങ്ങൾ ചെയ്തു പണമൊണ്ടാക്കാമായിരുന്നു? അപ്പൻ ആ കാശെല്ലാം കൊണ്ടുപോയി കടലീ എറിഞ്ഞുകളഞ്ഞില്ലേ? അതെല്ലാം പോകട്ടെ... പണ്ടെങ്ങാനും പറങ്കീടെ കാലത്തു മണ്ണിനടീ കുഴിച്ചിട്ടിരിക്കണ ആ പൊന്നും പണവും തെരഞ്ഞെടുക്കാനെങ്കിലും അപ്പൻ സമ്മിക്കുന്നുണ്ടോ? (പുറം 93). മാത്രമല്ല ഇനി കച്ചവടത്തിലൂടെ മാത്രമേ അഭിവൃദ്ധിയുണ്ടാകൂ എന്നും അയാൾക്ക് വ്യക്തമായിരുന്നു. പൊന്നിന്റേം പണത്തിന്റേം വെല മനസ്സിലാക്കീട്ടൊള്ളതു കച്ചവടക്കാർ മാത്രോണ്! ഈ ലോകത്തേം ഇവിടത്തെ സുഖങ്ങളേമെല്ലാം പൊന്നും പണോം കൊടുത്തു വെലക്കു മേടിക്കാമെന്നു മനസ്സിലാക്കീട്ടൊള്ളതു കച്ചോടക്കാർ മാത്രോണ്! (പുറം 93). കച്ചവടം ആണു നാടുഭരിക്കുന്നതെന്നും അയാൾക്കറിയാം. ഈ നാടു ഭരിക്കുന്നതും

കച്ചോടക്കാരല്ലേ? രാജാക്കന്മാരും തമ്പുരാക്കന്മാരും എന്നു പറേണവരൊക്കെ വെറും പാവകളല്ലേ? കച്ചോടക്കാരുടെ പാവകളല്ലേ? പറിങ്കിക്കാരുടെ കാലത്ത് ആ പറിങ്കിക്കാരും അവരുടെ ആൾക്കാരായി നിന്ന സുറിയാനിക്കാരുംകൂടി കച്ചോടം നടത്തിയല്ലേ ഈ കൊച്ചീരാജ്യം ഭരിച്ചത്? ഇപ്പോൾ ലന്തക്കാരുടെ കാലത്ത് ആ ലന്തക്കാരും അവരുടെ ആൾക്കാരായി നിൽക്കുന്ന ജൂതന്മാരും പുത്തൻകൂറ്റുകാരും കൊങ്ങിണികളും കൂടി കച്ചോടം നടത്തിയല്ലേ ഇപ്പോൾ കൊച്ചീരാജ്യം ഭരിക്കണത്? (പുറം 94).

കൊച്ചിയിയിൽ രൂപപ്പെട്ടുകൊണ്ടിരിക്കുന്ന പുതിയ സാമ്പത്തിക ബന്ധങ്ങളിലേയ്ക്കു നോക്കുന്ന മിഖേലുകുട്ടി കൊച്ചിയുടെ പുതിയമുഖം തന്നെയാണ്. അയാൾ അപ്പൂപ്പന്റെ സ്തുതിചടങ്ങിൽ പങ്കെടുക്കാറില്ല. വെള്ളജൂതൻ ലന്തക്കാരുടെ ഒപ്പമായിരുന്നതുകൊണ്ട് ജൂതന്റെ കുടുംബവുമായുള്ള അയാളുടെ വിവാഹം പോലും അപ്പനു താത്പര്യമില്ലാത്തതായിരുന്നു. അയാളുടെ മക്കൾക്ക് അപ്പന്റെ ആഗ്രഹത്തിനെതിരായി അയാൾക്കിഷ്ടമുള്ള പേരിട്ടു. അയാളുടെ ഇരട്ടപ്പെൺമക്കൾ അവരുടെ അമ്മവീട്ടുകാരുടെ വിളിപ്പേരായ വെള്ളസാറയെന്നും വെള്ളറോസയെന്നും അറിയപ്പെട്ടു. അയാളുടെ ഇളയമകനെ ഭാര്യാവീട്ടിൽ താമസിപ്പിച്ചു. എപ്പോഴും അപ്പന്റെ അടിമബോധത്തിൽ നിന്നകലാനും അളിയന്മാരുടെ സ്വതന്ത്രബോധവുമായി ചേരാനും അയാൾ താത്പര്യപ്പെട്ടു. അയാളുടെ മൂത്തമകൻ അംബ്രോസുമാത്രം അപ്പന്റെയൊപ്പം കഴിഞ്ഞു. അയാളുടെ അനുജന്റെ കുടുംബവും പെങ്ങളും അപ്പന്റെ വിശ്വാസങ്ങളെ പിൻതുണച്ചും പിൻതുടർന്നും ജീവിച്ചു. ഈ പിൻതുടർച്ചയാണ് അയാൾ നിഷേധിക്കുന്നത്.

യൂറോപ്യൻനവോത്ഥാനം കടൽവ്യാപാരത്തലൂടെ സമ്പന്നരായവരുടെ പ്രോത്സാഹനത്തിൽനിന്നുല്പന്നമായതാണ്. ഇതിന്റെ ഒരു ചെറുപതിപ്പെന്നോണം കൊച്ചിയും സാമ്പത്തിക നവോത്ഥാനത്തിന്റെ പാതയിലായിരുന്നു. ഫ്യൂഡൽ സാമ്പത്തികബന്ധങ്ങളിലൂന്നിയ കൊച്ചി വ്യാപരത്തിലൂന്നിയ സാമ്പത്തികബന്ധങ്ങൾ പരിശീലിക്കുന്ന കാലമായിരുന്നു അത്. കൊച്ചിയിലുണ്ടായ വ്യത്യസ്ത വാണിജ്യാവസരങ്ങൾ കണ്ടുവളർന്നവർ അത്തരം രീതികൾ സ്വാംശീകരിക്കുന്നതിന്റെ ചരിത്രം കൂടി ഇതിനുണ്ട്. കച്ചവടം ചെയ്യാനുള്ള അധികാരങ്ങളും അവകാശങ്ങളും ഉണ്ടായിരുന്നവരുടെ പ്രഭുത്വം നവസാമ്പത്തികാഭിവൃദ്ധിയിലൂടെ നേടിയെടുക്കാനാണ് മിഖേലുകുട്ടി ശ്രമിക്കുന്നത്. മൂപ്പച്ചന്മാർ നാടിനെ സേവിക്കാൻ നടത്തുന്ന ശ്രമങ്ങൾക്കു പിൻതുണയേകാൻ കൈവരുന്ന പൈസയുടെ ഒരു വിഹിതം

അപ്പൻ കൊടുക്കുകയും ദുരാഗ്രഹികളായ ആളുകളിൽ നിന്നൊഴിവാകുകയും ചെയ്തു. കച്ചവടക്കാരായ ജൂതരുടെ പാരമ്പര്യമുള്ള സ്ത്രീയുമായുള്ള അയാളുടെ വിവാഹം പോലും എതിർക്കപ്പെടേണ്ടതാണെന്നുവരെ എത്തുന്ന അപ്പന്റെ രീതികൾ. പൂർവികർ ഏറ്റെടുക്കുന്ന പ്രതിജ്ഞകൾ കാത്തുപോരാൻ തലമുറകൾ ബാധ്യസ്ഥരാണെന്നും മറ്റുമുള്ള ജീവിതമൂല്യങ്ങളെ തിരസ്കരിച്ചുകൊണ്ടാണ് പുതിയ സാമ്പത്തികചരിത്രം മിഖേല്യകുട്ടി നിർമ്മിക്കുന്നത്. നമ്മൾ സമ്പാദിക്കുന്ന പൈസ മറ്റുള്ളവർക്കു വെറുതെ കൊടുക്കേണ്ട കാര്യമില്ല അതു നമുക്കനുഭവിക്കാനുള്ളതാണെന്ന മകന്റെ സാമ്പത്തികശാസ്ത്രം അപ്പനു മനസ്സിലാകുന്നില്ല. ഭൂമിക്കടിയിലുള്ള സമ്പത്ത് മറ്റുള്ളവർക്കുവേണ്ടി കാത്തുവെയ്ക്കേണ്ടതല്ലെന്നും അതുപയോഗിച്ചു കച്ചവടം ചെയ്യേണ്ടതാണെന്നും വാദിക്കുന്ന മിഖേല്യകുട്ടി കൊച്ചിയുടെ ഭാവിതലമുറയുടെ പ്രതിനിധിയാണ്. എങ്ങോ ഉള്ള യജമാനനുവേണ്ടി അപ്പൻ കാത്തുപോരുന്ന നിധിചരിത്രം നിർമ്മിച്ചുകൊണ്ടിരിക്കുന്നതു അടിമബോധമാണെന്നു മിഖേല്യകുട്ടിക്കറിയാം. അപ്പനും താനൊഴികെയുള്ള കുടുംബാംഗങ്ങളും ആവർത്തിച്ചുറപ്പിക്കുന്ന അടിമബോധം അധീശപ്രത്യയശാസ്ത്രമാണെന്നറിയുന്നതുകൊണ്ടാണ് അയാൾ കച്ചവടത്തിലേയ്ക്കു തിരിയുന്നതും അപ്പനെ കൊന്നും നിധി കൈക്കലാക്കാൻ ശ്രമിക്കുന്നതും.

അധികാരം അതിന്റെ പ്രജകളെ തങ്ങളുടെ കീഴിൽ നിർത്തുക അവരുടെ പ്രത്യയശാസ്ത്രപരമായഭരണകൂടോപകരണങ്ങൾ (ideological state apparatus ISA) ഉപയോഗിച്ചായിരിക്കുമെന്ന് അൽത്യൂസർ (1990)നിരീക്ഷിക്കുന്നു. മതവും കുടുംബവും വിദ്യാഭ്യാസവും സ്ഥാപനങ്ങളും അതിന്റെ പ്രത്യയശാസ്ത്രോപകരണങ്ങൾ പ്രയോഗിക്കാറുണ്ട്. അവ അവയുടെ ആശയങ്ങൾ ഭീഷണിയിലൂടെ മാത്രമല്ല സ്നേഹത്തിലൂടെയും അവതരിപ്പിക്കാറുണ്ട്. മതം മതപരമായ ഉപകരണങ്ങൾ (Religions State Apparatus) ഉപയോഗിക്കുമ്പോൾ കുടുംബം കുടുംബപരമായ ഉപകരണങ്ങൾ (Family State Apparatus) ഉപയോഗിക്കും. നോവലിൽ അസ്വേരസു കുടുംബം അവരുടെ അടിമയെ ബലികൊടുക്കുന്നത് തങ്ങളുടെ സ്വത്തിന്റെ സുരക്ഷിതത്വത്തിനുവേണ്ടിയാണ്. അസ്വേരസ് മാടമ്പിമാരുടെ ബംഗ്ലാവിൽവെച്ച്, ഒടുവിലത്തെ അത്താഴത്തിനു ഈശോമിശിഹചെയ്തതുപോലെ അടിമയായ അംബ്രോസപ്പൂപ്പൻ മറ്റുള്ളവരുടെ കാൽകഴുകി ചുംബിക്കുകയും അവർക്കു ഭക്ഷണം വിളമ്പിക്കൊടുക്കുകയും അവരോടൊപ്പം ഇരുന്ന് ഭക്ഷണം കഴിക്കുകയും ചെയ്തു. ശേഷമാണ് മാതാവിന്റെ

ലത്തീൻ ലുത്തനിചൊല്ലി അടിമയെ ബലികൊടുക്കുന്നത്. ഭർത്താവും രണ്ടുമക്കളും കൊലചെയ്യപ്പെട്ട അന്നുതന്നെയാണ് ഇസെബെല്ലമിസി മകനെപ്പോലെ കരുതിയിരുന്ന അംബ്രോസിനെ നിധികാക്കുന്ന ഭൂതമാവാൻ കുരുതികൊടുക്കുന്നത്. യജമാനകുടുംബം നേരിടുന്ന ഏറ്റവും പ്രതിസന്ധിഘട്ടത്തിൽ അവരൊപ്പം നിൽക്കുയാണ് അടിമ. തികച്ചും വൈകാരികത മുറ്റിനിൽക്കുന്ന സന്ദർഭമായിരുന്നു അത്. അഞ്ചുതലമുറയ്ക്കുശേഷവും തുടരാൻ കരുത്തുള്ള ആ വൈകാരികത യിലൂടെയാണ് അസ്വേരസുകുടുംബം തങ്ങളുടെ അടിമയിൽ അധി കാരമുറപ്പിക്കുന്നത്. കുടുംബത്തിന്റെ ഭരണകൂടോപാധിക(Family State Apparatus)ളായ സ്നേഹം, വൈകാരികത തുടങ്ങിയവയുടെ പ്രത്യയശാസ്ത്രത്തിനുള്ളിലാണ് ഇവിടെ അടിമകുടുംബം. അതുകൊ ണ്ടാണ് കൊച്ചീരാജ്യത്തിൽ തോറ്റോടിയ പോർച്ചുഗീസുകാരുടെ വിശ്വസ്തരായി ലന്തക്കാരുടെ ഭരണകാലത്തും അവർ തുടരുന്നത്. ഭൂതകാലത്തിൽ ജീവിക്കാനേ അവർക്കു പറ്റുന്നുള്ളൂ. ഈ മനോഭാവം നിലനിർത്തുന്നതുകൊണ്ടാണ് യജമാനർ തങ്ങളുടെ സ്വത്ത് സംര ക്ഷിച്ചുപോരുന്നത്. പോർച്ചുഗീസുകാർ പോയി നൂറ്റാണ്ടുകഴിഞ്ഞിട്ടും അവരുടെ അടിമയായി വർത്തമാനത്തിൽ ജീവിക്കുക എന്നതാണ് ഈ കുടുംബത്തിന്റെ അവസ്ഥ. ലത്തീനിലുള്ള മാതാവിന്റെ ലുത്തനിയ അപ്പൂപ്പനൊഴികെ ആർക്കും ചൊല്ലാനറിയാത്തതുകൊണ്ട് അപ്പൂപ്പൻ ചൊല്ലുന്നതിന് ഓരാ പ്രൊ നോബിസ് എന്ന ഏറ്റുപറയുകയേ മറ്റു ള്ളവർ ചെയ്യാറുള്ളൂ. എന്നാൽ അപ്പൂപ്പൻ മരിക്കുന്നന്നു രാവിലെ ഒരു മലയാളം ബൈബിൾ അവരുടെ ബന്ധു സമ്മാനിക്കുന്നു. ലത്തീനും മലയാളവും ഒത്തുനോക്കി പിന്നീടു പാടുവാൻ ഒരുക്കിയിട്ട് മലയാള ത്തിലുള്ള ആ പ്രാർത്ഥന കേട്ടുകൊണ്ടാണ് അപ്പൂപ്പൻ മരിക്കുന്നത്. തലമുറകൾക്കുമേൽ ഉറപ്പിക്കുന്ന ഈ സാംസ്കാരികാടിമത്തം നിയ ന്ത്രിക്കുന്ന അദൃശ്യാധിനിവേശത്തെ വരക്കുകയാണ് ഓരാ പ്രൊ നോബിസ് എന്ന നോവൽ.

കൊച്ചിയുടെ സാംസ്കാരികഭൂമിശാസ്ത്രം

കൊച്ചി എന്ന കോളനിനഗരം കൃതിയിൽ അവതരിപ്പിക്കുന്നത് അതിന്റെ എലുകകളിലോ നിർമ്മിതികളിലോ അല്ല, കോട്ടകളുടെയും ആരാധനാലയങ്ങളുടെയും വിദ്യാലയങ്ങളിലൂടെയും അച്ചുകൂടങ്ങള ടെയും തകർച്ചകളിലൂടെയാണ്. വ്യത്യസ്ത സംസ്കാരങ്ങളുടെ തകർച്ച കളിലൂടെയോ പുതുക്കലിലൂടെയോ ആണ്. കൊച്ചിപ്പട്ടണം തന്നെ അതിന്റെ പ്രൗഢകാലം കടന്നുകഴിഞ്ഞിരിക്കുന്നു. പോർച്ചുഗീസ് അധീനകൊച്ചി ഡച്ച് അധീനകൊച്ചിയായി മാറിയകാലമാണ്

നോവലിലേത്. അപ്രാപ്തരായ തമ്പുരാക്കന്മാർ കൊച്ചീരാജ്യത്തെ ദുർബലമാക്കി. അവർക്ക് അഭ്യന്തരപ്രശ്നങ്ങളെ മനസ്സിലാക്കാനായില്ല. നോവലിൽ അതിങ്ങനെ രേഖപ്പെടുത്തുന്നു: ലന്തക്കാരെയും പാലിയത്ത്മേനോന്മാരെയും അവരുടെകൂടെച്ചേർന്ന നായർപ്രമാണിമാരെയുമെല്ലാം ഭയമായിരുന്നു. അതുകൊണ്ട് അവർ ആവശ്യപ്പെട്ടതുപോലെ, കൊച്ചിസർക്കാർ വക കച്ചേരികളും മറ്റു സ്ഥാപനങ്ങളുമെല്ലാം കൊച്ചി പട്ടണത്തിൽ നിന്ന് എറണാകുളത്തേയ്ക്കു മാറ്റാൻ തുടങ്ങി (പുറം 53). അധികാരകേന്ദ്രങ്ങളുടെ ശിഥിലീകരണം നോവലിലെ പ്രമേയവുമായി ബന്ധപ്പെട്ടു നിൽക്കുന്നു. അതോടൊപ്പം പല ശബ്ദങ്ങളും ഉച്ചസ്ഥായിയിലേയ്ക്കു കേൾക്കാൻ തുടങ്ങുന്നു. അംബ്രോസ് അപ്പൂപ്പന്റെ ധാർമ്മികതയിലും ഉറച്ച വിശ്വാസത്തിലും ഊന്നിയ കാവൽക്കടമ മകന്റെ എതിർപ്പിൽ ചിതറുന്നു. മകൻ മുന്നോട്ടുവെയ്ക്കുന്നത് പുത്തൻ സാമ്പത്തികാധികാരത്തിന്റെ സാധ്യതകളേയാണ്. മകന്റെ മകൻ പക്ഷേ അപ്പൂപ്പന്റെ വഴി തെരഞ്ഞെടുക്കുന്നു. ഒരേപോലെ ശക്തമാണ് ഈ രണ്ടുധാരകളും. പ്രായോഗികബുദ്ധിയുടേയും വിശ്വാസത്തിന്റേതുമായ രണ്ടുധാരകളും കൊച്ചിയുടെ സാംസ്കാരികതയെ സ്വാധീനിക്കുന്നുണ്ട്. കൊച്ചിയിൽ ഓരോ കാലത്തും അധികാരങ്ങൾ മാറിമാറി വന്നു. അവ കൊച്ചിക്ക് പുതിയ മാനങ്ങൾ കൊടുത്തുകൊണ്ടേയിരുന്നു. അതുകൊണ്ടുതന്നെ കൊച്ചിയുടെ സംസ്കാരം ഏതു പാരമ്പര്യത്തിലാണെന്നു തീർത്തുപറയുക വയ്യ. അത് മിശ്രിതമാണ്. വൈവിധ്യമാർന്നതാണ്. പോർച്ചുഗീസു ബന്ധത്തിൽ നിന്നുളവായ ഒരു ജനതയെ പറിങ്കികൾ എന്നടയാളപ്പെടുത്തുമ്പോൾ പോർച്ചുഗീസല്ലാത്ത എന്നാൽ അവർ കൊണ്ടുവരപ്പെട്ടവരുടെ തലമുറ നാട്ടിൽ നിന്നു ബന്ധങ്ങൾ സ്വീകരിച്ച് നാട്ടുകാരായി മാറുന്നതാണ് നോവൽ ചിത്രീകരിക്കുന്നത്.

ഓരാ പ്രൊനോബസ് ഒരുതരത്തിൽ ഒരു ചരിത്രനോവലാണ്. കോളനികാലകൊച്ചിയുടെ ചരിത്രങ്ങൾ ഈ നോവലിന്റെ ഭാഗമാണ്. കൊച്ചിയുടെ തമ്പുരാക്കന്മാരുടെ കാലമളന്നാണ് രാജാവിന്റെ കുതിരക്കാരന്റെ കുടുംബചരിത്രം നിർമ്മിക്കപ്പെട്ടിരിക്കുന്നത്. തമിഴ് കലർന്ന മലയാളമാണ് അപ്പൂപ്പൻ സംസാരിക്കുന്നതെങ്കിൽ മറ്റുകഥാപാത്രങ്ങൾ ഇന്നും കൊച്ചിഭാഷയെന്നു വ്യവഹരിക്കുന്ന ഭാഷയാണ് സംസാരിക്കുന്നത്. പോർച്ചുഗീസുകാർ ആരംഭിച്ച അച്ചുകൂടത്തിലാണ് പ്രാർത്ഥനകളും നിഘണ്ടുക്കളും മലയാളത്തിൽ അച്ചടിക്കാൻ തുടങ്ങുന്നത്. അവിടെ അച്ചടിച്ച ലുത്തനി വായിച്ചാണ് അപ്പൂപ്പൻ മരിക്കുന്നത്. അവരുടെ ഭാഷ, ബന്ധസൂചകപദങ്ങൾ,

പദകോശം എന്നിവയും കൊച്ചിയുടെ പുറംബന്ധങ്ങളുടെ അടയാളങ്ങളാണ്. കടുദാസ് (കടലാസ്), ബങ്ക് (ബഞ്ച്), കളുസം (ട്രൗസർ), മദരീഞ്ഞമ്മ (തലതൊട്ടമ്മ)എന്നിവയൊക്കെ വളരെ അടുത്ത കാലം വരെ കൊച്ചിയുടെ വ്യവഹാരത്തിലുണ്ടായിരുന്നു. എന്നാൽ കൃതിയിലെ അഞ്ചാം തലമുറയിൽ കൊച്ചാപ്പൻ, കൊച്ചാമ്മ തുടങ്ങിയ കൊച്ചിയിലെ ലത്തീൻക്രൈസ്തവരുടേതുപോലുള്ള വിളിപ്പേരുകളുടെ രീതികളിലാണ്. കൊച്ചിയുടെ പുതിയ എഴുത്തുകാരുടെ രചനകൾ കൊച്ചിയിലെ കീഴാളക്രൈസ്തവതയുടെ രേഖപ്പെടുത്തലുകളാണ്. അവരിലൊരാളായ ജോണിമിറാന്റയുടെ രചനകളിൽ കൊച്ചിയിലെ ആംഗ്ലോ ഇന്ത്യൻ സമൂഹത്തിന്റെ വ്യതിരിക്തമായതും എന്നാൽ കാലങ്ങൾകൊണ്ട് ചേർന്നലിഞ്ഞതുമായ സംസ്കാരത്തെ ആവർത്തിച്ചുറപ്പിക്കുന്നതുകാണാം. പോർച്ചുഗീസുകാരുടെ പിൻമുറക്കാർ എന്നു പൊതുവെ കരുതപ്പെട്ടുപോരുന്ന പറിങ്കികൾ (ആംഗ്ലോ ഇന്ത്യൻ എന്ന സർക്കാർ വിലാസം) യഥാർത്ഥത്തിൽ മറ്റുപല ഏഷ്യൻരാജ്യങ്ങളുടെയും കലർപ്പുകളാണെന്ന അദ്ദേഹത്തിന്റെ (പപ്പാഞ്ഞിയുടെ ചിത്രം, 2001) നിരീക്ഷണവും ഇവിടെ പ്രസക്തമാണ്. ഓരാ പ്രൊനോബിസിലെ കൊച്ചീചരിത്രത്തിനുശേഷം കൊച്ചിയുടെ നാട്ടുജീവിതം സഞ്ചരിച്ചതിന്റെ ആഖ്യാനമാണ് എൻ. എസ് മാധവന്റെ ലന്തൻബത്തേരിയിലെ ലുത്തിനിയകൾ രേഖപ്പെടുത്തുന്നത്. പോർച്ചുഗീസനന്തരകൊച്ചിയാണ് ഓരാ പ്രൊനോബിസിലെങ്കിൽ ഡച്ച് ഭരണത്തിന്റെ സ്മാരകഭൂമിയിൽ ചവിട്ടുനാടകത്തിന്റെയും കപ്പൽപ്പണികളുടെയും ഗൃഹാതുരതയിൽ ജീവിക്കുന്നവരുടെയും കഥകളാണ ലന്തൻബത്തേരി പറയുന്നത്. എന്നാൽ കൊച്ചിയെന്ന ഭൂഭാഗം കൊച്ചിയെന്ന സാംസ്കാരിക ഇടമായി മാറുന്ന ചിത്രമാണ് ഓരാ പ്രൊനോബിസ് നൽകുന്നത്. കൊച്ചിയിലേയ്ക്കു വന്ന ബഹുസംസ്കാരങ്ങൾ കൊച്ചിയുടെ കാഴ്ചകളായി നിൽക്കുമ്പോൾ കാപ്പിരിമുത്തപ്പൻ കൊച്ചിയുടെ സ്മൃതികളെയും വിശ്വാസങ്ങളെയും ഉള്ളടക്കിക്കൊണ്ട് പുതിയൊരു സാംസ്കാരികയിടം നിർമ്മിക്കുന്നു.

സഹായകഗ്രന്ഥങ്ങൾ

1. മിറാന്റ ജോണി 2001 പപ്പാഞ്ഞിയുടെ ചിത്രം, വിശുദ്ധലിഖിതങ്ങൾ, കറന്റ് ബുക്സ്.
2. പത്മനാഭമേനോൻ കെ. പി, 1996 കൊച്ചിരാജ്യചരിത്രം മാതൃഭൂമി കോഴിക്കോട്.
3. മാധവൻ എൻ. എസ് 2003 ലന്തൻബത്തേരിയിലെ ലുത്തിനിയകൾ, ഡി. സി ബുക്സ്

4. റാഫി, പോഞ്ഞിക്കര 2018 ഓരാ പ്രൊനോബിസ് പ്രണത ബുക്സ്

5. Althussar, 1999 Ideology and Ideological State Apparatus Mapping Ideology, Slavoj Zizek (ed) Verso, London

6. Mitchell Don 2002 Cultural Geography a Critical Introduction, Blackwell.

7. കാപ്പിരിമുത്തപ്പൻ https://ml.m.wikkipedia.org

നോവലിലെ സ്ഥലനിർമിതിയും സാംസ്കാരിക ഭൂമിശാസ്ത്രവും

ഡോ.എം. ലിനീഷ്

സ്ഥലകാലങ്ങളുടെ ആഖ്യാനമാണ് നോവൽ. സ്ഥലത്തിൽ കാലം ചരിത്രമായി ലയിച്ചുകിടക്കയാൽ അതിനെ സ്ഥലത്തിന്റെ നാലാംമാനമായി (Fourth Dimension) ഇന്ന് പരിഗണിച്ചു വരുന്നു. കേവലമായ ഭൗതികരൂപം എന്ന നിലയിലുള്ള സ്ഥലത്തിന്റെ നിലയ്ക്കപ്പുറം വിശാലമായ സാമൂഹ്യഇടത്തിന്റെ രൂപപ്പെടലുകളെക്കുറിച്ചുള്ള ഗൗരവപരമായ അന്വേഷണം ഇരുപതാം നൂറ്റാണ്ടിന്റെ രണ്ടാം പകുതിയിൽ യൂറോപിൽ ആരംഭിച്ചുകഴിഞ്ഞിരുന്നു. ഫ്രഞ്ച് നവമാർക്സിസ്റ്റ് തത്വചിന്തകനും, സാമൂഹ്യശാസ്ത്രജ്ഞനുമായ ഹെൻറി ലെഫെബ്റെ (Henri Lefebvre)യുടെ പഠനങ്ങൾ അവയിൽ പ്രധാനപ്പെട്ടതാണ്. ഉൽപാദനബന്ധങ്ങളാൽ രൂപം കൊള്ളുന്ന സാമൂഹ്യസ്ഥലത്തിന്റെ രൂപപ്പെടലിന്റെ ചരിത്രപരമായ അന്വേഷണത്തിലാണ് ലെഫെബ്റെ ഊന്നൽ നൽകുന്നത്. പ്രകൃതിയുടെ ഭാഗമായ കേവലസ്ഥലം മനുഷ്യന്റെ പുനരുൽപാദനപ്രക്രിയയിലൂടെ സാമൂഹ്യസ്ഥലമായി പുനർനിർമ്മിക്കപ്പെട്ടതിന്റെ ചരിത്രപരമായ വിശകലനമാണ് ലെഫെബ്റെ യുടെ The Production of space എന്ന പുസ്തകം.

ഇവിടെ ഇരുപതാം നൂറ്റാണ്ടിന്റെ ആദ്യപകുതിയിൽ മലബാറിലെ ഒരു നദീതടം ലോകമഹായുദ്ധത്തിന്റെ പശ്ചാത്തലത്തിൽ സാമൂഹ്യസ്ഥലമായി മാറുന്ന സന്ദർഭത്തെ ആവിഷ്ക്കരിച്ച എൻ.പി മുഹമ്മദിന്റെ മരം (1968) എന്ന നോവലിനെ അടിസ്ഥാനമാക്കിക്കൊണ്ട് സ്ഥലരൂപീകരണവുമായി ബന്ധപ്പെട്ട സാമൂഹ്യ

വിവക്ഷകളെ വിശകലനം ചെയ്യാനാണ് ഈ പ്രബന്ധം വഴി ശ്രമിക്കുന്നത്. വയനാടൻ മലനിരകളും, നിലമ്പൂർ കാടും, കല്ലായിപ്പുഴയും അടങ്ങിയ ഭൂമിശാസ്ത്രവുമായി രണ്ടാംലോകമഹായുദ്ധത്തിന്റെ സവിശേഷകാലം പ്രവർത്തിച്ചപ്പോൾ കല്ലായി എന്ന സ്ഥലത്തെ സമ്പദ് വ്യവസ്ഥയും സാമൂഹ്യജീവിതവും ആകെ കീഴ്മേൽ മറിഞ്ഞു. പണത്തിന്റെ പുതിയ വിനിമയങ്ങൾ ഉൽപാദന പ്രക്രിയയിൽ വരുത്തുന്ന സ്വാധീനം സാമൂഹ്യ സ്ഥലഘടനയിലും മാറ്റങ്ങൾ തീർക്കുന്നു.. നോവലിൽ കഥയുടെ ഗതിയെ നിയന്ത്രിക്കുന്നതിലും, കഥാപാത്രങ്ങളുടെ സ്വത്വരൂപീകരണത്തിലും കല്ലായിക്കും, കല്ലായിപ്പുഴക്കും നിർണ്ണായകസ്വാധീനമുണ്ട്. കല്ലായി ഏഷ്യയിലെ ഏറ്റവും വലുതും, ലോകത്തിൽ രണ്ടാമത്തേതുമായ മരക്കച്ചവടകേന്ദ്രമായിരുന്നു. രണ്ടാം ലോക മഹായുദ്ധത്തിന്റെ പ്രത്യേകസാഹചര്യത്തിൽ കല്ലായി അഭിവൃദ്ധി പ്രാപിക്കുകയും ലോകഭൂപടത്തിലെ പ്രധാനസ്ഥലമായി മാറുകയും ചെയ്തു.

കല്ലായിപ്പുഴയാണ് കല്ലായിയുടെ ഭൂമിശാസ്ത്രത്തെയും അതിന്റെ സമ്പദ്‌വ്യവസ്ഥയെയും നിർണ്ണയിക്കുന്നത്, കല്ലായിപ്പുഴയുടെ തീരത്തെ ഈർച്ചമില്ലുകൾക്കു വേണ്ടമരങ്ങൾ നിലമ്പൂർക്കാടുകളിൽ നിന്നും, കുറ്റ്യാടിയിൽ നിന്നും തെരപ്പങ്ങളായികല്ലായിപ്പുഴയിലൂടെ ഒഴുക്കിക്കൊണ്ടുവന്നു. രണ്ടാം ലോകമഹായുദ്ധം പൊട്ടിപ്പുറപ്പെട്ടപ്പോൾ യുദ്ധഭൂമികളിൽ ബങ്കറുകളും, പിൻബോക്സുകളും, പട്ടാളസങ്കേതങ്ങളുംഉണ്ടാക്കാൻ മരപ്പണിത്തരങ്ങളുടെ വലിയ ആവശ്യം വന്നു. ഇത് കല്ലായിയുടെസമ്പദ് വ്യവസ്ഥയെ ആകെ മാറ്റിമറിക്കുന്നു. തേക്ക്, ഇരുൾ, വെണ്ടേക്ക്, കരിമരുത്, വെള്ളമരുത്, മാവ്, പിലാവ്, വെള്ളകിൽ, ചുകന്നകിൽ, വെള്ളപ്പാലി, ചുകന്നപാലി, ഇരുമ്പകം, ആയിനി, പുള, പുന്ന, വാക, പീനാറി, താന്നി, ചേര് എന്നിങ്ങനെയുള്ള മരങ്ങൾകൊണ്ട് കല്ലായിപ്പുഴ നിറഞ്ഞുകിടന്നു. പുഴയിൽ മരങ്ങൾ കെട്ടിക്കിടക്കുമ്പോഴുണ്ടാകുന്ന നാറ്റം കല്ലായിയുടെ പരിസരങ്ങളെ വീർപ്പുമുട്ടിച്ചു. കല്ലായി മുഴുവൻ മില്ലുകളിൽനിന്നുള്ള ശബ്ദകോലാഹലം കൊണ്ട് നിറഞ്ഞു. ഈ കാലത്താണ് നോവലിലെ കഥ നടക്കുന്നത്. നോവലിലെ കഥാപാത്രങ്ങളുടെ ജീവിതത്തിലെ ഉയർച്ചതാഴ്ച്ചകളെ നിർണ്ണയിക്കുന്നത് കല്ലായിപ്പുഴയും അതിന്റെ തീരത്തെ മരമില്ലുകളുമാണ്.

മരവ്യവസായവുമായി ബന്ധപ്പെട്ടുകൊണ്ട് രൂപംകൊള്ളുന്ന ഒരു ജീവിതമണ്ഡലവും അതിന്റെ സാംസ്കാരികശീലവുമാണ് കല്ലായിയുടേത്. ഇങ്ങനെ ഒരു പ്രത്യേക സ്ഥലവുമായി ബന്ധപ്പെട്ടു നിൽക്കുന്ന

സാംസ്കാരിക ശീലങ്ങളുടെ ആകെത്തുകയെ ഹാബിറ്റസ്' (Habitus) എന്നു വിളിക്കാം. ഫ്രഞ്ച് സാമൂഹ്യ ശാസ്ത്രജ്ഞനായ പിയറി ബോർദ്യൂ (Pierie Bordiue) ആണ് ഇങ്ങനെയൊരു സങ്കൽപനമവതരിപ്പിച്ചത്. 'പ്രകൃതമായി മാറിയ ചരിത്രം' എന്ന് ഹാബിറ്റസിനെ നിർവ്വചിക്കാം. വ്യക്തികളുടെ ജീവിതവുമായി ബന്ധപ്പെട്ട് കുട്ടിക്കാലം മുതൽ കുത്തിച്ചെലുത്തപ്പെടുന്ന, പ്രബോധനങ്ങളിലൂടെ പ്രകൃതമായിമാറുന്ന രണ്ടാം പ്രകൃതി(second nature) ആണ് ഹാബിറ്റസ്. അതേപോലെ ഒരു സ്ഥലത്തിന്റെ കാര്യത്തിലും സാമൂഹ്യമായ പ്രേരണകൾ അതിന്റേതായ ചില സാംസ്കാരികശീലങ്ങളെ രൂപപ്പെടുത്തിയെടുക്കുന്നു. ഈയൊരു ഹാബിറ്റസിനെ അടിസ്ഥാനമാക്കിയാണ് സാധാരണയായി വള്ളുവനാടൻ തനിമ, ഏറനാടൻ തനിമ, തിരുവിതാംകൂർ തനിമ, മലബാർ തനിമ എന്നെല്ലാം വിളിക്കുന്നത്. കല്ലായിയുടെ കാര്യത്തിൽ മുസ്ലീംസമുദായത്തിന്റെ സാംസ്കാരിക ജീവിതവും മരക്കച്ചവടവുമായി ബന്ധപ്പെട്ട വിനിമയങ്ങളും അതിന്റെ സാംസ്കാരിക ശീലങ്ങളെ രൂപപ്പെടുത്തിയെടുക്കുന്നു. അതിനെ നോവലിസ്റ്റ് വിവരിക്കുന്നുണ്ട്.

ചുറ്റുപാടും കുടിലുകളാണ്. നൂറോളം ചാളകളുണ്ട് ആ പറമ്പിൽ. ഓരോ ചാളയിലും നാലും അഞ്ചും കുടുംബങ്ങൾ ജീവിക്കുന്നു. ജനനവും മരണവും വിവാഹവും സൽക്കാരങ്ങളും മൊഴിചൊല്ലലും മൗലൂദും ശകാരങ്ങളും യാസീൻ ഓതലും സ്നേഹിക്കലുംകൊലപാതകങ്ങളും എല്ലാം മുറയ്ക്ക് നടക്കുന്നു. തെക്ക് എല്ലാംകണ്ടും കേട്ടും മന്ദഹസിച്ച് നിലവിടാതെ കല്ലായിപ്പുഴ ഒഴുകിപ്പോകുന്നു. തീരത്ത് മരപ്പാണ്ടികശാലകളും മില്ലുകളുമുണ്ട്. പടിഞ്ഞാറു നിന്ന് അറബിക്കടലിന്റെ ക്ഷീണിച്ച സ്വരം കേൾക്കാം. (8)

മരത്തിലെ പ്രധാന കഥാപാത്രങ്ങളായ ആമിന, കാദർ, ഇബായിൻ, ആമുട്ടി, മൊല്ലാക്ക എന്നിവർ ഒരേസമയം കല്ലായിക്കാരും മുസ്ലീങ്ങളുമാണ്. മരക്കച്ചവടവുമായി ബന്ധപ്പെട്ടാണ് എല്ലാവരും ജീവിതം കഴിക്കുന്നത്. 'മരം' ഈ നോവലിന്റെ താക്കോൽ സൂചകമാണ് (Key signifier) കല്ലായിപ്പുഴയിൽ നീളത്തിൽ കെട്ടിക്കിടക്കുന്ന മരത്തടികളാണ് ഓരോരുത്തരുടെയുംജീവിതത്തിന്റെ ഭാഗധേയങ്ങളെ നിർണ്ണയിക്കുന്നത്. മരത്തിന്റെ വിനിമയങ്ങളിലൂടെ രൂപപ്പെടുന്ന സാമ്പത്തികമായ കീഴ്മേൽ മറിച്ചിലുകൾ നോവലിലെ മനുഷ്യരുടെ ജീവിതങ്ങളെ മാറ്റിമറിക്കുന്നു. നോവലിലെ ഒരു സന്ദർഭത്തിൽ കാദർ, പുഴയിൽ കെട്ടിക്കിടക്കുന്ന, തന്റെ ജീവിതത്തെ മാറ്റിമറിച്ച മരങ്ങളിലേക്ക് നോക്കി ചിന്തിക്കുന്നുണ്ട്

... ഉപ്പുവെള്ളത്തിൽ മരത്തടികൾ വിശ്രമംകൊള്ളുന്നു... കുത്തനെ നിന്നു പിടിച്ചാൽ പിടിയെത്താത്ത ഈ മരങ്ങൾ പച്ചിലത്തഴപ്പുള്ള കൊമ്പുകളും പൊറ്റനടർന്ന തൊലികളുമായി നിന്നവയാണ് എത്ര ധിക്കാരത്തോടെ തലയുയർത്തിപ്പിടിച്ചാണ് നിന്നിട്ടുണ്ടാവുക. അവയുടെ മയ്യത്തുകൾ ഇതാ കിടക്കുന്നു. വിലപിടിപ്പുള്ള മയ്യത്തുകൾ! (9)

മനുഷ്യരുടെ ജീവിതപ്രക്രിയകളെ പലതരം വിനിമയാത്മക പ്രക്രിയകളായിഹേബർമാസ് വിവരിക്കുന്നുണ്ട്. ഉത്പാദനവും, വിവാഹവും, അനുഷ്ഠാനവും,, കളിയും, യുദ്ധവും വിവിധതരം വിനിമയാത്മക ക്രിയകളാണ്. ഓരോ

വിനിമയാത്മക ക്രിയയ്ക്കും അതിന്റേതായ കളിനിയമങ്ങളും മൂല്യങ്ങളും ഉണ്ട്. ഓരോ മേഖലയിലും സവിശേഷമായ ഒരു ആഗ്രഹവസ്തുവിനെ (object of desire) ചുറ്റിപ്പറ്റിയാണ് വിനിമയാത്മകക്രിയ വികസിക്കുന്നത്. പണവും, പെണ്ണും, പൊന്നും, മണ്ണും, ട്രോഫിയും, അധികാരവും, വിജയവും പലതരം ആഗ്രഹവസ്തുക്കളാണ്.

ഈ നോവലിലെ സംഭവങ്ങൾ വികസിക്കുന്നത് ആമിന, മരം, പണം എന്നീ ആഗ്രഹവസ്തുക്കളുടെ സദൃശകല്പനയെ അടിസ്ഥാനപ്പെടുത്തിയാണ്. മരവുംഅയിശയും തമ്മിലുള്ള സദൃശകല്പന ഈ നോവലിന്റെ മർമ്മമാണ്. മരക്കമ്പനിയിലെ തൊഴിലാളിയായിരുന്ന ഇബ്രായിനിന്റെ ഭാര്യയായിരുന്നു ആമിന. സാമ്പത്തികബുദ്ധിമുട്ടു കാരണം ഇബ്രായിൻ മരക്കമ്പനിയിലെ പണി വിട്ട് പട്ടാളത്തിൽ ചേരുന്നു.വർഷങ്ങൾ കഴിഞ്ഞിട്ടും ഇബ്രായിനെക്കുറിച്ച് ഒരു വിവരവുമില്ല. ഇബ്രായിൻ യുദ്ധത്തിൽ മരിച്ചുപോയിക്കാണുമെന്നാണ് ആമിനയും നാട്ടുകാരും വിശ്വസിക്കുന്നത്. ഇതിനിടയിൽ മരക്കമ്പനി മുതലാളിയായ കാദറിന് ആമിനയിൽ താല്പര്യം ജനിക്കുന്നു. മറ്റുള്ളവരുടെ മരം തട്ടിയെടുത്ത് അടയാളം മായ്ച്ച് മറിച്ചുവിറ്റാണ് കാദർ മുതലാളിയാവുന്നത്. ഈ തട്ടിപ്പിന്റെ രീതി നോവലിസ്റ്റ് വിവരിക്കുന്നുണ്ട്.

കെട്ടുപൊട്ടി മരം ഒഴുകി. ഒഴുകിയ മരം അയാൾ പിടിച്ചെടുത്തു. കരയിലടുപ്പിച്ചു. ആലിമൂപ്പനും അയാളും കൂടിയാണത് തുടങ്ങിയത്. വളരെ ചെറിയ തുടക്കം. ആദ്യം ഒരു മരത്തടിയാണ് മില്ലിൽ കെട്ടിയത്. ആ മില്ലിന് പണി ആവശ്യമായിരുന്നു. പേടിയിൽ കുളിച്ചു വിറച്ച കാദർ. കണ്ടുപിടിക്കുമോ? മരത്തടി മില്ലിലേക്കു കയറ്റിയതു മൂപ്പനാണ്. ആദ്യംതന്നെ മരത്തലപ്പത്തു നിന്ന് ചെത്തിയടർത്തി നമ്പറും പേരും. ഉരുക്കുവാളിന് നീതിയില്ലല്ലോ. അപ്പോഴാണ്

ശ്വാസം നേരെവീണത്. ഇനിയാർക്കും കണ്ടുപിടിക്കാൻ കഴിയില്ല. ഇതാരുടെ മരം എന്നു ചോദിക്കാം ആർക്കും. എന്റെ മരം എന്നത്തരം പറയാം. '

എന്റെ മരം! (14)

മരം കൈവശപ്പെടുത്തുന്ന ഇതേ തന്ത്രം കാദർ ആമിനയെ നേടാനും പയറ്റുന്നു. മരം അടിച്ചുമാറ്റാൻ കാദറിനെ സഹായിക്കുന്നത് ആലിമൂപ്പനാണെങ്കിൽ ആമിനയെ കൈക്കലാക്കാൻ കാദറിന് തുണയാകുന്നത് മൊല്ലാക്കയാണ്. ഇതിന് മൊല്ലാക്കയ്ക്ക്കൈക്ക ലാക്കാൻ കൂട്ട് മതപ്രമാണങ്ങളുമാണ്. എന്നാൽ കാദർ മൊതലാളി ആമിനയെ കല്യാണം കഴിച്ച് ഏറെക്കഴിയും മുമ്പെഇബ്രായിൻ തിരിച്ചുവരുന്നു. അതോടെ നാട്ടുകാർ മുതലാളിക്കു നേരെ തിരിഞ്ഞു. പ്രശ്നം ഗുരുതരമാവുന്നുവെന്ന് കണ്ടപ്പോൾ കാദർ ഇബ്രായിനെ പണംകൊടുത്ത്ഒഴിവാക്കാൻ ശ്രമിച്ചു. അതിന് മധ്യസ്ഥന്മാരായി കാര്യസ്ഥൻ ആമുട്ടിയെയും മൊല്ലാക്കയെയും നിയോഗിച്ചു. എന്നാൽ ആമുട്ടി കൂറുമാറി ഇബ്രായിന്റെ കൂടെച്ചേർന്ന്ആമിനയെ ഇബ്രായിന്റെ കൂടെ ഒളിച്ചോടാൻ സഹായിക്കുന്നു. അതിനുമുമ്പ് കാദറിൽ നിന്ന് ഇബ്രായിൻ സൂത്രത്തിൽ പണവും വാങ്ങുന്നു. അങ്ങനെകാദർമുതലാളിക്ക് തട്ടിയെടുത്ത ആമിനയും, ഒപ്പം പണവും നഷ്ടപ്പെടുന്നു. മറ്റാരേക്കാളും ഈ കളിയെ നിശ്ചയിക്കുന്നത് ആമിനയുടെ ഇച്ഛയാണ്. താൻ വെറുമൊരു വിനിമയവസ്തുവും, ആഗ്രഹവസ്തുവും മാത്രമല്ലെന്നും ഇച്ഛാശക്തിയും നിർവ്വഹണശേഷിയുമുള്ള വ്യക്തിയാണെന്നും ആമിന തെളിയിച്ചു. വസ്തുസ്ഥാനത്തിന്റെ നിർജീവതയിൽ നിന്ന് കർതൃസ്ഥാനത്തിന്റെ സജീവതയിലേക്കും.ചലനാത്മകതയിലേക്കുള്ള ആമിനയുടെ പരിണാമമാണ് ഈ നോവലിന്റെ ചൈതന്യം.

ആഗോള തലത്തിൽ നടക്കുന്ന മഹായുദ്ധത്തിന്റെ പ്രതികരണങ്ങൾ പല രൂപത്തിൽ കല്ലായി എന്ന ചെറുസ്ഥലം ഏറ്റുവാങ്ങുന്നു. നോവലിൽ യുദ്ധത്തിന് ഒരു ചരിത്ര സംഭവം എന്നതിനപ്പുറം അർത്ഥമാനങ്ങളുണ്ട്. കാദറിനെപ്പോലെയുള്ളവർ പണക്കാരാകുന്നത് യുദ്ധത്തിന്റെ പ്രത്യേകസന്ദർഭത്തിലാണ്. എല്ലാവരുടെ ചിന്തകളിലും, സംഭാഷണങ്ങളിലും യുദ്ധം നിറഞ്ഞു നിൽക്കുന്ന കാലമാണ് നോവലിലെ കാലം.

എവിടെയോ നടക്കുന്ന യുദ്ധത്തിന് മരം വേണമെന്ന അറിവേ കാദറിനുള്ളൂ. ആയതിനാൽ കാദർ യുദ്ധത്തിൽ താല്പര്യമുള്ളവനാണ്. യുദ്ധം ജയിക്കട്ടെ എന്നാണ് കാദറിന്റെ പ്രാർത്ഥന.ഇതേ യുദ്ധം തന്നെയാണ് കാദറിന് ആമിനയെ കൈവശപ്പെടുത്താൻ സഹായി

ക്കുന്നത്. മരമില്ലിലെ പണികൊണ്ട് തന്റെ സാമ്പത്തികപരാധീനതകൾ ഒരുതരത്തിലും പരിഹരിക്കാൻ പറ്റില്ലെന്നുവന്നപ്പോഴാണ് ഇബ്രായീൻ പട്ടാളത്തിൽ ചേരുന്നത്. യുദ്ധത്തിൽ ഇബ്രായിൻ മരിച്ചു പോയെന്ന് കരുതി ജീവിക്കുന്ന ആമിനയെ, കെട്ടുപൊട്ടിയ മരം കൈവശപ്പെടുത്തുന്ന അതേ കുതന്ത്രമുപയോഗിച്ചാണ് കാദർ കൈക്കലാക്കുന്നത്. എന്നാൽ സ്ത്രീയെക്കുറിച്ചുള്ള എല്ലാ പുരുഷ മുൻവിധികളും തെറ്റിക്കുന്ന ആമിന കാദറിന്റെ വാണിജ്യ യുക്തികളെയും കൗശലത്തെയും അതിലംഘിക്കുന്നു.യഥാർത്ഥത്തിൽ മരത്തിലെ ആഖ്യാനാത്മകസ്ഥലം ഒരു യുദ്ധക്കളമാണ്. ആമിനയാണ് ആ യുദ്ധം നയിക്കുന്നത്. ശക്തിയുള്ളവരെ ദുർബ്ബലർ സൂത്രപ്പണികൾ ഉപയോഗിച്ചാണ് തോൽപ്പിക്കുക.ആമിന സ്ത്രീസഹജമായ സൂത്രപ്പണികളിലൂടെയാണ് താൻ വിനിമയവസ്തുവല്ലെന്നും, വ്യക്തിത്വവും നിർവ്വഹണശേഷിയുള്ളവളുമാണെന്ന്തെളിയിക്കുന്നത്.ആമിനയുടേത് ഒരു ഇരട്ടപ്രതിരോധമാണ്. കാദറിന്റെ ധനാധിപത്യത്തിനും മൊല്ലാക്കയുടെ പൗരോഹിത്യത്തിനുമെതിരായ ഒളിപ്പോരാണ് ആമിന നയിക്കുന്നത്.

ഈ ഒളിപ്പോര് കല്ലായിയെ ഒരു വിനിമയസ്ഥലത്തിൽനിന്ന് യുദ്ധസ്ഥലത്തിന്റെ നിലയിലേക്ക് മാറ്റുന്നു. പ്രതീകാത്മകയുദ്ധത്തിന്റെ ഇടമാകുന്നു അത്.

മണ്ഡലസംഘർഷങ്ങൾ

സാമ്പത്തികപരം, മതപരം, സൗന്ദര്യാത്മകം എന്നിങ്ങനെ ഒട്ടനവധി മണ്ഡലങ്ങൾ സാമൂഹ്യസ്ഥലത്ത് നിലകൊള്ളുന്നുണ്ട്. ഇങ്ങനെയുള്ള ഓരോ മണ്ഡലങ്ങളും അതിന്റേതന്നെ ബലതന്ത്രങ്ങളിൽ ചലനാത്മകമാകുന്ന മത്സരവേദികളാണ്. അതിൽ വ്യക്തികളും സ്ഥാപനങ്ങളും മേധാവിത്തത്തിനായി മത്സരിക്കുന്നു.

നിശ്ചിത ക്ഷേത്രത്തിനനുയോജ്യമായ പ്രതീകാത്മക മൂലധനം നേടുന്നതിലൂടെയാണ് മേധാവിത്തം നേടാനാവുക. ഇവയുടെ ബലതന്ത്രം കളികളിലൂടേതുപോലെയാണ്.

ചെസ്സിൽ കരുക്കൾക്കോരോന്നിനും വ്യത്യസ്തമായ അധികാരമാണുള്ളത്. പക്ഷേ, കളത്തിലെ സ്ഥാനമനുസരിച്ച് അതിൽ ഭീമമായ മാറ്റങ്ങളുണ്ടാകും. ചിലപ്പോൾ ഒരു കാലാളിന് മന്ത്രിയേക്കാൾ ശക്തി ലഭിക്കും. സ്ഥാനത്തിന് (position) വളരെയധികം പ്രാധാന്യമുണ്ട്. ഓരോ മണ്ഡലത്തിലും പ്രതീകാത്മക ഹിംസകളുമുണ്ട്. ഉയർന്ന ഭാവുകത്വം നേടാത്തവർ പുറന്തള്ളപ്പെടുകയും നിശ്ശബ്ദരാക്കപ്പെടുകയും അപകർഷതയും ആത്മനിന്ദയുമനുഭവിക്കുകയും ചെയ്യും.

നോവലിൽ ഇത്തരം മണ്ഡലസംഘർഷങ്ങൾ അനവധി അരങ്ങേറുന്നതു കാണാം.

സാമ്പത്തികമായ ഋണാത്മകതലത്തിൽ സ്ഥിതിചെയ്തിരുന്ന കാദർ സാമ്പത്തിക മണ്ഡലത്തിലെ മേധാവിത്തം നേടാനായി കുറുക്കു വഴികൾ ഉപയോഗിക്കുന്നു. കല്ലായിപ്പുഴയിൽ കെട്ടുപൊട്ടിയൊഴുകുന്ന മരങ്ങൾ പിടിച്ചെടുത്ത് ഈർച്ചമില്ലുകൾക്ക് മറിച്ചുവിറ്റാണ് അയാൾ പണമുണ്ടാക്കുന്നത്. വഴിവിട്ട നീക്കങ്ങളാണ് അവിടെ കാദർ നടത്തുന്നത്. അങ്ങനെ സാമ്പത്തിക മണ്ഡലത്തിൽ ശക്തനായി മാറുന്ന കാദറിന് ആ ഒരു ബലത്തിൽ മതമണ്ഡലത്തിലും പ്രാമുഖ്യം കിട്ടുന്നു. മൊല്ലാക്ക പ്രതിനിധാനംചെയ്യുന്ന മതപൗരോഹിത്യം അയാളുടെ നിയന്ത്രണത്തിൽ വരുന്നു. ഇങ്ങനെസാമ്പത്തിക- ആത്മീയ മണ്ഡലങ്ങളിൽ പ്രാമുഖ്യം നേടിയ കാദർ ആമിനയെകൈവശപ്പെടുത്താനുള്ള ശ്രമം നടത്തുന്നതോടുകൂടി കളിയുടെ ഗതി മാറുകയാണ്.

പുനർനിർണ്ണയിക്കപ്പെട്ട തന്റെ ഇടങ്ങളുടെ ബലത്തിൽ മരം തട്ടിയെടുത്ത അതേ കുബുദ്ധികളുപയോഗിച്ച് ആമിനയെയും കൈവശപ്പെടുത്തിയ കാദർ പ്രണയമണ്ഡലത്തിലും വിജയിയായി നിലകൊള്ളവെയാണ് ഇബ്രായിയുടെ വരവ്. പിന്നീട് പ്രണയമണ്ഡലത്തിൽ മേധാവിത്തത്തിനുവേണ്ടി ഇബ്രയിൻ കാദറുമായി മത്സരിക്കുകയാണ്.ഈ കളിയിൽ ആമിനയുടെ സ്ഥാനം (position) ആണ് നിർണ്ണായകമായിത്തീരുന്നത്.വീടിന്റെ അകം സ്ഥലങ്ങളിൽ കർതൃത്വശേഷിയൊന്നുമില്ലാതെ നിലകൊണ്ടിരുന്ന ആമിന ഇബ്രായിനിന്റെ വരവോടെ ശക്തിയാർജ്ജിക്കുകയാണ്, ഇച്ഛാശക്തിയും ബുദ്ധിശക്തിയും ഒത്തുചേർന്ന ആമിനയുടെ കളിയിലെ സ്ഥാനമാണ് ഇബ്രായിനിനെ വിജയിയാക്കുന്നത്. മുമ്പ് സാമ്പത്തിക - പ്രണയ മണ്ഡലങ്ങളിൽനിന്നും തിരസ്കൃതനായി നാടുവിട്ട ഇബ്രായിൻ അങ്ങനെ രണ്ടു മണ്ഡലങ്ങളിലും വിജയിയായി മാറുന്നു.

കാദറാകട്ടെ താൻ നേടിയ ഇടങ്ങളിൽ നിന്നും പുറന്തള്ളപ്പെടുകയും അപകർഷതയും ആത്മനിന്ദയുമനുഭവിക്കുന്നവനായി മാറുകയും ചെയ്യുന്നു.

കോഴിക്കോടിന്റെ ബഹുസ്വരമായ സാംസ്കാരികചരിത്രത്തിന്റെ ഒരടരാണ് ഈ നോവലിലൂടെ അനാവൃതമാകുന്നത്. വിഭിന്ന സമുദായങ്ങളുടെ ജീവിതാഖ്യാനങ്ങളുടെ ചേർച്ചയിലാണ് ഒരു സ്ഥലത്തിന്റെ ചരിത്രം സമഗ്രതയെ പ്രാപിക്കുന്നത്. വ്യവസ്ഥാപിത ചരിത്രാഖ്യാനങ്ങൾ കോഴിക്കോടൻ ജീവിത ലോകങ്ങളെ ക്ലാസിക് തലത്തിൽ നിന്നുകൊണ്ട് ദേശീയവാദപരവും, ഔദ്യോഗികവുമായ മാനദണ്ഡ

ങ്ങളിലൂടെ പരിശോധിക്കുമ്പോൾ, 'മര'മടക്കമുള്ള നോവലുകൾ അവയെ ജനകീയ നാടോടി വഴക്കങ്ങളിലൂടെയും, സാമുദായികവും, ഗ്രാമ്യവുമായ രീതികളിലൂടെയും അടയാളപ്പെടുത്തുകയാണ് ചെയ്തത്. സാമൂതിരിയുടെ തലസ്ഥാനനഗരിയായ പുരാതനസുഗന്ധവ്യഞ്ജന വാണിജ്യകേന്ദ്രം എന്ന സ്വത്വത്തിൽ നിന്നും മുതലാളികളും തൊഴിലാളികളും ഉൾക്കൊള്ളുന്ന വ്യവസായാധുനികതയുടെ ഇടമെന്ന നിലയിലേക്കുള്ള കോഴിക്കോടിന്റെ പരിവർത്തന ഘട്ടത്തെ ഈ നോവലിൽ നമുക്ക് കാണാം. കോഴിക്കോട്ടെ മുസ്ലിം സാമൂഹ്യ ജീവിതം അതിന് പശ്ചാത്തലമായി വർത്തിക്കുന്നു. കോഴിക്കോടിന്റെ ചരിത്രരചനകളിൽ പലപ്പോഴും അതിന്റെ ചരിത്രത്തെ രൂപപ്പെടുത്തുന്നതിൽ മരവ്യവസായം വഹിച്ച പങ്ക് അത്ര പ്രാധാന്യത്തോടെ വിവരിച്ചു കാണാറില്ല. എന്നാൽ ഇരുപതാം നൂറ്റാണ്ടിന്റെ ആദ്യ പകുതിയിൽ കോഴിക്കോട്ടു നഗരത്തിലെ ജനസംഖ്യയിൽ നല്ലൊരു ശതമാനവും കല്ലായിയിലെ മരമില്ലിലെ തൊഴിലാളികളായിരുന്നു. കോഴിക്കോടിന്റെ ചരിത്രത്തെ രൂപപ്പെടുത്തിയതിൽ കല്ലായിപ്പുഴയ്ക്കും അതിന്റെ തീരത്തെ ഈർച്ചമില്ലുകൾക്കും വലിയ പങ്കുണ്ട്. അതിന്റെ സാംസ്കാരിക ഭൂമിശാസ്ത്രമാണ് മരം' എന്ന നോവലിലൂടെ ചുരുൾ നിവരുന്നത്.

റഫറൻസ്

1. Bordieu, Pierre. 1993 The Field of Cultural Production: Essays on Art and Literature.Ed.R.Johnosn. Cambridge: Polity Press
2. Lefebvre, Henri. 1991 The Production of Space.Trans. Donald Nicholson-Smith. Cambridge: Blackwell
3. ദിലീപ് രാജ്, 2000 നവചരിത്രവാദം കോട്ടയം: ഡി.സി. ബുക്സ്
4. മധു. ടി.വി, 2001 നവമാർക്സിസ്റ്റ് സിദ്ധാന്തം. കോട്ടയം: ഡി.സി.ബുക്സ്
5. മുഹമ്മദ്, എൻ.പി. 2005 മരം, കോട്ടയം : ഡി.സി. ബുക്സ്

സാംസ്കാരികഭൂമിശാസ്ത്രവും ആണധികാരവും: പെൺപക്ഷ വിമർശനം

മാർട്ടിൻ ജോസഫ്

ഭൂമിശാസ്ത്രത്തെയും അതിന്റെ സാംസ്കാരിക ധ്വനികളെയും ചരിത്രപരമായോ സൈദ്ധാന്തികമായോ നാം ഈ അടുത്ത കാലം വരെ പരിഗണിച്ചിരുന്നില്ല. ആധുനികോത്തരമായ ഒരു അക്കാദമിക വീക്ഷണത്തിലൂടെയാണ് സാംസ്കാരിക ഭൂമിശാസ്ത്രത്തെയും അതിന്റെ ബഹുവിധ ധ്വനികളെയും നാം ഗൗരവത്തിലെടുത്ത് തുടങ്ങിയതതെന്നു കാണാം. ഭൂമിയെക്കുറിച്ചുള്ള ധാരണകൾ, രൂപപ്പെടുന്നത് മാത്രമല്ല രൂപപ്പെടുത്തുന്നതുകൂടിയാണ് എന്ന ചിന്തയാണ് ഇത്തരം സൈദ്ധാന്തികമായ ഗൗരവ ചിന്തകൾക്ക് ആധാരമായി വർത്തിച്ചത്. അധികാരം കയ്യാളുന്നവരോ അവരെ പിൻപറ്റുന്നവരോ സ്വേച്ഛാപരമായി നിർമ്മിച്ചെടുത്ത ധാരണയിൻമേലാണ് സമൂഹം അതിന്റെ ഇതുവരെയുള്ള ഏകപക്ഷീയ ധാരണകളെ നിർമിച്ചെടുത്തത്. ഭൂമിശാസ്ത്രത്തെ കുറിച്ചുള്ള ധാരണകളും വിഭിന്നമല്ല. അതിനാൽ രൂപീകരിക്കപ്പെട്ട ഭൂമിശാസ്ത്ര ധാരണകൾക്ക് ഒരു പുനർവായന ആവശ്യമാണ്. സാംസ്കാരികഭൂമിശാസ്ത്രം ഒരു പരിധിവരെ അതിനു സഹായകരമാണ്.

ഒരു പ്രദേശത്തിന്റെ സാംസ്കാരികമായ ധാരണയെ നിർണയിക്കുന്നതിൽ ഭൂമിശാസ്ത്രത്തിനു വലിയ പങ്കുണ്ട്. സംസ്കാരത്തിന്റെ വ്യത്യസ്ത പൈതൃകങ്ങൾ / മാതൃകങ്ങൾ ഉടലെടുക്കുന്നതുതന്നെ ഭൂമിശാസ്ത്രപരമായ പ്രത്യേകതകൾ കൊണ്ടുകൂടിയാണ്. എന്നാൽ സർവ്വസമ്മതമായി നിലനിൽക്കുന്ന ഭൂമിശാസ്ത്ര ധാരണകളെ

ആര് / എന്തിന് / എപ്രകാരം നിർമിച്ചെടുത്തു എന്നും, ഏതെല്ലാം വിധത്തിൽ സംസ്കാരത്തെ നിർമിച്ചു എന്നുമുള്ള സംവാദം സംസ്കാര രൂപീകരണത്തെക്കുറിച്ചും ഭൂമിശാസ്ത്രമെന്ന വിഷയത്തെകുറിച്ചുമുള്ള മുൻധാരണകളെ തിരുത്തുന്നതുമാണ്.കോളനീകരണത്തിനു അടിത്തറയായി മാറിയ പാശ്ചാത്യ അധീശത്വസംസ്കാരവും പൗരസ്ത്യ വിധേയത്വ സംസ്കാരവും ഒരുപരിധിവരെ കൃത്യമായി സൃഷ്ടിക്കപ്പെട്ട ഭൂമിശാസ്ത്ര ധാരണയാണ്. യൂറോസെൻട്രിക് കാഴ്ചപ്പാടുകൾക്ക് മേധാവിത്വം നൽകിക്കൊണ്ടാണ് ഭൂമിശാസ്ത്ര ബോധനരീതിയുടെ (Pedagogy) ടൂളുകളിലൊന്നായ ഗ്ലോബിൽ പാശ്ചാത്യ രാഷ്ട്രങ്ങൾ / ഒന്നാം ലോകരാഷ്ട്രങ്ങൾ മുകൾത്തട്ടിൽ വരുന്നത്. ഈ ഏകപക്ഷീയവും സ്വേച്ഛാപരവുമായ നിർമിതിയുടെ പിൻബലത്തിലാണ് പാശ്ചാത്യ രാഷ്ട്രങ്ങൾ പുരുഷലിംഗ സൂചകവും പൗരസ്ത്യ രാഷ്ട്രങ്ങൾ സ്ത്രീലിംഗസൂചകവുമായി മാറുന്നത്. അധിനിവേശത്തെ പുരുഷൻ സ്ത്രീക്കുമേൽ നടത്തുന്ന ബലാല്ക്കാര മാതൃകയിൽ സൃഷ്ടിച്ചെടുക്കുന്നതും ഈ ഭൂമിശാസ്ത്ര മുൻവിധികൾ കൊണ്ടുതന്നെയാണ്. 'ഓറിയെന്റലിസം' എന്ന പുസ്തകത്തിൽ എഡ്വേർഡ് സെയ്ദ് ഇത്തരം ധാരണകളെ പുനർവായിക്കുന്നുണ്ട്.

സംസ്കാരത്തെയും ഭൂമിശാസ്ത്രത്തെയും നിർണയിക്കുന്നതിൽ മനുഷ്യചരിത്രം മുതലിങ്ങോട്ട് ആണധികാരവും (Hegemonic masculinity) പിതൃക്കോയ്മയും (Patriarchy) നടത്തിയിട്ടുള്ള സ്വാധീനമാണ് ഈ ലേഖനത്തിന് ആധാരം പിതൃകോയ്മയിലധിഷ്ഠിതവും പുരുഷകേന്ദ്രിതവുമായ സാംസ്കാരിക ഭൂമിശാസ്ത്ര നിർമിതിയെക്കുറിച്ചുള്ള വിമർശനാത്മകവും സംവാദാത്മകവുമായ സമീപനങ്ങൾക്ക് തുടക്കം കുറിക്കുന്നത് 1970 കൾക്ക് ശേഷമാണ്. ഭൂമിശാസ്ത്രം, സംസ്കാരം, സാമൂഹികജീവിതം, ആണധികാരം, പിതൃകോയ്മ തുടങ്ങിയവ മനുഷ്യചരിത്രം മുതലിങ്ങോട്ട് നിക്ഷിപ്തതാല്പര്യപ്രകാരം നിർമ്മിക്കപ്പെട്ടതാണെന്ന ചിന്ത ഈ കാലഘട്ടത്തിൽ ശക്തമായി. ജെന്നിഫർ വോൾച് (Gennifer Wolch), മിഖായേൽ ഡിയർ (Michael J Dear), എന്നിവരുടെ ‘THE POWER OF GEOGRAPHY : HOW TERRITORY SHAPES SOCIAL LIFE’ എന്ന പുസ്തകം ഇത്തരം നിർമിതികളെ വിമർശനാത്മകമായി സമീപിക്കുന്നു. സമൂഹത്തെ സ്ഥല-കാല നിർമ്മിതമായ (Time-space fabric) ഒന്നായാണ് ഈ പുസ്തകം നിരീക്ഷിക്കുന്നത്. സമൂഹസ്ഥാപിതമെന്ന് കരുതുന്ന എന്തും - ലിംഗപദവി, കുടുംബം, വിദ്യാഭ്യാസം, സംസ്കാരം, പാരമ്പര്യം, വംശം, ജാതി തുടങ്ങിയവ സ്ഥലകാല നിർമ്മിതമാണെന്ന് (Geographic) കാണാം. അതായത്

സമൂഹവും അതിന്റെ ബഹുവിധമായ ആവിഷ്കാരവും സ്ഥലം, കാലം തുടങ്ങിയ ഭൂമിശാസ്ത്രകല്പനയോടു ബന്ധപ്പെട്ടുനിൽക്കുന്നു. ചുരുക്കത്തിൽ ഭൂമിശാസ്ത്രപരമായ നിർണയങ്ങൾ സമൂഹത്തെയും അതിന്റെ സാംസ്കാരികാവിഷ്കാരങ്ങളെയും സ്വാധീനിക്കുന്നു.

സംസ്കാരത്തെക്കുറിച്ചുള്ള ചർച്ചയിൽ റെയ്മണ്ട് വില്യംസ് മൂന്നു തലങ്ങളെ അപഗ്രഥിക്കുന്നുണ്ട്.

1) സംസ്കാരം ഒരു പ്രത്യേക കാലത്തും സ്ഥലത്തും സവിശേഷമായി ജീവിക്കുന്ന ഒന്നാണ്. ആ കാലത്തിലും സമയത്തിലും (Geograpic fabric) ജീവിക്കുന്ന ആൾക്ക് അത് മനസിലാകുന്നു.

2) സംസ്കാരം സമൂഹത്തിൽ രേഖപ്പെടുത്തപ്പെടുന്നു. കലകൾ, ദർശനങ്ങൾ, മതങ്ങൾ, രാഷ്ട്രീയം തുടങ്ങിയവ ഇത്തരം രേഖപ്പെടുത്തലുകളാണ്.

3) ജൈവികമായ സംസ്കാരത്തോടും കാലഘട്ടസംസ്കാരത്തോടും ഒപ്പം തന്നെ കൈമാറിവരുന്ന പാരമ്പര്യസംസ്കാരവും നിലവിലുണ്ട്.

ഈ മൂന്നു നിരീക്ഷണങ്ങളെ അപഗ്രഥിക്കുമ്പോൾ ഒരു ഭൂമിശാസ്ത്ര ചുറ്റുപാടിൽ ആവിഷ്കൃതമാകുന്ന എന്തുതരം സംസ്കാരത്തിന്റെ നിർമ്മിതിയിലും കൈമാറ്റത്തിലും രേഖപ്പെടുത്തലിലും ഒരു 'മീഡിയം' ഉണ്ടെന്നു കാണാം. ഈ ചാലകം വളരെ പ്രാധാന്യമർഹിക്കുന്നു. മനുഷ്യചരിത്രം മുതലിങ്ങോട്ട് സമൂഹത്തിന്റെ ബഹുസ്വരമായ ജീവിത വ്യാഖ്യാനങ്ങളെയും ദർശനങ്ങളെയും, സാമൂഹ്യ ഘടനയെയും നിർണ്ണയിച്ച ആണധികാരവും പിതൃകോയ്മയുമാണ് സാംസ്കാരിക ഭൂമിശാസ്ത്ര പരികല്പനകളെയും നിർണയിച്ചത് എന്ന് കാണാം. ലിംഗാധികാരത്തെക്കുറിച്ച് ധാരാളം സംവാദങ്ങൾ നടത്തിയിട്ടുള്ള ഗ്രിസിൽഡ പൊള്ളാക്ക് (Grisilda Pollock) നിരീക്ഷിക്കുന്നത് പ്രസക്തമാണ്. പ്രത്യയശാസ്ത്രമാണ് എല്ലായ്പ്പോഴും സംസാരിക്കുന്നത്. പ്രത്യയശാസ്ത്രം ഓരോരുത്തനെക്കുറിച്ചും സംസാരിക്കും. പിതൃകോയ്മ - ലിംഗാധികാര പ്രത്യയശാസ്ത്രങ്ങൾ, വംശീയ ചേരിതിരിവുകളും ലൈംഗിക വിവേചനങ്ങളും അസമത്വങ്ങളും നിറഞ്ഞ ഭൂമിയായി സാമൂഹ്യവ്യവസ്ഥയെ ശാശ്വതമായി നിലനിർത്തുന്നതിന് അനുയോജ്യമായ പ്രതിരൂപമായി നമ്മെ രൂപപ്പെടുത്തുന്നു.

അതായത് മനുഷ്യൻ ജീവിക്കുന്ന ഭൗതിക ലോകത്തെ രൂപപ്പെടുത്തുന്നത് അധിശത്വ പ്രത്യയശാസ്ത്രങ്ങളാണെന്നു കാണാം. സാമൂഹ്യശാസ്ത്രത്തിലേയും ചരിത്രത്തിലേയും നരവംശശാസ്ത്രത്തിലേയും മറ്റു

മാനവികശാസ്ത്ര വിഷയങ്ങളിലേയും പുരുഷാഭിമുഖ്യങ്ങളെക്കുറിച്ചും പിതൃകോയ്മാ സമീപനങ്ങളെക്കുറിച്ചും ആഴത്തിൽ പഠിച്ചിട്ടുള്ള കേമിൽടൺ (key Milton) ഇത്തരം വിഷയങ്ങളിൽ മൂന്നു തരത്തിലുള്ള പുരുഷാഭിമുഖ്യങ്ങൾ നിലനിൽക്കുന്നതായി വാദിക്കുന്നു.

ഒന്ന്, ഇത്തരം പഠനങ്ങളുടെ വിശകലനങ്ങൾ രൂപപ്പെടുത്തിയെടുക്കുന്നതിനുള്ള ഉപാധികളെ നിർണയിക്കുന്നത് പുരുഷകോയ്മയാണ്. രണ്ട്, അവയെ നിർമ്മിക്കുന്നതിനാവശ്യമായ ഉപദാനങ്ങൾ പൂർണ്ണമായും പുരുഷനിർമ്മിതമാണ്. മൂന്ന്, ഈ വിശകലനങ്ങൾ എഴുതപ്പെടുന്നത് പുരുഷനിർമ്മിതമായ ഭാഷാപ്രയോഗങ്ങളിലൂടെയാണ്. അതുകൊണ്ടാണ് സംസ്കാരത്തിന്റെയും ഭൂമിശാസ്ത്ര ധാരണകളുടെയും പൊതുധാര പുരുഷപരമാണെന്ന് സ്ത്രീവാദ ചിന്തകർ വിമർശിക്കുന്നത്. പുരുഷാധിപത്യ വ്യവസ്ഥയ്ക്ക് സുദീർഘമായ ചരിത്രമാണുള്ളത്. എഴുതപ്പെട്ട ചരിത്രവും മനഃപാഠമാക്കിയ പാഠങ്ങളും സ്വാംശീകരിച്ച ശാസ്ത്രങ്ങളും ആൺകോയ്മയുടെ ചരിത്രവും പാഠവും ശാസ്ത്രവുമാണെന്ന് സ്ത്രീപക്ഷ ചിന്തകർ വിലയിരുത്തുന്നു. പിതൃകോയ്മയേയും ആണധികാരത്തെയും ഭൂമിയിലെങ്ങും വ്യാപിച്ചുകിടക്കുന്ന ഒരു ആദിമമതമായി വ്യാഖ്യാനിക്കാം. ഇതിന്റെ അവസ്ഥാന്തരങ്ങളാണ് ഇന്ന് സമൂഹത്തിൽ ദൃശ്യമോ അദൃശ്യമോ ആയതെന്തും.പിതൃമേധാവിത്വം, ആണധികാരം എന്നിവ ചരിത്രപരമായ ഒരു സ്ഥലരാശിയല്ല മറിച്ച് നിർദ്ദിഷ്ട സാഹചര്യങ്ങൾക്കനുസരിച്ച് ചരിത്രത്തിലും സാഹിത്യത്തിലും മതത്തിലും രാഷ്ട്രീയത്തിലും സംസ്കാരത്തിലും ഭൂമിശാസ്ത്രധാരണകളിലും വ്യത്യസ്ത രൂപമാർജിക്കുന്ന ഇടപെടൽ ശേഷിയുള്ള വ്യവഹാരമാണ്.

സങ്കീർണ്ണമായ ശാസ്ത്രബോധത്തിലേക്ക് മനുഷ്യനും സമൂഹവും വളർന്നുകൊണ്ടിരിക്കുന്ന കാലമാണിത്. പക്ഷേ അപ്പോഴും അവനെ നിയന്ത്രിക്കുന്ന ആദിമമായ മിത്തികപാരമ്പര്യം അവനിൽ അന്തർലീനമായിട്ടുണ്ട്. ഉദാഹരണത്തിന്, ഭൂമിയെക്കുറിച്ചുള്ള സങ്കീർണമായ ശാസ്ത്രബോധം ഉൾകൊള്ളുമ്പോൾതന്നെ മനുഷ്യനിൽ പ്രകടമാകുന്നത് ഭൂമിയെക്കുറിച്ച് അവൻ സ്വാംശീകരിച്ച ഏകപക്ഷീയ പാരമ്പര്യബോധമാണ്. ഈ പാരമ്പര്യബോധമാകട്ടെ ആണധികാര സൃഷ്ടിയാണുതാനും. ഭൂമിയെക്കുറിച്ചുള്ള സാമാന്യ ജ്ഞാനമണ്ഡലം നാം വികസിപ്പിച്ചെടുത്തത് അനന്തമായ യാത്രകളിലൂടെയും നിരീക്ഷണങ്ങളിലൂടെയും മത-ഗ്രന്ഥങ്ങളിലൂടെയും മിത്തുകളിലൂടെയും ഇതിഹാസങ്ങളിലൂടെയുമൊക്കെയാണ്. ഇതെല്ലാം പുരുഷ കേന്ദ്രിതമായ വ്യവഹാര ഇടങ്ങളായിരുന്നുവെന്നുകാണാം. വേട്ടയാടാനിറങ്ങിയ

ആദിമമനുഷ്യൻ മുതൽ മഗല്ലനോ ടോളമിയോ ആരുമാകട്ടെ ഭൂമിശാസ്ത്ര ധാരണകൾ സംശയമന്യേ ആൺകാഴ്ചകളായിരുന്നു. യാത്രയുടെ സ്ത്രീ അവതരണങ്ങൾ നാമമാത്രമായതും പുരുഷ കാഴ്ചകളെ ഊട്ടിയുറപ്പിച്ചു. (സഞ്ചാരസാഹിത്യം ഏറിയ പങ്കും പുരുഷ സഞ്ചാരങ്ങളാണല്ലോ).

മതഗ്രന്ഥങ്ങളും ഇതിഹാസപുരാണങ്ങളും സംസ്കാരത്തെയും ഭൂമിശാസ്ത്രത്തെയും കുറിച്ചുള്ള ധാരണകളെ പുരുഷപരമായിത്തന്നെ നിലനിർത്തി. മിത്തുകളാകട്ടെ വരേണ്യ ബോധത്തിലും പാടിയാർക്കൽ യുക്തിയിലും സൃഷ്ടിച്ചെടുത്തവയായിരുന്നു. അതികായനും ഭൂമിയെ ഭരിക്കുന്നവനുമായി പുരുഷനെ മാറ്റിയെടുക്കുന്നതിൽ മൈത്തികബോധത്തിന് വലിയ പങ്കുണ്ട്. അത്തരം പുരുഷന്റെ ലോകത്തുനിന്നാണ് ഭൂമിശാസ്ത്രപരമായ എല്ലാ അധിനിവേശങ്ങളും ആരംഭിച്ചതും. രണ്ടുതരത്തിൽ സാംസ്കാരികഭൂമിശാസ്ത്രം പുരുഷ കേന്ദ്രിതമാണ്. ഒന്ന് - പുല്ലിംഗ കേന്ദ്രിതത്വം (Phallocentrism) നിലനിൽക്കുന്ന എല്ലാറ്റിനെയും ആൺ-പെൺ വർഗങ്ങളായി തട്ടുവത്കരിക്കുകയും ഈ ആൺ-പെൺ വർഗങ്ങളിൽ ആണിനെ മേൽത്തട്ടിൽ പ്രതിഷ്ഠിക്കുകയും ചെയ്യുന്നു. അധിനിവേശം, കീഴടക്കൽ, യുദ്ധങ്ങൾ, അപഹാരങ്ങൾ തുടങ്ങിയവ പുരുഷപരമാകുന്നത് അങ്ങനെയാണ്.മണ്ണിനെയും പെണ്ണിനേയും ഒരേനിരയിൽ നിർത്തി കീഴടക്കപ്പെടേണ്ടവരാണെന്ന സാംസ്കാരിക ബോധം നാം വളർത്തിയെടുത്തത് ഇങ്ങനെയാണ്. രണ്ട് - പുല്ലിംഗാശയ കേന്ദ്രിതത്വം (Phallogecentrism) ആൺ വിഭാഗത്തിന് അധീശത്വവും അധികാരവും ലഭിക്കുന്ന ആൺ വിചാരങ്ങളാണ് ഇത്. ഇവിടെ എല്ലാ സാമൂഹ്യ വ്യവഹാരങ്ങളിലും ആണാവിഷ്കാരങ്ങൾ മേൽപ്പുരകളായി പ്രത്യക്ഷപ്പെടുന്നു. ഭൂമി സ്ത്രൈണമാകുന്നതും പുരുഷൻ അതിന്റെ ഉടയവനും കാവൽക്കരനുമാകുന്നത് ഇങ്ങനെയാണ്.

ചുരുക്കത്തിൽ സാംസ്കാരിക ഭൂമിശാസ്ത്രമെന്ന പരികല്പനയുടെ ചരിത്രത്തിലുടനീളം നിഴലിക്കുന്നത് ആൺ വിചാരങ്ങളാണെന്നു കാണാം. ആണിനെ അധികാരസ്ഥാനത്ത് നിർത്തുക മാത്രമല്ല അതിന്റെ കേന്ദ്രസ്ഥാനത്ത് (ഭൂമിയുടെ അച്ചുതണ്ട്) നിർത്തുകയും സാംസ്കാരിക ഭൂമിശാസ്ത്രമെന്ന ബൃഹത് വിഷയത്തെ പുരുഷീയതയെന്ന അച്ചുതണ്ടിൽ തിരിക്കുകയും ചെയ്യുന്നു. ഇത്തരം ആൺവായനകളെ കൂടി തിരുത്തുക എന്ന ലക്ഷ്യവും ഫെമിനിസ്റ്റ് പ്രത്യയശാസ്ത്രത്തിനും ഫെമിനിസ്റ്റ് സർഗാത്മകതക്കും ഉണ്ട്.

ഇത്തരത്തിൽ സാംസ്കാരികഭൂമിശാസ്ത്രത്തിന്റെ ആൺ പ്രത്യയശാസ്ത്രത്തെ സർഗാത്മകമായി തിരുത്തുകയും സ്ത്രൈണ സാംസ്കാരിക ഭൂമിശാസ്ത്രത്തെ തിരിച്ചുപിടിക്കുകയും ചെയ്യുന്ന നോവലാണ് സാറാ ജോസെഫിന്റെ 'ആതി'. ഈ നോവൽ അവതരിപ്പിക്കുന്ന പുരുഷ അപനിർമിതിയെ കുറച്ചുകൂടി ഈ ലേഖനത്തിൽ ചെറുതായി പരാമർശിക്കാം. എല്ലാ ജ്ഞാനമണ്ഡലങ്ങളിലും സ്ത്രൈണതയെക്കൂടി ഉറപ്പിക്കുന്ന പെൺരീതിശാസ്ത്രത്തിന്റെ പ്രതിബോധനം സാറാജോസഫിന്റെ എല്ലാ നോവലുകളിലും കാണാം. പുരുഷാധിനിവേശവും അതിലൂടെ സംജാതമാകുന്ന മണ്ണിന്റെയും പെണ്ണിന്റെയും രണ്ടാം തരവത്കരണവും സാമൂഹികം എന്നതിനേക്കാൾ സാംസ്കാരികമാണ്. അതിനെ അപനിർമ്മിക്കുക എന്നത് കാലഘട്ടത്തിന്റെ ആവശ്യം കൂടിയാണ്.

കയ്യേറ്റങ്ങളുടെ സുദീർഘമായ ചരിത്രമുള്ള രണ്ടിടങ്ങളാണ് മണ്ണും (ഭൂമി) പെണ്ണും. അത്തരത്തിൽ കുമാരനെന്ന ആൺബോധത്തിന്റെ കുടിലതന്ത്രങ്ങളെ പ്രതിരോധിക്കാൻ പരിശ്രമിക്കുന്ന ആതി എന്ന ഭൂമിയുടെയും അതിലെ അനവധി പെണ്ണുങ്ങളുടെയും കഥയാണ് ആതി എന്ന നോവൽ. ആതി ഒരേസമയം മണ്ണിന്റെ പേരും പെണ്ണിന്റെ പേരുമാകുന്നു. മണ്ണിനെയും പെണ്ണിനേയും പരസ്പരം ഒന്നിപ്പിക്കുന്ന ധാരാളം പരാമർശങ്ങൾ നോവലിലുണ്ട്. ആതിയെന്ന മണ്ണിടത്തിന് പെണ്ണിടത്തിന്റെ ഉയിരു നൽകുന്നു നോവലിസ്റ്റ്.

ലിംഗാധികാരത്തിന്റെ രാഷ്ട്രീയത്തെയും അതിന്റെ ഭൂമിശാസ്ത്ര സാംസ്കാരിക പരികല്പനകളെയും നാലുതരത്തിലെങ്കിലും സാറാജോസഫ് നിർദ്ധാരണം ചെയ്യുന്നുണ്ട്. ഒന്ന്, സാമൂഹ്യശാസ്ത്രപരമായി പാക്ഷികതയില്ലാതെ സമൂഹത്തെ ഭൂമിശാസ്ത്ര സാംസ്കാരിക മാനങ്ങളോടെ വ്യാഖ്യാനിക്കുന്നതിന് സർഗാത്മകവും പ്രത്യയശാസ്ത്രപരവുമായ തുടക്കം എന്ന നിലയിൽ. രണ്ട്, മന:ശാസ്ത്രപരമായി ആണധികാരത്തിന്റെയും പിതൃകോയ്മയുടെയും പശ്ചാത്തലത്തിൽ രൂപീകൃതമായ സ്വത്വനിർമ്മിതിയെ കൃത്യമായി വായിച്ചെടുക്കുന്നുവെന്നനിലയിൽ. മൂന്ന്, സാംസ്കാരികമായി ആൺ-പെൺ ഇതര ലിംഗതന്മകളെ കുറിച്ചുള്ള വ്യവഹാരങ്ങൾ തികച്ചും സാംസ്കാരിക, സാമൂഹ്യ ഭൂമിശാസ്ത്ര സൂചനകളുള്ള നിർമ്മിതിയാണെന്ന ബോധ്യത്തിൽ. നാല്, സാഹിത്യപരമായി കലയും, സാഹിത്യവും ധാരണകളും ദർശനങ്ങളും എങ്ങനെ ഏകപക്ഷീയമായെന്നും അതിനെ സാഹിത്യരചനകളിലൂടെ എങ്ങനെ തിരിച്ചുപിടിക്കാം എന്ന സൈദ്ധാന്തികാന്വേഷണത്തിന്റെ ഉദാഹരണപാഠം എന്ന നിലയിൽ. ഈ നാല്

ഉപാധികളെയും കൃത്യമായും വ്യക്തമായും ദൃശ്യമാക്കുന്ന നോവലാണ് 'ആതി'.

നാം ജീവിക്കുന്ന ഭൂമിയുടെ ഏറ്റവും നിർമ്മലവും സ്പഷ്ടവുമായ രൂപമാണ് ആതി എന്ന പ്രദേശത്തിന്റേത്. ഒരുതരത്തിൽ പറഞ്ഞാൽ 'ആതി' ഭൂമിതന്നെയെന്ന് മതഗ്രന്ഥങ്ങളിൽ കാണുന്നതിൻ പ്രകാരം ഇല്ലായ്മയിൽ നിന്ന്, രൂപരാഹിത്യത്തിൽനിന്ന്, വിജനതയിൽനിന്ന്, ആതിയെന്ന ഭൂമിക പ്രാചീന വിശുദ്ധിയോടെ രൂപം കൊള്ളുന്നു.

ജലവും ജീവനും പച്ചയും ആത്മാവും പ്രാണന്റെ ഉത്സവങ്ങളും കഥകളും സഞ്ചാരങ്ങളുമൊക്കെയുള്ള പുലർകാലത്തെ ചന്ദ്രകിരണം പോലെ നൈർമല്യമുള്ളയിടം. ഭൂമി എങ്ങനെയാകണമെന്ന് ആതി കാണിച്ചുതരുന്നുണ്ട്. 'മരങ്ങൾക്ക് തീണ്ടലും തൊടീലും അയിത്തവും ഉണ്ടായിരുന്നില്ല. മീനുകൾക്ക് ഒച്ചാട്ട് അറിഞ്ഞുകൂട, പക്ഷികൾ ജാതിഭേദം പറഞ്ഞില്ല, വാ...വാ...വാ..ന്ന് അവരൊക്കെക്കൂടി സ്നേഹത്തോടെ വിളിച്ചു'. ആതി പക്ഷങ്ങളോ അടിച്ചമർത്തലുകളോ കോയ്മകളോ അധികാരങ്ങളോ ഇല്ലാത്ത ഏറ്റവും സൗന്ദര്യാത്മകമായ ഭൂമിയായിരുന്നു. യഥാർത്ഥത്തിൽ ഭൂമിയെക്കുറിച്ച് നാം രൂപീകരിച്ചെടുക്കേണ്ട ധാരണ ഇതുതന്നെയാണെന്നുകാണാം. 'അങ്ങനെ ആരുംകാണാതെ, ആരും തൊടാതെ, ആരുമറിയാതെ കിടന്നിരുന്ന ഒരു കരയിൽ ചെളിയിലും വെള്ളത്തിലും മുങ്ങിക്കിടന്ന്, അന്നം വിളയിച്ച്, വിശപ്പാറ്റിയ നമ്മുടെ കാരണവന്മാർ നമുക്ക് തന്നതാണ് ഈ മണ്ണ്, ഈ വെള്ളം, ഈ കാട്'. ഭൂമിശാസ്ത്ര പരികല്പനകളും സാംസ്കാരിക ജീവിതവും ഭേദമില്ലാതെ ഇവിടെ സമഞ്ജസപ്പെടുന്നു.

ആതിക്ക് പരിചിതമില്ലാത്ത സാംസ്കാരിക വ്യാഖ്യാനവുമായാണ് കുമാരൻ കടന്നുവരുന്നത്. അയാളിൽ നിഴലിക്കുന്നത് ആണധികാരവും കോയ്മഭാവവുമാണ്. ആദിമമായ ഒരു സ്ഥലകാല നിർമിതിയിൽനിന്ന് മനുഷ്യജീവിതവും അതിന്റെ ഭൗതിക സാഹചര്യങ്ങളും ബോധനരീതിയും എങ്ങനെ ഏകപക്ഷീയമായി സഞ്ചരിക്കുന്നുവെന്ന് കുമാരൻ ധ്വനിപ്പിക്കുന്നു. അധികാരത്തിന്റെയും കോയ്മയുടേയുമൊക്കെ പുതിയ ഭാവങ്ങൾ കുമാരനിലൂടെയാണ് ആതിയിലെത്തുന്നത്.

പോലീസ്, ലോറി, ജെ.സി.ബി., ട്രില്ലർ - എല്ലാം പുതിയ ആകാശവും പുതിയ ഭൂമിയും സൃഷ്ടിക്കപ്പെടുന്നതിന്റെ സൂചനകളുടിയാണ് . 'മണലും സിമന്റും കമ്പികളും വഹിച്ച് ലോറികൾക്കും ജെസിബികൾക്കും ട്രില്ലറുകൾക്കുമൊക്കെ ഓടിയെത്താൻവേണ്ടിയാണ് പാലം. മീൻ പിടിക്കുന്ന വെള്ളവും ചെമ്മീൻ മുട്ടയിടുന്ന കണ്ടൽവേരുകളുമൊക്കെ അതിനുമുന്നിൽ തുച്ഛമായ പ്രശ്നങ്ങളാണ്.

വലിയ ജീവിതം തുടങ്ങുകയാണ്, ചെറിയജീവിതം വഴിമാറണം'. ആണധികാരനിർമ്മിതമായ പുതിയ കൾച്ചറൽ ലാൻഡ്സ്കേപ്പിന്റെ സൂചനകൾ ഇതിലുണ്ട്.

രണ്ടു തരത്തിൽ കുമാരനെന്ന ആണധികാരി ആതിയുടെ ഭൂമിശാസ്ത്രത്തിൽ ഇടപെടുന്നു. ആതിയുടെ ജൈവിക പച്ചപ്പിലേക്ക് അജൈവികമായ ഭൂമിശാസ്ത്രത്തെ നിർമിച്ചുകൊണ്ടും, സംസ്കാരത്തെയും ഭൂമിശാസ്ത്രത്തെയും കുറിച്ച് മനുഷ്യൻ കാലാകാലങ്ങളായി സൂക്ഷിച്ചിരിക്കുന്ന ഏറ്റവും സൗന്ദര്യാത്മക യാഥാർത്ഥ്യങ്ങളെ ഭൂമിയോടൊട്ടും ഇണങ്ങാത്ത വ്യാവസായിക യുക്തിയെ ഭൗതികമായി അടിച്ചേൽപ്പിച്ചുകൊണ്ടുമാണ്. കഥപറച്ചിലുകാരുടെ ആതിയിൽ മാജിക്കുകാർ വരുന്നതങ്ങനെയാണ്. കേൾവികളേക്കാൾ കാഴ്ചകൾക്ക് പ്രാമുഖ്യം ലഭിക്കുന്നു. ആണധികാരത്തിന്റെ അയഥാർത്ഥതമായ മാജിക്കിലൂടെയാണ് ഭൂമിയും അതിന്റെ ചരിത്രവും സംസ്കാരവും അതിന്റെ ധാരകളും ആൺവഴി പിൻപറ്റിയതെന്ന് എഴുത്തുകാരി വിമർശിക്കുന്നു.

വെള്ളത്താൽ ചുറ്റപ്പെട്ട ആരും കയ്യേറ്റത്തിലൂടെ ഇതുവരെയും മനസിലാക്കാത്ത നിഗൂഢ പ്രദേശമായ ആതിക്ക് ഒരു പെണ്ണിന്റെ മെയ്യും ഉയിരുമാണുള്ളത്. ഈ മണ്ണാകുന്ന പെണ്ണിടത്തിലേക്ക് കച്ചവട കണ്ണുകളോടെ മധുരം പുരട്ടിയ കുരമ്പുകളുമായി കടന്നുവരുന്ന പുരുഷാധിനിവേശത്തിന്റെ കഥ കൂടിയാണ് ആതി. ആതി ഒരു മണ്ണിടത്തിന്റെ പേര് മാത്രമല്ല അത് ഒരുസംസ്കാരത്തിന്റെ പേരുകൂടിയാണ്. ഭൂമിയെക്കുറിച്ചുള്ള ഏറ്റവും നിർമലമായ ഓർമ ആതി നൽകുന്നുണ്ട്. 36 കൊല്ലം മുൻപ് ആതിയിലെ ജലജീവിതം വിട്ടുപോയി, ഇപ്പോൾ കോടീശ്വരനായി തിരിച്ചുവന്നിരിക്കുന്ന കുമാരനാണ് കയ്യേറ്റത്തിന്റെയും അധികാരത്തിന്റെയും ആദിമ ബിംബമായി ആതിയെന്ന സാംസ്കാരിക ഭൂമികമേൽ അടക്കി വാഴുന്നത്. ഈ കടന്നുകയറ്റത്തിനെതിരെ ആതിയിലെ പെണ്ണുങ്ങൾ നടത്തിയ പോരാട്ടം വിജയിക്കുകയും ആതി ആതിയായിത്തന്നെ നിലനിൽക്കുകയും ചെയ്യുന്നു. ആതിയെ ആതിയാക്കുന്ന, ഭൂമിയെ ഭൂമിയാക്കുന്ന പെൺകരുത്തിന്റെ പോരാട്ട വീര്യത്തിന്റെ രണ്ടക്ഷരച്ചുരുക്കമായി ആതി പരിണമിക്കുന്നു. സാംസ്കാരിക ഭൂമിശാസ്ത്രത്തിന്മേൽ സ്ഥാപിച്ചെടുക്കുന്ന പെണ്ണടയാളമായി

'ഇരുട്ടിൽ വിത്തുകൾ മുളപൊട്ടുന്ന ഒച്ചയും
വയൽ ചെളിയുടെ മണവും
മീനിന്റെ ഇളക്കവും' മാറുന്നു.

ആതിയെന്ന പെണ്മനസിനോട് ചേർത്തു മനസ്സിലാക്കുമ്പോൾ മാത്രം അസ്തിത്വം കിട്ടുന്ന ധാരാളം ആൺകഥാപാത്രങ്ങളും മിത്തുകളും സംഭവങ്ങളും ഈ നോവലിലുണ്ട്. ഇവയെ ആകമാനം പൊതിഞ്ഞു നിൽക്കുന്നത് അതിലെ പെൺ വലയങ്ങളാണ്. കഥ പറച്ചിലുകാരൻ നൂർ മുഹമ്മദ്, മാർക്കോസ്, വേലായുധൻ, അബു തുടങ്ങിയവരൊക്കെ ഉദാഹരണങ്ങൾ. ആതിയിലെ ജലവും ആതിയിലെ പെണ്ണുങ്ങളും അവരെ പൊതിയുന്നു. അവരുടെ അസ്തിത്വത്തെ പൊതിയുന്നു. ഏകപക്ഷീയമായി നിർമ്മിച്ച സാംസ്കാരിക ഭൂമിശാസ്ത്ര പരികല്പനകളിലേക്ക് സന്നിവേശിപ്പിക്കേണ്ട പുതുവഴികളെ ഈ പൊതിയൽ സൂചിപ്പിക്കുന്നു. ആണ്ടയവന്മാരിൽനിന്ന് സ്വതന്ത്രമാക്കി പുതുവായന നടത്തേണ്ട കൾച്ചറൽ ലാൻഡ്സ്കേപ്പിന്റെ സൂചനകൂടിയാണിത്. സമൂഹവും സംസ്കാരവും ചരിത്രവും സാഹിത്യവും ഭൂമിശാസ്ത്രവുമെല്ലാം ഒരു വിഭാഗത്തിന്റെ താല്പര്യങ്ങൾക്കും വീക്ഷണങ്ങൾക്കും അനുപൂരകമായിട്ടാണ് ക്രമീകരിക്കപ്പെട്ടതെന്നും മറുപകുതിയായ സ്ത്രീകൾ അവയുടെ ഓരങ്ങളിലേക്ക് അകറ്റി നിർത്തപ്പെടുകയോ കീഴടക്കപ്പെടുകയോ ചെയ്തിട്ടുണ്ടെന്നും ഈ പുനർനിർമ്മിതി ഓർമിപ്പിക്കുന്നു.

അനുശീലനം ചെയ്ത ഭൂമിശാസ്ത്രത്തെയും സാംസ്കാരിക ധാരകളെയും പലമട്ടിൽ എഴുത്തുകാരി തിരുത്താൻ പരിശ്രമിക്കുന്നത് നോവലിലുടനീളം ദൃശ്യമാണ്. അതിൽ ഏറ്റവും നിർണായകവും പ്രത്യയശാസ്ത്രപരവും ആയിട്ടുള്ളത് നോവലിന്റെ അവസാനം ഗീതാഞ്ജലിയുടെ കായൽ എന്നുപേരുള്ള മകൾ കായൽപ്പരപ്പിലൂടെ നടത്തുന്ന യാത്രയും, പെണ്ണുങ്ങൾ ബണ്ടുകെട്ടി കൃഷി ഇറക്കുന്നതുമാണ്. ഭൂമിയുടെ ഉള്ളറകളിലേക്കുള്ള പെൺ യാത്രയിലാണ് നോവൽ അവസാനിക്കുന്നത്. സാംസ്കാരിക ഭൂമിശാസ്ത്രത്തിന്റെ ഏടുകളിൽ എഴുതിച്ചേർക്കേണ്ട പെണ്ണനുഭവങ്ങളെയും നോട്ടങ്ങളെയും പ്രത്യയശാസ്ത്രപരമായി ഈ ഭാഗം അവതരിപ്പിക്കുന്നു. ഭൂമിയെ പെണ്ണാക്കി അടിമവത്കരിക്കുന്നതിലല്ല, മറിച്ച്, പെണ്ണനുഭവങ്ങളുടെ ഉയിരുനൽകുന്നതാണ് യഥാർത്ഥ ഭൂമിശാസ്ത്ര വായനയെന്ന് നോവൽ ഓർമിപ്പിക്കുന്നു. ഭൂമിയുടെ ഏതു കോണിൽനിന്നും നിയന്ത്രണമേതുമില്ലാതെ സഞ്ചരിച്ചുകൊണ്ട് നിർമ്മിച്ചെടുക്കേണ്ട സ്ത്രീയുടേതുകൂടിയായ സാംസ്കാരികഭൂമിശാസ്ത്രം കാലഘട്ടത്തിന്റെ ആവശ്യമാണെന്ന് അതിലൂടെ നാം തിരിച്ചറിയുന്നു.

നോവലിൽ ബണ്ടു കെട്ടി കൃഷിപ്പണി ചെയ്യാൻ പോകുന്ന സ്ത്രീകളും ഈ പുതിയ പ്രത്യയശാസ്ത്രത്തെ കൃത്യമായി അവതരിപ്പിക്കുന്നുമുണ്ട്.

'ഒരുനിര ചളി, അതിനു മീതെ ഒരു നിര പുല്ല്, അതിനു മീതെ ചളി... പിന്നെയും പുല്ല്... പെണ്ണുങ്ങളെന്നും സഹായികളായിരുന്നിട്ടേയുള്ളൂ. ആണുങ്ങളായിരുന്നു നിർമ്മാതാക്കൾ അവർക്കായിരുന്നു വൈദഗ്ധ്യം. അവർ കെട്ടുന്ന കെട്ടുകളൊന്നും അത്രവേഗം പൊട്ടിക്കാൻ കഴിയില്ല'

ഈ ആൺ ധാർഷ്ട്യത്തിന്മേലേക്കാണ് സ്ത്രീകൾ ബണ്ടുകെട്ടി കൃഷിചെയ്തു നടന്നു കയറുന്നത് സാംസ്കാരിക ഭൂമിശാസ്ത്രത്തിന്റെ സ്ത്രൈണഭാഷ്യം ഇവിടെ കാണാം.

'സ്ത്രീകൾ വിയർത്തൊഴുകി നെറ്റിയിൽനിന്ന് അത് കവിളിലേക്കൊഴുകി കഴുത്തിലൂടിഴഞ്ഞ് മുലയിടുക്ക് നൂണ്ട് നട്ടുമ്പുറത്തിലെ ചാലിലൂടെ നിറഞ്ഞൊഴുകി. അടിവയറിലും പുറത്തും പുഴപോലെ പരന്ന് നാഭിച്ചുഴിയിൽപ്പെട്ട് കറങ്ങി തുടകളിലേക്കരിച്ചിറങ്ങി ഇരുകൈവഴികളായി കാൽ വണ്ണകളിലൂടെ കുതിച്ച് കണങ്കാൽ ചുറ്റി മണ്ണിൽ വീണു. ഓരോ കാലടി വയ്പ്പിലും ഒരു കുടം വിയർപ്പ്! ഭൂമിയുടെ ഉപ്പ്, അന്നം !'

ആതി എന്ന നോവലിലെ, ഭൂമിയും സംസ്കൃതിയും പെണ്ണും ഒന്നിച്ചുചേർക്കപ്പെടുന്ന ഭൂമിശാസ്ത്രത്തിന്റെ പുതിയ വായനയിൽ ചരിത്രത്തിലിന്നോളം ഉയർന്നുനിന്നിട്ടുള്ള ആൺ വിചാരങ്ങൾ വിചാരണ ചെയ്യപ്പെടുന്നു.

സഹായക ഗ്രന്ഥങ്ങൾ

1. റെയ്മണ്ട് വില്ല്യംസ്. സംസ്കാരം, സാഹിത്യം, രാഷ്ട്രീയം. ഷീബ എം കുര്യൻ (വിവ.), തിരുവനന്തപുരം:ചിന്ത പബ്ലിഷേഴ്സ്, 2012.
2. സാറാ ജോസഫ്.ആതി.തൃശ്ശൂർ:കറന്റ് ബുക്ക്സ്, 2011.
3. Pollock, Griselda. 'Feminism and Modernism', Framing Feminism Art and Women's Movement 1970-85. Rozsika Parker, Griselda. (ed). London : Pandora Press. 1987.

ആഖ്യാനത്തിലെ മലബാർ പ്രതിനിധാനങ്ങൾ

സരിത കെ.വി.

നോവലിനെ അനുഭവവേദ്യമാക്കുന്ന ആഖ്യാനഘടകങ്ങളിൽ പ്രധാനമാണ് സ്ഥലവും കാലവും. വ്യത്യസ്ത കാലങ്ങളിലുള്ള സംഭവങ്ങളെ കൂട്ടിയിണക്കി ദേശത്തിന്റെ ഭൂമികയിലാണ് സാമൂഹികജീവിതത്തിന്റെ ഭൂത-വർത്തമാന കാലങ്ങളുടെ നിഗൂഢതകളും സംഘർഷങ്ങളും സൗന്ദര്യാനുഭൂതികളും സ്വപ്നങ്ങളും യാഥാർത്ഥ്യങ്ങളും പ്രതിരോധങ്ങളും എഴുത്തുകാരൻ ആഖ്യാനം ചെയ്യുന്നത്. 'സ്ഥലം വേരും കാലം ആകാശവുമാകുന്ന ബഹുശാഖകളുള്ള ഒരു വൃക്ഷത്തെപ്പോലെ പടർന്നുകൊണ്ട് യാഥാർത്ഥ്യത്തെ ആഖ്യാനത്തിലൂടെ നിർമ്മിക്കുകയാണ് നോവൽ' (രാജശേഖരൻ പി.കെ., 1999 : 117). വ്യത്യസ്ത സ്വത്വബോധങ്ങളുള്ള തന്റെ കഥാപാത്രങ്ങളെ എഴുത്തുകാരൻ നോവലിന്റെ ഭൂമികയിൽ വിന്യസിക്കുന്നത് ചില പ്രത്യേക രാഷ്ട്രീയ-ചരിത്ര-സാംസ്കാരിക ബോധ്യങ്ങളോടെയാണ്. ഈ അർത്ഥത്തിൽ സമൂഹത്തിന്റെ ചരിത്രം, സംസ്കാരം, ദേശ-രാഷ്ട്ര സങ്കൽപ്പങ്ങൾ എന്നിവയെ പ്രതിനിധാനം ചെയ്യുന്ന സങ്കല്പനമാണ് ദേശം.

'The Production of Space' എന്ന പുസ്തകത്തിൽ സാഹിത്യത്തിലെ സ്ഥലം ഭൂമിശാസ്ത്രപരമാണെന്ന സാമാന്യധാരണയെ മറികടന്ന് ഒരു സാംസ്കാരികാനുഭവമാണെന്ന് ഹെന്റി ലെവ്റെ (Henry Lefebvere) പറയുന്നുണ്ട്. ഇന്ദ്രിയഗോചരം (Perceived), അനുഭവവേദ്യം (Experienced), ഭാവനാത്മകം (Imagined) എന്നിങ്ങനെ മൂന്നുതരം സ്ഥലസങ്കൽപ്പങ്ങളെക്കുറിച്ച് തുടർന്നദ്ദേഹം വ്യക്തമാക്കു

ന്നു. പൊതുസ്ഥലം, അയൽദേശങ്ങൾ എന്നിങ്ങനെ സ്ഥലത്തെ സംബന്ധിച്ച ഭൗതിക യാഥാർത്ഥ്യങ്ങളാണ് അനുഭവവേദ്യം. കെട്ടിടങ്ങൾ, വാഹനങ്ങൾ തുടങ്ങി അറിവുപയോഗിച്ച മനുഷ്യൻ നിർമ്മിക്കുന്ന ദേശമാണ് രണ്ടാമത്തേത്. സാംസ്കാരിക ചിഹ്നങ്ങളിലൂടെയും മറ്റും രൂപപ്പെടുന്ന സാങ്കല്പിക ദേശമാണ് ഭാവനാത്മകം. സാഹിത്യത്തിലെ സ്ഥലം ഭൂമിശാസ്ത്രപരമായ പ്രത്യേകതകളുള്ള ഒരു ഭൗതികയാഥാർത്ഥ്യം മാത്രമല്ല. അതിനപ്പുറത്ത് അത് ഒരു ഭാവനാഭൂപടം കൂടിയാണ്. പ്രപഞ്ചത്തിന്റെ തന്നെ ഭാവനാഭൂപടമാണ് സാഹിത്യം എന്ന് മാൽക്കം ബ്രാഡ്ബറി Atlas of Literature എന്ന പുസ്തകത്തിൽ നിരീക്ഷിക്കുന്നുണ്ട്. സ്ഥലമെന്നത് സാംസ്കാരിക പ്രയോഗങ്ങളുടെ ഒരു പ്രദേശമാണ്. (Space is a location of cultural practices). രാഷ്ട്രം (Nation) എന്ന രാഷ്ട്രീയ, ഭാഷാ, ഭൂമിശാസ്ത്ര സങ്കല്പനവും അതിർത്തി (Territory), ഇടം (Place), പ്രദേശം (Localtiy), ദൃശ്യം (Landscape), പശ്ചാത്തലം (Background), ദേശം (Region), രംഗം (Scene) തുടങ്ങിയ ഭൂമിശാസ്ത്ര സൂചകങ്ങളും ചേർത്ത് പൂർത്തീകരിക്കുന്ന സാംസ്കാരികാനുഭവമാണ് സ്ഥലം' (ഷാജി ജേക്കബ്, 2010: 76, 77)

മലബാറിന്റെ ഭൂമിശാസ്ത്രപരമായ പ്രത്യേകതകളെയും സാംസ്കാരികാനുഭവങ്ങളെയും പല കാലങ്ങളിലായി പല രീതികളിൽ മലയാള നോവൽ ആവിഷ്കരിച്ചിട്ടുണ്ട്. കേരളത്തിലെ പാലക്കാട് മുതൽ വടക്കോട്ടുള്ള പ്രദേശങ്ങളാണ് മലബാർ എന്നറിയപ്പെടുന്നത്. തൃശ്ശൂർ, പാലക്കാട് ജില്ലകളിലെ ചില ഭാഗങ്ങളും മലപ്പുറം, കോഴിക്കോട്, വയനാട്, കണ്ണൂർ, കാസറഗോഡ് എന്നീ ജില്ലകളും ഉൾപ്പെടുന്ന സ്ഥലമാണ് മലബാർ.

ചന്തുമേനോൻ, എസ്.കെ.പൊറ്റക്കാട്, എം.ടി.വാസുദേവൻ നായർ, എം.മുകുന്ദൻ, ബഷീർ, യു.എ.ഖാദർ, ഉറൂബ്, എൻ .പ്രഭാകരൻ, അംബികാസുതൻ മാങ്ങാട്, പ്രകാശൻ മടിക്കൈ, സി.വി.ബാലകൃഷ്ണൻ, വിനോയ് തോമസ് തുടങ്ങി നിരവധി എഴുത്തുകാർ തങ്ങളുടെ നോവലുകളിൽ മലബാറിന്റെ സ്ഥലരാഷ്ട്രീയത്തെ സമർത്ഥമായി ഉപയോഗിച്ചിട്ടുണ്ട്.ഇന്ദുലേഖയിലും ശാരദയിലും കൊളോണിയൽ ആധുനികതയുടെ ഭാഗമായി മലബാറിന് കൈവരുന്ന സാംസ്കാരികാഭിവൃദ്ധിയെ ചന്തുമേനോൻ പരാമർശിക്കുന്നു. എന്നാൽ സ്വന്തം പ്രദേശത്തോടുള്ള വൈകാരികസമീപനം അല്ല രണ്ട് നോവലുകളിലുമുള്ളത്. 'ഇന്ദുലേഖയിലെ നായകനോ നായികയോ സ്വന്തം നാടിനെക്കുറിച്ച് കാര്യമായൊന്നും പറയുന്നില്ല. പരദേശനഗരങ്ങളാണിവിടെ

നായകന്റെ സ്വാഭാവിക പശ്ചാത്തലമെന്ന് തോന്നിപ്പോകും' എന്ന് നാട്ടും മറുനാട്ടും എന്ന ലേഖനത്തിൽ സി.രാജേന്ദ്രൻ (ഷാജി ജേക്കബ്, എഡി:, 2010:39) നിരീക്ഷിക്കുന്നു.മലബാറിന്റെ ഭൂമിശാസ്ത്രപരമായ പ്രത്യേകതകളുടെ വിവരണം എസ്.കെ.പൊറ്റക്കാടിന്റെ നോവലുകളിൽ കാണാം. തിരുവിതാംകൂറിൽ നിന്ന് മലബാറിലേക്കുണ്ടായ ക്രൈസ്തവകുടിയേറ്റത്തിന്റെ കഥ പറയുന്ന നോവലാണ് വിഷകന്യക. നോവലിലെ സ്ഥലസൂചകങ്ങൾ കുടിയേറ്റ കർഷകരുടെ ദുരിതജീവിതത്തിന്റെ ഏടുകളായി മാറുന്നു.നഗരത്തിനും ഗ്രാമത്തിനും ഇടയ്ക്കുള്ള പ്രാന്തപ്രദേശത്തിന്റെ കഥപറയുന്ന ഒരു തെരുവിന്റെ കഥയിലേയും അതിരാണിപ്പാടത്ത് നിന്നും നഗരത്തിലേക്ക് ജീവിതം പറിച്ചുനടുന്ന ശ്രീധരന്റെ കഥപറയുന്ന ദേശത്തിന്റെ കഥയിലേയും സ്ഥലചിഹ്നങ്ങൾ നഗരവൽക്കരണത്തിന്റെ പശ്ചാത്തലത്തിൽ ഗ്രാമീണജീവിതത്തെക്കുറിച്ചുള്ള ഗൃഹാതുരമായ ഓർമ്മകളായിമാറുന്നു. ഇങ്ങനെ മലബാർ പ്രതിനിധാനങ്ങളായി വരുന്ന മിക്ക നോവലുകളിലും കൃത്യമായ രാഷ്ട്രീയം അവതരിപ്പിക്കപ്പെടുന്നുണ്ട്.

കുടിയേറ്റദേശങ്ങൾ, ബദൽദേശചരിത്രാഖ്യാനങ്ങൾ, ഫോക്ദേശം, അധിനിവേശവും ദേശനിർമ്മിതിയും, രാഷ്ട്രീയ ദേശങ്ങൾ എന്നിങ്ങനെ പല മാനങ്ങളിൽ മലബാർ ദേശപ്രതിനിധാനങ്ങൾ മലയാളനോവലിൽ കടന്നു വരുന്നുണ്ട്. ദേശത്തെ പ്രത്യക്ഷസാന്നിധ്യവും പുരാവൃത്തങ്ങളും അനുഷ്ഠാനങ്ങളും ചേർന്ന പച്ചമനുഷ്യരുടെ ഭ്രമാത്മക ജീവിതാവിഷ്ക്കാരങ്ങളും നോവലിന്റെ സാംസ്കാരിക ഭൂമിശാസ്ത്രത്തിന് ഒരു പ്രത്യേക രാഷ്ട്രീയം നൽകുന്നുണ്ട്. എൻ . പ്രഭാകരൻ, അംബികാസുതൻ മാങ്ങാട്, പ്രകാശൻ മടിക്കൈ, യു.കെ.കുമാരൻ, വിനോയ് തോമസ് തുടങ്ങിയവരുടെ നോവലുകളിൽ ദേശത്തിന്റെ സൂക്ഷ്മരാഷ്ട്രീയം തിടം വെക്കുന്നു. രാഷ്ട്രം/ ദേശീയതാ സങ്കൽപ്പത്തിന്റെ അപരമായി നിന്ന് പലമകളുടെ രാഷ്ട്രീയത്തെ അഭിസംബോധന ചെയ്യുന്നു എന്നതാണ് ഇത്തരം നോവലുകളുടെ പ്രത്യേകത. അത്കൊണ്ട് കണ്ണൂർ, കാസർഗോഡ് ജില്ലകളിലെ സവിശേഷമായ ദേശചരിത്രത്തെ ആധാരമാക്കുന്ന പ്രഭാകരന്റെ ജനകഥ, പ്രകാശൻ മടിക്കൈയുടെ കൊരുവാനത്തിലെ പൂതങ്ങൾ എന്നീ നോവലുകളെ സൂക്ഷ്മപഠനത്തിന് വിധേയമാക്കുകയാണിവിടെ.

ജനകഥയിലെ സ്ഥലരാഷ്ട്രീയം

വരേണ്യ അധികാരചരിത്രം/ഔദ്യോഗികചരിത്രം തമസ്കരിച്ച സാധാരണജനങ്ങളുടെ കഥയാണ് ജനകഥ. പ്രാദേശികചരിത്രരചനയുടെ സ്വതന്ത്രവും അനൗപചാരികവുമായ മാർഗങ്ങളുപയോഗിച്ചാണ്

ചരിത്രനിർമ്മാണത്തിന്റെ ഭാഗമായി തെരെഞ്ഞെടുക്കപ്പെട്ട ഒരു സംഘം ചെറുപ്പക്കാർ ചെങ്കര എന്ന ദേശത്തിന്റെ ചരിത്രം എഴുതുന്നത്. 'ചരിത്രത്തിന്റെ ആരംഭം' എന്ന ശീർഷകത്തിൽ തുടങ്ങി 'ചരിത്രം അവസാനിക്കുന്നില്ല' എന്ന അവസാനഭാഗം വരെയുള്ള ഇരുപത്തിരണ്ട് അദ്ധ്യായങ്ങളിലും വ്യത്യസ്തമനുഷ്യരുടെ വൈവിധ്യപൂർ ണ്ണമായ ജീവിതാനുഭവങ്ങളാണ് ആഖ്യാനം ചെയ്യപ്പെടുന്നത്. കഥാപാത്രങ്ങളെ കൂട്ടിയിണക്കുന്നത് ചെങ്കര എന്ന ദേശമാണ്. അല്ലാത്തപക്ഷം അവയോരോന്നും സ്വതന്ത്രാഖ്യാനങ്ങളായി നില കൊള്ളുന്നു. ഈയർത്ഥത്തിലാണ് ജനകഥയുടെ സ്ഥലരാഷ്ട്രീയം പ്രസക്തമാവുന്നത്.

നോവലിൽ ചെങ്കര എന്ന ദേശത്തിന്റെ സാംസ്കാരിക-രാഷ്ട്രീയ-സാമ്പത്തിക-രാഷ്ട്രീയ ചരിത്രം രേഖപ്പെടുത്തുന്നതിനുള്ള ദത്തങ്ങൾ ശേഖരിക്കുന്നത് വാമൊഴിയിലൂടെയാണ്. ചരിത്രസംഘത്തിലെ അംഗമായ പ്രശാന്തൻ "കൊച്ചത്തുരുത്തിലെ ആ ഉറുവാടൻ മൂപ്പറും നമ്മളെ ചരിത്രത്തിൽ വരണ്ടെ. സാമൂതിരീം കോലത്തിരീം സായിപ്പന്മാരും ഒക്കെ ഉള്ള ചരിത്രത്തിൽ പിന്നെ കോൺഗ്രസ്സുകാരും കമ്മ്യൂണിസ്റ്റുകാരും എല്ലാം വരുന്നേനെടേൽ ഇത്തരം ചില മനുഷ്യന്മാരില്ല്യേ" (പ്രഭാകരൻ എൻ, 2008: 17) എന്ന് പറയുന്നിടത്ത് നോവലിന്റെ രാഷ്ട്രീയം വ്യക്തമാവുന്നു.

കടലും പുഴയും മലകളും നിറഞ്ഞ സവിശേഷമായ ഭൂപ്രകൃതിയാണ് ചെങ്കരയുടേത്. കണ്ണൂർ ജില്ലയിലെ മാടായിപ്പാറ, എരിപുരം, വെങ്ങര, മാടായി, പഴയങ്ങാടി, കുന്നരു, നെരുവമ്പ്രം എന്നീ പ്രദേശങ്ങളാണ് നോവലിന്റെ ഭൂമിക. യഥാർത്ഥ പേരുകളല്ല നോവലിൽ ഉപയോഗിച്ചിരിക്കുന്നത്. ആദിമല-ഏഴിമല, ചെങ്കര-വെങ്ങര, തീയ്യൂര്-എരിപുരം എന്നിങ്ങനെയാണ് ഈ സ്ഥലങ്ങൾ നോവലിൽ വരുന്നത്.

മാടായിപ്പാറയുടെയും ഏഴിമലയുടെയും എരിപുരത്തിന്റെയും ഔദ്യോഗികചരിത്രത്തെ തിരസ്കരിച്ച് കൊണ്ട് നോവൽ സാധാരണമനുഷ്യരുടെ ദേശമായി ഇവിടം അടയാളപ്പെടുത്തുന്നു ഏഴിമല ആസ്ഥാനമാക്കി ഭരിച്ച മൂഷകരാജവംശത്തെക്കുറിച്ച് പരാമർശിക്കുന്ന ക്രിസ്തുവർഷം പന്ത്രണ്ടാം ശതകത്തിൽ രചിച്ച അതുലന്റെ മൂഷകവംശ മഹാകാവ്യത്തിൽ ഈ സ്ഥലങ്ങളെക്കുറിച്ചുള്ള പരാമർശങ്ങളുണ്ട്. മാടായിപ്പള്ളി, ജൂതക്കുളം എന്നിവയും വ്യക്തമായ ചരിത്രങ്ങൾ പറയാനുണ്ട്. ജൂതന്മാരുടെ കേന്ദ്രമായിരുന്ന മാടായിപ്പാറ. അവിടെയുള്ള ജൂതക്കുളം ഇതിനൊരു തെളിവാണ്. മാടായിപ്പാറ

യുടെ ഈ ചരിത്രസമൃദ്ധിയെ ഒഴിവാക്കിയാണ് ചെങ്കരയുടെ ചരിത്രം രചിക്കുന്നത്. നോവലിൽ തീവപ്പാറ 'ചെങ്കരയ്ക്കും തീയൂരിനും പൊതുവായുള്ള വിശാലമായ പാറപ്പരപ്പാണത്. അതിന്റെ മുക്കാൽ ഭാഗവും കറുകറുത്ത മൊട്ടൻ പാറയാണ്. ഇടയിൽ പക്ഷേ, കൊല്ലത്തിന്റെ മുക്കാൽ പങ്കും മിനുത്ത പച്ചപ്പിന്റെ സൗമ്യതയുമായി തെളിഞ്ഞ് നിൽക്കുന്ന ചെറിയ പുൽപ്പരപ്പുകളുണ്ട്. പാറപ്പരപ്പ് അവസാനിച്ച് ചെങ്കരയിലേക്കുള്ള ഇറക്കം ആരംഭിക്കുന്നതിന് തൊട്ടുമുൻപായി അറ്റവേനലിലും വറ്റാതെ കിടക്കുന്ന വലിയൊരു കുളവും... ലോകത്തിലെ ഏത് പ്രശ്നത്തെക്കുറിച്ചും അവനവന്റെ സ്വകാര്യവിഷമങ്ങളെക്കുറിച്ചുമെല്ലാം ഉള്ളുതുറന്ന് സംസാരിക്കാൻ പറ്റുന്ന ഇടമാണ് തീവപ്പാറ" (പ്രഭാകരൻ എൻ, 2008:16) ഇങ്ങനെയാണ് ആഖ്യാനം ചെയ്യപ്പെടുന്നത്. ഇത്തരത്തിൽ ഔദ്യോഗികചരിത്രത്തിന് ബദലായ ദേശചരിത്രാഖ്യാനമാണ് നോവലിന്റെ രാഷ്ട്രീയം. നാട്ടുപ്പതിനായിരത്തിന്റെ ചരിത്രമാണ് എൻ പ്രഭാകരന്റെ നോവലുകൾ എന്ന് ഇ.പി. രാജഗോപാലൻ അഭിപ്രായപ്പെടുന്നത് ഈയർത്ഥത്തിലാണ്.

കൊച്ചുത്തുരുത്തിലെ ഉറുവാടനും കടലറിവുകളിലെ പത്മേട്ടനും ചിത്രകാരനായ കമലേട്ടനും ആദിമലയുടെ ചരിത്രമെഴുതിയ ഹുസൈൻ മാഷും എല്ലാം ചെങ്കരയുടെ സവിശേഷമായ ഭൂവിഭാഗങ്ങളുടെ പ്രതിനിധാനങ്ങളാണ്. പ്രാണരക്ഷാർത്ഥം കൊച്ചുത്തുരുത്തിലേക്ക് നീന്തിക്കയറുന്ന ഉറുവാടനിലൂടെയാണ് നോവലിൽ ചരിത്രത്തിന്റെ ആരംഭം. വെങ്ങരയ്ക്കടുത്തുള്ള ചെമ്പല്ലിക്കുണ്ട് എന്ന സ്ഥലമാണ് നോവലിലെ കൊച്ചുത്തുരുത്ത്.

ഉറുവാടൻ നീന്തിപിടിച്ചുകയറിയ കൊച്ചുത്തുരുത്ത് പക്ഷികളുടെ തുരുത്താണ്. പണ്ടേക്ക് പണ്ടേ ദൈവം ചിറകുള്ളവർക്ക് കൊടുത്ത ഇടം. എട്ടുദിക്കിൽ നിന്നും വരുന്ന എണ്ണമറ്റ പക്ഷികൾ അവിടെ കൂട്ടുകൂടുന്നു, രാപ്പാർക്കുന്നു, മുട്ടയിടുന്നു, കുഞ്ഞുങ്ങളെ വളർത്തുന്നു. നിറയെ പെരുമരങ്ങളും ചെടികളും ചുള്ളിക്കാടുകളുമൊക്കെയുള്ള തുരുത്താണെങ്കിലും ഒന്നിന്റെയും പച്ച പുറത്ത് കാണില്ല. പക്ഷിക്കാട്ടത്തിന്റെ മഞ്ഞയും കറുപ്പും കലർന്ന വെളുപ്പ് എല്ലാത്തിനെയും പൊതിയും... (പ്രഭാകരൻ എൻ, 2008: 7)

ഭൂമിശാസ്ത്രപരമായ ഈ പ്രത്യേകതകൾക്ക് പുറമേ ചില മിത്തുകളും കൊച്ചുത്തുരുത്തിലുണ്ട്. പക്ഷികൾ ക്കും കൊടും വിഷമുള്ള ഇഴജീവികൾക്കും കുറുക്കന്മാർക്കുമൊക്കെ പുറമേ ഭൂതങ്ങളും കുളികളും മറ്റേതൊക്കെയോ ദുർമൂർത്തികളും കൊച്ചുത്തുരുത്തിൽ കുടിപ്പാർപ്പുണ്ട്. സ്വപ്നത്തിൽ മരക്കലത്തിലിരുന്ന് തന്നെ സമീപിച്ച ദേവിയെ

ഭൂതപ്രേതാദികളുടെ മേൽ പ്രതിഷ്ഠിച്ച് നേടിയെടുത്ത ആത്മബല ത്തിലാണ് പിന്നീട് ഉറുവാടൻ അവിടെ കുടിൽ കെട്ടി പാർക്കുന്നത്. മരിക്കുന്നതിന് മുമ്പ് ഒരു മുത്തപ്പന്റെ പൊടിക്കളവുംഅവിടെ തീർത്തു. ഒരു ജനതയുടെ ആധ്യാ ത്മിക ജീവിതം ഇത്രമേൽ ലളിതവും ജൈവികവും പാരിസ്ഥിതികവും ആയിരുന്നു എന്ന് നോവൽ സാക്ഷ്യപ്പെടുത്തുന്നു.

ജൈവികമായ തൃഷ്ണയുടെ ആവിഷ്കാരം ഭൂപ്രകൃതിയുമായി ചേർത്താണ് നോവലിൽ ആവിഷ്കരിച്ചിരിക്കുന്നത്. ഉറനെഴുത്തി ന്റെ സ്വഭാവം ലൈംഗികാവിഷ്കാരത്തിന് കൈവരുന്നില്ല. എന്നാൽ ജൈവികമായ കാമനകൾ അവതരിപ്പിക്കപ്പെടുന്നുണ്ട്. ഉറുവാടൻ കൊച്ചത്തിരുത്തിലേക്ക് പലായനം ചെയ്യുന്നതിന് കാരണം ലൈംഗികമായ സമ്മർദ്ദങ്ങളാണ്. വെള്ളരിവയലിലെ അമ്മിണി യിലും ഉരുക്കത്തിയമ്മയിലും സിൻസിയിലും സിസിലിയിലും വൈകാരിക തീവ്രത കണ്ടെത്താനാവും. മാർത്തയുടെ പിന്നാലെയു ള്ള തന്റെ പാച്ചിലുകളെ ഫുട്ബോൾ കളിയിലൂടെ വിശദീകരിക്കുന്ന ലവന്സ് മമ്മു ഒരു ദേശത്തിന്റെ മുഴുവൻ കാമനാജീവിതത്തിന്റെ പ്രതിനിധാനം കൂടിയാണ്. രാമൻ വയലിന്റെ ഫുട്ബോൾ ചരിത്രം എന്ന പേരിൽ ഒരു പുസ്തകം എഴുതാൻ മാത്രം മാറ്ററുള്ള ആളാണ് ലവൻസ് മമ്മു.

ഇങ്ങനെ നോവലിലെ ഓരോ കഥാപാത്രവും പ്രദേശത്തിന്റെ രാഷ്ട്രീയമോ സാംസ്കാരികമോ ഭൂമിശാസ്ത്രപരമോ ആയ സവിശേ ഷതകളുടെ പ്രതിനിധാനങ്ങളായി മാറുന്നു. ചെങ്കരയിലെ ജാതി-മത-രാഷ്ട്രീയ ജീവിതം സാധാരണ മനുഷ്യരിലൂടെ ആലേഖനം ചെയ്യുകയാണ് നോവൽ.

പ്രാദേശിക ഭാഷ നോവലിൽ പ്രതിരോധ ആയുധമായി മാറു ന്നുണ്ട്. ലോകമെമ്പാടുമുള്ള ഭാഷാ വൈവിധ്യങ്ങളെ നശിപ്പിച്ചുകൊ ണ്ട് ഏകലോകക്രമം സാധ്യമാക്കി കൊണ്ടിരിക്കുന്ന വർത്തമാന സാഹചര്യത്തിൽ എൻ പ്രഭാകരന്റെ ജനകഥ എന്ന നോവലിലെ പ്രാദേശിക ഭാഷാ സ്വത്വം പ്രതിരോധത്തിന്റെ മാനത്തിലെത്തുന്നു.

കൊരുവാനത്തിലെ പൂതങ്ങൾ

നാട്ടുപുരാവൃത്തങ്ങളുടെ പശ്ചാത്തലത്തിൽ കാസർഗോട് ജില്ലയിലെ മടിക്കൈ എന്ന ഗ്രാമീണാന്തരീക്ഷത്തിലെ പച്ച മനു ഷ്യരുടെ ജീവിതം ആഖ്യാനം ചെയ്യുന്ന നോവൽ ആണ് കൊരു വാനത്തിലെ പൂതങ്ങൾ. നൃഞ്ഞിയാർ എന്ന ദേശത്തിന്റെ ചരിത്രം

ക്കൂടിയാണ് ഈ നോവൽ. ആചാരങ്ങളും വിശ്വാസങ്ങളും അനുഷ്ഠാനങ്ങളും ഇഴചേർന്ന പ്രാദേശിക ജീവിതയാഥാർത്ഥ്യങ്ങളുടെ നേർകാഴ്ച. മിത്തിക്കൽ ഭൂതകാലം കൊണ്ട് വർത്തമാനകാലത്തിന്റെ ചരിത്ര-സാംസ്കാരിക-രാഷ്ട്രീയ പൊതുബോധത്തെ വിമർശിക്കുകയാണ് നോവലിലെ ദേശാഖ്യാനം.

നൃഞ്ഞിയാറിന്റെ ജീവിതത്തിലും മരണത്തിലും ഇടപെടാൻ കഴിവുള്ളവരായിരുന്നു കൊരുവാനം കുന്നിലെ പൂതങ്ങൾ. കൊരുവാനത്തിന്റെ വടക്കെ പള്ളയിൽ പാർത്തിരുന്ന പൂതങ്ങള് ഗ്രാമത്തിൽ ആരെങ്കിലും മരിച്ച ദിവസം ആനക്കല്ല് പൊട്ടിച്ച് മനുഷ്യരൂപമുണ്ടാക്കി പന്നിപ്പള്ളിച്ചാലിലേക്ക് വലിച്ചെറിയാറുണ്ട്. മരിച്ചവന്റെ നിലവിളി എട്ടുദിക്കിലും മുഴങ്ങുമ്പോൾ കിതച്ച്കൊണ്ട് ഊതിയൂതി അവർ പാറ വളർത്തും. ഗ്രാമത്തിൽ ഓരോ മരണം നടക്കുമ്പോഴും കൊരുവാനത്തിലെ പാറക്കെട്ടുകൾ വളരും. പ്രാദേശിക ജീവിതത്തിൽ ഇത്തരം മിത്തുകളും വിശ്വാസങ്ങളും പ്രകൃതിയുടെ ജൈവികതാളത്തെ നിലനിർത്താനുള്ള ഉപായങ്ങളായിരുന്നു. കുട്ടിക്കാലത്ത് വല്ല്യമ്മ പറഞ്ഞ്കൊടുത്ത കഥകളിൽ നിന്നും വികസിച്ച മിത്തുകളുടെ ലോകമാണ് തന്റെ കഥയെഴുത്തിന്റെ ലോകം എന്ന് ആമുഖത്തിൽ നോവലിസ്റ്റ് വ്യക്തമാക്കുന്നുണ്ട്. വല്ല്യമ്മയുടെ പാട്ടുകളിൽ നിന്നും കഥകളിൽ നിന്നും ഊർന്നുപോയ ദൈവങ്ങളും മനുഷ്യരും ചേർന്ന വിശ്വാസത്തിലധിഷ്ഠിതമായ നാട്ടുജീവിതത്തിൽ അധിനിവേശതന്ത്രങ്ങൾ പിടിമുറുക്കുന്നു.'രാത്രിയിൽ ആകാശത്തിലൂടെ ചൂട്ടു കത്തിച്ച് പോകുന്ന കളി യനെ വല്ല്യമ്മ ഞങ്ങൾക്ക് കാണിച്ച് തരാറുണ്ടായിരുന്നു. ഞങ്ങള് പേരക്കുട്ടികള് അപ്പോൾ കണ്ണടയ്ക്കും. വീടിന് തൊട്ടപ്പുറം ചേർന്നുകിടക്കുന്ന നൃഞ്ഞിക്കാനം കുന്നിന്റെ പള്ളയ്ക്കുകൂടിയായിരുന്നു തെയ്യങ്ങള് ആകാശത്തിലൂടെ ചൂട്ടുമായി പോകുക. ആ കുന്നിന്റെ ഒത്ത മുകളിലായിരുന്നു ബലിപ്പാറ. കാലക്കേടിന്റെ കാലത്ത് നാട്ടിലെ ക്ഷേത്രങ്ങളിൽ നിന്നും വെളിച്ചപ്പാടന്മാര് നൂറ്റൊന്ന് കോഴിയെ ബലിക്കിടുന്ന അവിടെ ധാരാളം പൂതങ്ങളുണ്ടായിരുന്നു. നൃഞ്ഞിക്കാനത്ത് നിന്നും തോലും വിറകുമരിയുന്ന പെണ്ണുങ്ങൾക്ക് നേരെ അവർ കൂക്കിവിളിക്കുകയും കല്ലെറിയുകയും ചെയ്തിരുന്നു. കല്ലിലും മണ്ണിലും മരത്തിലും ജന്മം പിടിക്കുന്ന തെയ്യങ്ങളും പൂതത്താന്മാരും നാട്ടുവഴികളുടെ വന്യഗന്ധങ്ങളും മീനുകളുടെ പൂക്കള് ചൂടിയ തോടുകളും എന്റെ ബോധാബോധങ്ങൾക്കിടയിൽ വല്ലാത്തൊരു ലോകം പണിതു.' (പ്രകാശൻ മടിക്കൈ, 2010:9)ഇവിടെ നോവലിന്റെ ദേശം നോവലിസ്റ്റിന്റെ ഭാവനാസങ്കല്പം മാത്രമല്ല. കുട്ടിക്കാലത്തു അനുഭവിച്ചറിഞ്ഞ

ദേശവും ഇപ്പൊൾ ജീവിക്കുന്ന ദേശവും തമ്മിലുള്ള സംഘർഷത്തിൽ നിന്നാണ് എഴുത്തിലെ ദേശം രൂപപ്പെടുന്നത്.

വിശ്വാസത്തെയും വിപ്ലവത്തെയും സംബന്ധിച്ച പ്രത്യയശാസ്ത്ര സംഘർഷങ്ങളെ പൂതം എന്ന മിത്തിലൂടെ വിമർശന വിധേയമാക്കുന്നു. നോവൽ മുന്നോട്ട് വെക്കുന്ന രാഷ്ട്രീയ വിമർശനം 'ആരുല്ലാത്ത പെണ്ണുങ്ങളല്ലേ സഹായിക്കണം. രാഷ്ട്രീയായിട്ട് ഈ ദൗത്യം നമ്മൾക്ക് ഒരു നേട്ടമാണ്. വീട് കെട്ടിക്കൊടുത്താൽ ഓറ് നമ്മോ പറയുന്നത് കേൾക്കും. കണ്ണ് കാണുന്നില്ല എന്ന് കാണിച്ച് അടുത്ത തെരെഞ്ഞെടുപ്പിന് നമ്മള് ഓറുടെ വോട്ട് ഓപൺ വോട്ടായി ചെയ്യാം. എന്തേ?' (പ്രകാശൻ മടിക്കൈ, 2010:85) ഇത്രമേൽ സുതാര്യമാണ്/ പ്രത്യക്ഷമാണ്.

കോൺഗ്രസ്സായ ചിരുതക്കുഞ്ഞിയുടെ സഹായത്തിനെത്താൻ നാട്ടിലെ ചെറുപ്പക്കാരോട് അപേക്ഷിക്കുന്ന സഖാവ് നൃഞ്ഞിയാർ കുമാരന്റെ വാക്കുകളാണിവ. നൃഞ്ഞിയാറിൽ ആദ്യമായി പാർട്ടിസെല്ല് രൂപികരിച്ച എ.ആർ . ചിരുകണ്ടന്റെ ഭാര്യയാണ് ചിരുതക്കുഞ്ഞി. വീട് പൊളിക്കുമ്പോൾ 'തട്ടിമ്പുറത്ത് നിന്ന് മൂലധനത്തിന്റെ കോപ്പി കരിംപൊടിയിൽ ബലിക്കാക്കയെപ്പോലെ കിടക്കുന്നത് കണ്ട് മറ്റുള്ളവർ പറഞ്ഞു 'ഇങ്ങൻ ത്തളുണ്ടോ ഈടെ?' (പ്രകാശൻ മടിക്കൈ, 2010:85)

ദേശപ്രകൃതിയുടെ ജൈവികതാളത്തെ അട്ടിമറിക്കുന്ന വികസനപ്രവർത്തനങ്ങൾക്കെതിരെ വാദിച്ച സഖാവ് സി.വി. കർത്തമ്പുവിനെ ഭൂതകാലത്തിന്റെ ഓർമ്മത്തുണ്ടുകളുമായി ജീവിക്കുന്ന ഒരാളായി, മറവി രോഗം ബാധിച്ച നിലയിൽ പൂതങ്ങൾ കണ്ടെത്തുന്നുണ്ട്. കൊരുവാനത്തിന്റെ വടക്കെ പള്ളയിലേക്ക് റോഡൊരുക്കിയ രാത്രിയിൽ സഖാവ് സി.വി. കർത്തമ്പു സഖാവ് നൃഞ്ഞിയാർ കുമാരനെ കാണാൻ അയാളുടെ വീട്ടിലെത്തിയിട്ട് 'പാറ പൊട്ടിച്ചാൽ അതിനടുത്ത് നിന്ന് കന്നുകാലികൾക്കുള്ള പുല്ല് ശേഖരിക്കാൻ കഴിയില്ല. കൊരുവാനത്തിലെ കാട്ടിലെ മൃഗങ്ങൾ ക്ക് ദോഷം പറ്റുന്ന കാര്യമാണത്. കുന്നിന് പുറത്തേക്ക് റോഡ് വന്നതോടെ എല്ലാ ഭാഗത്തുമുള്ള മരങ്ങൾ വ്യാപകമായി മുറിച്ച് കടത്താനിടയുണ്ട്. പാറ പൊട്ടിക്കുന്നതിന്റെ പേരിൽ മണ്ണെടുപ്പും നടക്കും. കുന്നിടിഞ്ഞ് ഉരുള്പൊട്ടലിന് സാധ്യതയുണ്ട്. നൃഞ്ഞിയാറിലെ വയലുകളിൽ നനവുണ്ടാകുന്നത് കൊരുവാനം മൂലമാണ്. പാറയും മരങ്ങളും മണ്ണും പോയാൽ നമ്മുടെ നാട് വരണ്ട് പോകും. കുന്നിന്പുറത്തെ പൂതങ്ങള് കെട്ടുകഥകളായിരിക്കാം. പക്ഷേ അവയെ പേടിച്ച് കുന്നിനോട്

കളിക്കുവാന് ഇതുവരെ ആരും ഒരുമ്പെട്ടിരുന്നില്ല. ഇന്നിപ്പോൾ നാലഞ്ചാൾ ക്ക് പണികിട്ടും എന്ന കാര്യം പറഞ്ഞ് ഒരു ഗ്രാമം മുഴുവന് മരുഭൂമിയാക്കണോ?' (പ്രകാശൻ മടിക്കൈ, 2010 :37)എന്ന് ചോദിക്കുന്നുണ്ട്. തന്റെ സമ്പാദ്യം മുഴുവന് പാർട്ടിക്ക് ദാനം ചെയ്ത, ഒരു തോർത്ത്മുണ്ട് മാത്രമുടുത്ത് നടക്കുന്ന കുഞ്ഞമ്പുവേട്ടൻ പിന്നീട് മറവിരോഗം ബാധിച്ചവനായിട്ടാണ് ജീവിക്കുന്നത്. ദേശത്തിന്റെ ഭൂപ്രകൃതിയെ അധിനിവേശം കീഴടക്കുന്നതിനെ മറയില്ലാത്ത ആക്ഷേപഹാസ്യത്തിലൂടെ നോവൽ വിമർശിക്കുന്നു.

പൂതങ്ങൾ മനുഷ്യരൂപത്തിലുള്ള പാറകൾ വലിച്ചെറിയാറുള്ള പന്നി പ്പള്ളിച്ചാലിൽ വാട്ടർ തീം പാർ ക്ക് വരുന്നതും നാടിന്റെ മുഖഛായ മാറി ദേശത്തിന്റെ ജൈവികതാളം അട്ടിമറിക്കപ്പെടുന്ന തും നോവലിന്റെഅവസാനം കാണാം.കൊരുവാനത്തെ പാറകളിൽ കുര്യൻ മേസ്തിരി ക്വാറി തുടങ്ങിയപ്പോൾ മരങ്ങളിൽ ഒളിച്ചിരുന്ന പൂതങ്ങളെ ഒരു രാത്രിയിൽ ചെമ്പുകലത്തിൽ ആവാഹിച്ച് അർജ്ജുനൻ മന്ത്രവാദി സഖാവ് കൃഷ്ണപിള്ള വായനശാലയ്ക്കടുത്തുള്ള പുറമ്പോക്ക് ഭൂമിയിൽ കുഴിച്ചിട്ടു. ഒടുവിൽ എല്ലാ പ്രതിസന്ധികളെയും അതിജീവി ച്ച് നൂറ്റാണ്ടുകളോളം പാറപ്പുറത്ത് കഴിഞ്ഞിരുന്ന പൂതങ്ങൾ ചെമ്പുക ലത്തിൽ നിന്നും പുറത്ത് വരുന്നു. നോവലിന്റെ അവസാന ഭാഗത്ത് പൂതങ്ങൾ വീണ്ടും നൃഞ്ഞിയാറിന്റെയും കൊരുവാനം കുന്നിന്റെയും രക്ഷകരായി തുടരുന്നത് കാണാം.

സാംസ്കാരികാധിനിവേശം നമ്മുടെ പ്രാദേശിക ജീവിതത്തെ താറുമാറാക്കിക്കൊണ്ടിരിക്കുന്ന വർത്തമാനകാലത്ത്, മികച്ച രാഷ്ട്രീയദർശനങ്ങളും പ്രവർ ത്തനസജ്ജമായ പ്രസ്ഥാനങ്ങളുമാണ് അധിനിവേശ വഴികളെ ചെറുക്കാനുള്ള ആയുധങ്ങളെന്ന് നോവൽ സമർ ത്ഥിക്കുന്നു. ദേശത്തിന്റെ ആത്മാക്കളായ മിത്തുകൾ കേവലം അന്ധവിശ്വാസങ്ങൾ മാത്രമല്ല. അവ പ്രകൃതിയുടെ സംരക്ഷകർ കൂടിയാണ്. ഇങ്ങനെ കൊരുവാനത്തിലെ പൂതങ്ങൾ എന്ന നോവലിലെ ദേശരാഷ്ട്രീയം മിത്തിക്കൽ ഭൂതകാലം കൊണ്ട് വർ ത്തമാനകാലത്തിന്റെ വിമർശനം സാധ്യമാക്കുന്നു.

ഉപസംഹാരം

ഭൂമിശാസ്ത്രപരമായ പ്രത്യേകതകൾ എന്ന അർത്ഥത്തിൽ മാത്ര മല്ല സാഹിത്യത്തിലെ സ്ഥലാഖ്യാനങ്ങൾ പ്രസക്തമാകുന്നത്.തന്റെ കൃതിയുടെ ഭൂമികയിൽ എഴുത്തുകാരൻ മനുഷ്യരുടെ സാമൂഹിക -സാംസ്കാരിക-രാഷ്ട്രീയ-സാമ്പത്തിക ജീവിതത്തെക്കൂടിയാണ്

അടയാളപ്പെടുത്തുന്നത്. ഇതാണ് സാംസ്കാരിക ഭൂമിശാസ്ത്രത്തിന്റെ അടിസ്ഥാനതത്വം. കൃതിയിലെ ദേശ ഭാവനയ്ക്ക് വളരെ കൃത്യമായ ഒരു രാഷ്ട്രീയമുണ്ട്. എൻ പ്രഭാകരന്റെ ജനകഥ, പ്രകാശൻ മടിക്കൈ യുടെ കൊരുവാ നത്തിലെ പതങ്ങൾ എന്നീ നോവലുകളിലെ പ്രാദേശിക സ്ഥലാഖ്യാനം സ്ഥലപരമായ ഉടമസ്ഥത ആഗോള മുതലാളിത്ത ത്തിലേക്ക് ചെന്നുചേരുന്ന വർത്തമാനകാല അവസ്ഥയെയാണ് വിമർശന വിധേയമാക്കുന്നത്. രണ്ട് നോവലുകളിലും ആത്മനിഷ്ഠ മായ സ്ഥലാനുഭവങ്ങളും വർത്തമാനകാല സാമൂഹിക സാഹചര്യ ങ്ങളും തമ്മിലുള്ള സംഘർഷത്തിൽ നിന്നാണ് നോവലിലെ ദേശ നിർമ്മിതിസാധ്യമായിരിക്കുന്നത്. തന്റെ ഇടത്തെ ആവിഷ്കരിച്ച് കൊണ്ട് /തന്റെ ഇടത്തിനു വേണ്ടി സർഗ്ഗ സമരത്തിൽ ഏർപ്പെട്ടു കൊണ്ട് നവലിബറൽ സാംസ്കാരിക യുക്തികളോട് നിരന്തരം കലഹിക്കുകയാണ് ഇത്തരം ബദൽ ദേശചരിത്രാഖ്യാനങ്ങൾ.

സഹായകഗ്രന്ഥങ്ങൾ

1. പ്രകാശൻ മടിക്കൈ (2010), കൊരുവാനത്തിലെ പൂതങ്ങൾ, ഗ്രീൻ ബുക്സ്, തൃശ്ശൂർ
2. പ്രഭാകരൻ എൻ (2008), ജനകഥ, ഡി സി ബുക്സ്, കോട്ടയം
3. രാജശേഖരൻ പി കെ (1999), അന്ധനായ ദൈവം മലയാള നോവലിന്റെ നൂറു വർഷങ്ങൾ, ഡി സി ബുക്സ്, കോട്ടയം
4. ഷാജി ജേക്കബ് (2010), മലയാളനോവൽ ദേശഭാവനയും രാഷ്ട്രീയ ഭൂപടങ്ങളും,, സാഹിത്യഅക്കാദമി, ന്യൂ ഡൽഹി
5. Lefebvre, Henri (1991), The Production of Space, Trans: Donald Nicholson-Smith. Cambridge :Blackwell

നഗരസ്ഥലികളുടെ നിതാന്തപരിണാമം: ശാന്താറാം എന്ന നോവലിന്റെ സാംസ്കാരിക ഭൂമിശാസ്ത്രപരമായ വായന

സിനി ജോസ്

മനുഷ്യന്റെ ഇടപെടലുകൾ കാരണം നിരന്തരമായ മാറ്റങ്ങൾക്ക് വിധേയമാകുന്ന ഒന്നാണ് സ്ഥലം. ഭൂമിശാസ്ത്രത്തിന്റെ പരിണാമത്തിൽ ശ്രദ്ധയൂന്നുക എന്നത് പോസ്റ്റ്കൊളോണിയൽ ഇന്ത്യൻഫിക്ഷന്റെ ഒരു പ്രത്യേകതയാണ്. സത്താപരമായി മാറ്റമില്ലാത്തതും നിശ്ചലപശ്ചാത്തലമുള്ളതുമായ ഒന്നാണ് സ്ഥലം എന്ന പരമ്പരാഗത സങ്കൽപ്പത്തിനുപകരം സ്ഥലത്തെ നമ്മൾ ഇന്ന് മനസിലാക്കുന്നത് സമകാലിക നോവൽ സാഹിത്യത്തിന്റെ ഒരുചാലകശക്തിയായിട്ടും അതിന്റെ സാമൂഹികപരിണതിയായിട്ടുമാണ്. സാംസ്കാരികമായി നിർമ്മിക്കപ്പെട്ട സ്ഥലത്തിന്റെ സവിശേഷതകളിലേക്ക് ഉൾക്കാഴ്ച നൽകുകയാണ് ഗ്രെഗറി ഡേവിഡ് റോബർട്ട്സിന്റെ 'ശാന്താറാം' എന്ന നോവൽ. സംസ്കാരനിർമ്മിതിയുടെ അവസാനിക്കാത്ത പ്രക്രിയയുടെ സൃഷ്ടിയായാണ് ഇതിൽ 'ഇടം' ചിത്രീകരിച്ചിരിക്കുന്നത്. ഇത്തരത്തിൽ സാംസ്കാരിക ബലങ്ങളുടെ പരിണതി എന്ന നിലയിലാണ് ശാന്താറാമിലെ ഭൂമിക രൂപപ്പെടുന്നത്. ഈ നോവൽ നഗരഭൂമിശാസ്ത്രത്തിന്റെ രാഷ്ട്രീയ ചലനാത്മക-ആപേക്ഷിക സ്വഭാവങ്ങളെ അടിവരയിട്ട് കാണിച്ചുതരുന്നു. നിരന്തരമായ മാറ്റങ്ങളിലൂടെ കടന്നുപോയ്ക്കൊണ്ടിരിക്കുന്ന ഒന്നായി നഗരം എന്ന ഇടത്തെ

അവതരിപ്പിച്ചിരിക്കുന്നു. അത് എപ്പോഴും വൈവിധ്യമാർന്ന സ്ഥല പരത കൊണ്ട് നിരന്തരമായി മുദ്ര ചെയ്യപ്പെടുന്നു. ശാന്താറാമിന്റെ സ്ഥലപ്രകൃതിയെ അടിസ്ഥാനമാക്കിയുള്ള ഈ വായന നഗരഭൂഭാ ഗത്തിന്റെ പ്രവാഹസ്വാവത്തെ എടുത്തുകാണിക്കുന്നു.

താക്കോൽ വാക്കുകൾ: ഗ്രെഗറി ഡേവിഡ് റോബർട്ട്സ്, ശാന്താറാം, സ്ഥലം, നഗരസ്ഥലം, സംസ്കാര നിർമ്മിതി, രാഷ്ട്രീയം, സ്ഥലപരം, പ്രതിനിധി.

ആധുനികമായ സാമൂഹ്യ-സാഹിത്യ സിദ്ധാന്തങ്ങളെല്ലാം സ്ഥ ലത്തേക്കാൾ ഏറെ കാലത്തിനാണ് പ്രാധാന്യം കൊടുക്കുന്നത്. ആധുനികാവബോധത്തിലേക്ക് സ്ഥലത്തെ തിരിച്ചുകൊണ്ടുവരാൻ ഇടയാക്കിയത് 1920 ൽ ചിക്കാഗോ ചിന്താപദ്ധതിയിലെ സാമൂഹ്യ ശാസ്ത്രജ്ഞരും ഭൂശാസ്ത്രജ്ഞരും നഗര വിശകലനത്തിന് സ്ഥലത്തെ ഉപയോഗപ്പെടുത്തുന്നതിലൂടെയായിരുന്നു. ഈ വ്യതിയാനത്തിന് ഹെൻറി ലെഫേബർ, മിഷേൽ ഫൂക്കോ, ദെല്യൂസ്, ഫെലിക്സ് ഗത്താരി എന്നിവരുടെ ദർശനങ്ങൾ, പ്രത്യേകിച്ച് സ്ഥലം, അല്ലെ ങ്കിൽ ഭൂമി ശാസ്ത്രം, ഇടം എന്നിവയെ സംബന്ധിച്ചുള്ള ഇവരുടെ സംവാദങ്ങൾ പ്രേരണയായിത്തീർന്നു. ഈ സൈദ്ധാന്തികരുടെ സ്ഥ ലത്തെപ്പറ്റിയുള്ള ജ്ഞാനാന്വേഷണങ്ങൾ ഭൂമിശാസ്ത്രം, വാസ്തുവിദ്യ നഗരപഠനങ്ങൾ എന്നിവയിൽ ആഴത്തിലുള്ള സ്വാധീനം സൃഷ്ടിച്ചു. 1960 കളോടെ ഹെൻറി ലെഫേബറും മിഷേൽഫൂക്കോയും സ്ഥലം എന്നതിന്റെ ഘടന മുതലാളിത്തസംവിധാനത്തിന്റെ കേന്ദ്രമാണെ ന്ന് അഭിപ്രായപ്പെട്ടു. 1970 കൾ ആവുമ്പോഴേക്കും സ്ഥലഭാവനകൾ കല, നരവംശശാസ്ത്രം, ചരിത്രം, സാഹിത്യം എന്നീ മേഖലകളെ വിശാലമാക്കി. അതുവരെ സാമ്പ്രദായികമായ ചരിത്ര അവബോധ ങ്ങളാൽ പ്രബലമാക്കപ്പെട്ട മേഖലകളായിരുന്നു അത്.

സ്ഥലത്തെ സംബന്ധിച്ച് 20-ാം നൂറ്റാണ്ടിന്റെ രണ്ടാംപകുതിയിൽ ഉയർന്നുവന്ന ഈ നവോത്ഥാനം സ്ഥലം, സ്ഥാനം എന്നിവയുടെ പ്രാധാന്യത്തെ തിരിച്ചറിയുന്നതായിരുന്നു. സ്ഥലത്തെപ്പറ്റിയുള്ള പ്രവ ചനാത്മകവും പ്രധാനപ്പെട്ട തുമായ പ്രഖ്യാപനം ഫൂക്കോയുടേതാണ്. ഇപ്പോഴുള്ള യുഗം എല്ലാറ്റിനുമുപരി സ്ഥലങ്ങളുടെ യുഗമായിരിക്കും (1986, 22). ഇതിന്റെ ഫലമായി ആധുനികചിന്തകൻ സ്ഥലത്തെ സാമൂഹികമാറ്റത്തിന്റെ ചലനാത്മകമേഖലയായി കണ്ടുതുടങ്ങി. ഭൂമിശാസ്ത്രത്തെപ്പറ്റിയുള്ള നിശ്ചലസങ്കൽപങ്ങളോട് സാംസ്കാരിക ഭൂമിശാസ്ത്രത്തിന്റെ ചലനാത്മകവും വഴക്കമുള്ളതുമായ സവിശേഷ തകൾ ചേർത്ത് വെക്കാമെന്നുവന്നു.

പരമ്പരാഗത ഭൂമിശാസ്ത്ര പഠനങ്ങളിൽ സ്ഥലം എന്നത് ഒരു നിശ്ചലസത്തയാണെങ്കിൽ സാംസ്കാരിക ഭൂമിശാസ്ത്രത്തിന്റെ സൈദ്ധാന്തിക ശാസ്ത്രത്തിൽ സ്ഥലം ഒരു പ്രക്രിയ, നിർമ്മിതി, ശക്തി (ബലം) എന്നിവയായി പരിഗണിക്കപ്പെട്ടു. (Lefebvre, Foucault, de Certeau) വിപുലമായ സാംസ്കാരിക ശക്തികളുടെ ഉത്പന്നം എന്ന നിലയിലാണ് ഭൂവിവരണശാസ്ത്രം നിരീക്ഷിക്കപ്പെടുന്നത്. തുടർച്ചയായി നിർമ്മിക്കുകയും പുനർനിർമ്മിക്കുകയും ചെയ്യപ്പെട്ടു ന്നതുകൊണ്ടാണ് സ്ഥലം ഒരു പ്രക്രിയയായി വിലയിരുത്തപ്പെട്ടു ന്നത്. വ്യക്തിയുടെ ജീവിതത്തെ സ്വാധീനിക്കുന്നതുകൊണ്ട് തന്നെ അതൊരു സാമൂഹ്യനിർമ്മിതിയുമാണ്. സാമൂഹ്യവും സാംസ്കാരി കവുമായ അനേകം ശക്തികൾ ഉള്ളതുകൊണ്ടുതന്നെ സ്ഥലം ഒരു സാമൂഹ്യശക്തി എന്നരീതിയിലും നിരീക്ഷിക്കപ്പെടുന്നു. (Lefebure 170) . ഈ പഠനം ശാന്താറാം എന്ന നോവലിൽ പ്രതിഫലിക്കുന്ന സ്ഥലപരിണാമത്തെപ്പറ്റിയുള്ളതാണ്. മുംബൈയിലെ പ്രാപഞ്ചി കവും മാനവിക ഭൂമിശാസ്ത്രവും പ്രതിഫലിപ്പിക്കുന്ന ഒരു കണ്ണാടി യായി ഐതിഹാസികമാനമുള്ള ഈ നോവലിനെ കണക്കാക്കാം. സാംസ്കാരിക ഭൂമിശാസ്ത്രത്തിന്റെ വീക്ഷണകോണിലൂടെയാണ് ഈ പഠനം നടത്തിയിരിക്കുന്നത്. നോവലിലെ നഗരഭൂമിശാസ്ത്രത്തെ മനസ്സിലാക്കിയിരിക്കുന്നത് സാമൂഹിക ബന്ധങ്ങളുടെയും സാംസ്കാ രികബലങ്ങളുടെയും, വൈയക്തിക വീക്ഷണങ്ങളുടെയും പരിണാമ മായിട്ടാണ് മനസിലാക്കിയിരിക്കുന്നത്.

വർഗം, സംസ്കാരം, ശക്തി, ഇടം എന്നിവ തമ്മിലുള്ള ഇഴയടുപ്പം കഥാനായകനായ ലിൻഡ്സേയുടെ ഈ വാക്കുകളിലുണ്ട്. 'സമ്പ ന്നരും ശക്തരുമായ വരേണ്യവർഗം അവരുടെ പുരോഗതിയുടെ ചക്രങ്ങൾക്ക് എണ്ണയിട്ടുകൊടുക്കുന്നത് കൈക്കൂലിയിലൂടെയും സമ്മേളനങ്ങൾക്ക് ഭീമമായ സംഭാവനകൾ നൽകിയുമാണ്. എന്നിട്ട് ലോകമെമ്പാടുമുള്ള സമ്പന്നർ ദരിദ്രരേക്കാൾ ദീർഘവും ആരോഗ്യക രവുമായ ജീവിതം നയിക്കും.' (47). സ്ഥലങ്ങൾ തമ്മിലുള്ള അടുപ്പവും അകലവും നിർണയിക്കുന്നതിൽ ഭൂമിശാസ്ത്ര പരിഗണനകളേക്കാൾ സമ്പന്നത ഘടകമാവുന്നു.

ശാന്താറാം എന്ന നോവലിലുടനീളം ഇടത്തിന്റെ പ്രാധാന്യം ഊന്നിപ്പറയുന്നുണ്ട്. ലളിതമായ സന്ദർഭങ്ങളിൽപോലും ജീവിത ത്തിന്റെ ഇടം വ്യക്തമാവുന്നു. ചരക്കുകളെ മഹാരാഷ്ട്രഭക്ഷണങ്ങൾ എന്നും ഇന്ത്യൻ സിഗരറ്റ് എന്നും പറയുമ്പോൾ തെരുവ് കുട്ടികളായും യാചകരായും ചേരിനിവാസികളായും വേട്ടയാടപ്പെട്ട ഭ്രഷ്ടരായും

അവരുടെ കർതൃത്വം വർഗീകരിക്കപ്പെടുന്നു. (11 - 22)

സാമൂഹികജീവിതത്തെ രൂപപ്പെടുത്തുന്ന ഒരു ശക്തിയായാണ് ഭൂപ്രകൃതി നോവലിൽ ആവിഷ്കരിക്കപ്പെടുന്നത്. നോവലിലെ കഥാപാത്രമായ വിക്രം, ലിൻഡ്സേയെപ്പറ്റി പോലീസിനോട് പറയുമ്പോൾ ജീവിതത്തിന്റെ ഇടം എന്നതിനെപ്പറ്റി ബോധ്യമുണ്ടാകുന്നു.' നിങ്ങൾക്ക് ലിന്നിനെപ്പറ്റി അറിയണോ? എങ്കിൽ ഥോപ്പലറിൽ പോയി ചോദിക്ക്, കാരണം അവൻ അവിടെയാണ് ജീവിക്കുന്നത്.' (454)

നായകൻ ലിൻഡ്സേ ചിന്തിക്കുന്നത് ഡിഡിയറുടെ അപ്പാർട്ട്മെന്റിൽ കുറച്ച് ദിവസം താമസിക്കുന്നത് സോഡിയാക് ജോർജിന്റെ (സഹോദരന്റെ) ജീവിതത്തിൽ നല്ല മാറ്റങ്ങൾ കൊണ്ടുവരുമെന്നാണ്. 'എനിക്കറിയാമായിരുന്നു മൂന്നു മാസം ഡിഡിയറുടെ അപ്പാർട്ട്മെന്റിലുള്ള താമസം നമ്മുടെ ജീവിതത്തിൽ വർഷങ്ങളുടെ സുഖം കൊണ്ടുവരുമായിരുന്നു എന്ന്. തെരുവ് ജിവിതത്തിന്റെ സംഘർഷങ്ങളില്ലാത്ത ഒരു വീടിനും വീട്ടിലെ ഭക്ഷണത്തിനും മാത്രം നൽകാൻ കഴിയുന്നത്' നോവലിൽ പരാമർശിച്ചതുപോലെ ജീവിതത്തിന്റെ ഇടങ്ങൾ ഒരാളുടെ ഭൗതികവും സാമൂഹികവുമായ നിലനിൽപ് തീരുമാനിക്കാവുന്നത്ര ശക്തമാണ്. താൻ ജീവിച്ച ഇടവും അതുസംബന്ധിച്ച വൈകാരികതകളും മരണമടുത്തിരിക്കുന്ന ഒരുവന്റെ ഓർമ്മകളിൽ നിറഞ്ഞിരിക്കുന്നു. അയാൾ തന്റെ ഗ്രാമത്തെപ്പറ്റിയോ സ്വന്തം നഗരത്തിപ്പറ്റിയോ അല്ലെങ്കിൽ വളർന്നുവന്ന പ്രദേശത്തെക്കുറിച്ചോ സംസാരിക്കും. സ്വന്തം ഇടം പ്രധാനമാണ്. ഒടുവിൽ.... അവസാനം അത് ഒരു സ്ത്രീയെക്കുറിച്ചോ നഗരത്തെക്കുറിച്ചോ ആയിരിക്കും.' (741) നമ്മുടെ ചിന്തകളിൽ വേരുറച്ച ഇടങ്ങളെക്കുറിച്ചുള്ള ധാരണകളെ റോബർട്ട്സ് എടുത്തുപറയുന്നു. ഹാജിഅലിപള്ളിയെക്കുറിച്ചുള്ള ലിൻഡ്സെയുടെ പരാമർശങ്ങൾ സ്വന്തം ഇടങ്ങളെക്കുറിച്ചുള്ള വൈകാരികമായ അടുപ്പത്തിന് തെളിവാണ്. 'എനിക്ക് ഹാജിഅലി ഇഷ്ടമാണ്. ആ സ്ഥലവുമായി എനിക്ക് വൈകാരികമായി ഒരു അടുപ്പമുണ്ട്.' (828)

സങ്കുചിതമായ അർത്ഥത്തിൽ സ്ഥലപഠനം എന്ന ആശയത്തെ അവതരിപ്പിക്കുന്നതതിന് പകരം എണ്ണമില്ലാത്ത വസ്തുതകളോട് ബന്ധപ്പെട്ടു കിടക്കുന്ന ഒന്നായിട്ടാണ് അതിനെ റോബർട്ട്സ് അവതരിപ്പിക്കുനത്. കുഷ്ഠരോഗികളുടെ മരുന്ന് കരിഞ്ചന്തയിൽ വിൽക്കുന്നതിനെക്കുറിച്ചുള്ള ഖാലിദ് അൻസാരിയുടെയും ലിൻഡ്സെയുടെയും ചർച്ചയിൽ സ്ഥലത്തെക്കുറിച്ചുള്ള നിരവധി സൂചനകൾ കടന്നുവരുന്നു.

'പണ്ഡിതയായ അവന്റെ അമ്മയെപ്പോലെതന്നെ ഒരു ചരിത്രകാരൻ അഥവാ ചരിത്രകാരനാകാൻ ആഗ്രഹിച്ചിരുന്ന വ്യക്തി എന്ന നിലയിൽ ഖാലിദും കുഷ്ഠരോഗികളുടെ സംഘടനയുടെ പരിണാമത്തിലും അതിന്റെ രഹസ്യാത്മകതയിലും കൗതുകം പുലർത്തിയിരുന്നു. ഒരെഴുത്തുകാരൻ എന്ന നിലയിൽ അവരുടെ കഷ്ടതയും അതിനോട് അവർ പുലർത്തുന്ന പ്രതികരണങ്ങളും എന്നെ പ്രകോപിപ്പിച്ചിരുന്നു.' (450).

സ്ഥലപരമായ പ്രത്യേകതകളുടെ ചലനാത്മകതയെയാണ് ഇത് സൂചിപ്പിക്കുനത്. അതേ സമയം തന്നെ ഒരാളുടെ സാംസ്കാരിക വളർച്ചയിലും തൊഴിലിലും അയാൾ വളർന്ന ഇടത്തിന്റെ സ്വാധീനം ഇടപെടുന്നു എന്നും കാണാം. ഇത് കൂടാതെ ഈ സ്വാധീനം ഒരുവന്റെ സ്ഥലപരമായ ധാരണകളുടെ സ്വഭാവം നിർണ്ണയിക്കുന്നു. കാലാകാലങ്ങളിൽ ഈ ധാരണകളിലുണ്ടാകുന്ന മാറ്റങ്ങൾക്ക് വഴിവെക്കുന്നതിനും ഈ സ്വാധീനം സഹായിക്കുന്നു. ആളുകളെ സ്ഥലകേന്ദ്രിതമായി അകത്തുള്ളവർ, പുറത്തുള്ളവർ എന്നിങ്ങനെ ഈ സ്വാധീനഫലമായി വേർതിരിക്കാം. ഈ പ്രക്രിയ പ്രകാരം ഈ വിഭജനം സാംസ്കാരികമായും സാമൂഹികമായും ആയിരിക്കും. സ്ഥലപരമായ അറിവുകളുടെ ചലനാത്മകതകൊണ്ടാണ് ഈ വിഭജനം സാധ്യമാകുന്നത്.

ഒരു കുറ്റവാളിയുടെ ജീവിതത്തെ മാറ്റിത്തീർക്കാനുള്ളത്ര സ്വാധീനം സ്ഥലഘടനയ്ക്കുണ്ടെന്ന് 'ശാന്താറാ'മിൽ പറയുന്നുണ്ട്. ഇന്ദിരാഗാന്ധിയുടെ വധത്തോടനുബന്ധിച്ചുള്ള രാഷ്ട്രീയകാലാവസ്ഥയെ തുടർന്നുണ്ടാകാനിടയുള്ള അപകടങ്ങളെക്കുറിച്ച് ദീർഘവീക്ഷണം നടത്തുന്ന ലിൻഡ്സെയുടെ ഭയം ഇവിടെ എടുത്തുപറയുന്നു. 'കാലഹരണപ്പെട്ട വിസയുമായി ഈ രാജ്യത്ത് ജീവിക്കുന്ന മാഫിയയ്ക്ക് വേണ്ടി പ്രവർത്തിക്കുന്ന ഒരു കുറ്റവാളിയായ എനിക്കാണ് അപകടം.' (458) ബോംബെയിലെ തെരുവിൽ ഇറാനിയൻ ഗുണ്ടാസംഘവുമായി ഏറ്റുമുട്ടുന്ന അഫ്ഗാൻകാരനായ അബ്ദുള്ളയുടെ ജീവിതം ചിത്രീകരിക്കുന്നതിനിടെ ഇത്തരം ഒരു സാഹചര്യം കൂടി പറയുന്നുണ്ട്.

'സൈക്കിളിനടുത്തേക്ക് നടക്കുമ്പോൾ തെരുവിൽ സംഘർഷം കാണാൻ ഒത്തുകൂടിയിരുന്ന ഇന്ത്യൻ ജനതയുടെ കണ്ണുകൾ ഞങ്ങളെ പിന്തുടരുന്നുണ്ടായിരുന്നു. ഇന്ത്യയുടെ ഏത് പ്രദേശത്തുവെച്ചും ഏതെങ്കിലും ഇന്ത്യക്കാർക്കെതിരെ- അവർ ഏത് വംശത്തിലോ മതത്തിലോ വർഗത്തിലോ പെട്ടവരായിരുന്നെങ്കിലും- ആ പ്രദേശം മുഴുവൻ നമുക്കെതിരായി നിന്നേനെ. പക്ഷേ സംഘർഷം വിദേശികൾ തമ്മിലായിരുന്നതിനാൽ ജനങ്ങൾ ആകാംക്ഷയുള്ള

വരായിട്ടും ആവേശഭരിതരായിരുന്നിട്ടും അതിൽ പങ്കെടുക്കാൻ സന്നദ്ധരായില്ല.' (492)

സ്വദേശികൾ / വിദേശികൾ എന്ന സങ്കൽപത്തിന്റെ സങ്കീർണ്ണ സ്വഭാവം ലിൻഡ്സേ തന്റെ കള്ളക്കടത്ത് ഇടപാടുകളെക്കുറിച്ച് സൂചിപ്പിക്കുന്നതിലും കടന്നുവരുന്നു. വിമാനത്താവളങ്ങൾ, പഞ്ചന ക്ഷത്രഹോട്ടലുകൾ, വിമാനക്കമ്പനി ഓഫീസുകൾ എന്നിവയുടെ സമീപസ്ഥലങ്ങളിലാണ് ഇവ സംഭവിക്കുന്നത്. 'ആ ജോലികളൊ ക്കെ ഇന്ത്യക്കാരനെ അപേക്ഷിച്ച് ഒരു വിദേശിക്ക് എളുപ്പത്തിലും തടസ്സമില്ലാതെയും ചെയ്യാനാവുന്നവയായിരുന്നു.' (548) ഇപ്രകാരം വിദേശി എന്ന അവസ്ഥ ഒരാൾക്ക് ഒരുതരം സ്വാതന്ത്ര്യവും സുരക്ഷയും നൽകുന്നു.

എന്നാൽ ചിലപ്പോഴെങ്കിലും ദൈനംദിന ഇടപാടുകളിൽ സ്ഥലാധിഷ്ഠിതമായ സ്വദേശി-വിദേശി എന്ന സങ്കൽപം മറിച്ചി ടുന്ന അവസ്ഥയും സംജാതമാകാറുണ്ട്. ബോംബെയിലെ താജ് ഹോട്ടലിൽ ലിൻഡ്സെയെ സ്വദേശി ആയിട്ടാണ് (വിദേശിയാ യിരുന്നിട്ടും) പരിഗണിക്കുന്നത്. സ്ഥലപരമായ അതിർത്തികൾ ചിലപ്പോഴെങ്കിലും ആളുകളുടെ വ്യക്തിത്വത്തിനനുസരിച്ച് മാറാനും ഇടയുണ്ട് എന്നാണിത് കാണിക്കുന്നത്. ഉദാഹരണത്തിന് ലിൻ ഡ്സേയോട് താജ് ഹോട്ടലിലെ പരിചാരകർ പെരുമാറിയതെങ്ങ നെയെന്ന് പരിശോധിക്കാം. വെയിറ്റർമാർ എന്നെ വിശാലമായ ചിരിയോടെ സ്വീകരിച്ചു; എന്നെ അവർ 'ഗോരെ' അഥവാ നാട്ടുകാരൻ എന്നാണ് വിളിച്ചത്. മറാത്തി സംസാരിക്കുന്ന വെള്ളക്കാരൻ എന്ന നിലയിൽ അവർക്കെന്നെ നന്നായി അറിയാമായിരുന്നു. അങ്ങനെ ഇവിടെ ഒരാളുടെ ദേശീയത പലതവണ മാറ്റംമറിച്ചിലുകൾക്ക് വിധേയമാവുന്നു. ലിൻഡ്സേയ്ക്ക് ആ നഗരത്തിന്റെ സാംസ്കാരിക ഭൂമിശാസ്ത്ര മേഖലയിലേക്ക് പ്രവേശനം സാധ്യമാകുന്നത് മറാത്തി എന്ന ഭാഷാപരമായ സ്വാധീനത്തിന്റെ സഹായത്തോടെയാണ്.

സ്ഥലപരമായ മാറ്റംമറിച്ചിലുകൾ ശാന്താറാമിൽ പലയിടത്തും കാണാനാവുന്നുണ്ട്. ഒരാളുടെ ദേശത്തെക്കുറിച്ചും വീടിനെക്കുറിച്ചുമുള്ള സ്വത്വം ഈ മാറ്റംമറിച്ചിലുകൾക്ക് വിധേയമാവുന്നുണ്ട്. ദേശത്തെ ക്കുറിച്ചും സ്വന്തം നഗരത്തെക്കുറിച്ചുമുള്ള ഈ പരസ്പര വൈരുധ്യം ലിൻഡ്സേ നോവലിൽ വ്യക്തമാക്കുന്നത് ഇപ്രകാരമാണ്.

"കൂട്ടുകാർ തന്ന സാധനങ്ങളെക്കൊണ്ട് എന്റെ ബാഗ് നിറഞ്ഞി രുന്നു. ഒരു വലിയ പ്രഥമശുശ്രൂഷാകിറ്റ്, ചിത്രങ്ങൾ, കവിതകൾ, ശംഖുകൾ, ടൂവലുകൾ, ഞാൻ ധരിച്ചിരുന്ന വസ്ത്രങ്ങൾ, എന്റെ കാലിൽ

അണിഞ്ഞിരുന്ന ബൂട്ട്സ് പോലും- ഓരോ വസ്തുവും അർത്ഥവത്തായിരുന്നു. എന്നെ വേട്ടയാടിയ പ്രവാസജീവിതത്തിൽ വാതിൽപടി എന്റെ വീടും കൈയിൽ കെട്ടിയ ഏലസ്സുകൾ എന്റെ രാജ്യവുമായിരുന്നു." (17)

സ്ഥലം ഇവിടെ ചലനാത്മകമാണ്. വീട്, ദേശം എന്നീ സങ്കൽപങ്ങളും. നോവലിലെ കേന്ദ്രകഥാപാത്രമായ ലിൻഡ്സേയ്ക്ക് താൻ പെരുമാറിയിരുന്ന സ്ഥലങ്ങളോടുള്ള മനോഭാവം വൈകാരികമാണ്. സ്ഥലത്തെക്കുറിച്ച് സ്ഥിരമായ സങ്കൽപങ്ങളുണ്ടെന്ന ധാരണയെ നോവലിൽ തകർക്കുന്നത് ഇത്തരത്തിലാണ്. കവിതകൾ, ചിത്രങ്ങൾ, വസ്തുങ്ങൾ എന്നിവയ്ക്കെല്ലാം സ്ഥലപരമായ ഒരു സ്വത്വം കൂടിയുണ്ട്. അവയ്ക്കോരോന്നിനും ഒരു സാംസ്കാരികമായ അർത്ഥത്തെ ഉത്പാദിപ്പിക്കാൻ കഴിയും. ഓരോ സ്ഥലത്തിന്റെയും സത്ത രൂപപ്പെടുത്തുന്നതിൽ ഇത്തരം വസ്തുക്കൾക്കും തങ്ങളുടേതായ പങ്ക് വഹിക്കാനുണ്ട്. അതു കൊണ്ടുതന്നെയാണ് സ്ഥലം എന്ന സങ്കൽപം ചലനാത്മകമാണ് എന്നു പറയുന്നത്.

മുംബൈ എന്ന സ്ഥലം സാംസ്കാരികമായി രൂപപ്പെട്ടതെങ്ങനെയെന്ന് ശാന്താറാം എന്ന നോവൽ കണിച്ചുതരുന്നു. ഓരോ സാമൂഹികചലനത്തിനും അനുസരിച്ച് മുംബൈയുടെ ഭൂമിശാസ്ത്രപരമായ അതിരുകൾ മാറിക്കൊണ്ടിരിക്കുന്നതെങ്ങനെയെന്നാണ് ലിൻഡ്സേ തന്റെ വിവരണങ്ങളിൽ നൽകുന്നത്. 'ഞാൻ മുംബൈയിലെ അമ്പലങ്ങൾ, തെരുവുകൾ, ഹോട്ടലുകൾ എന്നിവ മനസ്സിലാക്കിത്തുടങ്ങിയിരുന്നു. അതോടൊപ്പം ഓരോ ലഹളയുടെയും ഫലമായി ഇവ എങ്ങനെയാണ് മാറിക്കൊണ്ടിരിക്കുന്നതെന്നും.' (71) ഇത്തരത്തിൽ ഓരോ വ്യക്തിയും താൻ ബന്ധപ്പെടുന്ന സ്ഥലങ്ങളുമായുള്ള വൈകാരിക അടുപ്പത്തിന്റെ ഭാഗമായാണ് ആ പ്രദേശത്തെ അടയാളപ്പെടുത്തുന്നത്. ഒരു നഗരത്തിന്റെ സാംസ്കാരിക ഭൂമിശാസ്ത്രം രൂപപ്പെടുത്തുന്നത് അതിലെ ദേവാലയങ്ങളും തെരുവുകളും അവയോടനുബന്ധിച്ചുള്ള സംഘർഷങ്ങളും ഒക്കെക്കൂടിയാണെന്ന് വ്യക്തമാണ്. ആ സ്ഥലത്തോട് അനുബന്ധിച്ചുള്ള വ്യക്തിപരമായ അനുഭവങ്ങളെ അടിസ്ഥാനമാക്കിയാണ് ഒരാൾക്ക് സ്ഥലത്തോടുള്ള മനോഭാവം രൂപപ്പെടുന്നത്. നോവലിലെ നായകൻ ലിൻഡ്സേ പറയുന്നതുപോലെ 'പക്ഷേ എനിക്ക് ആ പൊടുന്നനെയുള്ള, വന്യമായ, സംഭ്രമിപ്പിക്കുന്ന ലഹള, ആ ടാക്സി ഡ്രൈവറുടെ തോളുകൾക്ക് മുകളിലൂടെയുള്ള കാഴ്ചയിൽ തലകളുടെ തിരതല്ലുന്ന തിരമാലയിലൂടെ ഒഴുകുന്ന കാഴ്ച, ഒരു വഴിത്തിരിവായിരുന്നു. ഒരു പുതിയ ധാരണ

അതിൽനിന്നും ഉയർന്നുവന്നു.' (72-73) സ്ഥലപരതയുടെ സാംസ്കാരികമായ അടിയുറച്ച ധാരണ ഇവിടെ വ്യക്തമാകുന്നു. ഒരു നഗരത്തിന്റെ സാംസ്കാരികഭൂമിശാസ്ത്രം എങ്ങനെയാണ് സാമൂഹ്യമായ മാറ്റങ്ങൾ കൊണ്ട് സ്വാധീനിക്കപ്പെടുന്നതെന്നും ഇവിടെ വ്യക്തമാകുന്നു.

സ്ഥലം എന്നത് അത്തരത്തിൽ ഭൗതികാടിത്തറയുള്ള വ്യവഹാരങ്ങളുടെ, സാംസ്കാരികമുദ്രകളുടെ, സ്ഥലാവബോധങ്ങളുടെ, ഭാവനകളുടെ സങ്കലിത രൂപമാണ്. അത് സാമൂഹികബന്ധങ്ങളുടെയും സാംസ്കാരിക നിയമങ്ങളുടെയും ഉത്പന്നമാണ്. (Lefebvre) സ്ഥലനിർമ്മിതിയുടെ സാംസ്കാരിക ഇടപെടലുകൾ നോവലിൽ സൂചിപ്പിക്കുന്നുണ്ട്. ഉദാഹരണത്തിന് ചേരികൾ, ഏറ്റവും ലളിതമായ രീതിയിൽ പ്രദേശത്തിന്റെ ഭൗതികമായ നിർമ്മിതിയാണ്. കൂടാതെ അവർക്ക് തനത് സ്ഥലവ്യവസ്ഥയുമുണ്ട്. ആ ദുരിതപൂർണമായ കുടിലുകൾ ഉണ്ടാക്കിയത് കീറത്തുണികൾകൊണ്ടും പ്ലാസ്റ്റിക്കിന്റെയും കടലാസിന്റെയും അവശിഷ്ടങ്ങൾകൊണ്ടും ഈറ്റപ്പായകൾകൊണ്ടും മുളവടികൾ കൊണ്ടുമായിരുന്നു. ഇടിഞ്ഞും ഒന്നിനോടൊന്നു ചേർന്നും നിൽക്കുന്ന അവയ്ക്കിടയിൽ ഇടുങ്ങിയ പാതകൾ വളഞ്ഞുപുളഞ്ഞു കിടക്കുന്നുണ്ടായിരുന്നു. (റോബർട്ട്സ്:7) കുടിലുകളുടെ ഘടനയും ഇടുങ്ങിയ പാതയുടെ കിടപ്പും എടുത്തുപറയുന്നതിലൂടെ ഈ നോവൽ ദൈനംദിനവൃത്തികളുടെയും സ്ഥലവിന്യാസത്തിന്റെയും സചേതനത്വത്തെ കാണിക്കുന്നു.

നഗരത്തിലെ ഭൗതികവും സാംസ്കാരികവുമായ ഇടത്തിന്റെ അടയാളങ്ങളെ അടിവരയിട്ട് കാണിച്ചുതരുന്നുണ്ട് നോവലിസ്റ്റ്. നഗരത്തിന്റെ അധോലോക സംഘങ്ങളെയും മാഫിയാ സംഘങ്ങളെയും പ്രതിനിധീകരിക്കുന്ന നിരവധി മുദ്രാവാക്യങ്ങളുണ്ട്. ഖാദർ ഖാന്റെ 'സച്ച് ഓർ ഹിമ്മത്ത്' എന്ന മുദ്രാവാക്യത്തിന്റെ പൊരുൾ 'സത്യവും ധൈര്യവും' എന്നാണ്. 'ആദ്യം മധുരം, പിന്നെ കയ്പേറ്റം' എന്ന് അർത്ഥം വരുന്ന 'പഹിലേ ഷഹാദ്, തബ് ജുല്മം' എന്ന വാക്യം ഹാലിദ്‌ലാലാ സംഘത്തിന്റേതാണ്. (857) ഈ സംഘടനയിലെ അംഗങ്ങളുടെ പ്രവൃത്തികളിൽ ഇത്തരം മുദ്രാവാക്യങ്ങൾ സ്വാധീനം ചെലുത്തുന്നു. ഇത്തരം പ്രസ്താവനകളുടെ സംസ്കാരമാണ് ഭൗതികമായ ഒത്തുകൂടലുകളുടെ സ്വഭാവം തീരുമാനിക്കുന്നത്. സംഘത്തിലെ അംഗങ്ങളുടെ പ്രവൃത്തിയുടെ നിയന്ത്രണവും ഇതുവഴിയാണ്. നഗരത്തിന്റെ ദൈനംദിന വ്യവഹാരങ്ങളിൽ വ്യത്യസ്തമായ സ്ഥലബോധം സർഗാത്മക രചനയ്ക്ക് ആധാരമാവുന്നതിനെപ്പറ്റിയും നോവൽ പറയുന്നു. എന്തിന്, ഒരു കുഞ്ഞു വാഹനത്തിന് പോലും ആ

അർത്ഥത്തിൽ ഒരു സ്ഥലമാവാൻ കഴിയും. ഒരു എൻഫീൽഡ് ബുള്ള റ്റിനെപ്പറ്റിയുള്ള (ഇന്ത്യയുടെ 350 സി.സി. എൻഫീൽഡ് ബുള്ളറ്റിന്) ലിൻഡ്സേയുടെ വ്യാഖ്യാനം ഇങ്ങനെയാണ്. 'ബ്രിട്ടീഷ് റോയൽ എൻഫീൽഡിന്റെ 1950-കളിലെ യഥാർത്ഥ പദ്ധതിക്കനുസരിച്ച് നിർമ്മിച്ചത്.' (501) ബ്രിട്ടീഷ് കൊളോണിയൽ ശക്തിയിൽ രൂപ പ്പെട്ട ഒരു സ്ഥലമായി ആ ബൈക്ക് പ്രവർത്തിക്കുന്നു എന്ന സൂചന ഇതിലുണ്ട്. ഇപ്രകാരം ആ ഇടം ചരിത്രവും കൊളോണിയലിസവും കൊണ്ട് അടയാളപ്പെടുത്തിയിരിക്കുന്നു.

നഗരത്തിന്റെ സ്ഥലവിന്യാസങ്ങളെ നിർണയിക്കുന്ന സാംസ്കാരിക ബലങ്ങളെ ഊന്നിപ്പറയുന്നതിന് നോവലിസ്റ്റ് കുറ ച്ചുകൂടി ഉദാഹരണങ്ങൾ നൽകുന്നുണ്ട്. ജനപ്രതിനിധിയായ രാഷ്ട്രീ യക്കാരനെ കാണുമ്പോൾ അയാളുടെ പ്രസംഗം കാരണമുണ്ടായ മാറ്റങ്ങളെപ്പറ്റി ലിൻഡ്സേ ചിന്തിക്കുന്നു; 'വർഗീയ കലാപത്തിനുള്ള അദ്ദേഹത്തിന്റെ ആഹ്വാനം ലഹളയിലും കൊലയിലും തീവെപ്പിലും ആണ് കലാശിച്ചത്'' (558). ഇപ്രകാരം ഒരു രാഷ്ട്രീയപരസംഗം രാജ്യത്തിന്റെയും നഗരത്തിന്റെയും ഭൂഘടനയിൽ മാറ്റം വരുത്താൻ കെൽപുള്ള സാംസ്കാരിക ശക്തിയായി പ്രവർത്തിക്കുന്നു. ഓരോ ഗ്രാ മത്തിനും അതിന്റേതായ അടയാളങ്ങളും അതിനെ പ്രതിനിധാനം ചെയ്യുന്ന സൂചകങ്ങളുമുണ്ട്. സുന്ദർഗ്രാമം കവർച്ചക്കാർക്കെതിരായുള്ള ഏറ്റുമുട്ടലിന്റെ ഓർമ്മ വഹിക്കുന്നുണ്ട്. ഗ്രാമവാസികൾ തന്നെ ഏറ്റു മുട്ടലുകളും ഒളിച്ചുവെക്കലുകളും നടന്ന ചരിത്രപ്രസിദ്ധമായ ഇടങ്ങളി ലേക്ക് കൊണ്ടുപോയത് ലിൻഡ്സേ ഓർമ്മിക്കുന്നുണ്ട്. (129) ഒരേ സംഭവങ്ങൾ ആവർത്തിക്കുന്നതിനും പ്രതീകാത്മകാവതരണത്തി നും ഈ ഇടങ്ങൾ സഹായിക്കുന്നു.

സ്ഥലപരമായ വിനിമയങ്ങളെ രൂപപ്പെടുത്തുന്നതിൽ ടി.വി. പോലുള്ള മാധ്യമങ്ങൾ വഹിക്കുന്ന പങ്കിനെപ്പറ്റിയും റോബർ ട്ട്സ് ഊന്നിപ്പറയുന്നു. കാർലയോട് മോഷണം തൊഴിലായി സ്വീകരിച്ചതിനെപ്പറ്റി ലിൻഡ്സേ പറയുമ്പോൾ അതിൽ ടി, .വി. യെപ്പറ്റിയും പറയുന്നു. 'എനിക്ക് തോന്നുന്നു, ടി.വി.ക്ക് അതിൽ വലിയ പങ്കുണ്ടായിരുന്നുവെന്ന്. ടി.വി.യിലുള്ള ഓരോ നായകനും തോക്കുണ്ടായിരുന്നു. അതുപോലെ ആയുധമേന്തിയ മോഷണത്തിൽ എന്തോ... ധീരതയുണ്ടായിരുന്നു." (508) ഇത്തരത്തിൽ നഗരത്തിലെ ദൈനംദിന ജീവിതത്തിൽ ഒരു പ്രത്യേക രീതിയിൽ പ്രവർത്തിക്കാ നുള്ള പ്രേരണ മാധ്യമങ്ങൾ നൽകുകവഴി സ്ഥലത്തിന്റെ ഘടന കൂടി മാറുകയാണ്. 'പത്തോ അതിലധികമോ രാജ്യങ്ങളിൽ 300 മില്യണി

ലധികം പേർ കാണാൻ പോകുന്ന ഒരു സിനിമയുടെ ഭാഗമാകാൻ (579) കഴിയുന്ന സാധ്യതകളെപ്പറ്റി പറയുമ്പോഴും ആ ധ്വനി ഉണ്ട്. ഒരൊറ്റ സ്ഥലത്തിന്റെ പ്രതിനിധാനത്തിന് അനേക സ്ഥലങ്ങളെയും അനേക കർതൃത്വങ്ങളെയും ബാധിക്കാനുള്ള സ്വാധീനശക്തിയുണ്ട്.

ഒരു നഗരത്തിന്റെ ഭൗതികവും സാംസ്കാരികവുമായ ഇടത്തെ നിർണയിക്കാൻ കഴിയുന്ന രാഷ്ട്രീയ സ്വാധീനത്തെപ്പറ്റിയും റോബർട്ട്സ് പറയുന്നു. തടവുകാരനായ ആനന്ദ് റാവോയ്ക്ക് പത്രവാർത്തകൾ കൊണ്ട് പിന്തുണ ഉറപ്പാക്കാൻ ശ്രമിക്കുന്ന ലിൻഡ്സേയുടെ ശ്രമങ്ങളിൽ ഇതുണ്ട്. പത്രപ്രവർത്തകനായ കൈവ്തയോട് ലിൻഡ്സേ പറയുന്നു:' നീ ആ വാർത്ത ആദ്യപേജിൽ പ്രസിദ്ധീകരിക്കണം. അവന് ചുറ്റും ജനസ്വാധീനം ഉള്ളതായി തോന്നണം. അവനെ കുറ്റക്കാരനെന്ന് വിധിച്ചാലും അവർ അവനെ അധികം ദ്രോഹിക്കില്ല. അവൻ ജയിലിലായാലും അവന് പിന്തുണ കിട്ടണമെന്നാണ് എന്റെ ആഗ്രഹം.' (561) ജീവിതത്തിൽ ആഗ്രഹിക്കുന്ന മാറ്റങ്ങൾ വരുത്താൻ ദൈനം ദിന വ്യവഹാരങ്ങളുടെ ഇടങ്ങളെ നിയന്ത്രിക്കുന്നതിലൂടെയാണ് ഇത്തരം കൂട്ടായ്മകളുടെ അഭിരുചികൾ പ്രവർത്തിക്കുന്നത്. ഇതുപോലെ മേലധികാരികളുടെ താത്പര്യത്തിനനുസരിച്ച് ' സപ്ന' എന്ന കൊലപാതക പരമ്പരയുടെ വാർത്തകളിലെ യഥാർത്ഥ സത്യം മറച്ചുവെച്ചത് ഖാദർഭായ് ഓർമ്മിക്കുന്നു.

'ഗവണ്മെന്റും പോലീസും പത്രങ്ങളുടെ സഹകരണം ചോദിച്ചിരിക്കുന്നു.' (290) ഇപ്രകാരം മാധ്യമങ്ങളെ ഫലപ്രദമായി നിയന്ത്രിക്കുന്നതിലൂടെ അധികാരികൾ 'സപ്ന' ഇപ്പോൾ നിലനിൽക്കുന്നില്ല (290) എന്ന കെട്ടിച്ചമച്ച സത്യം ഉണ്ടാക്കുന്നതിൽ വിജയിക്കുന്ന അവർ 'സപ്ന' എന്ന കൊലപാതക പരമ്പരയെപ്പറ്റിയുള്ള സത്യം സാംസ്കാരികസ്ഥലത്ത് അദൃശ്യമാക്കുന്നു. നഗരത്തെ രൂപപ്പെടുത്തുന്ന സാംസ്കാരികശക്തികളെ ഭാഗികമായും പക്ഷപാത പരമായും ഇവിടെ കാണിക്കുന്നു. സ്ഥലനിർമ്മിതിയുടെ രാഷ്ട്രീയവുമാണിത്. സ്ഥലങ്ങളും അവയുടെ പ്രതിനിധാനങ്ങളും പുറമെയുള്ള ശക്തികൾ തീരുമാനിക്കുന്നതാണ് എന്ന സൂചന ഇവിടെയുണ്ട്.

ഇത്തരത്തിൽ തിരക്കുള്ള തെരുവുകളെ മെട്രോപോളിറ്റൻ നഗരമായി ചിത്രീകരിക്കാൻ സാംസ്കാരികഭൂമിശാസ്ത്രത്തിന്റെ സാധ്യതകളെ റോബർട്ട് ശക്തമായി ഉപയോഗിക്കുന്നു. 'ശാന്താറാം,' നമുക്ക് നൽകുന്ന സ്ഥലാവബോധം സാംസ്കാരിക നിർമ്മിതിയുടേതാണ്. ഈ നോവൽ നഗരഭൂമിശാസ്ത്രത്തിന്റെ രാഷ്ട്രീയ ചലനാത്മക ആപേക്ഷികസ്വാവത്തിന് അടിവരയിടുകകൂടി ചെയ്യുന്നു. നിരന്തരമായ

പരിണാമസ്വാവങ്ങൾ ഉള്ള ഒന്നായി ഇവിടെ നഗരസ്ഥലത്തെ ആവിഷ്കരിക്കുന്നു.

വിവർത്തനം. ഡോ.എൻ.രജനി

1. Certeau, Michel de. The Practice of Everyday Life. Translated by Steven Rendall, U of California P, 1988.
2. Deleuze, Gilles and Felix Guattari. Anti-Oedipus: Capitalism and Schizophrenia. 1983. Translated by Robert Hurley et al., Tenth Printing, U of Minnesota P, 2000.
3. Deleuze, Gilles and Felix Guattari. A Thousand Plateaus: Capitalism and Schizophrenia. 1987. Translated by Brian Massumi, Eleventh Printing, U of Minneosta P, 2005.
4. Foucault, Michel. 'Of Other Spaces.' Diacritics translated by Jay Miskowiec, vol. 16, no.1, spring 1986, pp. 22-27. JSTOR, www.jstor.org/stable/464648.
5. Lefebvre, Henri. The Production of Space. Translated by Donald Nicholson Smith. Blackwell, 1991.
6. Roberts, Gregory David. *Shantaram*. Scribe publishers 2003.

ഗാനഭാവനകളിലെ സ്ഥലനിർമ്മിതി: തെരഞ്ഞെടുത്ത മലയാളചലച്ചിത്ര ഗാനങ്ങളെ ആധാരമാക്കിയുള്ള പഠനം

ഡോ. കെ.വി. ഉണ്ണികൃഷ്ണൻ

പ്രാദേശികമായ അതിരുകൾക്കപ്പുറത്ത് പ്രവർത്തിക്കുന്ന ആഖ്യാനങ്ങളുടെയോ ആശയസംഹിതകളുടെയോ പിൻബലം ആവശ്യപ്പെടുന്ന ഒന്നാണ് സ്ഥലം എന്ന സങ്കൽപം. നമ്മൾ ജീവിക്കുന്ന, സാമൂഹ്യബന്ധങ്ങൾ രൂപപ്പെടുത്തുന്ന സാമൂഹ്യമായ ക്രിയകളിലൂടെ അനുഭവിക്കാൻപറ്റുന്ന യാഥാർത്ഥ്യം കൂടിയാണത്. ഭൂമിശാസ്ത്രപരമായ സ്ഥലത്തിന്റെ യാഥാർത്ഥ്യത്തിൽ ആശയങ്ങളുടെയും ആഖ്യാനങ്ങളുടെയും സാങ്കല്പികത കൂടിചേരുമ്പോൾ സ്ഥലം എന്നത് സവിശേഷമായ ഒരു സാംസ്കാരികാനുഭവമാകുന്നു. ഈ അർത്ഥത്തിലാണ് സ്ഥലത്തെക്കുറിച്ചുള്ള പഠനം സംസ്കാരത്തിന്റെ പഠനം തന്നെയായി മാറുന്നത്.

നാടോടിക്കഥകളും നാടൻപാട്ടുകളും പുരാവൃത്തങ്ങളും ഐതിഹ്യങ്ങളുമെല്ലാമുൾപ്പെടുന്ന വാമൊഴി വരമൊഴി ആഖ്യാനങ്ങളെല്ലാം സ്ഥലസങ്കല്പത്തെ രൂപപ്പെടുത്തിയെടുക്കുന്നതിൽ അതിന്റേതായ പങ്ക് വഹിച്ചിട്ടുണ്ട്. ജനപ്രിയമായ ആഖ്യാനരൂപം എന്ന നിലയിൽ ചലച്ചിത്രഗാനങ്ങൾ മലയാളിയുടെ ഭാവമണ്ഡലത്തെ അഗാധമായി സ്വാധീനിച്ചിട്ടുണ്ട്. ചലച്ചിത്രഗാനങ്ങളിലെ സ്ഥലനിർമ്മിതിയുടെ സവിശേഷതകൾ വിപുലമായ പഠനസാധ്യതകൾ നൽകുന്നതാണ്.

ഭാഷാടിസ്ഥാനത്തിലുള്ള കേരളസംസ്ഥാനരൂപീകരണത്തിനു ശേഷം കടന്നുവന്ന രണ്ടുദശകക്കാലത്തെ മലയാളിയെ ബഹുവിധ

വൈകാരികപ്രകാശനങ്ങളിലൂടെ വിലയിരുത്താൻ പറ്റും. സൈദ്ധാന്തികമായി, മലയാളത്തിലെ കലയുടെ ആധുനികതാവാദത്തിന്റെ തീക്ഷ്ണപ്രസരണകാലഘട്ടവുമാണത്. ഈ കാലഘട്ടത്തിലെ ചലച്ചിത്രഗാനങ്ങളിലൂടെ തെളിയുന്ന മലയാളിയുടെ മനസ്സ് അതിനൊത്ത് സഞ്ചരിക്കുന്നതാണോ എന്ന് ആലോചിക്കേണ്ടതുണ്ട്.

കാലം, സ്ഥലം (Time & Place) എന്നിവ അന്യോന്യബന്ധം സൃഷ്ടിക്കുന്ന ഘടകങ്ങളാണ്. കാലത്തെ സ്ഥലമായി സങ്കൽപ്പിക്കുന്നത് ചരിത്രപരമായ സമീപനമാണ്. സ്ഥലത്തെ സാമൂഹ്യസ്ഥലമായും ഭാവനാസ്ഥലമായും സമയത്തിന്റെയും സ്ഥാനത്തിന്റെയും പരിധിയിൽ നിന്ന് വേർപെടുത്തി ആവിഷ്കരിക്കാൻ ശ്രമിക്കുന്നത് ആധുനികസാമൂഹ്യശാസ്ത്രവീക്ഷണങ്ങളുടെ വികാസത്തോടെയാണ്. മണ്ണ്, ഭൂമി, സ്വർഗം എന്നിങ്ങനെ ഭൂമിശാസ്ത്രപരമായും സാങ്കൽപികമായും ആവിഷ്കരിക്കുന്ന സ്ഥലബോധത്തിൽ അടിയുറച്ച പോയ ഭാവനയുടെ വിലാസങ്ങൾ അക്കാലത്തെ പാട്ടുകളിൽ ആവർത്തിച്ചു വരുന്നത് ശ്രദ്ധേയമാണ്. തെരഞ്ഞെടുത്ത ചില ഗാനങ്ങളെ അടിസ്ഥാനമാക്കി മലയാളിയുടെ സ്ഥലസങ്കല്പത്തിന്റെ സവിശേഷതലം പരിശോധിക്കാനാണ് ഈ ലേഖനത്തിൽ ശ്രമിക്കുന്നത്.

സ്ഥലത്തെക്കുറിച്ചുള്ള സൈദ്ധാന്തികപഠനങ്ങൾ യൂറോപ്യൻ സാഹിത്യത്തിൽ ധാരാളം ഉണ്ടായിട്ടുണ്ട്. മിഷേൽ ഫൂക്കോ, ഹെന്റി ലെഫേബർ, എഡ്വേർഡ് സോജ തുടങ്ങിയവരൊക്കെ സ്ഥലത്തെ സാമൂഹ്യശാസ്ത്രപരമായി വിശകലനം ചെയ്തവരാണ്. ഫൂക്കോയുടെ 'ഹേറ്ററോടോപ്പിയ'[1] എന്ന സങ്കൽപം സ്ഥലത്തെ സംബന്ധിച്ച് സൂക്ഷ്മമായ വിശകലനം നടത്തുന്നതാണ്.

ഭാഷാടിസ്ഥാനത്തിലുള്ള സംസ്ഥാനരൂപീകരണത്തോടെ മാത്രം സംഭവിച്ചതാണ് കേരളം എന്ന ഭൂമിശാസ്ത്രപരമായ സ്ഥലം. എന്നാൽ ഓരോ മലയാളിയും സങ്കൽപിക്കുന്നത് കേരളം എന്ന ഭൂവിഭാഗം സമൃദ്ധമായ പാരമ്പര്യമുള്ള ഒരുക്ഷേമരാഷ്ട്രത്തിന്റെ പിൻതുടർച്ചയാണെന്നാണ്. ഈ സങ്കല്പത്തിന് പിൻബലമേകുന്നത് കർത്താവും കാലവും അജ്ഞാതമായ, എന്നാൽ ഓരോ മലയാളിയും തന്റെ പാരമ്പര്യത്തിന്റെ ഭാഗമാണെന്ന് കരുതിപ്പോരുന്ന ഒരു നാടൻപാട്ടാണ്. മാവേലി അഥവാ മഹാബലി എന്ന ചക്രവർത്തിയുടെ ഭരണത്തിലായിരുന്നപ്പോൾ കേരളം എന്ന നാട് ഒരു ക്ഷേമരാഷ്ട്രമായിരുന്നു എന്നാണ് മാവേലി നാടു വാണീടും കാലം... എന്ന ഈ നാടൻപാട്ട് പറയുന്നത്.

1 Foucault, Michel, (1984) Space, Knowledge and Power. In Paul Rabinow (Ed.) The Foucault Reader. New York: Pantheon. 239-56

ഈ ക്ഷേമരാഷ്ട്രസങ്കൽപമാണ് കേരളം എന്ന സ്ഥലത്തെക്കുറിച്ചുള്ള എറ്റവും പ്രബലമായ ഉട്ടോപ്യൻ സങ്കൽപം. അമ്പലങ്ങളുടെ ഒടുവിൽ മാത്രം സംഭവിക്കുന്ന കേരളം എന്ന ഭൂമിശാസ്ത്രപരമായ സ്ഥലം തന്നെയാണ് ഈ നാടൻ പാട്ട് കേൾക്കുമ്പോൾ ഓരോ മലയാളിയുടെയും മനസ്സിൽ ഉണ്ടാകുന്ന സ്ഥലസങ്കൽപം എന്നതാണ് ഇതിലെ രസകരമായ വസ്തുത. എന്നോ ഏതോ സ്ഥലത്തെക്കുറിച്ച് ആരോ പാടിയ ഒരു പാട്ടിലെ സങ്കൽപത്തെ സൗകര്യപ്രദമായി ഒരു സ്ഥലത്തേക്ക് ആരോപിക്കുകയാണ് ചെയ്യുന്നത്. ഈ ആരോപിക്കലിന് പിന്നിൽ പ്രവർത്തിക്കുന്നതാകട്ടെ പാട്ടിൽ ചിത്രീകരിക്കുന്ന സമത്വസുന്ദരദേശത്തോടുള്ള - ഉട്ടോപ്യയോടുള്ള - ആഭിമുഖ്യവും. അമ്പലങ്ങളുടെ ഒടുവിൽ മാത്രം സംഭവിച്ച കേരളം എന്ന പ്രദേശം ചരിത്രത്തിന്റെ ഭാഗമായിരുന്നു എന്നും ആ സ്ഥലം സത്യത്തിന്റെയും ഐശ്വര്യത്തിന്റെയും വിളനിലമായിരുന്നു എന്ന് വിശ്വസിക്കാനാണ് മലയാളിക്കിഷ്ടം. ഈ ഒരു ഉട്ടോപ്യയുടെ പിൻതുടർച്ച കേരളത്തെക്കുറിച്ചുള്ള ചലച്ചിത്രഗാനങ്ങളിലും കാണാൻ കഴിയും.

ഇന്ത്യൻ സവർണ്ണമിത്തോളജികൾ തഴുകിവരുന്ന പദകോശങ്ങളിൽ രൂപപ്പെട്ട കേരളമായിരുന്നു മലയാളസിനിമാഗാനങ്ങളിലെ കേരളം എന്ന് പ്രദീപൻ പാമ്പിരിക്കുന്ന് പറഞ്ഞിട്ടുണ്ട്.[2] നാടൻ പാട്ടുകളിലോ വടക്കൻ പാട്ടുകളിലോ പ്രത്യക്ഷപ്പെടുന്നതു പോലെ കൃത്യമായ ഭൂമിശാസ്ത്രമാനത്തോട് കൂടി പ്രത്യക്ഷപ്പെടുന്നതല്ല ചലച്ചിത്രഗാനങ്ങളിലെ സ്ഥലങ്ങൾ എന്ന് പറയാവുന്നതാണ്. നാടൻപാട്ടുകളിൽ അധ്വാനവുമായി ബന്ധപ്പെട്ട് കൃത്യമായ ഭൗതികസ്ഥല (physical space)ത്തിന്റെ സാന്നിധ്യമുണ്ട്. വടക്കൻ പാട്ടുകളിലും അങ്കത്തട്ട്, കളരി എന്നിങ്ങനെ ഭൗതികപരിസരത്തിന്റെ കൃത്യമായ അടയാളപ്പെടുത്തലിന്റെ ആവശ്യം നേരിടുന്നു. എന്നാൽ സിനിമകളിലെ സ്ഥലം ഇത്തരത്തിൽ സൂക്ഷ്മമാവണമെന്നില്ല. കഥ, നായകൻ നായിക എന്നിവയോട് ചേർന്ന് നിൽക്കുമ്പോഴും അത് പലപ്പോഴും നിർമ്മാതാവ്, സംവിധായകൻ എന്നിവരുടെ നിയന്ത്രണങ്ങൾക്കോ കച്ചവടതാൽപ്പര്യങ്ങൾക്കോ അഭിരുചികൾക്കോ വിധേയമാണ്. ഇതു മറന്നുകൊണ്ട് ചലച്ചിത്രഗാനങ്ങളെ വിശകലനവിധേയമാക്കുന്നത് ശരിയായിരിക്കില്ല എന്നുകൂടി ധരിച്ച് കൊണ്ട് തന്നെയാണ് ഈ പഠനം മുന്നോട്ടു പോകുന്നത്.

2 പ്രദീപൻ പാമ്പിരിക്കുന്ന്. , ചലച്ചിത്രഗാനവും സാഹിത്യസംസ്കാരവും, ചലച്ചിത്രഗാനപഠനങ്ങൾ (എഡി)ഡോ. കുമാരൻ വയലേരി. പുസ്തകഭവൻ, പയ്യന്നൂർ, 2011.

ഇവിടെ ഫൂക്കോ വിഭാവനം ചെയ്യുന്ന 'ഹെറ്ററോടോപ്പിയ എന്ന സങ്കല്പത്തെക്കുറിച്ച് സൂചിപ്പിക്കേണ്ടിയിരിക്കുന്നു. ഉട്ടോപ്യ എന്ന ആശയവുമായി ചേർത്താണ് ഫൂക്കോ ഹെറ്ററോടോപ്പിയയെ വിശദീകരിക്കുന്നത്. തോമസ് മൂർ 1516ൽ പ്രസിദ്ധീകരിച്ച ഉട്ടോപ്യ എന്ന സാമൂഹികവിമർശനപരമായ ഹാസ്യകൃതിയിലാണ് ഉട്ടോപ്യ എന്ന സങ്കൽപം ആദ്യമായി കടന്നു വരുന്നത്. സങ്കൽപത്തിൽ മാത്രം സാധ്യമാവുന്ന ഒരു രാഷ്ട്രമോ സമൂഹമോ ആണ് ഉട്ടോപ്യ. എല്ലാ മേഖലകളിലും നൂറുശതമാനം സാമൂഹികനീതി നടപ്പാവുന്ന ഒരു ക്ഷേമരാഷ്ട്രസങ്കല്പത്തെയാണ് ഉട്ടോപ്യ എന്ന അവസ്ഥയിൽ വിഭാവനം ചെയ്യുന്നത്. ഈ സങ്കല്പം മനുഷ്യന്റെ ഭാവനയിൽ മാത്രം സാധ്യമാവുന്ന ഒന്നാണെന്നാണ് പൊതുവേ കരുതപ്പെടുന്നത്. പതിനാറാം ശതകത്തിലെ കത്തോലിക്കാപുരോഹിതർക്കു നേരെയുള്ള മൂറിന്റെ കടുത്ത വിമർശനമാണ് പരിഹാസരൂപേണ ഉട്ടോപ്യയിൽ കടന്നു വന്നതെന്നാണ് സാമൂഹ്യനിരീക്ഷകർ അഭിപ്രായപ്പെടുന്നത്.

ഉട്ടോപ്യ എന്നത് ഒരു കാലത്തും സാധ്യമാവാത്ത ഒന്നാണെങ്കിൽ ഹെറ്ററോടോപ്പിയ എന്നത് ലോകത്ത് കൊണ്ടുവരാൻ സാധിച്ചേക്കാവുന്ന പരിമിതമായ ഉട്ടോപ്യയാണ്. ഭാവനയിലൂടെ അനുഭവിക്കാൻ പറ്റുന്നതും അതിന്റെ അനുഭൂതികളെ പൂർണ്ണമായും സ്വാംശീകരിക്കാൻ സാധിക്കുന്നതുമായ സ്ഥലത്തെയാണ് ഫൂക്കോ[3] ഹെറ്ററോടോപ്പിയ എന്ന് പറയുന്നത്. ഫൂക്കോ ഹെറ്ററോടോപ്പിയക്ക് നിരവധി ഉദാഹരണങ്ങൾ നൽകുന്നുണ്ടെങ്കിലും കൃത്യമായ നിർവ്വചനം നൽകുന്നില്ല. അദ്ദേഹത്തിന്റെ അഭിപ്രായത്തിൽ എല്ലാ സംസ്കാരങ്ങളിലും സമൂഹങ്ങളിലും ഹെറ്ററോടോപ്പിയകളുണ്ടെങ്കിലും അവ സാർവ്വത്രികമല്ല. ഉട്ടോപ്യയും ഹെറ്ററോടോപ്പിയയും തമ്മിലുള്ള ബന്ധം വ്യക്തമാക്കാൻ ഫൂക്കോ ഉപയോഗിക്കുന്ന ഒരുദാഹരണം കണ്ണാടിയുടേതാണ്. കണ്ണാടി എന്നത് ഒരു ഉട്ടോപ്യയാണ്. കാരണം കണ്ണാടിയിൽ പ്രതിഫലിക്കുന്ന ചിത്രം സ്ഥലമില്ലാത്ത സ്ഥലം ആണ്. ഒരാളുടെ ദൃശ്യപരത കാണാൻ അനുവദിക്കുന്ന തൊടാനോ എത്തിച്ചേരാനോ സാധിക്കാത്ത, യാഥാർത്ഥ്യമല്ലാത്ത വെർച്വൽ സ്ഥലം. എന്നിരുന്നാലും കണ്ണാടി ഒരു ഹെറ്ററോടോപ്പിയ കൂടി ആണ്. കണ്ണാടിയിൽ കാണുന്ന ദൃശ്യം ഒരു യഥാർത്ഥ വസ്തുവിന്റെ ദൃശ്യം കൂടിയാണ്. ചുറ്റുമുള്ള യഥാർത്ഥ സ്ഥലവുമായി ബന്ധപ്പെട്ട സ്ഥലം തന്നെയാണ് കണ്ണാടി ദൃശ്യമാക്കിത്തരുന്നത്. ഈ രീതിയിൽ യാഥാർത്ഥ്യത്തി

3 Of Other Spaces: Utopias and Heterotopias , Foucault, Michel, Architecture/ Movement/ Continuite October, 1984;

ന്റെ സൃഷ്ടിയും പ്രതീതിയുടെ സൃഷ്ടിയും കൂടിക്കലർന്ന ഒന്നായിട്ടാണ് ഹെറ്ററോടോപ്പിയ പ്രത്യക്ഷപ്പെടുന്നത്.

സ്വാതന്ത്ര്യത്തിന് മുൻപ് മറ്റേത് ഇന്ത്യക്കാരെയും പോലെ തന്നെ കേരളീയർക്കും സ്ഥലം എന്നത് അടിമത്തബോധത്തിൽ അധിഷ്ഠിതമായിരുന്നു. സ്വാതന്ത്ര്യാനന്തരം അത് നേരത്തെ അവൻ/അവൾ സ്വപ്നം കണ്ടിരുന്ന സ്വർഗസമാനമായ സ്ഥലം എന്ന അവസ്ഥയിലേക്ക് മാറുന്നു. എന്നാൽ മാറ്റം സംഭവിക്കാൻ ആവശ്യമായ സമയപരിധി എന്ന് സമൂഹം കരുതിയ കാലഘട്ടം കഴിഞ്ഞും അവർ സ്വപ്നം കണ്ട അവസ്ഥയിലേക്ക് എത്തിച്ചേർന്നില്ല എന്നത് നിരാശയേകുന്നതായിരുന്നു. സ്വപ്നം സ്വപ്നമായിത്തന്നെ അവശേഷിക്കുന്നു എന്നത് ഇക്കാലഘട്ടത്തിൽ പുറത്തിറങ്ങിയ ചലച്ചിത്രങ്ങളിലെ നാടിനെ സംബന്ധിച്ച ഗാനങ്ങൾ ഉദാഹരണങ്ങളാണ്. 1960 മുതൽ 1980 വരെയുള്ള കാലയളവിനുള്ളിലെ ചലച്ചിത്രഗാനങ്ങളുടെ വിശകലനമാണ് ഈ പ്രബന്ധം. മണ്ണിനെക്കുറിച്ചും ജീവിതത്തെക്കുറിച്ചും മലയാളിയുടെ മനസ്സിലുണ്ടായിരുന്ന സ്വപ്നം ഉട്ടോപ്യയിൽ നിന്ന് ഹെറ്ററോടോപ്പിയയിലേക്ക് മാറുകയും ചിലപ്പോഴെല്ലാം ഹെറ്ററോടോപ്പിയയിൽ നിന്ന് ഉട്ടോപ്യയിലേക്ക് തന്നെ തിരിച്ചു പോകുന്നതിന്റെയും ചിത്രങ്ങൾ അക്കാലത്തെ ഗാനങ്ങളിൽ കാണാവുന്നതാണ്.

1962ൽ പുറത്തിറങ്ങിയ 'ഭാര്യ' എന്ന ചിത്രത്തിലെ പെരിയാറേ എന്ന ഗാനം നോക്കുക. പൊന്നലകൾ ഞൊറിഞ്ഞുടുത്ത, പർവ്വതനിരയുടെ പനിനീരായ, കുളിരും കൊണ്ട് കുണുങ്ങിനടക്കുന്ന ഒരിടമാണ് ഇതിൽ ചിത്രീകരിക്കുന്ന സ്ഥലം. കേരളീയന്റെ സങ്കൽപ്പത്തിലെ കേരളം എന്ന സ്ഥലത്തിന് കേരളസംസ്ഥാനരൂപീകരണത്തിന് ശേഷം ലഭിച്ച ആദ്യത്തെ വിശേഷണങ്ങൾ ആണിവ. ഇന്നലെ വരെ സ്വപ്നം കണ്ടിരുന്ന സ്വതന്ത്രവും സ്വച്ഛവും സുന്ദരവുമായ നാട് എന്നത് ഒരു പുഴയുടെ സഞ്ചാരവഴിയിലൂടെ കാണിച്ചുതരുന്നു. പുഴ നേരത്തെ വിശദീകരിച്ചതുപോലെ ഒരു കണ്ണാടി ദൃശ്യമാണ്. അതിലൂടെ തെളിയുന്ന നാട് മലയാളിയുടെ ഹെറ്ററോടോപ്പിക്ക് ഭാവനയും.

1963 ൽ പുറത്തിറങ്ങിയ നിണമണിഞ്ഞ കാൽപ്പാടുകൾ എന്ന ചലച്ചിത്രത്തിലെ മാമലകൾക്കപ്പുറത്ത് എന്നു തുടങ്ങുന്ന ഗാനം ശ്രദ്ധിക്കുക. കേരളത്തെ സംബന്ധിച്ച ഹെറ്ററോടോപ്പിക് സങ്കൽപങ്ങളുടെ നേർചിത്രീകരണമാണ് ഈ ഗാനം എന്നു വ്യക്തമാണ്. കാടും തൊടികളും കനകനിലാവത്ത് കൈകൊട്ടിക്കളിക്കുന്ന നാട്ടിൽ കായലും പുഴകളും കതിരണിവയലിന് കസവിട്ട ചിരിക്കുന്ന നാടായിട്ടാണ് ഗാനത്തിൽ കേരളത്തെ ചിത്രീകരിക്കുന്നത്. മധുരക്കിനാ

വിന്റെ മായാവിമാനത്തിന് മനുഷ്യനെ കൊണ്ടുപോകാനാകില്ലല്ലോ എന്ന വരികളിൽ നാടിനെയും അവിടത്തെ ജീവിതത്തെയും സംബന്ധിച്ച സ്വപ്നങ്ങളെക്കുറിച്ച് പറയുമ്പോൾ തന്നെ അവ സാർത്ഥകമാക്കാനാകുന്നതാണോ എന്ന സംശയവും നിഴലിക്കുന്നുണ്ട്. കിനാവും മായാവിമാനവും ഒരപരസ്ഥലത്തിന്റെ പ്രതീതി സൃഷ്ടിക്കുന്നുണ്ട്. ഇതിനോട് ചേർത്തുവെക്കാവുന്ന ഒന്നാണ് 1964ൽ പുറത്തിറങ്ങിയ പഴശ്ശിരാജ എന്ന ചിത്രത്തിലെ ഗാനം. കേരളത്തിലെ വയനാട് എന്ന സ്ഥലത്തെക്കുറിച്ചുള്ള ഗാനചിത്രീകരണം. മുത്തണിവില്ലിന് വെള്ളിക്കൊലുസുകൾ നൃത്തം വെയ്ക്കുണ നാട് എന്നാണ് ഇതിൽ വയനാട് എന്ന സ്ഥലത്തെക്കുറിച്ച് പറയുന്നത്. 1963 ൽ വയനാടിന്റെ ഭൂമിശാസ്ത്രയാഥാർത്ഥ്യത്തോട് നേരു നിൽക്കുന്നതാവണമെന്നില്ല ഈ കൽപനകൾ. മാത്രവുമല്ല വയനാട് എന്ന പ്രദേശം മാത്രമായി പാട്ടിൽ ആവിഷ്കരിക്കുമ്പോഴും ഓരോ മലയാളിയുടെയും ഉള്ളിലുള്ള കേരളമായി അത് പ്രതിഫലിക്കുന്നു. "ഭാരതമെന്ന പേർ കേട്ടാലഭിമാനപൂരിതമാവണമന്തരംഗം, കേരളമെന്നു കേട്ടാലോ തിളക്കണം ചോര നമുക്കു ഞരമ്പുകളിൽ" എന്ന സ്വാതന്ത്ര്യപൂർവ്വ ആഹ്വാനത്തിന്റെ സാഫല്യം എന്ന രീതിയിൽ കൂടിയാണ് ദേശസ്വത്വം ഇവിടെ രൂപപ്പെടുന്നത്. സൗന്ദര്യം, വീര്യം, വിജയം ഇതൊക്കെ ദേശമഹിമയായിക്കാണുന്ന മലയാളി സ്വപ്നലോകത്തിന് അരികിലാണ്. ഹെറ്ററോടോപ്പിക്ക് ആയ ഒരു സ്ഥലബോധം മലയാളി ആന്തരിക ഭാവനയിൽ കൊണ്ടു നടക്കുന്നു.

1966ലാണ് പലതു കൊണ്ടും ശ്രദ്ധേയമായ മലയാളചലച്ചിത്രം ചെമ്മീൻ പുറത്തിറങ്ങുന്നത്. നേരത്തെ സൂചിപ്പിച്ച രണ്ട് ഗാനങ്ങളുടെയും തുടർച്ചയായി ഈ ചിത്രത്തിലെ കടലിനക്കരെ പോണോരേ എന്ന ഗാനത്തെ കാണാവുന്നതാണ്. ആഴക്കടലിൽ മീൻ പിടിക്കാൻ പോകുന്നവരുടെ ഉള്ളിലെ സമൃദ്ധിയുടെയും സമ്പത്തിന്റെയും സ്വപ്നലോകമാണ് ഈ പാട്ടിലെ സ്ഥലം. 1950കളിൽ മലയാളി തുടങ്ങിയ പ്രവാസയാത്രയുടെ പ്രതീക്ഷാലോകം കൂടിയായി ഇതിനെ വ്യാഖ്യാനിക്കാം. മലയാളി എന്നും സൂക്ഷിക്കുന്ന ഹെറ്ററോടോപ്പിക്ക് / ഉട്ടോപ്യൻ മനസ്സാണ് അത്. കടലിനടിയിലെ പവിഴപ്പുറ്റുകളും മണലാരണ്യത്തിലെ പൊൻമുത്തുകളും മലയാളിയെ സംബന്ധിച്ച് എത്തിച്ചേരാനാഗ്രഹിക്കുന്ന സമൃദ്ധിയുടെയും സ്വപ്നത്തിന്റെയും തുരുത്തുകളാണ്. അഥവാ മാവേലി മിത്തിന്റെ സാമൂഹ്യബോധത്തിന്റെ ആഘോഷിക്കലാണ്. കടലിനക്കരെയുള്ള കാണാപ്പൊന്ന്, പതിനാലാം രാവിലെ പാലാഴിത്തിരയിലെ മത്സ്യകന്യകമാരുടെ

മാണിക്യക്കല്ല്, നാഗനർത്തകിമാരുടെ മുത്ത്, ദേവകന്യകമാരുടെ ഓമൽ പൂത്താലി തുടങ്ങിയ വർണ്ണനകളിലെല്ലാം മലയാളിയുടെ സമൃദ്ധിസ്വപ്നങ്ങളെ കാണാം.

1970ലാണ് കേരളം എന്ന സ്ഥലത്തെക്കുറിച്ചുള്ള മനോഹരമായ ഭാവന നാളികേരത്തിന്റെ നാട്ടിലെനിക്കൊരു എന്ന ഗാനമായി പുറത്തിറങ്ങുന്നത്. 'തുറക്കാത്ത വാതിൽ' എന്ന ചിത്രത്തിലെ ഈ ഗാനത്തിൽ യഥാർത്ഥത്തിൽ പ്രാഥമികതലത്തിൽ സ്ഥലചിത്രീകരണമില്ല എന്ന തോന്നാമെങ്കിലും വീടിന്റെയും നാടിന്റെയും നാട്ടിൽ കാത്തിരിക്കുന്ന കാമിനിയുടെയും ചിത്രീകരണത്തിന് പിന്നിൽ അടങ്ങിയിരിക്കുന്നത് സ്ഥലത്തെ സംബന്ധിച്ച ഹെറ്ററോടോപ്പിക്ക് മലയാളിഭാവന തന്നെയാണെന്ന് കാണാൻ സാധിക്കും. നാട് മണ്ണ്, ഗ്രാമീണത എന്നിവ ഗൃഹാതുരമായ സമൃദ്ധിയായും സ്വപ്നമായും ഈ പാട്ടിലും കടന്നു വരുന്നു. നേരത്തെ സൂചിപ്പിച്ച പ്രവാസി മലയാളിയുടെ നാടോർമ്മയുടെ ചിത്രമാണത്. ഈ നാട് -കേരളം വിട്ടവരുടെ നാട് - ഓർമ്മയിൽ നിൽക്കുന്ന നിശ്ചലമായ ചില അടയാളങ്ങളിലൂടെ അവരിൽ സ്ഥിരപ്പെടുന്നു.

ഗൃഹാതുരതയുടെ ഏറ്റവും വലിയ അടയാളമായി വായിച്ചെടുക്കാവുന്ന ഗാനമാണ് 1975 ൽ റിലീസ് ചെയ്ത 'കൊട്ടാരം വിൽക്കാനുണ്ട്' എന്ന ചിത്രത്തിലെ 'ചന്ദ്രകളഭം ചാർത്തിയുറങ്ങും തീരം' എന്ന ഗാനം. സംസ്ഥാന രൂപീകരണത്തിനു ശേഷം ഇരുപത് വർഷങ്ങൾക്ക് ശേഷം മലയാളിയുടെ കേരളം എന്ന സ്ഥലസങ്കൽപം ഹെറ്ററോടോപ്പിക് അവസ്ഥയിൽ നിന്ന് ഉട്ടോപ്യൻ അവസ്ഥയിലേക്ക് എത്രത്തോളം മാറുന്നുണ്ട് എന്നതിന്റെ തെളിവായി ഈ ഗാനത്തെ കാണാം. 1975 എന്ന പറയുന്നത് ഇന്ത്യയുടെ ചരിത്രത്തിലെ നിർണ്ണായകമായ അധികാര രാഷ്ട്രീയത്തിന്റെ നാളുകളായിരുന്നു. യാഥാർത്ഥ്യത്തിന്റെ മണ്ണിൽ നിന്നും മനോഹരമായ സ്വപ്നലോകം തേടിയുള്ള മലയാളിയുടെ ആന്തരിക സഞ്ചാരത്തിന്റെയും അതിജീവനത്തിന്റെയും ഇടമായി ചന്ദ്രകളഭം ചാർത്തിയുറങ്ങുന്ന തീരങ്ങൾ നമ്മുടെ ചലച്ചിത്രഗാനങ്ങളിൽ ആവർത്തിച്ചു കൊണ്ടേയിരുന്നു. പ്രണയവും പെണ്ണും മണ്ണും വർണ്ണസുന്ദരമായി പൂത്തു നിൽക്കുന്നതാണ് മലയാളി പുരുഷന്റെ ഭാവനയിലെ ഏറ്റവും വലിയ ഉട്ടോപ്യൻ ലോകം എന്നു കൂടി ഈ പാട്ടുകൾ പറയുന്നു.

1977 ൽ പുറത്തിറങ്ങിയ 'മിനിമോൾ' എന്ന ചിത്രത്തിലെ കേരളം എന്ന ഗാനമാണ് ഇനി വിശകലനവിധേയമാക്കുന്നത്. ഒറ്റനോട്ടത്തിൽ കേരളം എന്ന സ്ഥലത്തെക്കുറിച്ചുള്ള ഹെറ്ററോ

ടോപ്പിക്ക് ഭാവനയെന്ന് തോന്നാമെങ്കിലും ഈ ഗാനത്തിലും കേരളത്തെക്കുറിച്ചുള്ള ഉട്ടോപ്യയുടെ നിഴലാട്ടം ദർശിക്കാം. പൂവണിപ്പൊന്നും ചിങ്ങപ്പൂവിളി കേട്ടുണരും പുന്നെല്ലിൻ പാടത്തിലൂടെ മാവേലി മന്നന്റെ മാണിക്യത്തേരു വരുമെന്നാണ് കവി പറയുന്നത്. കേരളത്തെക്കുറിച്ച് നേരത്തെ സൂചിപ്പിച്ച ഉട്ടോപ്യൻ നാടൻപാട്ടിന്റെ ദർശനം തന്നെയാണ് ഇവിടെയും കാണുന്നതെന്ന് പറയാം. 1978 ലെ 'കൈതപ്പൂ' എന്ന ചിത്രത്തിലെ മലയാളമേ എന്ന ഗാനം ഇതിൽ നിന്ന് ഒരു പടി കൂടി മുന്നോട്ടു പോകുന്നതായി കാണാം. മരുഭൂമികളെ മലർവനിയാക്കുന്ന മണ്ണ് എന്നൊക്കെ പറയുന്ന കവി ഇതിലേ പോവുന്ന പറവകൾ ഇതിഹാസം ഉരുക്കഴിക്കുമെന്നും ഇതിലേ പായുന്ന നദികൾ വേദാന്തം ഉരുവിടുമെന്നും പറഞ്ഞതിന് അനുബന്ധമായി ജനിച്ചാൽ ഇവിടെ ജനിക്കണമെന്നും ശ്വസിച്ചാൽ ഇവിടത്തെ വായു ശ്വസിക്കണമെന്നും പറഞ്ഞു നിർത്തുന്നു. മനുഷ്യന്റെ ആഗ്രഹജീവിതത്തെ (ambition of life) പ്രതിഫലിപ്പിക്കുന്ന ഒന്നായി ഇതിൽ സ്ഥലം പ്രത്യക്ഷപ്പെടുന്നതായി കാണാം.

1960 മുതൽ എഴുപതുകളുടെ ഒടുവിൽ വരെയുള്ള ഇരുപത് വർഷക്കാലം കേരളം എന്ന സ്ഥലം ചലച്ചിത്രഗാനങ്ങളിൽ കടന്നുവന്നതെങ്ങനെയെന്ന് തെരഞ്ഞെടുത്ത ഗാനങ്ങളെ ഉപയോഗപ്പെടുത്തി വിശകലനം നടത്തുകയാണ് ഇവിടെ ചെയ്തത്. ഗാനങ്ങൾ സിനിമയിൽ സ്ഥലത്തെയും സമയത്തെയും ഒരു നിമിഷം കൊണ്ട് സ്ഥാനാന്തരപ്പെടുത്തുകയാണ് ചെയ്യാറ്. കഥാപാത്രങ്ങളുടെ മനസ്സിന്റെ സ്വപ്നഭൂമിയിലേക്ക് കടന്നു ചെല്ലാനുള്ള ആവിഷ്കാരസങ്കേതമാണ് പാട്ടുകൾ. അതേ സമയം അത് യാഥാർത്ഥ്യത്തിൽ നിന്നുള്ള വ്യതിയാനവുമാണ്. ആ വ്യതിയാനം എത്തിച്ചേരാൻ പ്രാപ്തമായതോ അല്ലെങ്കിൽ ഒരിക്കലും സാധ്യമാവാത്തതോ ആയ ഭാവനയുടെ ലോകങ്ങളെ പുണരുന്നു. നേരത്തെ വിശദീകരിച്ച ഹെറ്ററോട്ടോപ്പിയ/ഉട്ടോപ്യ ആശയങ്ങളുടെ സങ്കലനം ഈ ഭാവനയിലുണ്ട്. അത് ഏറ്റവുമധികം പ്രതിഫലിക്കുന്നത് മലയാളചലച്ചിത്രഗാനങ്ങളിലാണ് എന്നും നിസ്സംശയം പറയാം. അങ്ങനെയുള്ള ഒരു സ്വപ്നലോകത്തിലും ചിരകാലമായി മലയാളി വഹിക്കുന്ന സാമൂഹ്യമനസ്സിനെക്കുറിച്ചു കൂടി ഈ പാട്ടുകൾ പറയുന്നുണ്ട്. സവർണ്ണതയുടെ നിറവും മുദ്രകളുമുള്ള ഒരു സ്ഥലസങ്കൽപമാണ് അത് എന്നും പുരുഷനാണ് ഇതിന്റെ ഉടമ എന്നും ഈ പാട്ടുകളുടെ സൂക്ഷ്മവായന നൽകുന്ന മറ്റൊരു പാഠമാണ്.

അനുബന്ധം

ചിത്രം ഭാര്യ (1962)
ഗാനരചന പി. ഭാസ്കരൻ
സംഗീതം കെ. രാഘവൻ

ആ... ആ...
പെരിയാറേ പെരിയാറേ
പർവതനിരയുടെ പനിനീരേ
കുളിരും കൊണ്ട് കുണുങ്ങി നടക്കും
മലയാളിപ്പെണ്ണാണ് നീ - ഒരു
മലയാളിപ്പെണ്ണാണ് നീ
(പെരിയാറേ...)

മയിലാട്ടുംകുന്നിൽ പിറന്നു - പിന്നെ
മയിലാഞ്ചിക്കാട്ടിൽ വളർന്നു
നഗരം കാണാത്ത നാണം മാറാത്ത
നാടൻപെണ്ണാണ് നീ - ഒരു
നാടൻപെണ്ണാണ് നീ
(പെരിയാറേ...)

പൊന്നലകൾ പൊന്നലകൾ ഞൊറിഞ്ഞുടുത്തു
പോകാനൊരുങ്ങുകയാണല്ലോ
മലയാറ്റൂർ പള്ളിയിൽ പെരുന്നാള് കൂടണം
ശിവരാത്രി കാണേണം നീ
ആലുവാ ശിവരാത്രി കാണേണം നീ
(പെരിയാറേ...)

നാടാകെ തെളിനീരു നൽകേണം
നാടോടിപ്പാട്ടുകൾ പാടേണം
കടലിൽ നീ ചെല്ലണം
കാമുകനെ കാണണം
കല്യാണമറിയിക്കേണം - നിന്റെ
കല്യാണമറിയിക്കേണം
(പെരിയാറേ...)

ചിത്രം പഴശ്ശിരാജ (1964)
ഗാനരചന വയലാർ
സംഗീതം ആർ. കെ. ശേഖർ

വില്ലാളികളെ വളർത്തിയ നാട്
വയനാട് വയനാട്
വെന്നിക്കൊടികളുയർത്തിയ നാട്
വയനാട് വയനാട്

പൂത്തൻ കലവും പൊന്നരിവാളും
പൊട്ടിച്ചിരിക്കണ വയനാട്
മുത്തണിവില്ലിൻ വെള്ളിക്കൊലുസുകൾ
നൃത്തം വയ്ക്കണ വയനാട്
വില്ലാളികളെ വളർത്തിയ നാട്
വയനാട് വയനാട്
വെന്നിക്കൊടികളുയർത്തിയ നാട്
വയനാട് വയനാട്
കുരുമുളകിൻ പവിഴക്കിങ്ങിണി
ചാർത്തിക്കൊണ്ടേ
മലമുകളിൽ പനയോലക്കുട
നീർത്തിക്കൊണ്ടേ
ഓ... ഓ... ഓ...
വില്ലാളികളെ വളർത്തിയ നാട്
വയനാട് വയനാട്
വെന്നിക്കൊടികളുയർത്തിയ നാട്
വയനാട് വയനാട്
പുലരികൾ പുഷ്പകിരീടം കെട്ടും
പുലരിപ്പൊന്മലയിൽ
ഒരു കേരളസിംഹമിതാ...
കേരളസിംഹമിതാ...
വയനാടിൻ മാനം കാക്കണ
മാനവസിംഹമിതാ
നിറപറയും നെയ്ത്താലവുമായി
വരവേല്ക്കുക വയനാടേ

ചിത്രം ചെമ്മീൻ (1966)
ഗാനരചന വയലാർ
സംഗീതം ദേവരാജൻ

കടലിന്നക്കരെ പോണോരേ
കാണാപ്പൊന്നിനു പോണോരേ
കടലിന്നക്കരെ പോണോരേ
കാണാപ്പൊന്നിനു പോണോരേ
പോയ് വരുമ്പോഴെന്തു കൊണ്ടുവരും - കൈ
നിറയെ
പോയ് വരുമ്പോഴെന്തു കൊണ്ടു വരും
പതിനാലാം രാവിലെ പാലാഴിത്തിരയിലെ
മത്സ്യകന്യകമാരുടെ മാണിക്യക്കല്ലു തരാമോ
ഓഹോ... ഓ... ഒഹോ... ഓ...
ഓ... ഓ...

ചന്ദനത്തോണിയേറിപ്പോണോരേ നിങ്ങൾ
പോയ് പോയ് പോയ് വരുമ്പോൾ
ചന്ദനത്തോണിയേറിപ്പോണോരേ നിങ്ങൾ
പോയ് പോയ് പോയ് വരുമ്പോൾ
വെണ്ണിലാപ്പൊയ്കയിലെ വാവുംനാളിലെ
പൊൻ പൂമീനിനെ കൊണ്ടത്തരാമോ
നാടോടിക്കഥയിലെ നക്ഷത്രക്കടലിലെ
നാഗനർത്തകിമാരണിയും
നാണത്തിൻ മുത്ത് തരാമോ
ഓഹോ... ഓ... ഒഹോ... ഓ...
ഓ... ഓ...

പുഷ്പകത്തോണിയേറിപ്പോണോരേ നിങ്ങൾ
പോയ് പോയ് പോയ് വരുമ്പോൾ
പുഷ്പകത്തോണിയേറിപ്പോണോരേ നിങ്ങൾ
പോയ് പോയ് പോയ് വരുമ്പോൾ
മാനസപ്പൊയ്കയിലെ മായാ ദ്വീപിലെ
മാടപ്രാവിനെ കൊണ്ടത്തരാമോ
പാതിരാപ്പന്തലിൽ പഞ്ചമിത്തളികയിൽ
ദേവകന്യകമാരുടെ ഓമൽപ്പൂത്താലി തരാമോ
ഓഹോ... ഓ... ഒഹോ... ഓ...

കടലിന്നക്കരെ പോണോരേ
കാണാപ്പൊന്നിനു പോണോരേ
പോയ് വരുമ്പോഴെന്തു കൊണ്ടുവരും - കൈ
നിറയെ
പോയ് വരുമ്പോഴെന്തു കൊണ്ടു വരും
പതിനാലാം രാവിലെ പാലാഴിത്തിരയിലെ
മത്സ്യകന്യകമാരുടെ മാണിക്യക്കല്ല് തരാമോ
ഓഹോ... ഓ... ഒഹോ... ഓ...

ചിത്രം നിണമണിഞ്ഞ കാൽപ്പാടുകൾ (1970)
ഗാനരചന പി. ഭാസ്കരൻ
സംഗീതം എം. എസ്. ബാബുരാജ്

മാമലകൾക്കപ്പുറത്ത് മരതകപ്പട്ടുടുത്ത്
മലയാളമെന്നൊരു നാടുണ്ട് - കൊച്ചു
മലയാളമെന്നൊരു നാടുണ്ട് (2)

കാടും തൊടികളും കനകനിലാവത്ത്
കൈകൊട്ടിക്കളിക്കുന്ന നാടുണ്ട്
കാടും തൊടികളും കനകനിലാവത്ത്

കൈകൊട്ടിക്കളിക്കുന്ന നാടുണ്ട്
കായലും പുഴകളും കതിരണിവയലിൻ -
കസവിട്ടു ചിരിക്കുമാ ദേശത്ത് (2)

തൈത്തെങ്ങിൻ തണലത്ത് താമരക്കടവത്ത്
കിളിക്കൂട്ടു പോലൊരു വീടുണ്ട് -കൊച്ചു
കിളിക്കൂട്ടു പോലൊരു വീടുണ്ട്
വീടിന്റെയുമ്മറത്ത് വിളക്കും കൊളുത്തിയെന്റെ -
വരവും കാത്തിരിക്കുന്ന പെണ്ണുണ്ട്
കൈതപ്പൂനിറമുള്ള കവിളത്തു മറുകുള്ള
കരിനീലക്കണ്ണുള്ള പെണ്ണുണ്ട്
കരിനീലക്കണ്ണുള്ള പെണ്ണുണ്ട്
മാമലകൾക്കപ്പുറത്തു മരതകപ്പട്ടുടുത്ത്
മലയാളമെന്നൊരു നാടുണ്ട് - കൊച്ചു
മലയാളമെന്നൊരു നാടുണ്ട്
എന്നെയും കാത്തുകാത്തു കണ്ണുനീർ തൂകുന്നോളേ
നിന്നരികിൽ പറന്നെത്താൻ ചിറകില്ലല്ലോ
നിന്നരികിൽ പറന്നെത്താൻ ചിറകില്ലല്ലോ
മധുരക്കിനാവിന്റെ മായാവിമാനത്തിന്ന്
മനുഷ്യനെ കൊണ്ടു പോകാൻ കഴിവില്ലല്ലോ
മധുരക്കിനാവിന്റെ മായാവിമാനത്തിന്ന്
മനുഷ്യനെ കൊണ്ടു പോകാൻ കഴിവില്ലല്ലോ
മാമലകൾക്കപ്പുറത്തു മരതകപ്പട്ടുടുത്ത്
മലയാളമെന്നൊരു നാടുണ്ട് -
കൊച്ചുമലയാളമെന്നൊരു നാടുണ്ട്

ചിത്രം തുറക്കാത്ത വാതിൽ (1970)
ഗാനരചന പി. ഭാസ്കരൻ
സംഗീതം കെ. രാഘവൻ

നാളികേരത്തിന്റെ നാട്ടിലെനിക്കൊരു
നാഴിയിടങ്ങഴി മണ്ണുണ്ട്
നാളികേരത്തിന്റെ നാട്ടിലെനിക്കൊരു
നാഴിയിടങ്ങഴി മണ്ണുണ്ട് - ഒരു
നാഴിയിടങ്ങഴി മണ്ണുണ്ട് - അതിൽ
നാരായണക്കിളിക്കൂട്ടു പോലുള്ളൊരു
നാലു കാലോലപ്പുരയുണ്ട്
നാളികേരത്തിന്റെ നാട്ടിലെനിക്കൊരു
നാഴിയിടങ്ങഴി മണ്ണുണ്ട് - ഒരു
നാഴിയിടങ്ങഴി മണ്ണുണ്ട്
നോമ്പും നോറ്റെന്നെ കാത്തിരിക്കും വാഴ-
ക്കൂമ്പു പോലുള്ളൊരു പെണ്ണുണ്ട് (2)

ചാമ്പയ്ക്കാ ചുണ്ടുള്ള ചന്ദനക്കവിളുള്ള
ചാട്ടുളിക്കണ്ണുള്ള പെണ്ണുണ്ട്
നാളികേരത്തിന്റെ നാട്ടിലെനിക്കൊരു
നാഴിയിടങ്ങഴി മണ്ണുണ്ട് - ഒരു
നാഴിയിടങ്ങഴി മണ്ണുണ്ട്
വല്ല്യ പെരുന്നാള് വന്നപ്പോളന്നൊരു
വെള്ളിനിലാവുള്ള രാത്രിയിൽ (2)

കല്ലുവെട്ടാംകുഴിക്കക്കരെ വച്ചെന്നോ-
ടുള്ളുതുറന്നതിൻ ശേഷമേ
നാളികേരത്തിന്റെ നാട്ടിലെനിക്കൊരു
നാഴിയിടങ്ങഴി മണ്ണുണ്ട് - ഒരു
നാഴിയിടങ്ങഴി മണ്ണുണ്ട്
നീറുന്ന കണ്ണുമായ് നിന്നെ കിനാക്കണ്ട്
ദൂരത്തു വാഴുന്നു ഞാനെന്നും (2)

ഒരോരോ തീവണ്ടി ഓടിയെത്തുമ്പോഴും
ഓടുന്ന് മുറ്റത്ത് നീയിന്നും (2)

നാളികേരത്തിന്റെ നാട്ടിലെനിക്കൊരു
നാഴിയിടങ്ങഴി മണ്ണുണ്ട് - ഒരു
നാഴിയിടങ്ങഴി മണ്ണുണ്ട് - അതിൽ
നാരായണക്കിളിക്കൂട്ടു പോലുള്ളൊരു
നാലു കാലോലപ്പുരയുണ്ട്
നാളികേരത്തിന്റെ നാട്ടിലെനിക്കൊരു
നാഴിയിടങ്ങഴി മണ്ണുണ്ട് - ഒരു
നാഴിയിടങ്ങഴി മണ്ണുണ്ട്

ചിത്രം കൊട്ടാരം വിൽക്കാനുണ്ട് (1975)
ഗാനരചന വയലാർ
സംഗീതം ദേവരാജൻ

ചന്ദ്രകളഭം ചാർത്തിയുറങ്ങും തീരം
ഇന്ദ്രധനുസ്സിൻ തൂവൽ കൊഴിയും തീരം
ഈ മനോഹര തീരത്ത് തരുമോ
ഇനിയൊരു ജന്മം കൂടി
എനിക്കിനിയൊരു ജന്മം കൂടി
(ചന്ദ്രകളഭം...)

ഈവർണ്ണസുരഭിയാം ഭൂമിയിലല്ലാതെ
കാമുക ഹൃദയങ്ങളുണ്ടോ
ഈവർണ്ണസുരഭിയാം ഭൂമിയിലല്ലാതെ
കാമുക ഹൃദയങ്ങളുണ്ടോ

സന്ധ്യകളുണ്ടോ ചന്ദ്രികയുണ്ടോ
ഗന്ധർവ ഗീതമുണ്ടോ
വസുന്ധരേ വസുന്ധരേ കൊതിതീരും വരെ
ഇവിടെ പ്രേമിച്ച് മരിച്ചവരുണ്ടോ

ചന്ദ്രകളഭം ചാർത്തിയുറങ്ങും തീരം
ഇന്ദ്രധനുസ്സിൻ തൂവൽ കൊഴിയും തീരം
ഈ മനോഹര തീരത്ത് തരുമോ
ഇനിയൊരു ജന്മം കൂടി
എനിക്കിനിയൊരു ജന്മം കൂടി
ചന്ദ്രകളഭം ചാർത്തിയുറങ്ങും തീരം

ചിത്രം മിനിമോൾ (1977)
ഗാനരചന ശ്രീകുമാരൻ തമ്പി
സംഗീതം ദേവരാജൻ

കേരളം... കേരളം...
കേളികൊട്ടുയരുന്ന കേരളം...
കേളീകദംബം പൂക്കും കേരളം
കേരകേളീസദനമാം എൻ കേരളം...
പൂവണി പൊന്നും ചിങ്ങപ്പൂവിളി കേട്ടുണരും
പുന്നെല്ലിൻ പാടത്തിലൂടെ...
മാവേലിമന്നന്റെ മാണിക്യത്തേരുവരും
മാനസപ്പൂക്കളങ്ങളാടും... ആടും...
(കേരളം)

നീരദമാലകളാൽ പൂവിടും മാനം കണ്ട്
നീളാനദീ ഹൃദയം പാടും...
തോണിപ്പാട്ടലിയുന്ന കാറ്റത്ത് തുള്ളുമോളം
കൈകൊട്ടിപ്പാട്ടുകൾതൻ മേളം... മേളം...

ചിത്രം കൈതപ്പൂ (1978)
ഗാനരചന ബിച്ചു തിരുമല
സംഗീതം ശ്യാം

മലയാളമേ മലയാളമേ
മലകളും പുഴകളും മണിപ്രവാളങ്ങളും
മനസ്സിനെ രസിപ്പിക്കും മലയാളമേ നിന്റെ
തിരുമുൻപിലുണരുന്ന ഹൃദയവുമായ് വരും
ഒരു കൊച്ചു പാട്ടുകാരൻ
-ഞാനൊരു മലയാളിപ്പാട്ടുകാരൻ
മലയാളമേ...

ഇവിടെ യുഗങ്ങൾ മനുഷ്യന്റെ മുന്നിൽ
സാഷ്ടാംഗം നമസ്കരിച്ചിരുന്നു
ജനകോടികൾതൻ കമനിയിൽ എന്നും
അദ്ധ്വാനം കുടിയേറിയിരുന്നു
മരുഭൂമികളെ മലർവനമാക്കും
ആവേശം സൃഷ്ടിച്ച മലയാളമേ
ജനിച്ചാൽ നിന്റെ മണ്ണിൽ ജനിക്കണം
ശ്വസിച്ചാൽ നിന്റെ തെന്നൽ ശ്വസിക്കണം
മലയാളമേ...

ഇതിലേ പായും പറവകളെല്ലാം
ഇതിഹാസം ഉരുക്കഴിച്ചിരുന്നു
ഇതു വഴിയൊഴുകും അരുവികൾ പോലും
വേദാന്തം ഉരിയാടിയിരുന്നു
ശ്രീശങ്കരനും രാമാനുജനും
സായൂജ്യം പ്രാപിച്ച മലയാളമേ
വളർന്നാൽ നിന്റെ മടിയിൽ വളരണം
പഠിച്ചാൽ നിന്റെ കഥകൾ പഠിക്കണം
മലയാളമേ...

ഇടവും കാവ്യാനുഭൂതിയും: മലയാള വൃത്തങ്ങളെ മുൻനിർത്തിയുള്ള പഠനം

വിജയകുമാർ എ

ഇടത്തെ (Space) സംബന്ധിച്ച ആലോചനകൾ സമകാലിക സംസ്കാരപഠനത്തിൽ പ്രധാനമാണ്. ഇടത്തെ ഒരു സാംസ്കാരികരൂപമെന്ന നിലയിൽ പരിഗണിച്ചുകൊണ്ടുള്ള പഠനങ്ങളാണ് ഇന്ന് നടക്കുന്നത്.ഇടത്തെ സാംസ്കാരികരൂപമായിക്കാണുമ്പോൾ അതിന് മറ്റു വ്യവഹാരങ്ങളുമായി ബന്ധമുള്ളതായി കാണാം. ഇടത്തെ അനുഭൂതിയുമായി ചേർത്തുവായിക്കാനുള്ള ശ്രമമാണ് ഈ പ്രബന്ധം. കാവ്യാനുഭൂതികളെ നിർണയിക്കുന്നതിൽ ഇടത്തിനുള്ള പങ്ക് മലയാള വൃത്തങ്ങളെ മുൻനിർത്തി വിശകലനം ചെയ്യുകയാണ് ഈ പ്രബന്ധത്തിൽ ചെയ്യുന്നത്. ഗാഥ, തുള്ളൽ, ആട്ടക്കഥ എന്നീ കാവ്യപ്രസ്ഥാനങ്ങളെ മാതൃകകളായി സ്വീകരിക്കുന്നു.

പ്രബന്ധശരീരത്തെ രണ്ടുഭാഗമായി തിരിച്ചിരിക്കുന്നു. ഒന്നാം ഭാഗത്ത് അനുഭൂതിയുടെ സൈദ്ധാന്തികപഠനമാണ് നടത്തുന്നത്. രണ്ടാം ഭാഗത്ത് ഇടമെന്ന സങ്കല്പനം വിശദീകരിക്കുകയും അതിനെ മുൻനിർത്തി കാവ്യപ്രസ്ഥാനങ്ങളെ അനുഭൂതിയുടെ അടിസ്ഥാനത്തിൽ വിശകലനം ചെയ്യുന്നു.

അനുഭൂതി : പദം, നിർവചനം

അനുഭൂതി എന്ന പദത്തിന് ചേതോവികാരം എന്ന അർത്ഥമാണ് നിഘണ്ടുക്കളിൽ നൽകിയിരിക്കുന്നത്. അതായത് അനുഭവം വഴിയുണ്ടാകുന്ന ചേതോവികാരമെന്ന് സാമാന്യമായി നിർവചിക്കാം.

അനുഭൂതിയെന്നത് മാനസികമായ വ്യാപാരമാണെന്ന് ചുരുക്കം. കേവലമായ അനുഭവത്തിൽ നിന്നും അനുഭൂതി ഉണ്ടാകില്ല. അനുഭവം തീവ്രമാകുമ്പോഴാണ് അനുഭൂതി ജനിക്കുന്നത്. എല്ലാ ജന്തുക്കളിലും അനുഭൂതി ജനിപ്പിക്കുന്നതിൽ തീവ്രത എന്ന ഘടകത്തിന് വളരെ പ്രാധാന്യമുണ്ട്. തീവ്രതയില്ലാത്ത അനുഭവം അനുഭൂതിയല്ല.

പൗരസ്ത്യകാവ്യശാസ്ത്രത്തിലെ രസസിദ്ധാന്തവുമായി അനുഭൂതിയെ ബന്ധപ്പെടുത്താം. ഭയം, അനുകമ്പ എന്നീ വികാരങ്ങളുടെ വിരേചനം വഴി വിമലീകരണം സംഭവിക്കുന്നു എന്നതാണ് രസസിദ്ധാന്തം. അനുഭൂതി വഴിയും ഇതേ വിരേചനം നടക്കുന്നുവെന്നു പറയാം. കാരണം അനുഭൂതിയും വികാരവും പരസ്പരം ബന്ധപ്പെട്ടിരിക്കുന്നു. അനുഭൂതി ജനിപ്പിക്കുന്നതും വികാരം പ്രകടമാക്കുന്നതും ഇന്ദ്രിയങ്ങളിലൂടെയാണ്.അതായത് കണ്ണ്, മൂക്ക്, ത്വക്ക്, ചെവി, നാവ് എന്നീ ഇന്ദ്രിയങ്ങളിലൂടെയുള്ള വികാരപ്രകടനമാണ് അനുഭൂതിയായി പരിണമിക്കുന്നത്. സംസ്കാരപഠനത്തിന്റെ ഭാഗമായി സമീപകാലത്ത് വികസിച്ച് വന്നിട്ടുള്ള ഇന്ദ്രിയപഠനങ്ങളുടെ (Senosryts udies) വിഷയങ്ങളിലൊന്നാണിത്. ഇന്ദ്രിയങ്ങൾ വഴിയുള്ള അനുഭൈവക ജ്ഞാനത്തെക്കുറിച്ചുള്ള ആലോചനകളും ഇവിടെ പ്രധാനമാണ്. രസം പ്രേക്ഷകൻ ഭുജിക്കുന്നു എന്നു പറയുന്നതു പോലെ അനുഭൂതിയും ഭുജിക്കപ്പെടുന്നുവെന്നു പറയാം. രസം തന്നെയാണ് അനുഭൂതി എന്നർത്ഥം.

അനുഭൂതിഘടന

മനുഷ്യേന്ദ്രിയങ്ങൾ മാനുഷികമായിത്തീർന്ന ഇന്ദ്രിയങ്ങളാണെന്നും അതിനാൽ ഇന്ദ്രിയാനുഭവങ്ങൾ ചരിത്രപരമാണെന്നും കാറൽ മാർക്സ് എന്ന ചിന്തകൻ 1844 ൽ പ്രസിദ്ധീകരിച്ച 'സാമ്പത്തിക തത്ത്വശാസ്ത്രക്കുറിപ്പുകൾ ' എന്ന ഗ്രന്ഥത്തിൽ പറഞ്ഞിട്ടുണ്ട്. അനുഭവത്തിന്റെ ചരിത്രപരതയെ സംബന്ധിച്ച ഈ നിരീക്ഷണത്തോട് ചേർത്തുവെയ്ക്കാവുന്ന ഒന്നാണ് റെയ്മണ്ട് വില്യംസ് അവതരിപ്പിച്ച അനുഭൂതിഘടന എന്ന സങ്കല്പനം. കലാപരമായ അനുഭൂതികൾ ചരിത്രപരമാണെന്നും സംസ്കാരത്തെയും അനുഭൂതിയെയും വിശകലനം ചെയ്യേണ്ടത് ചരിത്രപരമായി ആണെന്നും ഈ സങ്കല്പനത്തിന്റെ വിശദീകരണത്തിലൂടെ അദ്ദേഹം സ്ഥാപിച്ചു. ഒരു കലാനിർമിതിയുടെ അടിസ്ഥാനം അത് നൽകുന്ന അനുഭൂതിയാണെന്നും ആ അനുഭൂതിയിൽ ചരിത്രബന്ധങ്ങൾ ആരോപിക്കാൻ കഴിയുമെന്നും അദ്ദേഹം പറഞ്ഞു. 'സംസ്കാരസ്വരൂപത്തെ ഭൂതകാലാനുഭവമായി ചുരുക്കിയെഴുതുന്ന പ്രവണതയെ മറികടക്കാനും സൗന്ദര്യാവിഷ്കാരങ്ങൾ അടക്കമുള്ളവയെ ചരിത്രബന്ധങ്ങൾ എന്ന നിലയിൽ

നോക്കിക്കാണാനും സഹായിക്കുന്ന ഒന്നായാണ് അനുഭൂതിഘടന എന്ന പരികല്പന റെയ്മണ്ട് വില്യംസ് അവതരിപ്പിക്കുന്നത്'' (2014:19) എന്ന് സുനിൽ പി ഇളയിടം അഭിപ്രായപ്പെടുന്നുണ്ട്. ഒരു സവിശേഷചരിത്രസന്ദർഭത്തിന് കലാനിർമ്മിതിയിലുള്ള സ്ഥാനമെന്തെന്ന് വിശദീകരിക്കാനും ഈ പരികല്പന സഹായകരമാണ്.

കല കേവലമായ ഒരു യാഥാർഥ്യം മാത്രമല്ല; അനുഭൂതി കൂടിയാണ്. ആ അനുഭൂതിയാകട്ടെ ഒറ്റയായി നിലനില്ക്കുന്നതല്ല. ഇതര ജീവിതക്രമങ്ങളോടു ബന്ധപ്പെട്ടാണ് അത് നിൽക്കുന്നത്. ഇതരജീവിതക്രമങ്ങൾ പെട്ടെന്നുണ്ടാകുന്ന പ്രവൃത്തികളല്ല. അത് പല കാലങ്ങളിലൂടെ ആവർത്തിക്കപ്പെടുന്ന പ്രവൃത്തികളാണ്. ചരിത്രപരമായി പരിണമിച്ചു വന്ന പ്രവൃത്തികളിലൂടെ അനുഭൂതിയും പരിണമിക്കുന്നു. അനുഭൂതി ചരിത്രപരമാണ് എന്നു പറയുന്നത് ഈ ആവർത്തനസ്വഭാവം കൊണ്ടാണ്. അനുഭൂതികളിൽ സന്നിഹിതമായിരിക്കുന്ന ജീവിതബന്ധങ്ങളെ ചരിത്രപരമായി വിശകലനം ചെയ്യുകയെന്നതാണ് അനുഭൂതിഘടനയെന്ന സങ്കല്പനം കൊണ്ട് ഉദ്ദേശിക്കുന്നത്. കല സംസ്കാരത്തിന്റെ പ്രതിനിധാനമല്ല; ഉല്പാദനഘടകമാണെന്ന ആശയവും ഈ സങ്കല്പത്തിലുണ്ട്.

അനുഭൂതിയുടെ ചരിത്രപരത

കല അല്ലെങ്കിൽ സാഹിത്യം ഉല്പാദിപ്പിക്കപ്പെടുന്നത് ഒരു സവിശേഷ കാലഘട്ടത്തിലാണ്. അതുകൊണ്ട് ആ കാലഘട്ടത്തിലെ ഇതരജീവിതയാഥാർത്ഥ്യങ്ങളോടു ബന്ധിപ്പിച്ചാണ് കല/ സാഹിത്യത്തെ മനസ്സിലാക്കേണ്ടത്. ഇതിനെയാണ് കല ജീവിതംതന്നെ എന്ന് കുട്ടികൃഷ്ണമാരാർ പറഞ്ഞത്. കലയ്ക്ക് ജീവിതയാഥാർഥ്യങ്ങളിൽ നിന്നും അറുത്തുമാറ്റി വേറിട്ടൊരു അസ്തിത്വം നൽകാനാവില്ല. കല സമൂഹത്തിന്റെ പരിച്ഛേദമാണെന്നു സാരം. കലാനിർമിതികളുടെ അനുഭൂതി പരതയെക്കുറിച്ച് ചിന്തിക്കാതെ അതിന്റെ പ്രതിനിധാനസ്വഭാവത്തെക്കുറിച്ചും പ്രമേയ പരിചരണത്തെക്കുറിച്ചും ചിന്തിച്ചു കൊണ്ടുള്ള സാംസ്കാരികപഠനങ്ങളാണ് ഇന്നു നടക്കുന്നത്. ഇതിനൊരു ബദൽചിന്തയെന്ന നിലയിലാണ് അനുഭൂതിയുടെ ചരിത്രപരത എന്ന ആശയം നിലകൊള്ളുന്നത്. അതായത് കലയുടെ /സാഹിത്യത്തിന്റെ സൗന്ദര്യാനുഭൂതികളിൽ ചരിത്രബന്ധങ്ങൾ ഉള്ളടങ്ങിയിട്ടുണ്ട്. അത്തരം ചരിത്രബന്ധങ്ങൾ കലയുടെ ജീവിതബന്ധങ്ങൾ തന്നെയാണ്.

ചരിത്രബന്ധങ്ങൾ കലാനിർമിതികളിൽ സന്നിഹിതമാകുന്നത് മൂന്ന് വിധത്തിലാണെന്ന് ഫെഡ്രറിക് ജയിംസൺ തന്റെ രാഷ്ട്രീയാ

ബോധം (political unconcious) എന്ന സങ്കല്പനത്തിന്റെ വിശദീകരണത്തിൽ പറയുന്നതായി സുനിൽ പി ഇളയിടം രേഖപ്പെടുത്തുന്നു (2004:18). അവ പ്രമേയതലം, രൂപതലം, അനുഭൂതിതലം എന്നിവയാണ്.ഈ അനുഭൂതിതലത്തിന്റെ വിശകലനമാണ് അനുഭൂതിയുടെ ചരിത്രപരത എന്ന ആശയത്തിലുള്ളത്. എന്തിനെയും ചരിത്രവൽക്കരിക്കുകയെന്നത് ആധുനികാനന്തര സാംസ്കാരികവിമർശനത്തിന്റെ സ്വഭാവങ്ങളിലൊന്നാണ്.

നവമാർക്സിസ്റ്റുചിന്തകനായ ബി. രാജീവൻ ജനനിബിഡമായ ദന്തഗോപുരം എന്ന ഗ്രന്ഥത്തിൽ അനുഭൂതികളുടെ ചരിത്രപരത എന്ന പേരിൽ തന്നെ ഒരു ലേഖനമെഴുതിയിട്ടുണ്ട്. ഇന്ദ്രിയങ്ങൾക്കും വികാരങ്ങൾക്കും എപ്രകാരമാണ് മാനുഷികപദവി ലഭിച്ചതെന്നും ഇന്ദ്രിയാനുഭൂതികളെങ്ങനെയാണ് മനുഷ്യബോധത്തിന്റെ ഭാഗമാകുന്നതെന്നും ചരിത്രപരമായി അദ്ദേഹം ലേഖനത്തിൽ വിശദീകരിക്കുന്നുണ്ട്. അനുഭൂതികൾ ആദ്യകാഴ്ചയിൽ ഇന്ദ്രിയാനുഭൂതികളാണെന്നും പിന്നീട് അവ ആശയങ്ങളും സങ്കല്പങ്ങളുമായി മാനുഷികപദവി കൈവരിക്കുകയും മനുഷ്യബോധത്തിന്റെ ഭാഗമാകുകയും ചെയ്യുന്നുവെന്നാണ് അദ്ദേഹം പറയുന്നത്. ഇത് മനുഷ്യന്റെ ചരിത്രപരമായ വികാസത്തിന്റെ ഫലമാണ്. ഇന്ദ്രിയങ്ങൾ വഴിയുള്ള ആദ്യ അനുഭവത്തിലൂടെ അത് അനുഭൂതിയാകില്ല. ആവർത്തന അനുഭവങ്ങളിലൂടെയാണ് അനുഭൂതിയായി മാറുന്നത്. അതായത് കേവലവൈകാരികത സുബോധാനുഭൂതിയായി മാറുന്നുവെന്നുവേണം ഇവിടെ കരുതേണ്ടത്.ബോധപൂർവ്വമായ അനുഭൂതികൾ മനുഷ്യവികാരങ്ങളെ കേവലമല്ലാതാക്കുന്നു.

ഇടം – സങ്കല്പനം

ഫ്രഞ്ച് ചിന്തകനായ ഹെൻറി ലഫേവർ 'ദ പ്രൊഡക്ഷൻ ഓഫ് സ്പേയ്സ് ' എന്ന കൃതിയിൽ ഇടം (Space) എന്നൊരു സങ്കല്പം വിശദീകരിക്കുന്നുണ്ട്. കാലത്തിനു കിട്ടിയിരുന്ന പ്രാധാന്യത്തെ ഇളക്കിക്കൊണ്ടാണ് ഇടം എന്ന സങ്കല്പനം കടന്നുവരുന്നത്. ആശയം, ഘടന, സങ്കല്പം തുടങ്ങിയ ആവിഷ്കാരങ്ങളെ രൂപപ്പെടുത്തുന്നതിൽ ഇടം എത്രത്തോളം പ്രധാനമാണ് എന്നതാണ് ഈ സങ്കല്പനം കൊണ്ട് ഉദ്ദേശിക്കുന്നത്. ലഫേവർ ഇടത്തെ സമീപിച്ചത് ഭൗതികതലം, മാനസികതലം, സാമൂഹ്യതലം എന്നിങ്ങനെ അതിന്റെ മൂന്നു തലങ്ങളെ വിശദീകരിച്ചുകൊണ്ടാണെന്ന് ടി എം യേശുദാസൻ അഭിപ്രായപ്പെടുന്നു (2017:141). പ്രപഞ്ചവും പ്രകൃതിയുമാണ് ഒന്നാമത്തെ തലത്തിന്റെ വിഷയം.വിജ്ഞാനവും ലോജിക്കും

ഭാവനയും ഉൾപ്പെടുന്നതലമാണ് മാനസികതലം. മൂന്നാമത്തെ തലം ചർച്ച ചെയ്യുന്നത് സമൂഹത്തെക്കുറിച്ചാണ്. സമൂഹത്തിലെ പ്രയോഗങ്ങളും ഇടങ്ങളും പരസ്പരം ബന്ധപ്പെട്ടാണ് നിലകൊള്ളുന്നത്. എല്ലാ ഇടങ്ങളിലും സാമൂഹികത കുടികൊള്ളുന്നുണ്ട്. ഇടത്തെ സംബന്ധിക്കുന്ന, മിഷേൽ ഫൂക്കോ, എഡ്വേർഡ് സോയ എന്നിവരുടെ നിരീക്ഷണങ്ങൾ എം.വി നാരായണൻ 'ഇടം അവതരണം കാഴ്ചവഴികൾ' എന്ന കൃതിയിൽ അവതരിപ്പിക്കുന്നുണ്ട്. "വർത്തമാനയുഗം മറ്റെന്തിനെയുംക്കാൾ ഇടത്തെ സംബന്ധിക്കുന്ന യുഗമാണെന്നും ഇടത്തിന്റെ ഒരു ചരിത്രമുണ്ടാക്കേണ്ടിയിരിക്കുന്നു'വെന്നും ഫൂക്കോ പറയുന്നതായി അദ്ദേഹം രേഖപ്പെടുത്തുന്നു. സോയയാകട്ടെ; പോസ്റ്റ്മൊഡേൺ ജ്യോഗ്രഫീസ് എന്ന കൃതിയിൽ ഭൂമിശാസ്ത്രപരവും ഇടപരവുമായ ഭാവന ഇന്ന് അനിവാര്യമായിത്തീർന്നിരിക്കുന്നു' എന്നു പറഞ്ഞ് ഇടത്തിന്റെ പ്രാധാന്യത്തെ അടയാളപ്പെടുത്തുകയും ചെയ്യുന്നു (2018:10).

ഇടവും അനുഭൂതിയും

ഇടം എന്ന സങ്കല്പനം അനുഭൂതിയുമായി ബന്ധപ്പെട്ടിരിക്കുന്നു. അനുഭൂതിയെ നിർണയിക്കുന്ന ഇടങ്ങൾ ഏതെല്ലാമാണ് എന്ന ആലോചന പ്രസക്തമാണ്. ഇടത്തിന്റെ സാമൂഹികവും സാംസ്കാരികവുമായ സവിശേഷതകൾ അനുഭൂതിയെ സ്വാധീനിക്കുന്നുണ്ട്. ഒറ്റയ്ക്കിരിക്കുമ്പോൾ കിട്ടുന്ന അനുഭൂതിയും പറ്റത്തിലിരിക്കുമ്പോൾ കിട്ടുന്ന അനുഭൂതിയും വ്യത്യസ്തമാണ്. ഒറ്റ എന്നത് ഏകാന്തവും അന്യവ്യവഹാരങ്ങളിൽ നിന്നുള്ള മോചനവുമാണ്. പറ്റം അങ്ങനെയല്ല; അവിടെ അന്യവ്യവഹാരങ്ങളും കൂടി ചേരുന്നുണ്ട്. അതുകൊണ്ടുതന്നെ ഒറ്റ/പറ്റം എന്നീ ഇടങ്ങളിലെ അനുഭൂതികളും വ്യത്യസ്തമായിരിക്കും. കലയുടെ അരങ്ങും അരങ്ങിലെ ആസ്വാദകന്റെ സ്ഥാനവും എവിടെയാണെന്നത് അനുഭൂതിയെ സംബന്ധിച്ച് പ്രധാനമാണ്. എല്ലാ ഇടങ്ങളും സാമൂഹികമായതുകൊണ്ട് അനുഭൂതികളും സാമൂഹികമാണ്, വൈയക്തികമല്ല. ഇടവുമായി ബന്ധപ്പെട്ട ഈ അനുഭൂതിവിചാരം തൊഴിലുമായി ചേർത്തും ചിന്തിക്കാവുന്നതാണ്. തൊഴിലിടങ്ങളിലെ അനുഭൂതിയെപ്പറ്റി മുകളിൽ മറ്റൊരുതരത്തിൽ പറഞ്ഞുവല്ലോ.

വൃത്താനുഭൂതിയിലെ പൊതു / ഒറ്റ ഇടങ്ങൾ

വൃത്താനുഭൂതിയിലെ പൊതു / ഒറ്റ ഇടങ്ങൾ എന്ന തലക്കെട്ടുകൊണ്ട് ഉദ്ദേശിക്കുന്നത് കാവ്യാനുഭൂതിയെ രൂപപ്പെടുത്തുന്നതിൽ ഇടം

എത്രത്തോളം പ്രധാനമാണ് എന്നതാണ്. ഈ സന്ദർഭത്തിൽ ഇടം രണ്ടു തരത്തിലുണ്ട്. അവ കാവ്യാവതരണ ഇടം, ആസ്വാദന ഇടം എന്നിവയാണ്. അരങ്ങ് വ്യത്യസ്തമാകുമ്പോൾ അനുഭൂതി വ്യത്യസ്ത മാകുന്നു.

പൊതു ഇടങ്ങളിലാണ് തുള്ളൽ, കഥകളി, നാടൻപാട്ട്, നാടൻ കളികൾ തുടങ്ങിയ കലാരൂപങ്ങളൊക്കെ അരങ്ങേറുന്നത്. ഓരോ കലയും ജനിപ്പിക്കുന്ന അനുഭൂതി വ്യത്യസ്തമാണ്. കഥകളിയുടെ അവതരണ ഇടങ്ങൾ നോക്കാം. കഥകളി പൊതുവെ ക്ഷേത്രങ്ങളിലെ ഉത്സവങ്ങളോടനുബന്ധിച്ചും രാജകൊട്ടാരങ്ങളിലും മറ്റുമാണ് പണ്ട് നടത്തിയിരുന്നത്.ഇന്ന് കഥകളി പോലുള്ള അനുഷ്ഠാനകലകളുടെ അവതരണവേദികളിൽ മാറ്റം വന്നിട്ടുണ്ട്. ഇന്ന് ക്ഷേത്രങ്ങളിലും ഉത്സവങ്ങളിലും മാത്രമല്ല, മറ്റു പ്രധാന പരിപാടികളോടനുബന്ധി ച്ച് പുറത്ത് വേദി സജ്ജീകരിച്ചൊക്കെ കഥകളി നടത്താറുണ്ട്. അതായത് ക്ഷേത്രത്തിനുള്ളിൽ നിന്നും കൂത്തമ്പലങ്ങളിൽ നിന്നും കഥകളി പുറത്തേക്കു വന്നു തുടങ്ങിയിട്ടുണ്ട്. ഇതു കൊണ്ടുണ്ടായ പ്രധാന ഗുണങ്ങളിലൊന്ന് സമൂഹത്തിലെ എല്ലാ വിഭാഗത്തിൽപ്പെ ട്ട ആളുകൾക്കും കഥകളി ആസ്വദിക്കാൻ കഴിയുന്നുവെന്നതാണ്. ഏത് സമൂഹത്തിന് മുമ്പിലാണ് കല അവതരിപ്പിക്കുന്നത് എന്നത് പ്രധാനമാണ്.ഒരു കാലം വരെ വരേണ്യജനവിഭാഗങ്ങൾക്കു മാത്രം ആസ്വദിക്കാൻ കഴിയുന്ന ഒന്നായിരുന്നു കഥ കളി. ശ്ലോകം, പദം, പല്ലവി, അനുപല്ലവി, ചരണം എന്നിങ്ങനെയാണ് കഥകളിയുടെ സാഹിത്യരൂപമായ ആട്ടക്കഥയുടെ ഘടന. ശ്ലോകങ്ങൾ സംസ്കൃതവൃ ത്തത്തിലാണ് രചിക്കപ്പെട്ടിരിക്കുന്നത്.സംസ്കൃതജ്ഞാനവും ഗ്രന്ഥങ്ങ ളും അവർണ്ണ ജനവിഭാഗങ്ങൾക്ക് അസ്പർശ്യമായിരുന്നു. അതുകൊ ണ്ടുതന്നെ കഥകളിശ്ലോകസംഗീതം ജനിപ്പിക്കുന്ന അനുഭൂതിയിൽ അദൃശ്യമായ അധികാരബോധങ്ങളുണ്ട്. എങ്കിലും ഭാഷാവൃത്തങ്ങൾ ആട്ടക്കഥകളിൽ സമൃദ്ധമായി കാണുന്നുണ്ട്. ആട്ടക്കഥകൾ സാധാര ണവിഭാഗങ്ങൾക്കുപോലും ആസ്വദിക്കാൻ കഴിയുന്നത് അതിലുള്ള ദ്രാവിഡതാളം കാരണമാണ്.

'സ്വരത്തിനുടെ മാധുര്യം കേട്ടാൽ
ഒരുത്തിയെന്നത് നിശ്ചയം ' (നളചരിതം)

ഇത് തരംഗിണിയുടെ ഊനരൂപമാണ്.

കുഞ്ചൻ നമ്പ്യാരുടെ തുള്ളൽക്കൃതികളിൽ തരംഗിണി എന്ന ഭാഷാവൃത്തത്തിന്റെ അസാമാന്യപ്രയോഗങ്ങൾ കാണാം. തരംഗിണി വൃത്തത്തിന്റെ ഒരു പ്രധാന സവിശേഷത അതിന്റെ ചടുലതയാണ്.

രണ്ടു മാത്രകൾ വീതമുള്ള എട്ട് ഗണങ്ങളും മധ്യത്തിൽ യതിയും കൂടിച്ചേരുമ്പോഴാണ് തരംഗിണി വൃത്തത്തിന് ആ താളം ലഭിക്കു ന്നത്.ഈ താളത്തിന്റെ അനുഭൂതി പൊതു അരങ്ങിലാണ് നന്നായി അനുഭവവേദ്യമാകുന്നത്.. ഒരു സമൂഹം (ഒരു കൂട്ടം ആളുകൾ എന്ന അർത്ഥത്തിൽ) ഒന്നിച്ച് തുള്ളൽ ആസ്വദിക്കുമ്പോൾ തുള്ളൽ എന്ത് കാര്യമാണോ വിനിമയം ചെയ്യാൻ ഉദ്ദേശിച്ചത് അത് സാധ്യമാവുന്നു. ഒരു വ്യക്തിയെ സംബന്ധിച്ചിടത്തോളം അരങ്ങിലെ അന്യമനുഷ്യ സമ്പർക്കം അനുഭൂതിയെ വ്യത്യസ്തമാക്കുന്നു.നമ്പ്യാരുടെ കൃതികളിൽ ഭാഷാവൃത്തങ്ങൾ മാത്രമാണുള്ളതെന്നു വിചാരിക്കരുത്. പറയൻ തുള്ളലിൽ സംസ്കൃതവൃത്തമായ മല്ലികയാണ് അദ്ദേഹം ഉപയോഗി ച്ചിട്ടുള്ളത്.

'ഇന്ദ്രപ്രസ്ഥമെന്നുള്ള മന്ദിരസ്ഥലത്തിന്റെ
അന്തിക പ്രദേശത്തങ്ങടുത്തു ധാർത്തരാഷ്ട്രന്മാർ' (പറയൻ)

നമ്പ്യാർക്കവിതകളിൽ ബക്തീനിയർ ആശയമായ ഉത്സവീകര ണമാണ് (Carnivalisation) ഉള്ളതെന്ന് ഇ വി രാമകൃഷ്ണൻ വാക്കിലെ സമൂഹം: പാഠാന്തരബന്ധങ്ങൾ നമ്പ്യാർക്കവിതയിൽ എന്ന ലേഖ നത്തിൽ അഭിപ്രായപ്പെടുന്നുണ്ട് (1997: 20). നമ്പ്യാർക്കവിതയ്ക്ക് ഉത്സവാത്മകത ലഭിക്കുന്നതിന്റെ പ്രധാനകാരണങ്ങളിലൊന്ന് നമ്പ്യാർ ഉപയോഗിച്ചിട്ടുള്ള വൃത്തങ്ങളാണ്. ഭാഷാവൃത്തത്തിന്റെ പല രൂപങ്ങൾ നമ്പ്യാർക്കൃതികളിൽ കാണാം.

എന്നാൽ ഇതിൽ നിന്നും വളരെ വ്യത്യസ്തമാണ് ഗാഥ.ഗാഥയെ സംബന്ധിച്ചിടത്തോളം പൊതുഅരങ്ങ് എന്ന സങ്കല്പം ഇല്ല. അത് സ്വകാര്യമായ അനുഭൂതിയാണ്. മഞ്ജരിവൃത്തത്തിലുള്ള കൃതികൾ ഒരു സമൂഹത്തിനൊന്നിച്ച് ആസ്വദിക്കാൻ കഴിയില്ല.കാരണം മഞ്ജ രിയ്ക്ക് ഒരു മെലഡിയുടെ സ്വഭാവമാണുള്ളത്. ഒരു താരാട്ടുപാട്ടിന്റെ കഥയാണല്ലോ ഭാഷയിലെ ഒരു കാവ്യപ്രസ്ഥാനമായി പരിണമിച്ചത്. നമ്പ്യാർ ഉപയോഗിച്ചിട്ടുള്ള വൃത്തങ്ങൾപോലെ ഒരു കാർണിവലായി മാറാൻ മഞ്ജരീവൃത്തത്തിന് കഴിയില്ല. ഏകാന്തമായ അനുഭൂതികൾ പൊതു അനുഭൂതികളിൽ നിന്നു വ്യത്യസ്തമാണെന്ന് പറയുന്നത് അതുകൊണ്ടാണ്. എല്ലാം ഭാഷാവൃത്തങ്ങളായിട്ടും നമ്പ്യാർക്കൃതികൾ ജനിപ്പിക്കുന്ന അനുഭൂതിയിൽ നിന്നും കൃഷ്ണഗാഥയുടെ അനുഭൂതി വേറിട്ടതാകുന്നത് അവതരണഇടത്തിലെ വ്യത്യാസം കൊണ്ടാണ്. ഗാഥയുടെ അതേ സ്വഭാവം താരാട്ട്, മാവേലിവൃത്തം എന്നിവയ്ക്കുമുണ്ട്. വടക്കൻപാട്ടുകളിലാണ് മാവേലിവൃത്തം കൂടുതലായും കാണുന്നത്.

'ഓമനത്തിങ്കൾക്കിടാവോ നല്ല
കോമളത്താമരപ്പൂവോ ' (താരാട്ട്)

'മാവേലിനാട്ടു വാണീടുംകാലം
മാനുഷരെല്ലാരുമൊന്നുപോലെ' (മാവേലിവൃത്തം)

അവതരണ ഇടങ്ങളിലെ ഈ വ്യത്യാസം മേൽപ്പറഞ്ഞ കലാരൂപങ്ങളിലും കളികളിലുമുണ്ട്. നാടൻകളികൾ മിക്കവാറും പൊതുഅരങ്ങുകളിലാവും അവതരിപ്പിക്കുന്നത്. അതുകൊണ്ടുതന്നെ അവയ്ക്ക് ജനകീയസ്വഭാവവും കാർണിവൽരൂപവും കൈവരുന്നു. ഒറ്റയ്ക്കുള്ള കാവ്യാനുഭൂതിയിൽ അതില്ല.

അതായത് പറഞ്ഞുവന്നത് ഇടം വ്യത്യാസപ്പെടുന്നതനുസരിച്ച് അനുഭൂതിയും വ്യത്യാസപ്പെടുന്നുവെന്നതാണ്. അവതരണയിടത്തിലെയും ആസ്വാദന ഇടത്തിലെയും അനുഭൂതികൾ വ്യത്യസ്തമാണ്. മാത്രമല്ല; പൊതുവിടത്തിലെ അനുഭൂതിയും സ്വകാര്യ ഇടത്തിലെ അനുഭൂതിയും വ്യത്യാസപ്പെട്ടിരിക്കുന്നു.

ഉപസംഹാരം

ഈ പ്രബന്ധത്തിലൂടെ ലഭിച്ച നിഗമനങ്ങൾ ചുവടെ ചേർക്കുന്നു.

1) അനുഭൂതി കേവലമായ അനുഭവമല്ല; ഇതരവ്യവഹാരങ്ങളുമായി ബന്ധപ്പെട്ടതാണ്. മാത്രമല്ല, അനുഭൂതിക്ക് രസസിദ്ധാന്തവുമായി ബന്ധമുണ്ട്.
2) ഇടം ഒരു സാംസ്കാരികരൂപമാണ്. ഇടവും അനുഭൂതിയും തമ്മിൽ ചേർന്നിരിക്കുന്നു.
3) ഇടത്തിന് പൊതുവിടം/സ്വകാര്യയിടം, അവതരണ ഇടം / ആസ്വാദന ഇടം എന്നിങ്ങനെ ദ്വന്ദ്വങ്ങൾ കല്പിക്കാം.
4) ഗാഥ, തുള്ളൽ, ആട്ടക്കഥ തുടങ്ങിയ കാവ്യപ്രസ്ഥാനങ്ങളിൽ ഇടം വ്യത്യാസപ്പെടുന്നതനുസരിച്ച് അനുഭൂതിയും വ്യത്യാസപ്പെടുന്നു. അനുഭൂതിവ്യതിയാനങ്ങൾക്ക് കാവ്യങ്ങളിൽ ഉപയോഗിച്ചിട്ടുള്ള വൃത്തം പ്രധാനകാരണമാണ്.

ഗ്രന്ഥസൂചി

1. നാരായണക്കുറുപ്പ് പി, മലയാള വൃത്തപഠനം, കേരളഭാഷാ ഇൻസ്റ്റിറ്റ്യൂട്ട് തിരുവനന്തപുരം, 1992
2. നാരായണൻ എം വി, ഇടം അവതരണം കാഴ്ചവഴികൾ, ഡിസി ബുക്സ് കോട്ടയം, 2018
3. യേശുദാസൻ ടി എം, ഇടം (ലേഖനം), താക്കോൽ വാക്കുകൾ

വിചാരമാതൃകകൾ കേരളീയനോട്ടങ്ങൾ (എഡിറ്റർ: അജു കെ നാരായണൻ), വിദ്വാൻ പി ജി നായർ സ്മാരകഗവേഷണകേന്ദ്രം ആലുവ, 2017
4. രാജീവൻ ബി, ജനനിബിഡമായ ദന്തഗോപുരം, ചിന്ത പബ്ലിഷേഴ്സ് തിരുവനന്തപുരം, 1991
5. രാമകൃഷ്ണൻ ഇ വി, വാക്കിലെ സമൂഹം, ഡിസി ബുക്സ് കോട്ടയം, 1997
6. സുനിൽ പി ഇളയിടം, അനുഭൂതിയുടെ ചരിത്രജീവിതം, ചിന്ത പബ്ലിഷേഴ്സ് തിരുവനന്തപുരം, 2014
7. Lefebvre Henry, The Production of Space, Blackwell Publishing, 1991
8. Williams Raymond, Marxism and Literature, Oxford Universtiy Press, 1977

ഭീതിയുടെ ഭൂപടം: പുരാവൃത്തകഥകളും മലബാറിലെ വാണിജ്യവഴികളും

ജിഷ്ണു ആർ.

സാഹിത്യപഠനങ്ങൾ അതിന്റെ നിശ്ചിതമായ അതിർത്തികളെ ലംഘിച്ചുകൊണ്ട് പുതിയ അന്വേഷണങ്ങളുടെ പാതയിലാണിന്ന്. പരമ്പരാഗതമായി നിലനിന്നുപോന്ന സാഹിതീയ വിശകലനങ്ങളിൽനിന്ന് മാറി, മറ്റു ജ്ഞാനമേഖലകളുമായി പലനിലയിൽ ബന്ധപ്പെടുത്തി സാഹിത്യത്തെ വിശകലനം ചെയ്യുകയാണ് ഇത്തരം പഠനങ്ങൾ ചെയ്യുന്നത്. ഉത്തരാധുനിക വൈജ്ഞാനികതയാണ് ഈമട്ടിലുള്ള പഠനങ്ങൾക്ക് സാധ്യതകുറിച്ചത്. സംസ്കാരപഠനത്തിന്റെയും ചരിത്ര-ചരിത്രവിജ്ഞാനീയപഠനത്തിന്റെയും സാമൂഹിക-നരവംശശാസ്ത്രത്തിന്റെയുമെല്ലാം സിദ്ധാന്തങ്ങളുപയോഗിച്ച് സാഹിത്യവായന സാധ്യമാണെന്ന് നിരവധി പഠനങ്ങൾ തെളിയിച്ചു കഴിഞ്ഞു. സംസ്കാരത്തിന് അതുവരെ കരുതിപ്പോന്ന അർത്ഥവിവക്ഷകളെ രാഷ്ട്രീയവത്കരിക്കാനും അന്വേഷണത്തിന്റെ പുതിയ മേഖലകൾ കണ്ടെത്താനും സംസ്കാരപഠനത്തിന് സാധിക്കുന്നുണ്ട്. ഭൂമിശാസ്ത്രം (Geography) എന്ന ജ്ഞാനവിഷയം അക്കാദമികലോകത്തിന് സുപരിചിതമാണ്. ഭൂമിയെ സംബന്ധിക്കുന്ന ഇടങ്ങളുടെ രൂപപ്പെടലുകൾ, കൃഷി, വാണിജ്യം തുടങ്ങിയവയുടെ പ്രതിനിധാനങ്ങൾ, ഭൂപ്രദേശത്തിന്റെ സ്വഭാവങ്ങൾ, കാലാവസ്ഥ തുടങ്ങിയവയെ കുറിച്ച് പ്രതിപാദിക്കുന്ന ജ്ഞാവിഷയമാണിത്. എന്നാൽ ഈ ഇടങ്ങളെ സംബന്ധിക്കുന്ന ആലോചനകൾക്കകത്ത് സാംസ്കാരികമായ അംശങ്ങളുണ്ടെന്നും ഇവയുടെ കണ്ടെത്തലുകളിലൂടെയാണ് ഒരു ഭൂവിഭാഗത്തിന്റെ ജീവിതത്തെക്കുറിച്ച് വിശദമായി

പ്രതിപാദിക്കാൻ സാധിക്കുക എന്നതുമുള്ളതാണ് സാംസ്കാരികഭൂമിശാസ്ത്രത്തിന്റെ ആലോചനകളിൽ മുഖ്യം. അതുകൊണ്ടുതന്നെ സംസ്കാരപഠനം അഭിമുഖീകരിക്കുന്ന പ്രതിസന്ധികൾ സാംസ്കാരികഭൂമിശാസ്ത്രപഠനത്തിന്റെയും പ്രതിസന്ധിയാണ്.

ഭീതിയുടെ ഭൂപടം: പുരാവൃത്തകഥകളും മലബാറിലെ വാണിജ്യവഴികളും' എന്ന ശീർഷകത്തിന്റെ ആദ്യ ആലോചനകൾ പുരാവൃത്തകഥകളോടും അവയെ പ്രതിനിധീകരിക്കുന്ന സ്ഥലത്തെ കേന്ദ്രീകരിച്ചും രൂപംകൊണ്ടതാണ്. കള്ളിയങ്കാട്ട് നീലിയെ സംബന്ധിക്കുന്ന കഥയാണ് ഇതിൽ പ്രധാനം. കാവേരി പൂമ്പട്ടണം സ്വദേശിയായ ആനന്ദൻ പഞ്ചവങ്കാട് വഴി മുസിരിസിലേക്ക് വ്യാപാരത്തിനായി പോകുന്നതിനിടയിൽ നീലി അയാളെ വധിക്കുന്നതുമായുള്ള കഥയാണത്. മൂന്ന് നിലയിലാണ് ഈ പുരാവൃത്തകഥയെ സമീപിക്കാവുന്നത്. മുസിരിസിലെ വ്യാപാരം, 'ആനന്ദൻ' എന്ന പേര്, അയാൾ യാത്രചെയ്ത വഴി എന്നിവയാണത്. ഈ ഘടകങ്ങൾ എങ്ങനെയാണൊരു പുരാവൃത്തകഥയുടെ ഭാഗമാകുന്നത് എന്നൊരു ചോദ്യമാണ് ആദ്യമുണ്ടായത്. വ്യാപാരത്തിന്റെ അടിസ്ഥാനത്തിലുള്ള ബന്ധങ്ങളിലും വഴികളിലും ഇത്തരം അമാനുഷിക (Supernatural) ശക്തികളെ ആരോപിക്കുമ്പോൾ ഏതൊരു വാണിജ്യവഴിയിലും (Trade Route) കൊള്ളസംഘങ്ങൾക്ക് അവരുടെ ചൂഷണങ്ങൾ എളുപ്പത്തിൽ സാധിക്കുമെന്ന ചിന്തയിലേക്കാണ് ഇത് നയിച്ചത്. വഴിപോക്കരായവരെ ആക്രമിക്കുകയും കവർച്ച ചെയ്യുകയും ചെയ്യുന്ന ഇത്തരം ശക്തികളെ പിന്നീട് പ്രബലരായ നാടുവാഴികളോ അവരുടെ നിർദേശപ്രകാരം മന്ത്രവാദികളോ തളക്കുകയുമാണ് പതിവ്. വിശ്വാസം, ഭയം എന്നീ വികാരങ്ങളെ എളുപ്പത്തിൽ ചൂഷണത്തിന് വിധേയമാക്കാൻ സാധിക്കുമെന്നത് സമകാലിക സമൂഹത്തിലും വ്യക്തമായിക്കൊണ്ടിരിക്കുന്ന സാഹചര്യത്തിൽ പുരാവൃത്തത്തെ ചരിത്രവത്കരിക്കുകയല്ല ഈ പഠനത്തിന്റെ ലക്ഷ്യം. മറിച്ച് ഇത്തരം കഥകളുടെ പാഠഭേദങ്ങളിലൂടെ ഓരോ ഭൂപ്രദേശത്തിന്റെയും സാമൂഹികവും സാംസ്കാരികവുമായ ആവശ്യങ്ങളെ എങ്ങനെ നിർമിച്ചെടുക്കുന്നു. സംസാരികമായ കൂടിക്കലരലുകളിൽ (Cultural Convergence) അധികാരം എങ്ങനെ പ്രവർത്തിക്കുന്നു. ഭയമെന്ന വികാരത്തെ ഇതിന് എങ്ങനെ ഉപയോഗിക്കുന്നു എന്നെല്ലാമാണ് പഠനം അന്വേഷിക്കുന്നത്. വാണിജ്യപാതകളും വാണിജ്യകേന്ദ്രങ്ങളും ഇത്തരം സാംസ്കാരിക കൂടിക്കലരലുകളുടെ ഇടമാണെന്നും, പുരാവൃത്തകഥകളുടെ ചലനാത്മകതക്ക് സാധ്യതകളേറെയുള്ള

ഇടങ്ങളാണെന്നും അവയ്ക്ക് സാംസ്കാരികഭൂമിശാസ്ത്രത്തിൽ സുപ്രധാനമായ പങ്കുണ്ടെന്നുമുള്ള പരികല്പനകളിലൂന്നിക്കൊണ്ടാണ് പഠനം മുന്നോട്ടുപോകുന്നത്.

1

ഭൂമിശാസ്ത്രത്തിന്റെ സാമ്പ്രദായികരീതിയെ ലംഘിച്ചുകൊണ്ട് ഒരു ഭൂവിഭാഗത്തിന്റെ സവിശേഷതകൾ, ഭൂപ്രകൃതിയുടെ രൂപീകരണം, കാലാവസ്ഥയുടെ സ്വാധീനം, ജനതയുടെ ജീവിതവ്യവഹാരങ്ങൾ എന്നീ ഘടകങ്ങൾ തമ്മിൽ തികച്ചും ഭൗതികമായ ബന്ധംമാത്രമല്ലെന്നും, ജനതയുടെ സാംസ്കാരികമായ ജീവിതത്തിന്റെ സാധ്യതകൾക്കൂടി സൃഷ്ടിക്കുന്നുണ്ടെന്നുമുള്ള ആലോചനകളിൽ നിന്നാണ് സാംസ്കാരിക ഭൂമിശാസ്ത്രമെന്ന അന്വേഷണമേഖല രൂപപ്പെടുന്നത്. 1920-കൾ മുതൽതന്നെ ഇത്തരം അന്വേഷണങ്ങൾ അക്കാദമിക പദ്ധതിയുടെ ഭാഗമാകുന്നുണ്ട്. യൂണിവേഴ്സിറ്റി ഓഫ് കാലിഫോർണിയയിൽ അധ്യാപകനായിരുന്ന കാൾ സൗറിന്റെ (Carl Saure) നേതൃത്വത്തിൽ നടന്ന അന്വേഷണങ്ങളായിരുന്നു ഇതിന്റെ ആരംഭം കുറിച്ചത്. അക്കാലത്ത് ഭൂമിശാസ്ത്ര പഠനങ്ങളിൽ വളരെ സജീവമായി നിലനിന്നിരുന്നതും, അംഗീകരിക്കപ്പെട്ടിരുന്നതുമായ പ്രകൃതിനിർണയനവാദത്തെ (Environmental Determinism) നിരാകരിച്ചുകൊണ്ടായിരുന്നു സൗർ തന്റെ പഠനങ്ങളെ മുന്നോട്ടുകൊണ്ടുപോയത്. ഭൂപ്രകൃതിയുടെയും കാലാവസ്ഥയുടെയും അടിസ്ഥാനത്തിലാണ് അവിടെ ജീവിക്കുന്ന ജനതയുടെ സാംസ്കാരിക രൂപീകരണം സാധ്യമാകുന്നതെന്ന പരമ്പരാഗത സങ്കല്പത്തെയാണ് സൗറിന്റെ നേതൃത്വത്തിലുള്ള ബെർകെലെ സ്കൂൾ (Berkeley School) എതിർത്തിരുന്നത്. സംസ്കാരരൂപീകരണത്തിന്റെ ചരിത്രപരമായ സാധ്യതകളെ ആധാരമാക്കുകയാണ് അദ്ദേഹത്തിന്റെ സാംസ്കാരിക ഭൂമിശാസ്ത്രപഠനങ്ങൾ. പൂർവസംസ്കാരത്തിന്റെ ചരിത്രപരമായ പുനർനിർമാണം, വ്യത്യസ്ത പ്രദേശങ്ങളിലേക്കുള്ള സാംസ്കാരിക സ്വഭാവങ്ങളുടെ വ്യാപനം എന്നിവയിലൂന്നിയായിരുന്നു സൗറിന്റെ പഠനങ്ങൾ.

സൗറിന്റെ പഠനങ്ങൾക്ക് ശേഷം അമേരിക്കയിൽ നടന്നിട്ടുള്ള സാംസ്കാരികഭൂമിശാസ്ത്ര അന്വേഷണങ്ങളാണ് ഭൂഭാഗദൃശ്യങ്ങളുടെ (Landscape) പഠനങ്ങളെ മുന്നോട്ടുകൊണ്ടുവരുന്നത്. പ്രധാനമായും നാല് മേഖലകളെ കേന്ദ്രീകരിച്ചാണ് ഈ പഠനങ്ങൾ മുന്നോട്ട് പോയത്. ഒന്നാമതായി സാംസ്കാരിക സ്വഭാവങ്ങളുടെ വ്യാപനം മുൻനിർത്തിയാണ്. ഓരോ സംസ്കാരത്തിലും കണ്ടുവരുന്ന ഭൗതികമായ സ്വഭാവത്തെ അടിസ്ഥാനമാക്കിയുള്ള അന്വേഷണങ്ങളാണിവ.

സാംസ്കാരിക സംഘങ്ങൾ (Cultural Groups) പൊതുവായി ഉപയോഗിക്കുന്ന ചെടികൾ, ആയുധങ്ങൾ, വീടിന്റെ മാതൃകകൾ, കണ്ടുപിടുത്തങ്ങൾ എന്നിവയെ അടിസ്ഥാനമാക്കിയാണ് ഈ രീതി മുന്നോട്ടുപോയത്. ഭൗതികവസ്തുക്കളെ കേന്ദ്രീകരിച്ചാണ് ആദ്യ അന്വേഷണമെങ്കിൽ സാംസ്കാരിക സംഘങ്ങളുടെ അഭൗതികമായ ഘടകങ്ങളെ മുനിർത്തി അന്വേഷിക്കുകയായിരുന്നു രണ്ടാമത്തെ രീതി. ഭൂഭാഗദൃശ്യങ്ങളുടെ പ്രതിനിധാനത്തെ മുൻനിർത്തി അതിന്റെ ചരിത്രപരമായ വികാസങ്ങളെ അടയാളപ്പെടുത്തുകയായിരുന്നു മൂന്നാമത്തെ രീതി. പാരിസ്ഥിതിക ഉപഭോഗവും ജനതയുടെ അവബോധവും എങ്ങനെ വ്യവസ്ഥപ്പെട്ടു വന്നു എന്നതും ചരിത്രപരമായി പാരിസ്ഥിതിക സംസ്കാരം എങ്ങനെ രൂപപ്പെട്ടു എന്ന അന്വേഷണവുമായിരുന്നു നാലാമത്തെ രീതി.

അമേരിക്കയിൽ രൂപപ്പെട്ട സാംസ്കാരിക ഭൂമിശാസ്ത്ര പഠനങ്ങളുടെ പ്രധാന പരിമിതിയെന്നത് അത് കാലാകാലങ്ങളിലുള്ള സംസ്കാരത്തിന്റെ ഏകതാനതയിലും തുടർച്ചയിലും ശ്രദ്ധ കേന്ദ്രീകരിച്ചിരുന്നുവെന്നതാണ്. സംസ്കാരപഠനത്തിന്റെ ആവിർഭാവത്തോടെ സംസ്കാരത്തിന് പുതിയ നിർവചനങ്ങളും അർത്ഥപരിണാമങ്ങളും സാധ്യമായി. 'Cultural turn' സാംസ്കാരിക ഭൂമിശാസ്ത്രത്തിന്റെ അന്വേഷണങ്ങളെയും പരിവർത്തിപ്പിച്ചു. സംസ്കാരത്തിന്റെ വൈവിധ്യത്തിലും മാറ്റത്തിലും ഊന്നൽ നൽകിയ സംസ്കാരപഠനം, ഭൂഭാഗചിത്രത്തെയും ഭൂപ്രദേശത്തെയും സംസ്കാര സൂചകങ്ങളായിക്കണ്ട പൂർവപഠനങ്ങളിൽനിന്ന് വ്യത്യസ്തമായി വർഗം, വംശം, ലിംഗപദവി, ലൈംഗികത തുടങ്ങിയവ ഭൂഭാഗചിത്രത്തിന്റെ സംസ്കാരത്തെയും രാഷ്ട്രീയത്തെയും രൂപപ്പെടുത്തുന്നുവെന്ന ചിന്ത മുന്നോട്ടുവെച്ചു. ഭൂഭാഗചിത്രത്തെ, മാർക്സിയൻ സംസ്കാരവിമർശനം വസ്തുക്കളുടെ കൂട്ടം എന്നതിനപ്പുറം കാണുന്നരീതി (Way of Seeing) എന്നതരത്തിലാണ് പരിഗണിച്ചത്. ഈ നോട്ടപ്പാട് പ്രതിനിധാനപരവും പ്രത്യയശാസ്ത്രപരവുമായ അന്വേഷണങ്ങൾക്ക് തുടക്കം കുറിച്ചു. പിന്നീട് ഉത്തരഘടനാവാദ സമീപനങ്ങൾ വ്യവഹാരം, പാഠം, അധികാരം തുടങ്ങിയ സങ്കല്പങ്ങളെ മുൻനിർത്തി ഇതിനെ വിശദീകരിച്ചു. 1990-കളുടെ പകുതിയോടെ ഭൂഭാഗചിത്രം എന്ന സങ്കല്പനം കൂടുതൽ വിമർശിക്കപ്പെട്ടു. പ്രകൃതി-സംസ്കാരം എന്ന ഇരട്ടത്വവും (NatureCulture Dichotomy) വിശേഷാധികാരമുള്ള വീക്ഷണങ്ങളും (Prelaged Perspective) പുതിയ രീതിശാസ്ത്രപദ്ധതിയിലൂടെ വിമർശിക്കപ്പെട്ടു. അതിൽ പ്രധാനപ്പെട്ടത് സ്ത്രീവാദത്തിന്റെ സൈദ്ധാന്തിക

പരിസരത്തിൽനിന്നുള്ള വിമർശനമാണ്. ഭൂഭാഗചിത്രങ്ങളെ way of seeing എന്ന തരത്തിൽ നിർവചിച്ച മാക്സിയൻ സമീപനം ആൺനോട്ടങ്ങൾ (Musculine Gaze) ആണെന്ന വിമർശനമാണ് ഇത് പ്രധാനമായും ഉയർത്തിയത്. ലാൻഡ്സ്കേപിനെ സംബന്ധിച്ച കൂടുതൽ തെളിമയുള്ളതും രാഷ്ട്രീയവുമായ വിശകലന രീതികൾ തൊണ്ണൂറുകളോടെ രൂപപ്പെട്ടു.

വഴികളെക്കുറിച്ചുള്ള മനുഷ്യന്റെ ആലോചനകൾക്ക് വ്യവസ്ഥപ്പെട്ടുവന്ന ജീവിതത്തോളം പഴക്കമുണ്ട്. അലഞ്ഞുതിരിയുന്ന മനുഷ്യന് വഴികളെയോ എത്തിച്ചേരുന്ന ഇടങ്ങളെയോ സംബന്ധിച്ച് വ്യക്തമായ ധാരണകൾ ആവശ്യമായിരുന്നില്ല. എന്നാൽ ലക്ഷ്യങ്ങളുണ്ടാകുന്നതോടെയാണ് മനുഷ്യനിൽ വഴികളെക്കുറിച്ചുള്ള ബോധങ്ങളും ഉടലെടുക്കുന്നത്. ഏതൊരു ഭൂഭാഗദൃശ്യത്തെ സംബന്ധിച്ചും അതിനകത്തേയും അതിലേക്ക് വന്നുചേരുകയും ചെയ്യുന്ന വഴികൾ പ്രധാനമാണ്. ഭൂപ്രകൃതിയേയോ കാലാവസ്ഥയേയോ അടിസ്ഥാനമാക്കിമാത്രം ഒരു ലാൻഡ്സ്കേപ്പിലെ ജീവിതത്തെ നിർവചിക്കാൻ ശ്രമിക്കുമ്പോൾ വഴികളും ആ വഴികൾ തുറന്നിടുന്ന സാംസ്കാരിക സാധ്യതകളും അടച്ചുകളയുകയാണ്. യാത്രകൾക്ക്, അവ സാധ്യമാക്കിയ വഴികൾക്ക് ലക്ഷ്യസ്ഥാനങ്ങളിലേക്കെന്നപോലെ സംസ്കാരത്തിലേക്കും അവയുടെ വ്യാപനത്തിലേക്കും അനേകം തുറസ്സുകളുണ്ട്. അതിനാൽ സാംസ്കാരികഭൂമിശാസ്ത്രത്തിൽ വഴികളെക്കുറിച്ചുള്ള അന്വേഷണങ്ങൾക്ക് സുപ്രധാനമായ പങ്കുണ്ട്.

സാമൂഹികചലനാത്മകതയാണ് ഭൂഭാഗദൃശ്യത്തിന്റെ സാംസ്കാരികസ്വത്വത്തെ നിർണയിക്കുന്നത്. എത്രമാത്രം ചലനാത്മകമാണോ അത്രമാത്രം സാംസ്കാരികവൈവിധ്യങ്ങളും അവയുടെ കൂടിക്കലരലുകളും അടയാളപ്പെടുത്താൻ പാകത്തിലുള്ളതാവും ആ ലാൻഡ്സ്കേപ്പ്. ഈ ചലനാത്മകതയെ നിർണയിക്കുന്നതിൽ വാണിജ്യത്തിന് കാര്യമായ പങ്കുണ്ട്. വാണിജ്യകേന്ദ്രങ്ങളും അവയിലേക്കുള്ള വഴികളും പൊതുവിടം എന്ന നിലയിൽ വികസിച്ചുവരികയും സാംസ്കാരികകലർപ്പുകളുടെ കേന്ദ്രമാവുകയും ചെയ്യുന്നു. ക്ഷേത്രങ്ങളെപ്പോലെതന്നെ സന്ദേശകാവ്യങ്ങളിൽ സ്ഥലസ്തുതിയായി വർണിക്കപ്പെട്ട പലയിടങ്ങളും അതതുകാലത്തെ അങ്ങാടികളായിരുന്നുവെന്നത് വാണിജ്യകേന്ദ്രങ്ങളുടെ പ്രാധാന്യത്തെ വ്യക്തമാക്കുന്നു. കേരളത്തിനകത്തും പുറത്തുമായി നിരവധി ചെറുതും വലുതുമായ വാണിജ്യകേന്ദ്രങ്ങളും അവയോടുള്ള ബന്ധവും നിലനിന്നിരുന്നു. കേരളത്തിന്റെ സാംസ്കാരികതയെ അടയാളപ്പെടുത്തുന്നതിൽ ഇത്തരമിടങ്ങൾക്ക് സുപ്രധാന

മായ പങ്കുണ്ട്. "അതിസമ്പന്നമായ വാണിജ്യപാരമ്പര്യമുള്ള നാടാണ് കേരളം. കേരളത്തിന്റെ ഭൂമിശാസ്ത്രസവിശേഷതയും വിഭവസമൃദ്ധിയുമാണ് സമ്പന്നമായ വാണിജ്യപാരമ്പര്യത്തിന്റെ അടിസ്ഥാനം. അതുകൊണ്ടുതന്നെ കേരളത്തെ സവിശേഷമായ രീതിയിൽ രൂപപ്പെടുത്തിയതിൽ പ്രധാനഘടകമായി വാണിജ്യത്തെ കണക്കാക്കാം. പുരാതനകാലം മുതൽ കേരളം വിവിധ വിദേശരാജ്യങ്ങളുമായി വാണിജ്യത്തിലേർപ്പെട്ടിരുന്നു. കേരളത്തിലെ പ്രകൃതിസമ്പത്താണ് വിദേശികളെ ആകർഷിച്ച പ്രധാനഘടകം" (ദീപ എം :2019:116) എന്ന നിരീക്ഷണം കേരളത്തിലെ വാണിജ്യപാരമ്പര്യത്തിലേക്കുള്ള സാധ്യതതുറക്കുന്നതോടൊപ്പം ഭൂപ്രകൃതിക്കും വാണിജ്യസാധ്യതയിലുള്ള പങ്കുവ്യക്തമാക്കുന്നു. പ്രകൃതിസമ്പത്തിന്റെ ആധിക്യവും ഭൂപ്രകൃതിയും ഇവിടെ അധികാരസ്ഥാപിക്കുന്നതിലേക്കും പുതിയ വ്യവഹാരങ്ങളും വ്യവസ്ഥകളും രൂപപ്പെടുത്തുന്നതിനും കാരണമായിയെന്നത് പിൽക്കാലചരിത്രമാണ്.

വ്യത്യസ്തമായ സാംസ്കാരികസംഘങ്ങളുമായി ഇടപഴകാനുള്ള സാധ്യതകളെ നിലനിർത്തുന്നതാണ് മലബാറിന്റെ ഭൂപ്രകൃതി. കർണ്ണാടക, തമിഴ്നാട്, തിരുക്കൊച്ചി, അറബിക്കടൽ എന്നിവയുമായി അതിർത്തി പങ്കിടുന്ന ഭൂപ്രദേശമായിരുന്നു മലബാർ പ്രവിശ്യ. ലോകത്തിലെ വിവിധ ഭൂഖണ്ഡങ്ങളുമായി കടൽ മാർഗവും ഇന്ത്യയിലെതന്നെ വിവിധപ്രദേശങ്ങളുമായി അകം പാതകൾ വഴിയും സജീവമായവ്യാപാരബന്ധം മലബാറിനുണ്ടായിരുന്നു. മലബാറിന്റെ ഈ വാണിജ്യസംസ്കാരത്തിന് ജലഗതാഗതം കാര്യമായ സ്വാധീനം ചെലുത്തിയതായി ലോഗൻ നിരീക്ഷിക്കുന്നുണ്ട്.[1] മലബാറിന്റെ സാംസ്കാരികഭൂപടത്തിൽ വാണിജ്യത്തിനും അതുവഴി സാധ്യമായേക്കാവുന്ന സാംസ്കാരികക്കൂടിക്കലരലുകൾക്കും വലിയ പ്രാധാന്യമുണ്ട്. മലബാറിലെ ശക്തമായ വാണിജ്യകേന്ദ്രമായിരുന്നു വയനാട്. വയനാടുമായി ബന്ധപ്പെട്ട് നിരവധി കപ്പം-കരവ്യവസ്ഥകളും അതിന്റെ അടിസ്ഥാനത്തിൽ അധികാരകേന്ദ്രങ്ങൾ തമ്മിൽന

1 'മലബാറിന്റെ നദികളും കായലുകളും പ്രദാനംചെയ്യുന്ന ഗതാഗത സൗകര്യങ്ങളുടെ വളർച്ച രാജ്യത്തിലെ വിദേശ ഇടപെടലുകളുടെ ആരംഭദശയിൽ രൂപപ്പെട്ട സംവിധാനങ്ങളുമായി ബന്ധപ്പെട്ടതാണ്. ഇരുചക്രവണ്ടികളോ കാളകളെക്കെട്ടിയ കടത്തുവാഹനമോ ഇല്ലാതിരുന്ന പഴയ കാലത്ത് ഏറ്റവും ചെലവ് ചുരുങ്ങിയതും അകെ ലഭ്യമായതും ജലഗതാഗതം മാത്രമായിരുന്നു. അതുകൊണ്ട് വിദേശികൾ പാർപ്പിടകേന്ദ്രവും വ്യാപാര സങ്കേതങ്ങളുമായി തിരഞ്ഞെടുത്തത് ഇവിടങ്ങളായിരുന്നു' വില്യംലോഗൻ: 1985 (2019):P22 മലബാർമാന്വൽ മലയാളം പതിപ്പ്. മാതൃഭൂമി.

ടന്ന തർക്കങ്ങളും ശ്രദ്ധേയമാണ്.[2] ഹൊയ്സാല രാജവംശത്തിന്റെ കാലം മുതൽതന്നെ ശക്തമായ ജൈനവ്യാപാരബന്ധങ്ങൾ സൂക്ഷിച്ചിരുന്ന നാടായിരുന്നു വയനാട്. അതിന്റെ തെളിവുകളായി നിരവധി ജൈനബസ്തികളും പുരാരേഖകളും വയനാട്ടിൽനിന്ന് കണ്ടെടുക്കപ്പെട്ടിട്ടുണ്ട്. മുത്തങ്ങ, ബത്തേരി, പനമരം, കണ്ണൂരിലെ കോറോം തുടങ്ങിയ ഇടങ്ങളിലേക്കുള്ള വാണിജ്യപാതകൾ നിലവിലുണ്ടായിരുന്നു. ഡച്ചുകാരുടേയും പോർച്ചുഗീസുകാരുടേയും വരവോടെ കണ്ണൂരിലും കോഴിക്കോട്ടും നിരവധി പാണ്ടികശാലകൾ സ്ഥാപിക്കപ്പെടുന്നുണ്ട്. എന്നാൽ അതിനുമുന്നേതന്നെ സജീവമായിരുന്നു അറബ് വ്യാപാരം. അതിന്റെ പ്രധാനകേന്ദ്രങ്ങളിൽ ഒന്നായിരുന്നു പന്തലായനിക്കൊല്ലം. മലബാറിലെ പ്രധാനതുറമുഖകേന്ദ്രമായ പന്തലായനിക്കൊല്ലത്തെയും അകം വാണിജ്യപാതകളിൽ പ്രധാനമായ വായനാടിനെയും കേന്ദ്രികരിച്ചാണ് ഈ പഠനം പുരാവൃത്തങ്ങളെ വിശകലനം ചെയ്യുന്നത്.

1980-കളോടെ തന്നെ സാംസ്കാരിക ഭൂമിശാസ്ത്രം ലാൻഡ്സ്കേപ്പുകളിലെ അഭൗതികമായ ഘടകങ്ങളെക്കുറിച്ചും അവയ്ക്ക് സംസ്കാരസംഘങ്ങളിലുള്ള സ്വാധീനത്തെക്കുറിച്ചും അന്വേഷിക്കുന്നുണ്ട്. പുരാവൃത്തങ്ങൾക്ക് ഇത്തരം അന്വേഷണങ്ങളിൽ കാര്യമായ പങ്കുണ്ട്. സംസ്കാരത്തിന്റെ തുടർച്ച, ചരിത്രപരമായ സംസ്കാരസംഘങ്ങളുടെ വ്യാപനം എന്നിവയെ അടയാളപ്പെടുത്തുന്നതിന് പുരാവൃത്തപഠനങ്ങൾ സഹായകമാണ്. വിശ്വാസം, ഭയം എന്നീ മനുഷ്യാനുഭവങ്ങൾക്ക് സാംസ്കാരിക ചരിത്രത്തിൽ വലിയസ്വാധീനമുണ്ട്. ഇവയെ ഉറപ്പിക്കാനും മാറ്റിത്തീർക്കാനും ശേഷിയുള്ള ആഖ്യാനങ്ങളാണ് പുരാവൃത്തങ്ങൾ. ഫോക് ലോർ പഠനങ്ങൾ പുരാവൃത്തകഥകളെ പലനിലയിൽ പഠനവിധേയമാക്കിയിട്ടുണ്ട്. പുരാവൃത്തങ്ങളും ഐതിഹ്യകഥകളും വർഗസ്മൃതികളാണെന്നും അവയ്ക്കുപിന്നിൽ വ്യക്തിയെന്നതിനപ്പുറം സമൂഹത്തിന്റെ ഓർമയാണ് പ്രവർത്തിക്കുന്നതെന്നും ചരിത്രകാരനായ എം. ആർ. രാഘവവാര്യർ (2012:11) നിരീക്ഷിക്കുന്നുണ്ട്. കഥയുടെ ഉള്ളടക്കവും കഥപറയുന്ന രീതിയും അത് കേൾക്കുന്ന സമൂഹവും എല്ലാം കൂടിച്ചേർന്നതാണ് ഓരോ പുരാവൃത്തകഥയുടെയും അടിസ്ഥാനം. പാഠഭേദമെന്നത് ഏതൊരു ഫോക് രൂപത്തെയും സംബന്ധിച്ച് പ്രധാനപ്പെട്ട ഘടകമാണ്. എന്നാൽ ഈ പാഠഭേദങ്ങൾ ഓരോ കൾച്ചറൽ ലാൻഡ്സ്കേപ്പിലും പ്രവർത്തിക്കുന്നത് വ്യത്യസ്തമായായിരിക്കും. മാർക്സിയൻ സമീപനവും ഉത്തരഘടനവാദവും

2 മലബാർ മാന്വൽ മലയാളം പതിപ്പ്, 1985 (2019) പേജ് 284 കാണുക.

മുന്നോട്ടുവച്ച സംസ്കാരിക ഭൂമിശാസ്ത്രാന്വേഷണങ്ങളുടെ സങ്കൽപന ത്തിൽ ഇതിന് കൂടുതൽ വ്യക്തത കൈവരുന്നു. സാമൂഹികവ്യവഹാ രങ്ങൾ, അധികാരബന്ധങ്ങൾ എന്നിവയെ നിയന്ത്രിക്കുന്നതിലും നിർണയിക്കുന്നതിലും പുരാവൃത്തങ്ങൾക്ക് കാര്യമായ പങ്കുണ്ട്. നാട്ടുരാജ്യങ്ങളിൽനിന്ന് ആധുനിക രാഷ്ട്രബോധത്തിലേക്ക് പുതിയ സ്റ്റേറ്റ് എന്നനിലയിൽ കേരളം മാറിയപ്പോഴും കള്ളിയങ്കാട്ട് നീലി എന്ന പുരാവൃത്തകഥകളുടെ ആഖ്യാനത്തിൽ വന്ന മാറ്റങ്ങളെക്കുറി ച്ച് പഠിച്ചുകൊണ്ട് അനൂപ് വി. (2018) നടത്തിയ പഠനത്തിൽ ഇത് വ്യക്തമായി സൂചിപ്പിക്കുന്നുണ്ട്. ഇത്തരത്തിൽ പുരാവൃത്തങ്ങൾക്കും അവയുടെ വ്യാപനത്തിനും സാംസ്കാരിക ഭൂമിശാസ്ത്രപഠനങ്ങളിൽ കാര്യമായപങ്കുണ്ട്.

പുരാവൃത്തകഥയുടെ ഉത്പത്തിയെ കണ്ടെടുക്കുകയെന്നത് അസാ ധ്യമാണ്. എങ്കിലും അതിന്റെ കഥ പ്രചരിച്ചിരുന്നതിന്റെ തോത നുസരിച്ച് അതിനൊരു പ്രഭവകേന്ദ്രം കണ്ടെത്താൻ സാധിക്കും. ചിലസാഹചര്യങ്ങളിൽ ഇത് ഒന്നിലധികം കേന്ദ്രങ്ങളെ അടയാള പ്പെടുത്തിയെന്നും വരാം. മറ്റൊരു ഘടകം പുരാവൃത്തങ്ങളുടെ വ്യാപന ത്തെ സംബന്ധിച്ചുള്ളതാണ്. ഓരോ സാംസ്കാരിക പ്രദേശത്തും ആ പ്രദേശത്തിന്റെ ആവശ്യങ്ങൾക്ക് അനുസരിച്ചാവും ഇത്തരം കഥകൾ രൂപപ്പെടുന്നത്. ഭൂമിശാസ്ത്രപരമായി മിത്തുകളുടെ വ്യാപനത്തെ മുൻ നിർത്തിയാണ് പാൻ മിത്തുകൾ (Pan Myth) എന്ന സങ്കല്പം രൂപ പ്പെടുന്നത്. ഉദാഹരണമായി രാമായണകഥ പാനിന്ത്യൻ മിത്താണ്. ഇന്ത്യയുടെ പലഭാഗങ്ങളിലും അതിന് കാര്യമായ സ്വാധീനങ്ങൾ കാണാവുന്നതാണ്. മറ്റൊന്നാണ് ഇളങ്കോവടികളുടെ ചിലപ്പതികാര ത്തിലെ കണ്ണകിയുടെ മിത്ത്. അതൊരു ദക്ഷിണേന്ത്യൻ പാൻ മിത്ത് ആണെന്ന് പറയാം. ഇത്തരം പുരാവൃത്തങ്ങളുടെ വ്യാപനത്തിന് വാണിജ്യവഴികളുമായും വാണിജ്യകേന്ദ്രങ്ങളുമായും ബന്ധമുണ്ട്.

2

മലബാറിലെ പ്രസിദ്ധമായ വാണിജ്യകേന്ദ്രങ്ങളും അവിടേക്കു ള്ള വഴികളുമായി ബന്ധപ്പെട്ട് നിരവധി പുരാവൃത്തകഥകൾ നില നിൽക്കുന്നുണ്ട്. വിശ്വാസങ്ങളുടെ ഭാഗമായി അവയിൽ പലതും ഇപ്പോഴും തുടർന്നുവരുന്നുണ്ട്. കണ്ണൂർ ജില്ലയിലെ പയ്യാവൂരിലെ ഊട്ടുത്സവവുമായി കുടകിനുള്ള ബന്ധവും അവിടേക്ക് അരികൊണ്ടു വരുന്ന കുടകരുടെ പാതയും കുടകുമായുള്ള വാണിജ്യബന്ധത്തിന്റെ സൂചനയായാണ് കണക്കാക്കുന്നത്. ആ വഴി ഇന്ന് പ്രസക്തമല്ലെ ങ്കിലും ഇത്തരം ഇടങ്ങൾ പലതരം പുരാവൃത്തങ്ങളെ സജീവമാക്കി

നിലനിർത്തുന്നുണ്ട്. പുരാവൃത്തങ്ങൾ കേവലം ഭാവനാനിർമ്മിതികൾ മാത്രമല്ലെന്നും സാമൂഹികാധികാരം കയ്യാളുന്നവരുടെ ദൃശ്യ-ശ്രാവ്യ ആയുധമാണെന്നുമുള്ള ബാർത്തിന്റെ സങ്കല്പം[3] ഇതുമായി ചേർത്തു വായിക്കാവുന്നതാണ്. വാണിജ്യകേന്ദ്രത്തിന്റെ അതിരുകളെയും അരുതുകളെയും നിശ്ചയിക്കുന്നതിലും പലവിധമായ അധികാര ചൂഷണങ്ങൾ സാധ്യമാക്കുന്നതിലും കാലത്തിന്റെ ആവശ്യമെന്ന നിലയിൽ മിത്തുകൾ പ്രവർത്തിക്കുന്നുണ്ട്.

കേരളത്തിന്റെ വാണിജ്യഭൂപടത്തിൽ കണ്ണകിയുടെ പുരാവൃത്ത കഥയ്ക്ക് വലിയ പ്രാധാന്യമുണ്ട്. ചിലപ്പതികാരകഥയുടെ നിരവധി സാഹിത്യാഖ്യാനങ്ങളും വാമൊഴിക്കഥകളും പ്രചരിക്കുന്നുണ്ട്. കണ്ണകിക്കഥയുടെ വാണിജ്യചരിത്രത്തിലെ പ്രാധാന്യം മുസിരിസിന്റെ വ്യാപാരവുമായി ബന്ധപ്പെട്ടുകിടക്കുന്ന ഒന്നാണ്. മുസിരിസിന്റെ അധികാരത്തെച്ചൊല്ലിനടന്ന ചേര-പാണ്ഡ്യ തർക്കങ്ങളിൽ കണ്ണകിയുടെ മിത്ത് രാഷ്ട്രീയമായി ഉപയോഗിക്കപ്പെടുന്നുണ്ട്. മുസിരിസിന്റെ വാണിജ്യപ്രതാപം അവസാനിച്ചെങ്കിലും ജൈനവ്യാപാരവുമായി ബന്ധപ്പെടുന്ന വഴികളിലെല്ലാം ഈ മിത്ത് പ്രചരിക്കുകയും കാലാനുസൃതമായ മാറ്റങ്ങളോടെ ജനതയുടെ പൊതുഓർമ്മയുടെ ഭാഗമാകുകയും ചെയ്യുന്നു. കള്ളിയങ്കാട്ട് നീലിയുടെ കഥയ്ക്ക് സമാനമായി കാവേരിപൂമ്പട്ടണം സ്വദേശിയും വ്യാപാരിയുമായ കോവലനാണ് കണ്ണകിയെ വിവാഹം ചെയ്യുന്നത്. പിന്നീട് അവർക്കിടയിലുള്ള കലഹങ്ങളെല്ലാം മറന്ന് സ്വദേശം വിട്ടുപോരാൻ തീരുമാനിക്കുന്ന കണ്ണകിയും കോവലനും കവുന്തിയടികൾ എന്ന ജൈനതാപസിയെ സമീപിക്കുന്നതായാണ് കഥയിലെ ഒരു സൂചന. ഈ സൂചനയെ വാണിജ്യവഴിയുടെ ഭാഗമാക്കുന്ന മറ്റൊരുകഥ ആറ്റുകാൽപൊങ്കാലയെ സംബന്ധിച്ചുള്ളതാണ്. മധുരയെരിച്ച കണ്ണകി വ്യാപാരസംഘത്തിനൊപ്പം കിള്ളിയാറിന്റെ തീരത്ത് എത്തുകയും അവിടെ വിശ്രമിക്കുകയും ചെയ്യുന്നു. അവിടെയുള്ള കർഷകസ്ത്രീകൾ ക്ഷീണിതയായ കണ്ണകിക്കും സംഘത്തിനും കഞ്ഞിനൽകിയതിന്റെ സൂചനയായാണ് പൊങ്കാല നിവേദ്യം അർപ്പിക്കുന്നത്. പിന്നീട് കണ്ണകി ഭദ്രകാളീഭാവത്തിൽ അവിടെ കുടികൊള്ളുകയും ചെയ്തു എന്നാണ് വിശ്വാസം.

കണ്ണകിയുടെ മിത്ത് പ്രചരിച്ച വഴികളെല്ലാം ജൈനരുടെ മുസി

---

3 ബാർത്തിന്റെ മിഥോളജിസ് എന്ന പുസ്തകവും എംപയർ ഓഫ് സെൻസ് എന്ന പുസ്തകവും സമകാലിക സമൂഹത്തിൽ പലതരത്തിലും തലത്തിലുമുള്ള മിത്തീകരണം നടക്കുന്നുണ്ടെന്ന വസ്തുത ചൂണ്ടിക്കാണിക്കുന്നു. അജു കെ. നാരായണൻ, ചെറി ജേക്കബ് - പുരാവൃത്തങ്ങൾ എന്ന ലേഖനം, താക്കോൽ വാക്കുകൾ, 2017

രിസിലേക്കുള്ള പാതകളായിരുന്നു. പാണ്ഡ്യ-ചേര സംഘർഷങ്ങൾ ശക്തമായിക്കൊണ്ടിരുന്നകാലത്ത് രണ്ടിടങ്ങളിലും സജീവമായ വ്യാപാരബന്ധങ്ങൾ സൂക്ഷിച്ച ജൈനർ പാണ്ഡ്യരാജ്യത്ത് പ്രായശ്ചിത്തമായും ചേരരാജ്യത്ത് ഭക്തിഭാവത്തിലുമാണ് കണ്ണകിയെ അവതരിപ്പിക്കുന്നത്. ചിലപ്പതികാരകഥയിലെ യാഥാർത്ഥ്യമെന്നതിനപ്പുറം ഓരോ സാമ്പത്തികഭൂഭാഗത്തിലും അതിന്റെ ആവശ്യങ്ങളെ നിറവേറ്റുന്നതരത്തിൽ അവതരിപ്പിക്കുകയായിരുന്നു. ചേരന്മാർ വഞ്ചിനാട്ടിൽനടത്തിയ കണ്ണകി പ്രതിഷ്ഠയെ പാണ്ഡ്യർ കവർന്നെടുത്തതായും അതിന്റെ പേരിൽ മുസിരിസിന്റെ അധികാരത്തിൽ തർക്കങ്ങളുണ്ടായതായും സൂചനകളുണ്ട്.[4] ദക്ഷിണേന്ത്യയിൽ നിരവധി കണ്ണകി പ്രതിഷ്ഠയുള്ള ക്ഷേത്രങ്ങളുണ്ട്. അത് പിന്നീട് കുറുമ്പയായും ഭദ്രകാളിയായും മാറുകയാണ് ചെയ്തത്.[5] അത്തരം മാറ്റങ്ങൾക്കുപിന്നിൽ കൊടുങ്ങല്ലൂരുമായി ബന്ധപ്പെട്ട പുരാവൃത്തകഥകളും കാണാം.

ജൈനമതവുമായി സജീവ ബന്ധമുണ്ടായിരുന്ന വയനാട്ടിൽ കണ്ണകിയുടെ കഥ മറ്റൊരുവിധത്തിലാണ് പ്രചരിച്ചത്. കുറുമ്പ്രനാടിന്റെ അധിപനായിരുന്ന പേയൻ ചാരിത്ര്യശുദ്ധിയുടെ പേരിൽ സംശയിച്ച് ഉപേക്ഷിക്കുകയും ആ ദുഃഖം സഹിക്കാനാവാതെ കണ്ണകി ആത്മഹത്യചെയ്യുകയും ചെയ്തു എന്നതാണ്. സംഘകാലകൃതിയായ മാമൂലനാർ നറ്റിണയിൽ ഇത് പരാമർശിക്കുന്നുണ്ട്. കണ്ണകി ഉടലോടെ സ്വർഗം പൂകിയ മലനാട് നീലഗിരിയുടെ ഭാഗമായ വയനാട് ആണെന്നുമുള്ള വാദങ്ങൾ ഉന്നയിച്ചത് സി. ഗോവിന്ദനാണ്.[6] ആദിവാസികൾ തലമുറകളായികൈമാറിവന്ന മിത്താണിതെന്നും ചിലപ്പതികാരത്തിന്റെ രചന പതിനൊന്നാം നൂറ്റാണ്ടിലാണെന്നും ഗോവിന്ദൻ വാദിക്കുന്നു. ജൈനവ്യാപാരത്തെ പ്രോത്സാഹിപ്പിച്ച ഹൊയ്സാലയുടെ പതനശേഷം വിജയനഗരസാമ്രാജ്യത്തിന്റെ സ്ഥാപനത്തോടെ കണ്ണകിമിത്തിന്റെ പ്രചാരം വയനാട്ടിൽ കുറയുകയും പകരം രാമാ

4 ചെങ്കുട്ടവന്റെ കാലത്തുനടന്ന ചിലപ്പതികാരകഥ ചേരന്മാർ രാഷ്ട്രീയമായി മുതലെടുത്തു. പാണ്ഡ്യരുടെ മുറിവിൽ ഉപ്പ് തേയ്ക്കുന്നതുപോലെ ചേരസാമന്തരായ ലങ്കയിലെ ഗജബാഹു ഉൾപ്പെടെയുള്ളവരുടെ സാന്നിധ്യത്തിൽ മുചിരിയിൽ കണ്ണകി പ്രതിഷ്ഠ നടത്തി. ഒരവസരത്തിൽ പാണ്ഡ്യന്മാർ മുചിരി ആക്രമിച്ച് കണ്ണകി പ്രതിഷ്ഠ കവർന്നുകൊണ്ടുപോയി. അതോടെ മുചിരിയുടെ അധികാരസ്ഥാനം വഹിച്ച കുട്ടവൻകോതയ്ക്ക് വേന്തപദവി നഷ്ടമായി- മുസിരിസിന്റെ കാല്പ്പാടുകളിലൂടെ, ഡോൺ ബോസ്കോ (2017), 178, 179 പേജുകൾ

5 കണ്ണകിയുടെയും ഉണ്ണിയച്ചിയുടെയും വയനാട് എന്ന ഭാഗം കാണുക. വയനാടൻ രേഖകൾ, ഒ. കെ. ജോണി (2019) പേജ്-124-125

6 കണ്ണകിയുടെയും ഉണ്ണിയച്ചിയുടെയും വയനാട് എന്ന ഭാഗം കാണുക. വയനാടൻ രേഖകൾ, ഒ. കെ. ജോണി (2019) പേജ്-124-125

യണകഥയുടെയും ഹിന്ദുപുരാണങ്ങളുടെയും പ്രചാരം വർദ്ധിക്കുകയും ചെയ്യുന്നു.

അറബ് വാണിജ്യം നിലനിന്നിരുന്ന മലബാറിന്റെ പാരമ്പര്യത്തിൽ ഒഴിച്ചുനിർത്താൻ സാധിക്കാത്ത തുറമുഖകേന്ദ്രമാണ് പന്തലായനി. ഭൂപ്രകൃതിയുടെ സവിശേഷതകൾതന്നെയാണ് പന്തലായനി കൊല്ലം ഇത്തരമൊരു കേന്ദ്രമാകാൻ പ്രധാനകാരണം. കടലിലേക്ക് ഇറങ്ങിയനിലയിലുള്ള കരയുടെ കിടപ്പ് കപ്പലുകളെ തിരയിൽനിന്ന് രക്ഷിച്ച്, കരയ്ക്കടുപ്പിക്കാനുള്ള ഏറ്റവും അനുയോജ്യമായ ഇടമായിരുന്നു. പന്തലായനിയെ സംബന്ധിച്ചും നിരവധി പുരാവൃത്തകഥകൾ പ്രചരിച്ചിരുന്നു. അതിൽ പ്രധാനപ്പെട്ടത് വിഷഹാരിക്കാവ് എന്ന് പേരുകേട്ട പിഷാരിക്കാവിനെക്കുറിച്ചുള്ളതാണ്. വൈശ്യജാതിക്കാരായ വ്യാപാരികൾ പരദേശത്തുനിന്ന് കൊല്ലത്തുവന്നു (തെക്കൻ കൊല്ലം) താമസിച്ചു. പട്ടുവ്യാപാരവും സ്വർണവ്യാപാരവും നടത്തിയ അവർ ശ്രീപോർക്കലിയെ ധ്യാനിച്ചു പ്രീതിപ്പെടുത്തുകയും ചെയ്തു. ദൈവാനുഗ്രഹവും വ്യാപാരലാഭവും അവരെ അഹങ്കാരികളാക്കി. അവരുടെ ധിക്കാരം സഹിക്കാനാവാതെ രാജാവ് അവരോട് ദേശംവിട്ടുപോകാൻ ആവശ്യപ്പെട്ടു. അവരിൽ എട്ട് കുടുംബക്കാർ പത്തേമാരികളിൽ സമ്പാദ്യവുമായി വടക്കോട്ട് കടൽമാർഗം സഞ്ചരിച്ചു. ബാക്കിവന്നവർ പാണ്ഡ്യനാട്ടിലേക്ക് തിരിച്ചുപോയി. പത്തേമാരികളിൽ വടക്കോട്ട് സഞ്ചരിച്ചവർ "പശുക്കളും പുലികളും ജാതിവൈരം കൂടാതെ മേഞ്ഞുനടക്കുന്നത് കണ്ടിട്ട്" (കുഞ്ഞുക്കുട്ടൻ തമ്പുരാൻ: 2012: 607) അവിടെ കപ്പൽ അടുപ്പിക്കുകയും ചെയ്യുന്നു. കുറുമ്പ്രനാടിന്റെ ഭാഗമായ പന്തലായനിയായിരുന്നു അത് അവിടെ രാജാവിൽനിന്ന് സ്ഥലം വിലകൊടുത്തുവാങ്ങി കൊടുങ്ങല്ലൂരിന്റെ മാതൃകയിൽ ആരാധനാമൂർത്തിയായ ശ്രീപോർക്കലിയെ പ്രതിഷ്ഠിക്കുകയും ചെയ്യുന്നു.

കണ്ണകിയുടെ കഥയോട് സമാനതപുലർത്തുന്ന ചില ഘടകങ്ങൾ ഈ കഥയിലുമുണ്ട്. ആഭരണവ്യാപാരവും പട്ടുവ്യാപരവും ചെയ്യുന്ന വൈശ്യരുടെ സ്വദേശം പാണ്ഡ്യരാജ്യമാണ്. കൂടാതെ ഭഗവതിയെ പ്രതിഷ്ഠിക്കുന്നത് കൊടുങ്ങല്ലൂരിന് സമാനമായാണ്. രണ്ട് പ്രദേശത്തെയും രാജഭരണത്തോട് ഇവർക്കുണ്ടായ പ്രശ്നങ്ങളാണ് വാണിജ്യകേന്ദ്രത്തെ മാറ്റാൻ പ്രേരകമായത്. പിഷാരിക്കാവിനെ സംബന്ധിക്കുന്ന ഉപകഥകളിലെ മുസ്ലിം പ്രതിനിധാനവും ശ്രദ്ധേയമാണ്. അറബ് വാണിജ്യത്തിന് പേരുകേട്ട പന്തലായനിയിൽ അവരുടെ ആരാധനാ സമ്പ്രദായവും നിലനിന്നിരുന്നു. അതിൽ

പ്രസിദ്ധമാണ് പാറപ്പള്ളി. നബിയുടെ കാൽപാട് പതിഞ്ഞയിടമെന്നും ചേരമാൻ പെരുമാൾ മക്കയ്ക്ക് പോയയിടമെന്നുമെല്ലാം വിശ്വസിക്കപ്പെടുന്ന ഇടമാണിത്. കടലിനോട് ചേർന്ന പാറയിൽ കാൽപ്പാടിന് സമാനമായ ആകൃതിയിലുള്ള ഒന്നിനെയാണ് നബിയുടെ കാൽപ്പാടായി വിശ്വസിക്കുന്നത്. പാറപ്പള്ളിയുടെ ചരിത്രപരമായ പ്രാധാന്യത്തെക്കുറിച്ച് മലബാർ മാന്വലിന്റെ ആമുഖത്തിൽ ലോഗൻ സൂചിപ്പിക്കുന്നുണ്ട്.

മലബാറിലെ പലക്ഷേത്രങ്ങളുടെ തകർച്ചകൾക്ക് പിന്നിലും പലതിന്റെയും വിശ്വാസശക്തിയുടെ സൂചനയിലും ഇന്നും നിലനിൽക്കുന്ന ജനപ്രിയമായ ആഖ്യാനം ടിപ്പുവുമായി ബന്ധപ്പെട്ടതാണ്. പിഷാരിക്കാവിൽ ടിപ്പു ദേവിയോട് നേരിട്ട് പ്രസാദം ആവശ്യപ്പെടുകയും ദേവി നേരിട്ട് പ്രസാദം നൽകിയപ്പോൾ ടിപ്പു ബോധരഹിതനായി വീഴുകയും ചെയ്തു. തുടർന്ന് ദേവീശക്തിയിൽ വിശ്വാസിയായ ടിപ്പു 342 രൂപ വർഷാവർഷം നൽകുകയും പിന്നീടത് ബ്രിട്ടീഷ് ഗവർമെന്റ് ഭൂനികുതിയിളവായി നൽകുകയും ചെയ്തു എന്നാണ് ഒരു കഥ. മറ്റൊന്ന് ഉത്സവത്തിന് എഴുന്നള്ളിച്ചിരുന്ന ആനയെ മമ്പാടുള്ള ഒരു മുഹമ്മദീയന് കൂപ്പപണിക്കായി പാട്ടത്തിന് നൽകുന്നു. ഉത്സവത്തിന് ആനയെ വിട്ടുതരാമെന്ന വ്യവസ്ഥയിലാണ് ഈ കൈമാറ്റം നടക്കുന്നത്. എന്നാൽ പാട്ടത്തിനെടുത്തയാൾ വാക്കുമാറുകയും ഉത്സവസമയം ആയപ്പോൾ ആന മമ്പാട്ടുനിന്ന് ഒറ്റക്ക് ക്ഷേത്രത്തിലെത്തുകയും ചെയ്തു. അതിനുശേഷം ഇയാൾ ക്ഷേത്രത്തിൽ വിശ്വസിക്കുകയും അമ്പലത്തിൽ നിരവധി വഴിപാടുകൾ നടത്തുകയുമുണ്ടായി. ഇന്നും പിഷാരിക്കാവിൽ ഇസ്ലാം മതവിശ്വാസികൾ വഴിപാടുകൾ നടത്താറുണ്ട്. വാണിജ്യത്തിലും സാംസ്കാരികമായും മുസ്ലീം സമുദായത്തിനുണ്ടായിരുന്ന മേൽക്കോയ്മ അവസാനിപ്പിക്കാൻ ഈ ഭൂവിഭാഗത്തിൽ പുരാവൃത്താഖ്യാനത്തിലൂടെ സ്വാധീനങ്ങൾ നേടിയെടുക്കുകയാണ് ഈ കഥകളുടെ ലക്ഷ്യം. ഓരോകാലവും ആവശ്യപ്പെടുന്ന സാമൂഹികാധികാര ബന്ധങ്ങൾക്കും ആശയാവലികൾക്കുമനുസൃതമായാണ് ഇത്തരം കഥകൾ രൂപപ്പെടുന്നത്. പിഷാരിക്കാവിനെ സംബന്ധിച്ച ഉപകഥകളിലെ ഇസ്ലാം മതവുമായുള്ള ബന്ധമിന്നും നിലനിൽക്കുന്നു. ഇസ്ലാം മതവിശ്വാസികൾ മുട്ടറുക്കൽ, എണ്ണ നിവേദിക്കൽ എന്നിങ്ങനെയുള്ള വഴിപാടുകൾ നടത്തുന്ന ഇടമാണിത്.

3

ചരിത്രത്തിൽനിന്ന് മാഞ്ഞുപോയ വഴികളും ഇടങ്ങളും അടയാളപ്പെടുത്തുകയെന്നത് പ്രയാസമേറിയ കാര്യങ്ങളാണ്. കേരളത്തിന്റെ സാമ്പത്തിക ലാൻഡ്സ്കേപ്പിൽ ഇന്ന് കൊടുങ്ങല്ലൂരും വയനാടും പന്തലായനിക്കൊല്ലവും വാണിജ്യപ്രാധാന്യമുള്ളയിടമാണെന്ന് വിശ്വസിക്കാവുന്നതരത്തിൽ കച്ചവടസംസ്കാരത്തിന്റെ തുടർച്ചകളൊന്നും അവിടെയില്ല. എന്നാൽ ചരിത്രരേഖകളിലേയും സാഹിത്യപാഠങ്ങളിലേയും പരാമർശങ്ങളും തലമുറകളായി കൈമാറിവന്ന വിശ്വാസങ്ങളിലെ സൂചനകളുമാണ് ഇതിന് സാധുതയേകുന്നത്. ഭൂപ്രകൃതിയുടെ സവിശേഷതകളാണ് ഈ പരാമർശങ്ങൾക്കും സൂചനകൾക്കും പ്രത്യക്ഷമായ ഉദാഹരണങ്ങളായി കണക്കാക്കുന്നത്. കച്ചവടത്തെ സംബന്ധിക്കുന്ന സാമാന്യമായ ഊഹങ്ങളെയും അതിനനുസൃതമായ ഭൂമിശാസ്ത്രസവിശേഷതകളെയും ബന്ധിപ്പിച്ചുകൊണ്ടാണ് ഈ സാധ്യതയെ കണ്ടെത്തുന്നത്. വ്യത്യസ്തമായ ഇടങ്ങളിൽനിന്ന് വിവിധങ്ങളായ വഴികളിലൂടെ എളുപ്പത്തിൽ എത്തിച്ചേരാൻ കഴിയുന്നയിടമാണ് വാണിജ്യത്തിനായി തിരഞ്ഞെടുക്കുക. വാണിജ്യസാധ്യതയെ കണക്കിലാക്കുന്നതിന് അവിടേക്കുള്ള വഴികൾക്കും ആ വഴികളെ സാധ്യമാക്കുന്ന ഭൂപ്രകൃതിക്കും പങ്കുണ്ടെന്ന് സാരം. കടലുമായുള്ള അടുപ്പവും പുഴകളും തോടുകളുമെന്നുവേണ്ട ജൈവസമ്പത്തും കച്ചവടസംഘങ്ങൾക്ക് വിശാലമായ പുറം പാതകളും അകം പാതകളും തുറന്നുകൊടുത്തു. നിരവധി സാംസ്കാരിക സംഘങ്ങളെ സ്വാഗതം ചെയ്യാനത് കാരണമായി. ഇത്തരം സാംസ്കാരിക സംഘങ്ങൾ അവരുടേതായ മൂല്യങ്ങളും വിശ്വാസങ്ങളും മലബാറിലെ വാണിജ്യ ഭൂഭാഗദൃശ്യത്തിൽ അടയാളപ്പെടുത്തി.

ഭൂപ്രകൃതിയാൽ തിരഞ്ഞെടുക്കപ്പെടുന്ന വാണിജ്യകേന്ദ്രങ്ങളിലും അവിടേക്കുള്ള വഴികളിലും വ്യാപാരത്തോടൊപ്പം സാംസ്കാരിക ഇടങ്ങളും ക്രമേണരൂപപ്പെട്ടുവരുന്നു. സാംസ്കാരിക ജീവിതത്തിന്റെ സൂചകങ്ങളായ ഭൗതിക ഇടങ്ങളാണ് കച്ചവടസംഘങ്ങളുടെ പ്രചാരത്തെ അടയാളപ്പെടുത്താൻ സാധിക്കുന്ന ഘടകങ്ങളിലൊന്ന്. ജൈനവ്യാപാരം വയനാട്ടിൽ വ്യാപകമായിരുന്നുവെന്നതിന് അവിടെ കൂടുതലായി കാണാവുന്ന ജൈനക്ഷേത്രങ്ങളും ബസ്തികളും തെളിവുതരുന്നു. മലബാറിന്റെ സാംസ്കാരിക ഭൂഭാഗദൃശ്യത്തിൽ ജൈനവ്യാപാരം പലസ്ഥലങ്ങളിലായി വ്യാപിച്ചുകിടക്കുന്നുവെങ്കിലും വയനാടിന്റെ പ്രാദേശികചരിത്രത്തിലാണ് ഇത് പ്രത്യേകമായി പരാമർശിക്കപ്പെടുന്നത്. ഈ ഭൗതികയിടങ്ങൾ സാംസ്കാരിക സംഘ

ങ്ങളുടെ നിത്യജീവിതവുമായി ബന്ധപ്പെടുന്നവയാകും. കാലികവും സൂക്ഷ്മവുമായ വൈവിധ്യങ്ങൾ ഇവയിൽ അടയാളപ്പെടുത്തപ്പെടുന്നു. അതുകൊണ്ടുതന്നെ പ്രചാരത്തിലെ സ്വാധീനമനുസരിച്ച് ജനതയുടെ ജീവിതത്തിൽ അത് ആഴത്തിൽ പതിയുന്നു.

മലബാറിന്റെ ലാൻഡ്സ്കേപ്പിൽ ഭൗതികമായ ഘടകങ്ങളെ അടിസ്ഥാനമാക്കിയുള്ള സാംസ്കാരിക സംഘങ്ങളുടെ കേന്ദ്രങ്ങളേയും വഴികളേയും അടയാളപ്പെടുത്തിക്കഴിയുമ്പോൾ ഓരോ കാലവും അവിടെ നിറവേറ്റിയ സാംസ്കാരികമായ സ്വാധീനവും കണ്ടെത്തേണ്ടതുണ്ട്. ഓരോ ഇടങ്ങളുടേയും കച്ചവട ആവശ്യങ്ങളെയും അധികാരബന്ധത്തെയും ഏതെല്ലാം തരത്തിൽ വ്യത്യസ്ത സാംസ്കാരികസംഘങ്ങൾ സ്വാധീനിച്ചുവെന്ന് കണ്ടെത്താൻ അഭൗതികമായ ഘടകങ്ങളെക്കൂടി വിശകലനത്തിന് ഉൾച്ചേർക്കേണ്ടിവരുന്നു. നാടോടിക്കഥകളെയും നാട്ടുവിശ്വാസങ്ങളെയും പുരാവൃത്ത കഥകളെയും ഈ നിലയിൽ സമീപിക്കാവുന്നതാണ്. ഭൗതിക ഘടകങ്ങളുടെ ആകൃതി, രീതികൾ, ഉത്പത്തി എന്നിങ്ങനെയുള്ള ഘടകങ്ങളെയാണ് മിത്തിഫൈ ചെയ്തെടുക്കുന്നത്. വയനാട്ടിലെ രാമായണകഥയുടെ പ്രചാരത്തെക്കുറിച്ച് ഒ. കെ. ജോണി ഇങ്ങനെ നിരീക്ഷിക്കുന്നുണ്ട്" രാമായണ കർത്താവായ വാത്മീകിയുടെയും ശ്രീരാമന്റെയും സീതയുടെയും ജീവിതകഥയുടെ പശ്ചാത്തലമായി ചൂണ്ടിക്കാണിക്കപ്പെടുന്ന നിരവധി വയനാടൻ പ്രദേശങ്ങളുണ്ട്. വയനാടിനപ്പുറം കേട്ടറിവുപോലുമില്ലാത്ത ഒരു സമൂഹത്തിന്, അയോധ്യാ നഗരി കഴിഞ്ഞാൽ പിന്നെ വയനാടൻ കാടുകളേ സങ്കൽപ്പിക്കാനാവുമായിരുന്നുള്ളൂ. അതുകൊണ്ടാണ് അയോധ്യയിൽനിന്ന് പുറപ്പെട്ട രാമായണ കഥാപാത്രങ്ങൾ സ്വാഭാവികമായും വയനാട്ടിലാണ് എത്തിയിട്ടുണ്ടാവുക എന്ന് അവർ ആത്മാർത്ഥമായി വിശ്വസിച്ചത്. അങ്ങനെയാണ് രാമായണ കഥയ്ക്ക് അനുയോജ്യമായ പശ്ചാത്തലം സ്വന്തം ചുറ്റുപാടുകളിൽനിന്ന് കണ്ടെത്തിയത്. സങ്കല്പത്തെ യാഥാർത്ഥ്യമാക്കുന്ന മനുഷ്യന്റെ മനോഹരമായ സർഗവൈഭവമാണിത്" (2019:113). പുൽപ്പള്ളിയിലെ സീതാദേവി ക്ഷേത്രവും ലവ -കുശന്മാരെ സൂചിപ്പിക്കുന്ന ശിശുമലയും (പുൽപ്പള്ളിയിലെ ശശിമല) സീതാദേവി കണ്ണീർവാർത്ത പൊൻകുഴി തടാകവും സീതയുടെ വാസസ്ഥലമായ സീതാലയവും (ചെതലയം) ഇത്തരത്തിൽ പുരാവൃത്തകഥയുടെ കേന്ദ്രങ്ങളാണ്. എന്നാൽ ഇത് കേവലമായ സർഗവ്യാപാരമോ ഭാവനയുടെ പരിമിതിയോ ആയി കരുതാൻവയ്യ. രാമായണംപോലെയുള്ള പുരാവൃത്തകഥയോ കണ്ണകിയുടെ കഥയോ മൂർത്തമായ ഘടകങ്ങളെ മുൻനിർത്തി വിശദീകരിക്കുകയും ജനതയുടെ പൊതു

ഓർമയുടെ (Public Memory) ഭാഗമായി നിലനിൽക്കുകയും ചെയ്യുന്ന ഇത്തരം കഥകൾ സാമൂഹികമായ ദൗത്യങ്ങൾ കൂടി നിർവഹിക്കുന്നുണ്ട്. കണ്ണകിയെക്കാൾ പ്രബലമായ പുരാവൃത്തമായി രാമായണം പ്രചരിക്കുകയും കണ്ണകിയുടെ കഥകൾക്ക് മൂർത്തമായ തെളിവുകൾ കുറഞ്ഞുവരികയും ചെയ്തതിനുപിന്നിൽ ഹോയ്സാലയിൽനിന്ന് വിജയനഗരത്തിലേക്കുള്ള അധികാര കൈമാറ്റത്തിന്റെ ചരിത്രമുണ്ട്.

പുരാവൃത്തവത്കരിക്കപ്പെടുന്ന കഥകൾക്കുപിന്നിൽ അധികാര ബന്ധങ്ങളിലേക്കോ വ്യാപാരാവശ്യങ്ങളിലേക്കോ നീളുന്ന സൂചനകളുണ്ടാകും. കണ്ണകിയുടെയു നീലിയുടെയും കഥകളിൽ കാണുന്ന സമാനതകൾ, ഉപകഥകൾ പ്രചരിക്കുന്നയിടങ്ങൾ, ചേര-പാണ്ഡ്യ നാട്ടുകളിൽ കണ്ണകിയുടെ പുരാവൃത്തത്തിന്റെ ഭാവാത്മകമായ പരിണാമങ്ങൾ എന്നിവ സാമൂഹികമായി അവ നിർവഹിക്കുന്ന ആവശ്യങ്ങളിലേക്കുള്ള സൂചനകൾ നൽകുന്നു. കാലത്തിന്റെ ആവശ്യങ്ങൾ അവസാനിക്കുമ്പോഴും പൊതുഓർമയിൽ ഇത്തരം സൂചനകളോ വിശ്വാസങ്ങളോ ബാക്കിയാവുന്നു.

അതിമാനുഷികരായ പുരാവൃത്ത കഥാപാത്രങ്ങളെക്കുറിച്ചുള്ള കഥകൾ ജനതയുടെ മനസ്സിൽ ഭയമെന്ന വികാരത്തെയുണർത്തുന്നു. ഏതൊരു ഭൂഭാഗത്തിലും ഭയത്തെ നിർമിക്കുന്ന ഇടങ്ങളുണ്ട്. അതിനെ മറികടക്കാനാണ് ഇത്തരം ശക്തികളെ ആരാധിക്കാനോ വരുതിയിലാക്കാനോ മനുഷ്യർ ശ്രമിക്കുന്നത്. അതിന്റെ പരിണിതഫലങ്ങളാണ് വിശ്വാസങ്ങൾ. വിശ്വാസങ്ങൾ ജനതയുടെ പൊതുഓർമയുടെ ഭാഗമായി നിലനിൽക്കുകയും സമൂഹത്തിലെ അധികാരബന്ധങ്ങൾക്കോ സാഹചര്യങ്ങൾക്കോ അനുസരിച്ച് പുനരാഖ്യാനം ചെയ്യപ്പെടുകയും ചെയ്യുന്നു. ജൈനവ്യാപാരങ്ങൾ നിലനിന്ന വഴികളിലെല്ലാം പ്രചരിച്ച കണ്ണകിയുടെ മിത്ത് വ്യത്യസ്ത കാലങ്ങളിൽ കുറുമ്പഭഗവതിയും, ഭദ്രകാളിയുമാകുന്നു. വസൂരിയുടെ കാലത്ത് വസൂരിമാലയായും ശൈവ-വൈഷ്ണവ സംഘർഷകാലത്ത് കൃഷ്ണനുപയോഗിച്ച ശീതജ്വരം വയനാട്ടിൽ മലമ്പനിയാകുന്നതും വിശ്വാസത്തിൽ മനുഷ്യൻ കണ്ടെത്തുന്ന സമാധാനങ്ങളുടെ സൂചനയാണ്. ജനാധിപത്യത്തിന്റെയും വിക്ടോറിയൻ സദാചാരമൂല്യത്തിന്റെയും കാലത്ത് പിഷാരിക്കാവിലെ മുസ്ലീം ഐക്യം മതേതരമായും കണ്ണകി പാതിവ്രത്യത്തിന്റെ ശക്തിയായും സാമൂഹിക വിശ്വാസത്തിൽ പ്രചരിക്കുന്നു. ഓരോ ഭൂഭാഗദൃശ്യത്തിലെയും വാണിജ്യവഴികൾ കാലങ്ങൾ പിന്നിടുമ്പോൾ ഒപ്പം കൊണ്ടുനടന്ന പുരാവൃത്തങ്ങളെയും അതിനുള്ളിലൊളിപ്പിച്ച ഭയങ്ങളെയും വിശ്വാസങ്ങളെയും പലതായി പരിവർത്തിപ്പിക്കുന്നു.

ഉപസംഹാരം.

പുരാവൃത്തകഥകൾ കേവലം അന്ധവിശ്വാസങ്ങളോ കെട്ടുകഥകളോ മാത്രമല്ല. ഏതൊരു ഭൂഭാഗത്തിലും നിലനിൽക്കുന്ന പുരാവൃത്തങ്ങൾ സാംസ്കാരികമായും രാഷ്ട്രീയമായും അതിന്റെ ഇടത്തെ പലനിലയിൽ പരിവർത്തിപ്പിക്കുന്നു. വാണിജ്യകേന്ദ്രങ്ങൾ പുരാവൃത്ത കഥകളുടെ വ്യാപനത്തിന് വലിയ സാധ്യതയുള്ളതാണ്. എന്നാൽ പ്രത്യയശാസ്ത്രപരവും അധികാരപരവുമായി ഭൂഭാഗത്തിൽ സ്വാധീനമുള്ളവരാണ് ഇത്തരം കഥകളിലൂടെ വിശ്വാസത്തെയും ഭയത്തെയും ചൂഷണം ചെയ്യുന്നത്. വർഗ, വർണ, വംശീയപരമായ ഇടപെടലുകൾ സാധ്യമാക്കുന്നു. പുരാവൃത്തങ്ങൾ ആ അർത്ഥത്തിൽ ഓരോ കാലത്തും ഓരോ സമൂഹത്തോടും, ഭൂവിഭാഗത്തോടും അതിന്റെ അധികാരബന്ധങ്ങൾക്കോ, പ്രത്യയശാസ്ത്ര സ്വഭാവങ്ങൾക്കോ അനുസരിച്ച് പുനരാഖ്യാനം ചെയ്യപ്പെടുന്നു. അതിനെ പൂരിപ്പിക്കുകയോ, വിശ്വാസയോഗ്യമാക്കുകയോ ചെയ്യുന്നതരത്തിൽ പ്രകൃതിയിൽനിന്നോ അതിന്റെ വ്യാപനയിടങ്ങളിൽനിന്നോ ആവശ്യമായ ചിലതിനെ കണ്ടെടുക്കുകയും നിരാകരിക്കുകയും ചെയ്യുന്നു. ഇത്തരം വിശ്വാസങ്ങളെ ഏറ്റവും അനുയോജ്യമായി ഉപയോഗിക്കാൻ പുതിയ വാണിജ്യഇടങ്ങൾ ശ്രമിക്കുകയും ചെയ്യുന്നു.

ഗ്രന്ഥസൂചി

1 അജു കെ. നാരായണൻ, ചെറി ജേക്കബ്., 2017, പുരാവൃത്തങ്ങൾ, അജു കെ. നാരായണൻ (എഡി.), താക്കോൽ വാക്കുകൾ, ഭൂമിമലയാളം പുസ്തകം-9, ലക്കം-1, ആലുവ: വിദ്വാൻ പി.ജി. സ്മാരക ഗവേഷണകേന്ദ്രം, യു. സി. കോളേജ്.

2 അനൂപ് വി., 2018, കള്ളിയങ്കാട്ട് നീലി തിരുവിതാംകൂറിൽനിന്ന് സ്വതന്ത്ര കേരളത്തിലേക്ക്, ഷമി പോൾ ബേബി (എഡി.), കോളനിയനന്തരവാദം വീക്ഷണങ്ങളും പ്രയോഗസാധ്യതകളും, ഭൂമി മലയാളം പുസ്തകം-10, ലക്കം-1, ആലുവ: വിദ്വാൻ പി.ജി. സ്മാരക ഗവേഷണകേന്ദ്രം, യു. സി. കോളേജ്.

3 കൊട്ടാരത്തിൽ ശങ്കുണ്ണി., 2012, ഐതിഹ്യമാല, കോഴിക്കോട്: മാതൃഭൂമി ബുക്സ്.

4 ജോണി, ഒ. കെ., 2019, വയനാടൻ രേഖകൾ, കോഴിക്കോട്: മാതൃഭൂമി ബുക്സ്.

5 ഡോൺ ബോസ്കോ., 2017, മുസിരിസിന്റെ കാല്പാടുകളിലൂടെ, കോഴിക്കോട്: മാതൃഭൂമി ബുക്സ്.

6 ദീപ, എം., 2019, കോഴിക്കോടിന്റെ അറബ് വാണിജ്യം, പൈതൃക വിമർശം ലക്കം-1, വോള്യം-1, തിരൂർ: മലയാള സർവകലാശാല.

7 നാരായണൻ, എം. ജി. എസ്. 2017, കോഴിക്കോടിന്റെ കഥ, കോഴിക്കോട്: മാതൃഭൂമി ബുക്സ്.

8 രാഘവവാര്യർ, എം.ആർ., 2017, ഐതിഹ്യം ചരിത്രം ആഖ്യാനം (ആമുഖം), കൊട്ടാരത്തിൽ ശങ്കുണ്ണി, ഐതിഹ്യമാല, കോഴിക്കോട്: മാതൃഭൂമി ബുക്സ്.

9 മലയാളപഠനസംഘം., 2017, സംസ്കാരപഠനം ചരിത്രം സിദ്ധാന്തം പ്രയോഗം, ശുകപുരം: വള്ളത്തോൾ വിദ്യാപീഠം.

10 വിദ്യാസാഗർ കെ. (എഡി.), 2011, നമ്മുടെ നാട്ടുകഥകൾ, കോട്ടയം: ഡി. സി. ബുക്സ്.

11 വില്യം ലോഗൻ., 2019, മലബാർ മാന്വൽ, കോഴിക്കോട്: മാതൃഭൂമി ബുക്സ്.

12 വിഷ്ണു നമ്പൂതിരി എം. വി., 2010, ഫോക് ലോർ നിഘണ്ടു, തിരുവനന്തപുരം: കേരള ഭാഷാ ഇൻസ്റ്റിറ്റ്യൂട്ട്.

13 Barney Warf., 2006, Encyclopedia of Human Geography, SAGE publication.

14 Michael Thaussig., 1997, The Magic of the State, London: Routledge.

15 Peter Jackosn., 1989, Maps of Meaning, London: Routledge.

16 Timothy S. Oakes and Patricia L., 2008, The Cultural Geography Reader, London: Routledge

ഹിമഗിരിവിഹാരം: യാത്രികന്റെ ഇടം

ഡോ. അജിത ചേമ്പൻ

നിശ്ചലമായ ഒരു ഭൂപരിസരം എന്നതാണ് സ്ഥലത്തെക്കുറിച്ചുള്ള പരമ്പരാഗത വീക്ഷണം. സംസ്കാരരൂപീകരണത്തിന്റെ അടിത്തറയായി സ്ഥലത്തെ പരിഗണിക്കുന്നു. സ്ഥലം സംസ്കാരത്തെ രൂപപ്പെടുത്തുന്നതുപോലെ തന്നെ പ്രധാനമാണ് സംസ്കാരം സ്ഥലത്തെ രൂപപ്പെടുത്തുന്നു എന്നതും. സ്ഥലം എന്നതും ഇടം എന്നതും വ്യത്യസ്ത പരികല്പനകളായാണ് കണക്കാക്കുന്നത്. സ്ഥലത്തെ അനുഭവിക്കുന്നവരിലൂടെ അത് പുനർനിർമ്മിക്കപ്പെടുന്നു. സ്ഥലത്തിന്റെ ജഡത്വത്തിനു മേൽ അനുഭവങ്ങൾകൊണ്ട് രൂപപ്പെടുന്ന പുതിയ ഇടങ്ങൾ സൃഷ്ടിക്കപ്പെടുമ്പോൾ സമ്പത്ത്, അധികാരം, രാഷ്ട്രീയം തുടങ്ങിയവയൊക്കെ നിർണ്ണായകമായിത്തീരുന്നു. ഭൗതികവിഭവങ്ങൾപോലെ തന്നെ മനുഷ്യന്റെ ബോധമണ്ഡലവും ചേർന്നാണ് ഇടത്തെ രൂപപ്പെടുത്തുന്നത്. ഹെൻട്രി ലാഫെബ്രെയും എഡ്‌വേർഡ്സോജയും ഇടത്തെക്കുറിച്ച് വിശദമായി നിരീക്ഷിക്കുന്നുണ്ട്. ഇടം എന്നത് ഒരു സാമൂഹിക നിർമ്മിതിയാണ് എന്ന് ലാഫെബ്രെ അഭിപ്രായപ്പെടുന്നു. മാനസികവും വ്യാവഹാരികവുമായ തലത്തോടൊപ്പം മൂന്നാം ഇടം എന്ന പരികൽപ്പന കൂടി എഡ്‌വേർഡ് സോജ അവതരിപ്പിക്കുന്നു. ഭൗതികവും ജൈവികവും ആയ എല്ലാം ചേർന്ന ഒന്നാണ് മൂന്നാം ഇടം (Third space). വ്യത്യസ്തമായ കാഴ്ചയും കാഴ്ചപ്പാടും ആണ് ഇടത്തെ രൂപപ്പെടുത്തുന്നത്.

സ്ഥലം എന്നത് പ്രധാനഘടകമാകുന്ന സഞ്ചാരസാഹിത്യകൃതികളിൽ പ്രത്യക്ഷമായും പരോക്ഷമായും രൂപപ്പെട്ടുവരുന്ന ഇടങ്ങൾ

എന്നത് പഠനാർഹമായ ഒന്നാണ്. യാത്രികൻ എഴുതുന്ന ഇടവും വായനക്കാരൻ വായിക്കുന്ന ഇടവും വ്യത്യസ്തമാണ്.യാത്രികന്റെ അനുഭവങ്ങളിൽനിന്ന് വായനക്കാരന്റെ മനസ്സിൽ ഇടം രൂപപ്പെടുന്ന തിനെക്കുറിച്ച് മീക്സിസ്ലോ പോറെബ്സ്കി (Meiczyslaw Porebski) ചർച്ചചെയ്യുന്നുണ്ട്. യാത്രികന്റെ അനുകൂല-പ്രതികൂല അനുഭവവർണ്ണ നകൾ വായനക്കാരനിൽ ഇത്തരം ഒരിടം രൂപപ്പെടുത്താൻ നിമിത്ത മാകുന്നുണ്ട്. സഞ്ചാരസാഹിത്യകൃതികളിൽ വസ്തുനിഷ്ഠതലത്തിൽ വർത്തിച്ചിരുന്ന സ്ഥലം എന്നത് ആത്മനിഷ്ഠതകൂടി കൈക്കൊള്ളുന്ന ഇടങ്ങളായിതീരുന്നു. വ്യക്തിയുടെ കാഴ്ചയും കേൾവിയും അനുഭവവു മൊക്കെ ഇടത്തെ രൂപപ്പെടുത്തുന്നു.

ഹിമാലയയാത്ര നടത്തിയ കൃഷ്ണശരൻ ലക്ഷ്യസ്ഥാനത്തെക്കുറിച്ച് പറഞ്ഞ അഭിപ്രായം ഇങ്ങനെയാണ് "അവിടെ എത്തിയാൽ എല്ലാം മറക്കും. എത്ര ഭാംഗ് കഴിച്ചാലും ആ അനുഭൂതി കിട്ടുകയില്ല" (പു. 6). യാത്രികനെ ഇത്രയും ആകർഷിക്കുന്ന ഈ സ്ഥലത്തെക്കുറിച്ച് പ്രദേശവാസിയായ ഉഖീമഠിലെ വൃദ്ധൻ പറഞ്ഞതിങ്ങനെയാണ് "ഈ മഞ്ഞുമലയിൽ നിന്ന് എന്തു കിട്ടാനാണ്" (63). രണ്ടുപേരും വിലയിരുത്തുന്നത് ഒരേ മഞ്ഞുമലയെത്തന്നെയാണ് (രാജൻ കാക്ക നാടൻ - ഹിമവാന്റെ മുകൾത്തട്ടിൽ). ഒരേ സ്ഥലത്തെ രണ്ടുപേർ കാണുന്നതും അനുഭവിക്കുന്നതും പുനരവതരിപ്പിക്കുന്നതും ഒരിക്കലും ഒരുപോലെയല്ല. ഒരാൾക്ക് ഭാംഗിനേക്കാൾ ലഹരിനുകരുന്ന ഒന്നായി ഹിമാലയം അനുഭവപ്പെടുന്നു. അതേസമയം ജീവിതദുരിത ങ്ങളും വൈഷമ്യങ്ങളും അനുഭവിച്ച പർവ്വതവാസിക്ക് മഞ്ഞുമല ഒരു വിരസഭൂമിയുമാണ്. ഇത്തരം ഒരു നിരീക്ഷണം സ്വാമി തപോവനം 'ഹിമഗിരിവിഹാര'ത്തിൽ പരാമർശിക്കുന്നുണ്ട്. "ലാവണ്യനിധിയായ ഹിമാലയം എവിടെയും ഹിമാലയംതന്നെ. ഏതൊരംശത്തിലും ഹിമവാന്റെ സൗരൂപ്യത്തിനും ഗാംഭീര്യത്തിനും ഹാനികാണപ്പെ ടുന്നില്ല. എന്നാൽ ഹിമാലയത്തിന്റെ സൗരൂപ്യത്തെയും ഗാംഭീര്യ ത്തെയും ഞാൻ ഇവിടെ പ്രശംസിച്ചിരിക്കുന്നതും ഇനിയും പലേ സന്ദർഭങ്ങളിൽ പ്രശംസിക്കാൻ പോകുന്നതും എന്റെ കണ്ണുകൾ അതിനെ എപ്രകാരം കാണുന്നുവോ, ആ കാഴ്ചയെ അനുസരിച്ചാണെ ന്നു പ്രത്യേകം പറഞ്ഞുകൊള്ളാം. വേറെ ചില കണ്ണുകൾ നോക്കു മ്പോൾ, അതു വെറും കല്ലിന്റെയും മണ്ണിന്റെയും ജലധാരകളുടെയും മരങ്ങളുടെയും ഒരു സമാഹാരം മാത്രമാണെന്നും ഹിമാലയദേശങ്ങൾ മനസ്സിനു ഒരു രസവും തോന്നിക്കാത്ത നിർജ്ജനവും നിർജീവവുമായ ശുഷ്കപ്രദേശങ്ങളെന്നും അതിനു ഈ ഉള്ളവൻ ഉത്തരവാദിയാകു ന്നതല്ല. കണ്ണുകളുടെ ഭേദം നിമിത്തം കാഴ്ചകൾക്കും ഭേദം എത്രയോ

വിസദൃശമായ ഭേദം സംഭവിക്കുന്നുള്ളുവെന്നും പ്രസിദ്ധമാകുന്നു" (45) എന്ന് അഭിപ്രായപ്പെട്ടപ്പോഴും കാഴ്ചയുടെ വൈവിധ്യത്തെയാണ് കുറിക്കുന്നത്.

വ്യക്തിയുടെ മുൻകാല അനുഭവങ്ങളും അയാൾ ജീവിക്കുന്ന കാലത്തിന്റെ സാംസ്കാരികസാഹചര്യങ്ങളും എല്ലാം വ്യക്തിയിൽ സ്വാധീനം ചെലുത്തുന്നുണ്ട്. അതു കൊണ്ടാണ് ഒരേ സ്ഥലപരിസരം വ്യത്യസ്ത വ്യക്തികൾ വ്യത്യസ്തമായി വിലയിരുത്തുന്നത്. ഹിമാലയം പാറയും മണ്ണും കൊണ്ടു തീർത്ത ഭൂപ്രദേശം ആകുന്നതും ലാവണ്യാനുഭൂതി പകരുന്ന ഇടമാകുന്നതും ദേവന്മാരുടെ മാത്രമല്ല നിരവധി മനുഷ്യരുടെ വാസഭൂമി ആകുന്നതും ഇതേ അടിസ്ഥാനത്തിലാണ് ആണ്. ആത്മനിഷ്ഠതയുടെ പിൻബലത്തിലാണ് അനുഭവാവിഷ്ക്കരണം നടത്തുന്നത്. സഞ്ചാരസാഹിത്യകൃതികളും ഇതേ ഗണത്തിൽ പെടുന്നു. ഈ സാഹിത്യജനുസിനു സവിശേഷതകൾ ഏറെയുണ്ട്. "സങ്കല്പങ്ങളോ മനോരാജ്യങ്ങളോ അല്ല ഇവിടെ എഴുത്തിന്റെ വിഷയം. മറിച്ച് കാലത്തിന്റെയും ഭൂമിശാസ്ത്രത്തിന്റെയും അതിരുകൾക്കുള്ളിൽ പിറവിയെടുക്കുന്ന യാത്രകളാണ്. സ്ഥലത്തെയും കാലത്തെയും സ്ഥാനപ്പെടുത്തുക എന്നതാണ് ഇതിന്റെ ദൗത്യം. കണ്ട സ്ഥലത്തെയും കേട്ടകാലത്തെയും കുറിച്ച് സഹജീവികളെ ധരിപ്പിക്കുക എന്നതാണ് സ്വന്തം ധർമ്മം എന്ന് കരുതുന്നവരാണ് സഞ്ചാരസാഹിത്യകാരന്മാർ" എന്ന് 'യാത്ര ഒരു ദാർശനിക വഴി' എന്ന ലേഖനത്തിൽ ഡോ.പി പി രവീന്ദ്രൻ നിരീക്ഷിച്ചിട്ടുണ്ട്. ഭൂമിശാസ്ത്രം, ഭാഷ, സംസ്കാരം എന്നിങ്ങനെ പ്രത്യക്ഷവും പരോക്ഷവുമായ നിരവധി ഘടകങ്ങൾ ചേർന്നാണ് ഒരു ഇടത്തെരൂപപ്പെടുത്തുന്നത്. സഞ്ചാരസാഹിത്യകൃതികൾ വിലയിരുത്തുമ്പോൾ ഇവയോരോന്നും പ്രധാനമായി തീരുന്നു.

യാത്രയെ നിർണയിക്കുന്ന ഘടകങ്ങൾ പലതാണെങ്കിലും മറ്റ് സാഹിത്യ ജനുസ്സുകളെ അപേക്ഷിച്ച് യാഥാർഥ്യബോധത്തോടെ ആവിഷ്കരണം നടത്തുന്നു എന്നതാണ് സഞ്ചാര കൃതികളുടെ പ്രത്യേകതയായി പൊതുവെ വിലയിരുത്തുന്നത്. തന്റെ പൂർവാർജിത അനുഭവങ്ങളും ഭാവിയെക്കുറിച്ചുള്ള പ്രതീക്ഷകളും അയാളുടെ കാഴ്ചയെ നിർണയിക്കുന്നു. പ്രതിബദ്ധതയും നവീനാനുഭവാർജനതൽപരതയും സാഹസികതയും ഒക്കെ കാഴ്ചയെ സ്വാധീനിക്കുന്നുണ്ട്. ഹിമാലയ യാത്രാവിവരണത്തിലെ ക്ലാസിക് എന്ന് വിശേഷിപ്പിക്കപ്പെടുന്ന ഹിമഗിരിവിഹാരം (1942) എന്ന കൃതി ഹിമാലയത്തെ എങ്ങനെ അടയാളപ്പെടുത്തുന്നു എന്നതാണ് വിശകലനം ചെയ്യുന്നത്.

ആദ്യകാല സഞ്ചാരസാഹിത്യകൃതികളിൽ ശ്രദ്ധാർഹമായ ഒന്നാണ് സ്വാമി തപോവനം രചിച്ച ഹിമഗിരിവിഹാരം. ഏകാന്ത യാത്രയുടെ ആനന്ദം അനുഭവിച്ചുകൊണ്ട് തന്റെ ആത്മീയസങ്കല്പ ങ്ങൾക്ക് അനുസരിച്ച് അതിവിസ്തൃതമായ പ്രദേശത്തിലൂടെ 1920നും 1930നും ഇടയിൽ നടത്തിയ കാൽനടയാത്രയുടെ അനുഭവമാണ് ഈ കൃതിയിലുള്ളത്. ഭാരതം, നേപ്പാൾ, തിബറ്റ് തുടങ്ങിയ രാജ്യ ങ്ങളിലൂടെയുള്ള സഞ്ചാരപഥം ആണ് വിവരിക്കുന്നത്. സൗന്ദര്യോ ാപാസകൻ, ദാർശനികൻ, പ്രകൃതിസ്നേഹി, പുരാണ പണ്ഡിതൻ, ആധുനികൻ, യുക്തിചിന്തകൻ എന്നിങ്ങനെ വ്യത്യസ്ത സാംസ്കാരിക ഭൂമികയിൽ നിന്നുകൊണ്ടാണ് ഹിമാലയത്തെ കണ്ടത്. "പ്രകൃതിസൗ ന്ദര്യവിശേഷാൽ ആകൃഷ്ടമായ ചിത്തം മാത്രമല്ല പൗരാണികരായ മഹാപുരുഷന്മാരിൽ ഉള്ള ശ്രദ്ധാഭക്തിയും ഈദൃശദുർഗമപ്രദേശങ്ങൾ സന്ദർശിക്കുന്നതിന് പ്രേരണയാകുന്നു" (68). എന്ന് അദ്ദേഹം തന്റെ യാത്രോദ്ദേശ്യം വ്യക്തമാക്കിയിട്ടുണ്ട്. അലൗകിക പരിവേഷത്തോ ടെയുള്ള ഹിമാലയത്തെ മലയാളികൾക്ക് പരിചയപ്പെടുത്തുക എന്നതും കൃതിയുടെ ലക്ഷ്യമാണ്. ഋഷികേശത്തിൽ നിന്ന് ബദരീ നാഥത്തിലേക്കും അവിടെ നിന്ന് കൈലാസത്തിലേക്കും നടത്തിയ യാത്രയെകുറിച്ച് 'പ്രസ്താവന'യിൽ നൽകുന്ന സംക്ഷിപ്തവിവരണം ഇങ്ങനെയാണ് '18500 അടി ഉയരമുള്ള ദിവ്യ ദിവ്യമായ മാനഘട്ട (മാനപാസ്സ്)ത്തെ അതിക്രമിച്ച് 70, 80 നാഴിക ദൂരമുള്ള തിബത്ത് ദേശത്തിൽ ഉള്ള ഥോലിംഗമഠം എന്ന ലാമമാരുടെ ഒരു മുഖ്യ കേന്ദ്ര ത്തിൽഎത്തിച്ചേർന്നു. അവിടെനിന്ന് ദാപ്പാ, ശിവചിലിങ്, ഗ്യാനിമാ എന്നീ രമ്യസ്ഥാനങ്ങളിലൂടെ എട്ടു പത്തു ദിവസം കൊണ്ട് കൈലാ സത്തിലും ചെന്നു ചേർന്നു.... അലൗകികമായ പുണ്യത്തെ ഉപഭുജിച് ഉപഭുജിച്ച തൃപ്തിവരാതെ ഹഠാൽ അവിടെ നിന്ന് തക്ലക്കോട്ടിലും എത്തിച്ചേർന്നു..... ഒക്ടോബർ മാസത്തിൽ ഋഷികേശത്തിലും ചെന്നു ചേർന്നു". ഹിമാലയൻ യാത്രയെകുറിച്ച് എഴുതിയ ഈ രൂപരേഖ ഒരു കൃതി ആയി മാറുമ്പോൾ അതിന് സാധ്യമാകുന്ന അർത്ഥതലങ്ങൾ അനേകങ്ങളാണ്. ജനവിഭാഗങ്ങൾ, അവരുടെ ജീവിതസങ്കൽപ്പ ങ്ങൾ, ആചാരോപചാരങ്ങൾ ഇത്യാദികളിലൂടെ ഹിമാലയത്തിന്റെ അലൗകികത മറ്റൊന്നായി തീരുന്നു.

അനുഭവങ്ങളെ രൂപപ്പെടുത്തുന്നതിൽ കാലത്തിന് നിർണായക പങ്കുണ്ട്. ഒരു സഞ്ചാരി ഓരോ അനുഭവത്തെയും ഏത് കാലത്ത് നിന്നു കൊണ്ടാണ് അവതരിപ്പിക്കുന്നത് എന്നും വിലയിരുത്തേണ്ടതാണ്. ഈശ്വരവിശ്വാസവും ഭക്തിയും ദേശീയതയും കൊളോണിയൽ

ആധുനികതയും യുക്തിബോധവും ചർച്ചചെയ്യപ്പെട്ട സ്വാതന്ത്ര്യപൂർവ്വ ഭാരതത്തിലെ ഒരു സഞ്ചാരിയാണ് സ്വാമി തപോവനം. ഒരു ഭാരതീയൻ എന്ന തരത്തിലും ഒരു കേരളീയൻ എന്ന തരത്തിലും ഉള്ള വ്യക്തിസത്ത അദ്ദേഹത്തിന്റെ കാഴ്ചയെ രൂപപ്പെടുത്തി. "സ്വമാതൃഭൂമിയിൽ അഭിമാനവും സ്വധർമ്മ മര്യാദകളിൽ ഭക്തിയും ഇല്ലാത്ത ഒരുവൻ മഹാകൃതഘ്നൻ ആകുന്നു. കേരളീയൻ ഒരു നല്ല കേരളീയനും ഭാരതീയൻ ഒരു നല്ല ഭാരതീയനും ആകുവാൻ ഉദ്യമിക്കുന്നത് അല്ലാതെ ഒരു ഇംഗ്ലീഷുകാരനോ, ഒരു അമേരിക്കക്കാരനോ ആകുവാൻ അവർ ശ്രമിക്കുന്നു എങ്കിൽ, അത് സർവ്വ മൂർഖതകളിൽ വെച്ചും ഉച്ചതമമായ മൂർഖതയാകുന്നു" (81) എന്ന വീക്ഷണം ആ കാലഘട്ടത്തിൽ രൂപപ്പെട്ട് വന്നതാണ്. വിവിധ രാജ്യങ്ങളിലൂടെയുള്ള യാത്രക്കിടയിൽ തദ്ദേശവാസികളെ അടയാളപ്പെടുത്തുന്നതിന്റെ മാപകവും ഇതുതന്നെയാണ്.

ഖോചരനാഥത്തെക്കുറിച്ചുള്ള വിവരണം ഇങ്ങനെയാണ് "എത്രയോ പവിത്രമായി നിസ്തുലമാഹാത്മ്യത്തോട് കൂടിയ തുഷാരശൈലത്തിൽ സ്ഥിതിചെയ്യുന്നത് കൊണ്ടും പവിത്രാത്മാക്കളായ പർവ്വതീയജനങ്ങളാൽ അധിവസിക്കപ്പെടുന്നത് കൊണ്ടും മാത്രമാണ് ഞാൻ ഈ ഗ്രാമങ്ങളെ 'പരിശുദ്ധം' എന്ന് വിശേഷിപ്പിക്കുന്നത്. ശരീരശുദ്ധിയുടെ കാര്യത്തിൽ വളരെ പിന്നോക്കം ആണെങ്കിലും ആന്തര ശുദ്ധിയുള്ളവരാണിവർ. സത്യസന്ധത പുലർത്തുകയും അസത്യം, ചതി ഇവയിൽ നിന്നെല്ലാം ഒഴിഞ്ഞു നിൽക്കുകയും ചെയ്യുന്നു" (209). ഇവരുടെ സ്വഭാവമഹത്വം ദർശിക്കുന്നത് ഒരു സന്യാസിയുടെ നോട്ടമാണ്. അതേസമയം ശരീരശുദ്ധിയുടെ കാര്യത്തിൽ ആധുനികന്റെ വൃത്തിവെടിപ്പ് ബോധമാണ് കാഴ്ച്ചയെ സ്വാധീനിക്കുന്നത്. "മലിനമായ ശരീരവസ്ത്രാദികളോടും ആടിനെയും മറ്റും വെട്ടി മന്ദിരത്തെ രക്തമയമാക്കിയും തങ്ങൾ തിന്നുന്ന അന്നാദികളെ നിവേദ്യമായി ദേവതയുടെ മുന്നിൽ വെച്ചും മറ്റും ഇവർ ചെയ്യുന്ന ദേവപൂജ എത്രയോ മലിനമെന്നേ പറയേണ്ടതുള്ളൂ" (210). ഖോചരനാഥം എന്ന സ്ഥലം വായനക്കാരന്റെ മനസ്സിൽ പതിയുന്നത് എപ്രകാരം ആയിരിക്കും എന്ന് ഊഹിക്കാമല്ലോ. ദുർഗമപാതകൾ താണ്ടി എത്തിയ മണികർണിക 'അത്ര രമണീയമായി എനിക്ക് തോന്നുന്നില്ല' എന്ന് പറയുന്നതിന് അപ്പുറം മറ്റ് വർണനകൾ ഒന്നുമില്ല. ഇതിൽനിന്ന് വായനക്കാരൻ രൂപപ്പെടുത്തുന്ന ഭാവനാത്മകമായ ഇടവും പരിമിതമായിരിക്കും.

ലാമമാരുടെ പാവനസ്ഥലമായ ഥോലിംഗനാഥത്തെ വർണ്ണിക്കുമ്പോൾ സാംസ്കാരിക സവിശേഷതകൾ ആണ് വിലയിരുത്തുന്നത്. ശാസ്ത്രയുഗത്തിൽ ഭാരതീയ സന്യാസിമാരിൽ കടന്നുവന്ന അലസതയും വിശ്വാസരാഹിത്യവും സശ്രദ്ധം നിരീക്ഷിക്കുന്ന സഞ്ചാരിയാണ് ആഖ്യാതാവ്. "തപോരസികൻമാരായ ടിബറ്റിലെ ലാമമാർ ഇന്നത്തെ ഹൈന്ദവസാധുക്കളെ പോലെ വേഗത്തിൽ കൃതകൃത്യരാകുന്നില്ല. അവർ യാവജ്ജീവം അത്യന്തം നിയതമായ ഭജനകർമ്മത്തിൽ നിഷ്ഠിതന്മാരാകുന്നു. തങ്ങൾ മുക്തന്മാരായി എന്നോ അകൃത്യശ്ളേഷന്മാരായി എന്നോ അവർ ഒരിക്കലും അഭിമാനിക്കുന്നില്ല. ഹൈന്ദവസാധുക്കൾ ആകട്ടെ ഹന്ത ഹന്ത അഭിനിവിഷ്ട ചിത്തതയോടെ യാതൊരു ഭജനയും സാധനയും കൂടാതെ ഒരുതരം അലസജീവിതം ആകുന്നു ഇന്ന് അധികവും നയിച്ചു കാണുന്നത്" (242). ഒരു സനാതന ധർമ്മചാരിയുടെ നോട്ടമാണ് ഇവിടെയുള്ളത്. ഭക്തി വിശ്വാസങ്ങളിൽ നിന്ന് ഭാരതീയ സന്യാസിമാർ അകന്നു പോകുന്നതിനെക്കുറിച്ചുള്ള ആശങ്കയും പ്രകടമാണ്.

കൊളോണിയൽ ആധുനികതയോടെ രൂപപ്പെട്ടു വന്ന യുക്തിബോധത്തിനു നിരവധി ഉദാഹരണങ്ങൾ ഈ കൃതിയിൽ കാണാവുന്നതാണ്. മാനസസരസ്സ് അപ്സരസ്സുകളുടെ വിഹാരഭൂമി കൂടിയാണെന്ന് മിത്തോളജികളിൽ പറയുന്നു. ഈ അലൗകിക കഥയെ വാഴ്ത്തുന്നതിനുപകരം കുറേക്കൂടി യുക്ത്യധിഷ്ഠിതമായി വിലയിരുത്തുകയാണ് ഇവിടെ. "ആകൃതിയിലും പ്രകൃതിയിലും വ്യവഹാരത്തിലും ഭാരതവാസികളും ആയി സാമ്യം ഇല്ലാത്തവരും നമ്മെപ്പോലെ പാപഭീരുക്കളോ ദുഖികളോ അല്ലാത്തവരും ഭോഗവിലാസത്തിൽ രമിച്ചു കാലം കഴിക്കുന്നവരും ആയ തിബറ്റ്നിവാസികളെ മനുഷ്യവർഗത്തിൽ നിന്ന് പൃഥക്കായി ദേവയോനികളായി പൗരാണികന്മാർ നിർദ്ദേശിച്ചിട്ടുള്ളതിൽ യാതൊരനുപപത്തിയുമില്ല" (259). ആത്മീയവും ഭാവനാത്മകവുമായ സ്ഥലത്തെക്കാൾ സാംസ്കാരികസ്വത്വം ഉള്ള ഒന്നായി മാനസസരസ്സ് മാറുന്നു. തിബറ്റൻ സുന്ദരിമാരുടെ വിഹാരഭൂമിയായാണ് മാനസസരസ്സിനെ അടയാളപ്പെടുത്തുന്നത്.

പഞ്ചാബിന് അടുത്തുള്ള ജ്വാലാമുഖിയിലെ ജ്വാലയെകുറിച്ച് വിശ്വാസികൾ പല കഥകളും പറയുന്നുണ്ട്. "ഇങ്ങനെ അനവരതം കത്തിക്കൊണ്ടിരിക്കുന്ന ഈ അഗ്നിശിഖകൾ ഗന്ധകപാറകളിൽ നിന്നും പുറപ്പെടുന്ന ജ്വാലകൾ ആണെന്നാണ് വൈജ്ഞാനികന്മാർ സിദ്ധാന്തിക്കുന്നത്. ദേവി ജ്വാലാരൂപത്തിൽ സ്വയം പ്രകടീഭവിച്ചിരിക്കുകയാണെന്ന് വിശ്വസിക്കുന്ന ദേവ്യുപാസകൻമാർക്ക് ഈ

സിദ്ധാന്തം അത്ര രുചിച്ചിരുന്നില്ലെങ്കിലും അതിന്റെ യാഥാർത്ഥ്യ ത്തിൽ യാതൊരു സന്ദേഹവും ഇല്ല" (119). ഒരു സത്യാന്വേഷിയുടെ യുക്ത്യധിഷ്ഠിതമായ വിശകലനമാണ് ഇവിടെ കാണുന്നത്.

നിത്യജീവിതവൃത്തിക്കായി കൊള്ളയടിക്കുന്നവരും ഹിമാലയ ത്തിൽ ഉണ്ട്. തക്ലക്കോട്ടിനും മാനസസരസ്സിനും ഇടയിലുള്ള പ്രദേശം ഗൗരിഗുഹ അഥവാ ഗൗരി ഒഡാർ കൊള്ളചെയ്യുന്ന കള്ളന്മാരുടെ വാസസ്ഥാനം ആണ്. ആദ്യയാത്രയിൽ ഏകനായിരുന്നതിനാൽ അവരെ കൊണ്ട് യാതൊരു ബുദ്ധിമുട്ടും ഉണ്ടായിരുന്നില്ല. എന്നാൽ രണ്ടാം യാത്രയിൽ നിരവധി സാധുക്കളും അവരുടെ സാധനങ്ങളും ഉള്ളതിനാൽ കൊള്ളക്കാർ ഇവരെ ലക്ഷ്യമിടുകയും ചെയ്തു. ഹിമാല യത്തിന്റെ അലൗകികതയ്ക്കു കോട്ടംതട്ടും എന്ന് കരുതി ഈ കൊള്ള ക്കാരെക്കുറിച്ച് പരാമർശിക്കാതിരിക്കുന്നില്ല. തദ്ദേശവാസികളുടെ ജീവിതത്തെ സത്യസന്ധമായിത്തന്നെ വിലയിരുത്തി.

ഒരാൾ തന്റെ ജന്മസ്ഥലത്ത് സ്വയം സ്ഥാനപെടുത്തിയാണ് ഇതര ദേശങ്ങളെ വിലയിരുത്തുന്നത്. കേരളീയനായ ചിപ്പുക്കുട്ടിനായർ സന്യാസജീവിതം സ്വീകരിച്ച് സ്വാമി തപോവനം ആയതിനു ശേഷമാണ് വടക്കേ ഇന്ത്യയിലേക്ക് പോകുന്നത്. ഹിമാലയ യാത്രക്കിടയിൽ കണ്ടുമുട്ടുന്ന വ്യക്തികളെയും ഭൂപ്രകൃതിയെയുംകുറിച്ച് വിവരിക്കുമ്പോൾ പലയിടത്തും ദക്ഷിണേന്ത്യക്കാരൻ, കേരളീയൻ എന്നിങ്ങനെയുള്ള വ്യക്തിസത്തകൾ കാഴ്ച്ചയെ നിർണയിക്കുന്ന തായി കാണാം. പാണ്ഡവ മഹാപ്രസ്ഥാനപാതയിലുള്ള വസുധാര എന്ന സ്ഥലത്ത് അദ്ദേഹം എത്തിച്ചേർന്നത് കർക്കിടക സംക്രാന്തി വേളയിലായിരുന്നു. വസുധാരയിലും കേരളത്തിൽ എന്നതുപോലെ കർക്കിടക സംക്രാന്തി ആഘോഷിക്കുന്നതു കണ്ട് അദ്ദേഹം ഏറെ സന്തുഷ്ടനാകുന്നുണ്ട്. കേരളീയസ്വത്വമാണ് ഇവിടെ പ്രകടമാകുന്നത്. സ്വയംഭൂനാഥക്ഷേത്രത്തിന്റെ പരിസരത്തെത്തിയപ്പോഴും കേരള ത്തോടുള്ള മമതയോടെയാണ് ആ ഭൂപ്രകൃതി ആസ്വദിച്ചത്.

സഞ്ചാരകൃതികളിൽ സ്ഥലം എന്നത് ഏറെ പ്രധാനമാണ്. വർത്തമാനകാലത്തെ ടൂറുകളിൽ നിന്നും തീർത്തും വിഭിന്നമായ അനുഭവമാണ് ഇത്തരം യാത്രാകൃതികളിൽ നിറഞ്ഞുനിൽക്കുന്നത്. സ്ഥലവർണ്ണനയിൽ ഭൗതിക ഭൂപരിസരത്തേക്കാൾ വിപുലമായ സവിശേതകൾ ഈ കൃതിയിൽ ഉണ്ട്. സന്യാസി കാണുന്ന അലൗകി കതയ്ക്കും യാത്രികൻ അവതരിപ്പിക്കുന്ന സഞ്ചാരരൂപരേഖയ്ക്കും അപ്പുറം ഹിമാലയം ഒരു സാംസ്കാരിക ഇടമായി തീരുന്നു. അഭൗമമായ ഹിമാ ലയത്തിന്റെ സൗന്ദര്യത്തിൽ ആകൃഷ്ടനായ ആത്മീയ ആചാര്യൻ

നടത്തിയ യാത്രയിൽ കൂടുതൽ സൂക്ഷ്മമായ നോട്ടങ്ങൾ ആണ് ഉണ്ടായത്. കാൽനടയാത്ര എന്നത് ഈ സൂക്ഷ്മവിശകലനങ്ങൾക്ക് ആഴം വർധിപ്പിക്കുകയും ചെയ്തു. ഏതൊക്കെ തരത്തിൽ വർണ്ണിക്കപ്പെട്ടാലും ഒരു സ്ഥലത്തെക്കുറിച്ച് ഉണ്ടാകുന്ന ഏത് വാക്യവും അപൂർണമാണെന്ന് യൂറിലോട്ട്മാൻ (Yuri Lotman) അഭിപ്രായപ്പെടുന്നു. സഞ്ചാരകൃതികളിൽ തന്റെ അനുഭവത്തെക്കുറിച്ച് യാത്രികനുള്ള പ്രതികരണവും പലപ്പോഴും ഇതുതന്നെയാണ്. തന്റെ അനുഭവങ്ങളെ, വൈകാരികതയെ പൂർണ്ണമായും പകർത്താൻ ആവുന്നില്ല എന്നത് ഈ എഴുത്തുകാരനെ അലട്ടുന്നുണ്ട്."ഹാ ! ഏതൊന്നിന്റെ മഹിമയും സൗന്ദര്യവും പൗരാണികമായ ബൗദ്ധഗ്രന്ഥങ്ങളിലും ഹൈന്ദവ ഗ്രന്ഥങ്ങളിലും ബഹുവിധമായി വർണ്ണിക്കപ്പെട്ടിരിക്കുന്നുവോ, ആധുനികൻമാരായ വിദേശപണ്ഡിതന്മാർ പോലും ഏതൊന്നിന്റെ സൗന്ദര്യത്തെ കേട്ട് മോഹിച്ച് അതിനെ ഒന്ന് കണ്ണുകൊണ്ട് കണ്ടു കൃതാർത്ഥരാകുവാൻ ഇച്ഛിക്കുന്നുവോ ദിവ്യ ദിവ്യമായ മാനസസരസ്സിനെ ക്ഷുദ്രവാക്കായ ഈ ഞാൻ വായനക്കാരുടെ ബുദ്ധിയിൽ സമഗ്രമായി പ്രതിബിംബിപ്പിക്കുന്നതെങ്ങിനെ" (261). വായനക്കാരൻ ഈ അനുഭവാഖ്യാനത്തിലൂടെ കടന്നുപോകുമ്പോൾ അയാളിൽ ഉണ്ടാകുന്ന ഭാവനാത്മകമായ ഇടവും വ്യത്യസ്തമായിരിക്കും.

ഇതിഹാസ പുരാണാദികളിൽ പരാമർശിക്കുന്ന നിരവധി മിത്തുകളുടെ കേന്ദ്രമായ അലൗകിക പുണ്യഭൂമി, സാഹസികരുടെ ലക്ഷ്യസ്ഥാനമായ ദുർഗമദേശം, ഹിന്ദുസാധു ക്കളുടെയും, ലാമമാരുടെയും, സനാതനധർമ്മചാരികളുടെയും മോക്ഷഭൂമി എന്നിങ്ങനെ നിരവധി മാതൃകകളിൽ ഹിമാലയത്തെ അടയാളപ്പെടുത്തിയിട്ടുണ്ട്. സുഖഭോഗ തൽപരരായ തിബത്തൻ സുന്ദരികളുടെയും ഗൗരിഗുഹയിലെ കള്ളന്മാരുടെയും ഖേചരനാഥത്തെ നിർമ്മലമനസ്കരായ ഗ്രാമീണരുടെയും വഴിയാത്രക്കാർക്ക് അഭയം നൽകാൻ തയ്യാറാകുന്ന ദരിദ്രരായപർവ്വതീയരുടെയും ഭൂമി കൂടിയാണത്. വനപ്രദേശങ്ങൾ അപ്രത്യക്ഷമായിക്കൊണ്ടിരിക്കുന്ന ഋഷികേശവും തിരക്കാർന്ന വ്യോമയാന കേന്ദ്രമായി തീരാൻ ഇടയുള്ള പർക്കയും ആത്മീയകാര്യത്തിൽ അലസരായി മാറിക്കൊണ്ടിരിക്കുന്ന സന്യാസിമാരും യാത്രികന്റെ മനസ്സിൽ ഉയർത്തുന്ന ആശങ്ക ഈ ഇടത്തിന്റ ഭാഗമാണ്. മാനസികവും ബൗദ്ധികവും സാംസ്കാരികവുമായ തലങ്ങൾ എല്ലാം ചേർന്ന് രൂപപ്പെട്ടുവന്ന മൂന്നാം ഇടമായി ഹിമഗിരിവിഹാരത്തിലെ ഹിമാലയം രൂപപ്പെടുന്നു. എങ്കിലും ഈ ഇടത്തെ കുറിച്ച് ഹിമാലയവാസികളുടെ അഭിപ്രായങ്ങളോ കാഴ്ചപ്പാടുകളോ ഈ കൃതിയിൽ

കാണാനാവുന്നില്ല. ഈ മഞ്ഞുമലയിൽ നിന്ന് എന്തു കിട്ടാനാണ് എന്ന ഉഖീമഠിലെ വൃദ്ധന്റെതു പോലുള്ള വിലയിരുത്തലുകളൊന്നും ഇതിലില്ല. എഴുത്തുകാരന്റെ വ്യത്യസ്ത സ്വത്വബോധത്തിലൂടെ രൂപപ്പെട്ട സാംസ്കാരിക ഇടം മാത്രമാണിത്. തദ്ദേശവാസികളുടെ വീക്ഷണം വിലയിരുത്തപ്പെടുന്നില്ല. ഇടത്തെക്കുറിച്ചുള്ള ആധുനികാനന്തര ചിന്തകൾക്ക് കൂടുതൽ വിശകലന സാധ്യതയുള്ള ഒന്നാണ് ഹിമഗിരിവിഹാരം എന്ന സഞ്ചാരകൃതി.

സഹായകഗ്രന്ഥങ്ങൾ

1. രാജൻ കാക്കനാടൻ, ഹിമവാന്റെ മുകൾത്തട്ടിൽ, 2018, പൂർണ്ണ പബ്ലിക്കേഷൻസ്, കോഴിക്കോട്.
2. സവിത വി (എഡിറ്റർ), യാത്ര: അനുഭവം ആഖ്യാനം സംസ്കാരം വിപണനം, 2017, പുസ്തക ഭവൻ, പയ്യന്നൂർ
3. സ്വാമി തപോവനം, ഹിമഗിരി വിഹാരം, 1952, നോർമൻ പ്രിന്റിംഗ് ബ്യൂറോ, കോഴിക്കോട്.
4. തങ്കച്ചൻ കെജെ (എഡിറ്റർ), യാത്രികം: ചരിത്രവും ദർശനവും സന്നാഹവും സഞ്ചാരവും, 2016, സാഹിത്യപ്രവർത്തകസഹകരണസംഘം, തിരുവനന്തപുരം.
5. Attie de Lange, Gail Fincham, Jeremy Hawthorn and Jakob Lothe (Editors), Literary Landscape from Modernism to Postcolonialism, 2008, Palgrave macmillan, Newyork.
6. Eric Prieto, Literature, Geography and the Postmodern Poetics of Place, 2012, Palgrave, macmillan, Newyork.
7. Hendrie Lefebvre, The Production of Space, 1991, BlackWell Publishing, USA.

ഹിമാലയങ്ങൾ: സഞ്ചാരാനുഭവങ്ങളുടെ സാഹിതീയഭാവനകൾ

ഷർമിയ നൂറുദ്ദീൻ

പ്രബന്ധസംഗ്രഹം

മലയാളത്തിലെ സഞ്ചാരസാഹിത്യ ചരിത്രത്തിലെ ഒരു ഉപജ്ഞസ്സാണ് ഹിമാലയ യാത്രാനുഭവങ്ങൾ.ഇന്ത്യൻആത്മീയ വിചാരങ്ങളുടെ കേന്ദ്രസ്ഥാനം കൽപ്പിക്കപ്പെടുന്ന ഇടം കൂടിയാണത്. ആധുനികാനന്തരചിന്താപരിസരത്ത് സ്ഥലം ഭൂമിശാസ്ത്രപഠനങ്ങളിൽ നിന്ന് സാംസ്കാരികാനുഭവം എന്നതിലേക്ക് വഴിമാറുകയുണ്ടായി. ഹെന്റി ലെവ് റെയുടെ ആശയങ്ങൾഇതിൽ പ്രബലമാണ്.സഞ്ചാര സാഹിത്യത്തിലെ തെരഞ്ഞെടുത്ത ഹിമാലയൻ യാത്രാനുഭവങ്ങളെ അടിസ്ഥാനമാക്കി സാഹിതീയ ഭാവനകളിൽ സ്ഥലം രൂപപ്പെടുന്നത് എങ്ങനെയെന്ന് ആനുഭവിക സ്ഥലം, ഭാവനാ സ്ഥലം എന്നീ ആശയങ്ങളുടെ പിൻബലത്തോടെ അന്വേഷിച്ചറിയുകയാണ് ഈ പഠനം.

കീല പദങ്ങൾ: സാഹിതീയത, സ്ഥലം.

ഹിമാലയം: ഭൂമിശാസ്ത്രവും സാംസ്കാരിക പരികല്പനയും

ഹിമാലയത്തെ ഭൂമിശാസ്ത്രപരമായി അടയാളപ്പെടുത്താനുള്ള ശ്രമങ്ങളുടെ നിഗമനങ്ങൾ ഈവ്വിധം ക്രോഡീകരിക്കാം;ഭൂമിയിലെത്തന്നെ പ്രായം കുറഞ്ഞ, അതേ സമയം വലിയ പർവ്വതനിര. ഏഷ്യൻ ഭൂഖണ്ഡത്തിൽ സ്ഥാനപ്പെടുത്താവുന്ന ഒന്ന്. ഇന്ത്യയുടെ വീക്ഷണത്തിൽ, വടക്കൻ ഭാഗത്തെ അതിർത്തി കോട്ട, ഏഷ്യയിലെ പ്രധാന നദികളുടെയെല്ലാം ഉത്ഭവകേന്ദ്രം, ഹിമാനികൾ നിറഞ്ഞ

ഇടം, ഇന്ത്യ, നേപ്പാൾ, ഭൂട്ടാൻ, ചൈന (തിബത്ത്), പാക്കിസ്ഥാൻ എന്നീ രാജ്യങ്ങളിലും ഉൾപ്പെടുന്ന ഭൂരൂപം.ഇതിൽ ഇന്ത്യൻ ഹിമാലയം തന്നെ ജമ്മു കാഷ്മീർ, ഹിമാചൽ പ്രദേശ്, ഉത്തരാഖണ്ഡ്, സിക്കിം, അരുണാചൽ പ്രദേശ്, പഞ്ചാബ് എന്നീ സംസ്ഥാനങ്ങളിലും മേഘാലയ, നാഗാലാൻഡ്, മണിപ്പൂർ മിസോറാം, ത്രിപുര, പശ്ചിമ ബംഗാൾ എന്നീ സംസ്ഥാനങ്ങളിലെ മലമ്പ്രദേശങ്ങളിലും വ്യാപിച്ചുകിടക്കുന്നു. ഇന്ത്യൻ ജീവിതത്തെ പ്രത്യേകിച്ചും മേല്പറഞ്ഞ സംസ്ഥാനങ്ങളിലെ ജീവിതത്തെ ആകമാനം സ്വാധീനിക്കത്തക്ക വണ്ണം ഗാംഭീര്യമേറിയ ഒന്ന്. ഇന്ത്യയെ ഭൂമിയെന്ന അണ്ഡാകൃതിയുടെ ചാപമായിക്കണ്ട് അളന്ന ജി.റ്റി.എസ് (great trignometrrical survey 1800-1870), അതിനോടനുബന്ധമായും അല്ലാതെയും നടന്ന മറ്റ് സർവ്വേകൾ, ഇവയിലെല്ലാം ഘനഗാംഭീര്യത്തോടെ ഹിമാലയം ഉയർന്ന് നിന്നു. വിശേഷിച്ചും നദികളുടെ ഉത്ഭവസ്ഥാനങ്ങൾ അന്വേഷിച്ചുള്ള യാത്രകൾ. കണ്ടെത്താനാവാത്ത ധാരാളം പ്രഹേളികകൾ ഹിമാലയത്തെ ചുറ്റിപ്പറ്റി അന്നും ഇന്നും നിലനിൽക്കുന്നുവെന്നതിനാൽ, ഭൂമിശാസ്ത്രപരമായ ഈ മറഞ്ഞ്നിൽക്കൽ ഗൂഢാർത്ഥ സ്വഭാവമുള്ള ഒന്നായി ഹിമാലയത്തെ മിത്തീകരിക്കുന്നതിൽ പ്രധാന പങ്ക് വഹിച്ചു. തദ്ദേശീയർക്കും വിദേശീയർക്കും ഒരുപോലെ ജിജ്ഞാസയും കൗതുകവും നൽകിയ ഹിമാലയത്തിന് നിർദ്ധാരണം ചെയ്യപ്പെടാത്ത പ്രകൃതി പ്രതിഭാസങ്ങളോട് മനുഷ്യൻ പുലർത്തുന്ന വിധേയത്വം കലർന്ന ഭയഭക്തി ബഹുമാനങ്ങൾ, ദൈവിക പരിവേഷം തുടങ്ങിയവ സ്വാഭാവികമായും ലഭിച്ചു.

ഈ ഭൂമിശാസ്ത്ര ഹിമാലയം എന്നതിനപ്പുറം എന്താണ് ഹിമാലയം? പുരാണങ്ങളിലൂടെയും മിത്തുകളിലൂടെയും അധിനിവേശത്തിന്റെ ചരിത്രങ്ങളിലൂടെയും നിർമ്മിക്കപ്പെടുന്ന സാംസ്കാരിക സ്ഥലം. The production of space എന്ന ഗ്രന്ഥത്തിൽ ഹെന്റി ലെവ്റെ സൂചിപ്പിക്കുന്നു, സാംസ്കാരിക അനുഭവലോകമാണ് ഭൂമിശാസ്ത്രപരമായ സ്ഥലത്തിന് അസ്തിത്വം നേടികൊടുക്കുന്നത് എന്ന്.

ഭൂമിശാസ്ത്ര ഇടം + സാംസ്കാരിക ഇടം- ഹിമാലയം

സാംസ്കാരിക ഇടത്തോടൊപ്പം ലെവ്റെ ആനുഭവിക ഇടത്തെയും പരിഗണിക്കുന്നു. അനുഭവിക്കുമ്പോൾ ഉണ്ടായിത്തീരുന്നവയായി സ്ഥലങ്ങളെ പരിഗണിക്കുക, അങ്ങനെ വന്നാൽ ഓരോ സ്ഥല എഴുത്തുകളും വ്യത്യസ്തമായും, ഒരു ഇടത്തിന്റെ തന്നെ വ്യത്യസ്ത അസ്തിത്വങ്ങളായും നിർമ്മിക്കപ്പെടുന്നുവെന്ന് കാണാം.

സഞ്ചാരസാഹിത്യവും സാഹിതീയതയും.

സ്ഥലത്തെ വിവരിക്കുവാൻ ജനുസ്സുകൾ അനവധിയുണ്ട്. ഭൂമിശാസ്ത്രത്തിന്റെ തന്നെ വിവിധ ശാഖകളിലൂടെ ഉണ്ടാകുന്ന ഗ്രന്ഥങ്ങൾ, മാപ്പുകൾ, ഗ്ലോബുകൾ, ഭൂപടങ്ങളിലെ തന്നെ അത്യാധുനിക സംവിധാനങ്ങൾ, എഞ്ചിനീയറിങ്ങ് മേഖലയുമായി ബന്ധപ്പെട്ടുണ്ടാകുന്ന സ്ഥല വിവരണങ്ങൾ തുടങ്ങിയവ. ഇവയുടെ പ്രധാന മേന്മ വസ്തുനിഷ്ഠമായിരിക്കുക എന്നതാണ്. വസ്തുനിഷ്ഠമായി സ്ഥലത്തെ അവതരിപ്പിക്കുക. വളരെ സൂക്ഷ്മമായി നിർവചിക്കുകയാണെങ്കിൽ വസ്തുനിഷ്ഠമായതും ഭാവനയല്ലേ?എന്ന മട്ടിലുള്ള ചോദ്യങ്ങൾ ഉയരാമെങ്കിലും (സങ്കൽപ്പയുക്തികളുടെ ഘടകങ്ങൾ വസ്തുനിഷ്ഠതയുടെ പിന്നിൽ പ്രവർത്തിക്കുന്നുണ്ട്) വസ്തുനിഷ്ഠമായാണ് അവ പരിഗണിക്കപ്പെടുന്നത്.

സഞ്ചാരസാഹിത്യത്തിലെ സ്ഥലമോ? അവയിൽ സാഹിതീയത എന്നൊരു ഘടകം പ്രവർത്തിക്കുന്നുണ്ട്. എന്താണ് സാഹിതീയത? കൃത്യമായ നിർവചന പരിധികളിൽ വിശദീകരിക്കാവുന്നതല്ല അത്. സാഹിതീയത എന്ന സങ്കല്പം ഓരോ വ്യവഹാര സന്ദർഭങ്ങളിലും മാറി വരാവുന്ന ഒന്നാണ്. നിയതമായ അർത്ഥകല്പനകൾ അതിന്മേൽ ആരോപിക്കുക അസാധ്യം. ഇന്നത്തെ സാഹിത്യകൃതി സാഹിത്യമായി മറ്റൊരു കാലഘട്ടത്തിലോ വ്യവഹാരിക പരിസരത്തിലോ അംഗീകരിക്കപ്പെടണമെന്നില്ല, നേരെ തിരിച്ചും.എന്നിരുന്നാലും സാഹിതീയ ഘടകങ്ങളായി പരിഗണിക്കപ്പെടുന്നവയാണ് വസ്തുതാവിവരണത്തിനപ്പുറം വർണ്ണനകൾ, ആലങ്കാരിക പദപ്രയോഗങ്ങൾ, സർഗാത്മക ആഖ്യാനശൈലി, അനുഭവങ്ങളെ ഓർമ്മകളെ മനോജ്ഞമായി ആവിഷ്കരിക്കൽ, വിചാരങ്ങളെ പോലെ വികാരങ്ങൾക്കും പ്രാധാന്യം നൽകുക തുടങ്ങിയവ. ഓർമ്മകളും അനുഭവങ്ങളും സാഹിതീയമായി അടയാളപ്പെടുത്തുകയാണ് സഞ്ചാര സാഹിത്യം എന്ന് വിവക്ഷിക്കുകയാണെങ്കിൽ ഭാവന നിഷേധിക്കാനാവാത്ത ഘടകം തന്നെ. സഞ്ചാര സാഹിത്യ കൃതികളിലെ അനുഭവങ്ങൾ യഥാർത്ഥ അനുഭവങ്ങളാണോ എന്ന ചോദ്യം പോലും അപ്രസക്തം (എസ്.കെ.പൊറ്റെക്കാട് തന്റെ സഞ്ചാര കൃതികൾക്ക് ആധാരമായ ഇടങ്ങളിൽ പോയിരുന്നുവോ എന്ന അക്കാലവിമർശനങ്ങൾ ഇന്ന് അപ്രസക്തമാവുന്നു.)

തീർത്ഥാടനയാത്രകൾ എന്ന ഉപജനുസ്സ്

തീർത്ഥാടനത്തെ മതാനുഷ്ഠാനപരമായ വ്യവഹാരമായാണ് പരിഗണിക്കുന്നത്. ദൈവസങ്കൽപ്പങ്ങളുടേതായ സ്ഥലമോ, ദൈവ

സങ്കൽപ്പപ്രതിനിധാനങ്ങളുടെ സ്ഥലമോ ആണ് തീർത്ഥാടന കേന്ദ്രങ്ങൾ. സാങ്കൽപ്പിക സ്ഥലങ്ങളെ ഭൂവിഭാഗങ്ങളിൽ ആരോപിക്കുന്ന പ്രക്രിയ കൂടിയാണത്. ജീവിതാവസാനം അവിടെയാവണം എന്ന് കാംക്ഷിക്കുന്നതിൽ അബോധപരമായി ദൈവത്തിന്റെ ദേശം ഞങ്ങളുടെ ദേശമായി പരിണമിക്കണം എന്ന യുക്തിയുണ്ട്. ഭാരതീയ സമകാലിക യാഥാർത്ഥ്യങ്ങളുമായി ചേർത്തുവായിക്കുമ്പോഴും ദൈവത്തിന് സ്ഥലം ലഭിക്കുക പ്രധാനമാണല്ലോ? അത്തരം പുണ്യസ്ഥലസങ്കൽപ്പങ്ങളിൽ നിന്ന് വിദൂരമായി താമസിക്കുന്നവർ ഇവ്വിധമുള്ള സ്ഥലഭാവനകളെ തങ്ങൾ നിലനിൽക്കുന്നിടത്ത് തന്നെ നിർമ്മിച്ചെടുക്കുകയോ ആരോപിക്കുകയോ ചെയ്യുന്നു. ദൈവരാജ്യ സങ്കല്പ്പങ്ങൾ ഉണ്ടായ വരുന്നത് ഈമട്ടിലാണ്. കേന്ദ്രമിത്തുകളുമായി ബന്ധമുള്ള പ്രാദേശിക മിത്തുകൾ നിർമ്മിച്ചെടുക്കുക വഴി ആ ' പുണ്യസ്ഥലങ്ങളെ 'തങ്ങളുടെ ഇടങ്ങളുമായി ബന്ധിപ്പിക്കുന്നു. ദേശീയ സങ്കൽപ്പങ്ങളെ ഊട്ടിയുറപ്പിക്കുന്നതിൽ തീർത്ഥാടനങ്ങൾക്കുള്ള പങ്ക് ചെറുതല്ല.

ഹിമാലയ സഞ്ചാരാനുഭവങ്ങളുടെ വ്യത്യസ്ത ഭൂപടങ്ങൾ

കേരളീയ സാംസ്കാരിക പരിസരത്ത് തങ്ങളുടേതായ ഇടം നിർമ്മിച്ചെടുത്തവരാണ് എസ്.കെ.പൊറ്റെക്കാട്, രാജൻ കാക്കനാടൻ, തപോവനസ്വാമികൾ തുടങ്ങിയവർ. യഥാക്രമം ഇവരുടെ ഹിമാലയ സാമ്രാജ്യത്തിൽ, ഹിമവാന്റെ മുകൾത്തട്ടിൽ, ഹിമഗിരി വിഹാരം എന്നീ ഗ്രന്ഥപാഠങ്ങളാണ് പഠനത്തിനായി തെരഞ്ഞെടുത്തിരിക്കുന്നത്.

ഹിമാലയസാമ്രാജ്യത്തിൽ സാമ്രാജ്യം അധികാരത്തെ കുറിക്കുന്ന പദമാണ്. പ്രസ്തുത കൃതിയും ഒരു രാഷ്ട്രീയ ദേശത്തെയാണ് കണ്ടെടുക്കുന്നത്. സാഹിതീയ ഘടകങ്ങളുടെ പരിചരണവും ഈ മട്ടിൽ തന്നെ. 1966ൽ കമ്മ്യൂണിസ്റ്റ് എം. പി ആയിരിക്കേ പാർലമെന്റിലെ മറ്റ് രണ്ട് അംഗങ്ങൾക്കൊപ്പം ചെയ്ത യാത്ര. ഗ്രന്ഥത്തിന്റെ പ്രസ്താവന ഇപ്രകാരം 'ഞാൻ കഴിഞ്ഞ വർഷം, രണ്ട് എം.പി.സുഹൃത്തുക്കൾക്കൊപ്പം ഹിമാലയ പ്രാന്തങ്ങളിൽ ഒരു പര്യടനം നടത്തി. എന്റെ സുഹൃത്തുക്കളുടെ ലക്ഷ്യം പുണ്യ ക്ഷേത്രങ്ങളായിരുന്നു. ഹിമാലയ പ്രകൃതി രംഗങ്ങളുടെ ശുദ്ധ സൗകുമാര്യവും പുരാതന ഗാഭീര്യവും നുകർന്ന് കൊണ്ട് ഞാൻ അവരുടെ കൂടെ സഞ്ചരിച്ചു. ആ യാത്രയുടെ കഥയാണ് ഈ ഗ്രന്ഥം ' (പൊറ്റെക്കാട്. എസ്.കെ, 2014:06)

പ്രസ്താവനയുടെ സ്വഭാവത്തെ പൂർണമായും ഉൾക്കൊള്ളുന്ന

ആഖ്യാനം. സാഹിതീയ ഭാവനകൾ സൗന്ദര്യാനുഭൂതിയെ അടയാളപ്പെടുത്തുന്നവയാണ്. ചരിത്രവും പുരാണ കഥകളും ഇടകലരുന്ന ആഖ്യാനത്തിൽ, ഹരിദ്വാറും രുദ്രപ്രയാഗും കേദാർനാഥും ബദരീനാഥുമെല്ലാം സൗന്ദര്യാനുഭവങ്ങളായി വിവരിക്കപ്പെടുന്നു.' അളകനന്ദ ഇവിടെ കുറഞ്ഞ ദൂരത്തിനിടയിൽ, കൂറ്റൻ ശിലാ ദുർഗങ്ങളിലിടിച്ചും ഗുഹകളിലൂടെ ഊളിയിട്ടും ഊക്കൻ പാറക്കല്ലുകളിൽ മുട്ടിയുരുമ്മിയും സമനിരപ്പിലെ വെള്ളാരങ്കല്ലുകളുടെ ഗോളങ്ങളിൽ താളം പിടിച്ചും പലവിതാനങ്ങളിലൂടെയും പതനങ്ങളിലൂടെയുമാണ് കുതിച്ചൊഴുകുന്നത്. രാത്രിയിലെ നിശ്ശബ്ദതയിൽ ഈ കൊച്ചുനീർച്ചാട്ടങ്ങളുടെയും ഭഗ്നത രംഗങ്ങളുടെയും സമ്മിശ്രസ്വനങ്ങളും തടങ്ങളിലെ പാറക്കെട്ടുകളിൽ നിന്നു കേൾക്കുന്ന അവയുടെ ലോലമായ മാറ്റൊലിയും കൂടിച്ചേരുമ്പോൾ ഒരു വാദ്യമേളയുടെ പ്രതീതിയുളവാകും. അതായിരിക്കണം ആ സരത് സംഗീതം' (പൊറ്റെക്കാട് എസ്.കെ, 2014: 93)

ഹിമവാന്റെ മുകൾത്തട്ടിൽ 1975 ൽ നടത്തിയ പദയാത്രയെ ആധാരമാക്കി എഴുതപ്പെട്ട കൃതിയാണ്. സാഹസികതയാണ് മുഖ്യഘടകം. ഹിമവാൻ ബ്രഹ്മാവിന്റ പുത്രനാണ്, ഹിമം നിറഞ്ഞവനും. ഹൃമനിസത്തെ ഏറ്റവും തികഞ്ഞ ബിന്ദുവിൽ പ്രകടമാക്കിയ കൃതി. ജീവിതാനുഭവങ്ങളുടെ മൂർച്ചയേറിയ പ്രതലത്തിലൂടെയാണ് രാജൻ കാക്കനാടന്റെ തീർത്ഥാടനം പൂർത്തിയാകുന്നത്. ആത്മീയാന്വേഷണത്തിനുപരി ആത്മാന്വേഷണത്തിന്റെ പാതയാണ് കൃതി മുന്നോട്ടു വെയ്ക്കുന്നത്. തികഞ്ഞ പരിവ്രാജകനായി, ജീവിതത്തിന്റേതായ വൈകാരികാന്വേഷണങ്ങളിലൂടെ, ഗുരുവിലൂടെ, ഒരു മിസ്റ്റിക് അനുഭവലോകമാണ് ഈ സഞ്ചാരപാഠത്തിൽ നിറഞ്ഞു നില്ക്കുന്നത്. നോവലെന്ന ജനുസ്സിൽ നിന്ന് കുറഞ്ഞ ദൂരമേയുള്ളൂ ആഖ്യാനത്തിൽ ഈ കൃതിയിലേക്ക്. ആത്മീയത വ്യക്തിനിഷ്ഠമായ ഒന്നായി വെളിവാക്കപ്പെടുന്നുണ്ടിവിടെ. തുംഗനാഥ ക്ഷേത്രത്തിന്റെ വിവരണം നോക്കുക ' നിശ്ചലവും നിശ്ശബ്ദവുമായ ശൂന്യത മാത്രം. ആ ശൂന്യതയിൽ ലയിച്ച് നില്ക്കെ, അനാഹത നാദത്തിന്റെ അലകൾ കാതിൽ വന്നലച്ചുവോ? ക്രമേണ സുവർണ്ണ പ്രഭയിൽ വീണ്ടും ആ ശിവലിംഗവും സുവർണ്ണ സർപ്പത്തിന്റെ വിടർത്തിയ ഫണവും തെളിഞ്ഞുവന്നു ' (രാജൻ കാക്കനാടൻ, 2010:09)

ഹിമഗിരിവിഹാരം

1920 നും 1930 നും മദ്ധ്യേ ഹിമാലയത്തിലെ തീർത്ഥ സ്ഥലങ്ങൾ സന്ദർശിച്ചതിന്റെ വിവരണമാണീ കൃതി.ഭക്തിയാണ് കേന്ദ്രം. സംയമനത്തിന്റെ ഭാവന. അതിഗൂഢാത്മകമായ അനുഭവവിവരണ

ങ്ങളില്ലതാനും. ആധ്യാത്മിക വ്യവഹാരമായി യാത്രയെ പരിഗണിച്ച് കൊണ്ടെഴുതിയ പാഠം.' മുപ്പതു നാഴികയോളം വൃത്താകാരത്തിൽ ഗോപുരം പോലെ മേലോട്ടു മേലോട്ടു വലിപ്പം കുറഞ്ഞ് തുഷാരഭൂഷിതമായ മൂർധദേശത്തോട് കൂടി ദീർഘമായ ഒരു പർവ്വത മാലയുടെ നടുനായകമായി അതികമനീയമായിരിക്കുന്ന ആ കൃഷ്ണശിലാസമുച്ചയം അനുപമമായി അതിനോടു മാത്രം ഉപമിക്കപ്പെട്ടുകൊണ്ട് സർവോത്കർഷേണ വിരാജിക്കുന്നു.' (തപോവനസ്വാമികൾ 2018:286) ഈ മട്ടിലുള്ള സാഹിതീയ വർണ്ണനകൾ.

സാഹിതീയ അംശങ്ങളെ സ്വീകരിച്ച് കൊണ്ട് നിർവ്വഹിക്കപ്പെടുന്ന ആഖ്യാനമാണ് സഞ്ചാരസാഹിത്യം. സഞ്ചാര സാഹിത്യം യഥാർത്ഥ യാത്രാനുഭവമണ്ഡലങ്ങളെ ആവിഷ്കരിക്കേണ്ടതുണ്ടോ? എന്ന ചോദ്യം പരിശോധിക്കപ്പെടേണ്ടതുണ്ട്. യാത്ര എന്ന ഘടകത്തെ സാഹിതീയ ഭാവനകളിൽ നിർമ്മിച്ചെടുക്കുകയോ പുനരാവിഷ്കരിക്കുകയോ ചെയ്യുമ്പോഴാണ് സഞ്ചാര സാഹിത്യം എന്ന ജനുസ്സ് രൂപപ്പെടുന്നത്. വിഷയിക്കാണ് സഞ്ചാരസാഹിത്യത്തിൽ പ്രധാനം. കാണുന്ന സ്ഥലങ്ങളിലൂടെയല്ല, കണ്ടവനാരോ എന്നതിലൂടെയാണ് അനുഭവങ്ങൾ രൂപപ്പെടുന്നത്, അതിലൂടെ സ്ഥലങ്ങളും. അങ്ങനെയാവുമ്പോൾ ഹിമാലയമല്ല, ഹിമാലയങ്ങളാണ് നിർമ്മിക്കപ്പെടുന്നത്.

ഗ്രന്ഥസൂചി

1. തപോവനസ്വാമികൾ, 2018, ഹിമഗിരി വിഹാരം, മാതൃഭൂമി ബുക്സ്, കോഴിക്കോട്.
2. പൊറ്റെക്കാട്. എസ്.കെ., 2014 ഹിമാലയ സാമ്രാജ്യത്തിൽ, പൂർണ പബ്ലിക്കേഷൻസ്, കോഴിക്കോട്.
3 രമേഷ് ചന്ദ്രൻ വി. (പ്രൊഫ) 1989, സഞ്ചാര സാഹിത്യം മലയാളത്തിൽ, കേരള ഭാഷാ ഇൻസ്റ്റിറ്റ്യൂട്ട്, തിരുവനന്തപുരം.
4. രാജൻ കാക്കനാടൻ, 2010, ഹിമവാന്റെ മുകൾത്തട്ടിൽ, പൂർണ പബ്ലിക്കേഷൻസ്, കോഴിക്കോട്.
5. ഷാജി ജേക്കബ് (എഡി), 2010, മലയാളനോവൽ ദേശഭാവനയും രാഷ്ട്രീയ ഭൂപടങ്ങളും, സാഹിത്യ അക്കാദമി, ന്യൂഡൽഹി
6. Nicholosn smith, Donald, 1991, The production of space (La production de l'es space, lefebvre henri), Blackwell limited, Cambridge.

യാത്രാവിവരണങ്ങളിലെ സ്ഥലം: രവീന്ദ്രന്റെ ബുദ്ധാപഥത്തെ മുൻനിർത്തിയുള്ള അന്വേഷണം

ശരത് കുമാർ വി.

ചെറുതും വലുതുമായ നിരവധി യാത്രകൾ നിറഞ്ഞതാണ് ഓരോ മനുഷ്യജീവിതവും. ഒരു സ്ഥലത്തിൽ നിന്ന് മറ്റൊരുസ്ഥലത്തേക്കുള്ള ശാരീരികമായ ചലനങ്ങളോടൊപ്പം മനസ്സുകൊണ്ട് നടത്തുന്ന നിരവധി യാത്രകളുംകൂടി നിറഞ്ഞതാണ് മനുഷ്യജീവിതം. ജീവിതത്തെ സംബന്ധിക്കുന്ന സമസ്തമേഖലകളിലും യാത്ര ഒരു രൂപകമായി മാറുന്നു. ജീവിതവഴി, ജീവിതഗതി, ജീവിതയാത്ര എന്നീ പരികൽപ്പനകൾ മനുഷ്യോന്മുഖമായ സഞ്ചാരബന്ധത്തേയും സഞ്ചാരാഭിമുഖ്യത്തേയും സാധൂകരിക്കുന്നു. മനുഷ്യജീവിതത്തിലെ ജൈവികവും മാനസികവുമായ എല്ലാ പ്രവൃത്തികളേയും ചലനങ്ങളേയും യാത്രയെന്ന രൂപകവുമായി ഇണക്കിച്ചേർത്താണ് ഭാഷയിൽ കാലങ്ങളായി പ്രയോഗിച്ചുവരുന്നത്. ഇത് യാത്രയുടെ ചലനാത്മകതയും ജീവിതവും തമ്മിലുള്ള അഭേദ്യബന്ധമാണ് വ്യക്തമാക്കുന്നത്. കാഴ്ചകളുടെ പ്രലോഭനമാണ് ഒരു യാത്രികനെ സൃഷ്ടിക്കുന്നത്. തന്റെയുള്ളിലുള്ള യാത്രാഭിമുഖ്യം മാനസികമായും ശാരീരികമായും നിർവ്വഹിക്കാൻ ഇതര ജന്തുവർഗ്ഗങ്ങളെക്കാൾ മനുഷ്യനാണ് സാധ്യമാകുന്നത്. വ്യക്തിയെന്ന നിലയിൽ യാത്രികൻ പുലർത്തുന്ന ജൈവികവും മാനസികവുമായ എല്ലാ ഘടകങ്ങളും യാത്രയെഴുത്തിൽ പ്രതിഫലിക്കും. അത് യാത്രയുടെ എല്ലാവിധത്തിലുമുള്ള മുന്നൊരുക്കം എന്ന പ്രാഥമികഘടകം തൊട്ട് നോട്ടം

വിലയിരുത്തൽ, വിശകലനം, അവതരണം, ആവിഷ്കരണം തുടങ്ങി രചനാഘട്ടം വരെ നീണ്ടുനിൽക്കുന്ന സവിശേഷതയാണ്.

ഒന്ന്

ഭൂമിശാസ്ത്രം, ചരിത്രം, കല, രുചി, ഭാഷ, വേഷം, കാലാവസ്ഥ, സ്ഥലസാഹചര്യം എന്നിങ്ങനെ വൈവിധ്യപൂർണ്ണമായ നിരവധി ഘടകങ്ങൾ യാത്രികരിലും യാത്രയിലും സ്വാധീനിക്കുന്നു. യാത്രയുടെ എല്ലാ അനുഭൂതികളും ഹൃദ്യമായവിധത്തിൽ പകർന്നുതരാൻ കഴിവുള്ളവനാണ് നല്ല യാത്രാവിവരണകാരൻ എന്ന് സാമാന്യമായി പറയാം. തനിക്ക് ചിരപരിചിതമായ ദേശസംസ്കാരത്തിൽ നിന്നും മാറിനിന്നുകൊണ്ട് അപരിചിതമായ മറ്റൊരു ജീവിതപരിസരത്തെ/ പരിസരങ്ങളെ നോക്കിക്കണ്ട് വിലയിരുത്തി അവതരിപ്പിക്കുന്ന രീതിയാണ് യാത്രാവിവരണമെന്ന സാഹിത്യരൂപത്തിന്റെ ഉള്ളടക്കം എന്ന് പറയാം. നിരീക്ഷകൻ (Observer), ആഖ്യാതാവ് (Narrator), അന്വേഷകൻ (Reporter) എന്നീ മൂന്ന് മേഖലകളിലൂടെയാണ് യാത്രാവിവരണകാരനായ എഴുത്തുകാരൻ സാധാരണയായി കടന്നുപോകുന്നത്. ഈ വീക്ഷണങ്ങൾ കാലഘട്ടപരമായ വിവിധ ധർമ്മങ്ങൾ നിർവഹിക്കുന്നുണ്ട്. ഭാഷ, വേഷം ജീവിതരീതി തുടങ്ങി മനുഷ്യജീവിതത്തെ ആഴത്തിൽ സ്വാധീനിക്കുന്ന സാംസ്കാരിക വിനിമയ ഉപാധികളായി ഇത്തരം സന്ദർഭങ്ങളിൽ സഞ്ചാരങ്ങൾക്ക് വളരെയേറെ പ്രസക്തി ലഭിക്കുന്നു. രമേഷ് ചന്ദ്രൻ അതിങ്ങനെ സൂചിപ്പിക്കുന്നു:

നാളിതുവരെ നടന്നിട്ടുള്ള എല്ലാ സമുദായങ്ങളുടെയും ചരിത്രം വർഗ്ഗ സമരങ്ങളുടെതെന്നപോലെ, സഞ്ചാരത്തിന്റേയും ചരിത്രമാണ്. മാനവസംസ്കാരത്തിന്റെ അസ്തിത്വവും പുരോഗതിയും ദേശാടനത്തോട് വളരെയേറെ ബന്ധപ്പെട്ടിരിക്കുന്നു. (1985:8)

കാഴ്ചകളുടെ നേരെയുള്ള യാത്രികന്റെ വീക്ഷണങ്ങളാണ് യാത്രാവിവരണത്തിന്റെ രചനാപരമായ അടിസ്ഥാന പ്രമാണം. യാത്രയിലെ കാഴ്ചകളും യാത്രികന്റെ കാഴ്ചപ്പാടുകളും സംവദിക്കുമ്പോഴാണ് സഞ്ചാരത്തിന് സാഹിത്യപദവി കൈവരുന്നത്. സാങ്കേതികമായി അവ മാധ്യമങ്ങളിലൂടെ ആവിഷ്കരിക്കുമ്പോൾ വായനക്കാരനിലെത്തുകയും ചെയ്യുന്നു. തനിക്ക് ചിരപരിചിതമായ സ്ഥലസംസ്കൃതിയിൽ നിന്ന് അപരിചിതമായതോ അപ്രാപ്യമായതോ ആയ മറ്റൊരു സ്ഥലത്തെ തന്റെ വിശേഷധാരണകളെക്കൂടി ആധാരമാക്കി നിരീക്ഷിച്ച് താരതമ്യം ചെയ്യുന്നതും യാത്രാവിവരണത്തിൽ

കാണാം. ഒരേസ്ഥലത്തെത്തന്നെ/കാഴ്ചയെത്തന്നെ വൈവിധ്യ സാഹചര്യങ്ങളിലുള്ളവർ നിരീക്ഷിക്കുമ്പോഴും അവതരിപ്പിക്കുമ്പോഴും വ്യത്യസ്ത വീക്ഷണമാണുണ്ടാകുന്നത്. യാത്രികർക്ക് ലഭിക്കുന്ന അനുഭൂതിയും കാഴ്ച്ചകളുടെ അവതരണവും വൈവിധ്യമുള്ളതായിരിക്കും. പ്രായം, പരിതസ്ഥിതികൾ, ജീവിതപരിസരം, തൊഴിൽ, വിദ്യാഭ്യാസം, കലാസങ്കൽപ്പങ്ങൾ തുടങ്ങിയ ഘടകങ്ങൾ അവയിൽ പ്രധാനമാണ്. യാത്രാവിവരണ രചനയിൽ യാത്രികന്റെ വീക്ഷണങ്ങളും കാഴ്ച്ചപ്പാടുകളും നിർണ്ണയിക്കുന്നതിൽ ഈ സവിശേഷ ഘടകങ്ങൾക്ക് വലിയ സ്ഥാനമുണ്ട്. ഈ ഘടകങ്ങളുടെ അടിസ്ഥാനത്തിൽ ഓരോരുത്തരുടെയും കാഴ്ച കേന്ദ്രീകരിക്കുന്നത് ഓരോ മേഖലയിലായിരിക്കും. അതുപോലെ തന്നെ സ്ഥലസ്വീകരണത്തിലും ഈ സവിശേഷത പ്രവർത്തിക്കുന്നതായി കാണാൻ കഴിയും യാത്രികന്റെ അഭിരുചിയനുസരിച്ച് ചെന്നെത്തുന്ന സ്ഥലങ്ങളുടെ വിശദീകരണത്തിലും ചിത്രീകരണത്തിലും ഈ ഘടകങ്ങൾ പ്രവർത്തിക്കുന്നതായി കാണാൻ കഴിയും. ജീവിതത്തിന്റെ സൂക്ഷ്മവശങ്ങളിലേക്ക് നീങ്ങുന്ന വിവരണങ്ങൾ, കാഴ്ചയെ ഉപരിപ്ലവമായി വിലയിരുത്തുന്ന വിവരണങ്ങൾ, ആസ്തികവും നാസ്തികവുമായ വിവരണങ്ങൾ, സ്ഥലവൈവിധ്യങ്ങളെക്കുറിക്കുന്ന വിവരണങ്ങൾ കാഴ്ചയുടെ അനുഭൂതികളെ കുറിക്കുന്ന വിവരണങ്ങൾ എന്നിങ്ങനെ യാത്രികന്റെ കാഴ്ചപ്പാടുകൾക്കൊപ്പം വായനക്കാരന്റെ ആസ്വാദനത്തെയും ആഴത്തിൽ സ്വാധീനിക്കുന്ന വിധത്തിലുള്ളവയാണ് ലക്ഷണമൊത്ത യാത്രാവിവരണങ്ങൾ. ഇത്തരം യാത്രാവിവരണങ്ങൾ വായനക്കാരനിൽ വിജ്ഞാനവും വിശദാംശങ്ങളും നൽകുന്നു. വിവിധ സംസ്കാരങ്ങളുടെ വൈവിധ്യങ്ങളായ മാനങ്ങളിലേക്ക് വായനക്കാരനെ നയിക്കുന്ന എന്ന സവിശേഷതയും യാത്രാവിവരണത്തിനുണ്ട്.

യാത്രകളിൽ മുഖ്യാന്വേഷണം കാഴ്ചകളാണ്; യാത്രാവിവരണങ്ങളിൽ കാഴ്ചകളെക്കുറിച്ചുള്ള കാഴ്ചപ്പാടും വിശദീകരണങ്ങളും. സാമൂഹികതയിലും സംസ്കാരത്തിലും വ്യത്യസ്തതകൾ പുലർത്തുന്ന രണ്ട് സ്ഥലങ്ങളുടെ പ്രാതിനിധ്യമാണ് ഒരു യാത്രികനിൽ നിറയുന്നത്. അവയിൽ ഒന്നാമതായി നിൽക്കുന്നത് യാത്രികന്റെ സ്വദേശം തന്നെ. സ്വദേശിയായി നിന്നുകൊണ്ട് മാത്രമെ അയാൾ യാത്രികനും യാത്രാവിവരണകാരനുമാകുന്നുള്ളൂ. ചില സന്ദർഭങ്ങളിൽ അത് സ്ഥലതാരതമ്യത്തിലും ചില സമയങ്ങളിൽ ഗൃഹാതുരതയുടെ രൂപത്തിലും യാത്രികനിൽ പ്രവർത്തിക്കുന്നുണ്ട്. പരിചിതത്വവും അപരിചിതത്വവും തമ്മിലുള്ള ആശയകൈമാറ്റമാണ് യാത്രാവിവരണത്തിന്റെ

ഉള്ളടക്കമെന്ന് ഈയർത്ഥത്തിൽ നിശ്ചയമായും പറയാം. സന്ദർശകക്കണ്ണ്, സ്വദേശിക്കണ്ണ് എന്നീ പരികൽപനകൾ ഇവിടെ പ്രസക്തമാവുന്നു.[1] ഗ്രാമം-നഗരം, ധനികർ-ദരിദ്രർ, പണ്ഡിതർ-പാമരർ, മൂല്യസംഹിതകൾ-ആചാരവിശ്വാസങ്ങൾ, രുചിവൈവിധ്യങ്ങൾ എന്നിങ്ങനെയുള്ള സ്ഥലപരവും സാമൂഹികവും വിശ്വാസപരവും വിദ്യാഭ്യാസപരവുമായ താരതമ്യങ്ങൾക്ക് പുറമെ ഭൂമിശാസ്ത്രപരമായും കാലാവസ്ഥാപരമായും നിരവധി പരാമർശങ്ങൾ യാത്രാവിവരണങ്ങളിൽ കാണുന്നതിന്റെ അടിസ്ഥാനം ഓരോ യാത്രികരും ചുമന്നു കൊണ്ടുപോകുന്ന സ്വദേശിചിന്തകളാണ്. ഇവ പ്രത്യക്ഷമായും പരോക്ഷമായും ഏറിയും കുറഞ്ഞും യാത്രാവിവരണങ്ങളിൽ കാണാൻ കഴിയും. യാത്രാവിവരണകാരൻ അഭിസംബോധന ചെയ്യുന്ന വായനക്കാരുമായി ബന്ധിപ്പിക്കുന്ന അദൃശ്യമായ ചരടാണിത് എന്ന് പറയാം.

രണ്ട്

എല്ലാ സാഹിത്യകൃതികളും സ്ഥലകേന്ദ്രീകൃതമാണ്. എന്നാൽ സഞ്ചാരസാഹിത്യം ഒരു പരിധിവരെ സ്ഥലവിശദീകരണങ്ങൾ കൂടിയാണ്. യാത്രാവിരണത്തിൽ സ്ഥലത്തിൽ നിന്നാണ് മനുഷ്യബന്ധങ്ങൾ സൃഷ്ടിക്കപ്പെടുന്നത്. സ്ഥലം പ്രകൃതിദത്തമോ കൃത്രിമ സൃഷ്ടിയോ ആകാം. ഓരോ സാംസ്കാരികതയിലും കാലക്രമത്തിൽ കടന്നു വരുന്ന പരിണാമങ്ങൾ സ്ഥലത്തിലാണ് ആദ്യം പ്രതിഫലിക്കുന്നത്. പിന്നീട് മാത്രമെ സംസ്കാരത്തിന്റെ ഭാഗമാകുന്നുള്ളൂ. കെട്ടിടസൗകര്യങ്ങൾ, ഗതാഗതമാർഗ്ഗങ്ങൾ, ഔദ്യോഗിക സ്ഥാപനങ്ങൾ എന്നിങ്ങനെ സ്ഥലത്തിൽ പരിണാമം പ്രാഥമികമായി ദർശിക്കാൻ കഴിയുന്ന പ്രധാന ഘടകങ്ങളാണിവ. യാത്രാവിവരണങ്ങൾ സ്ഥലസവിശേഷതകളെ അഭിമുഖീകരിക്കുന്നത് പ്രധാനമായും നാല് പ്രത്യേക രീതിയിലാണ്. 1) ഭൂപ്രകൃതിയും കാലാവസ്ഥയും, 2) ചരിത്രപ്രാധാന്യം, 3) സൗന്ദര്യ കലാ-സാംസ്കാരിക സവിശേഷതകൾ, 4) വ്യക്തിഗതമായ അനുഭൂതികളും ഓർമ്മകളും. ഒരു ഭൂഭാഗം ഉൽപ്പാദന-വിനിമയ-ഉപഭോഗങ്ങളുടെ ഫലമായി സാമൂഹികമായ ഒരു പദവിയിലേക്കുയരുകയും അവയെ നിയന്ത്രിക്കുന്ന വിധത്തിൽ പ്രത്യക്ഷ-പരോക്ഷതലങ്ങളിലൂടെ അധികാരസ്വരൂപം വ്യക്തിയുടെ രൂപത്തിലോ അതേ സമൂഹത്തിലെ സവിശേഷജീവിതക്രമങ്ങളുടെ

---

1 1. സന്ദർശകക്കണ്ണ്, സ്വദേശിക്കണ്ണ് - ഇ. പി. രാജഗോപാലന്റെ നിശബ്ദതയും നിർമ്മാണവും എന്ന കൃതിയിലെ വാസ്തുഹാരാ: സ്ഥലങ്ങളുടെ സ്ഥലം എന്ന ലേഖനത്തിൽനിന്ന്.

രൂപത്തിലോ സൃഷ്ടിച്ചെടുക്കുന്നതു കൂടിയാണ്. അടിസ്ഥാനപരമായി ഭൂമിശാസ്ത്ര-ഭൗതികസ്ഥലത്തിൽ നിലനിൽക്കുമ്പോൾത്തന്നെ അവയെല്ലാം പ്രത്യേക അധീശാധികാര ഭരണവ്യവസ്ഥയുടെ കീഴിൽ വ്യത്യസ്തധർമ്മങ്ങളും ദൗത്യങ്ങളും പുലർത്തുന്നവയാണ്. ഈ ധർമ്മങ്ങളുടേയും ദൗത്യങ്ങളുടെയും അടിസ്ഥാനത്തിലാണ് ഭൂപ്രദേശങ്ങൾ (സ്ഥലമെന്ന സാമാന്യാർത്ഥത്തിൽത്തന്നെ) സവിശേഷസ്വഭാവങ്ങളുള്ളവയായി മാറിയത്. ഇവയാകട്ടെ കാലാവസ്ഥ, ഭൂപ്രകൃതി തുടങ്ങിയ ഭൗതികപരിതസ്ഥിതിയിൽ മാത്രമൊതുങ്ങുന്ന സവിശേഷതയല്ല. അവ മാനസികമായും വ്യക്ത്യധിഷ്ഠിതമായും സാമൂഹികമായും ഭാവനാത്മകമായും രൂപപ്പെടുന്നതാണ്. വസ്തുക്കളും ജീവജാലങ്ങളും സംഭവങ്ങളും ദിക്കുകളും ഒക്കെ ചേർന്ന് സ്ഥലത്തിന് ഒരു വ്യക്തിത്വമുണ്ടാക്കുന്നു. ഈ വ്യക്തിത്വമാണ് സ്ഥലവൈവിധ്യങ്ങളെ നിർമ്മിച്ചെടുക്കുന്നത്. ഇങ്ങനെ കേവലം ഭൗതികഭൂപ്രകൃതിയിലൊതുങ്ങി നിൽക്കാതെ സ്ഥലം പലതരത്തിലുള്ള അടയാളങ്ങളുടെ രൂപപ്പെടലിന് പശ്ചാത്തലമാവുന്നു. അത്തരത്തിൽ വിവിധ മുദ്രണങ്ങളുടെ സംയുക്തമായി സ്ഥലത്തെ വിലയിരുത്താം. വ്യത്യസ്ത ഭൂപ്രദേശങ്ങൾ തമ്മിലുള്ള ആന്തരികവും ബാഹ്യവുമായ ക്രയവിക്രയങ്ങൾമൂലം ഇത് സംഭവിക്കാം. സ്ഥലത്തിൽ വസ്തുക്കളുടെ മേൽ നിലനിൽക്കുന്ന പരിവേഷങ്ങൾ സംവേദനക്ഷമമാവുകയും ഭൗതികമായും വൈകാരികമായും സ്വാധീനിക്കുകയും ചെയ്യുന്നു. സ്ഥലം - വസ്തു - മനുഷ്യർ എന്ന ക്രമത്തിലേക്ക് അത് സഞ്ചരിക്കുന്നു. ഇതിലൂടെ വസ്തുതകളും ഭാവനയും കാലഘട്ടത്തിന്റെ രാഷ്ട്രീയ-ആശയങ്ങൾക്ക് വിധേയമായി രൂപാന്തരപ്പെടുന്നു. ഭൗതികപ്രകൃതത്തിലല്ല ഈ മാറ്റം പ്രധാനമായും ദൃശ്യമാവുന്നത്. സ്ഥലത്തിന്റെയും വസ്തുവിന്റെയും ആശയപരിവേഷത്തിലാണ്. ഇവയേയും കലാസാഹിത്യലോകം സ്വാംശീകരിക്കുന്നുണ്ട്. ഇവയിലേക്ക് നയിക്കപ്പെടുന്ന ആശയരാഷ്ട്രീയം ചരിത്രാത്മകതയോടു ബന്ധം പുലർത്തണമെന്നില്ല. ഭരണകൂട- രാഷ്ട്രീയത്തിന്റെയും അധീശാധികാരത്തിന്റെയും ഇടപെടൽ ഇതിൽ സൂക്ഷ്മതലത്തിൽ പ്രവർത്തിച്ച/പ്രവർത്തിക്കുന്നതായി കാണാം. ആന്തരികവും ബാഹ്യവുമായ ഒരു പ്രതിപ്രവർത്തനമായും ഇത് മാറുന്നു. ഇതുകൊണ്ടാണ് സ്ഥലം സവിശേഷമായ അർത്ഥപ്രയോഗങ്ങളുടെ കൂടി ഇടമാവുന്നത്.

മൂന്ന്

രവീന്ദ്രന്റെ യാത്രാവിവരണങ്ങളിൽ പ്രധാനപ്പെട്ട ഒന്നാണ് ബുദ്ധപഥം. ബുദ്ധമതവുമായി അഭേദ്യബന്ധമുള്ള ബോധ്ഗയ, നളന്ദ, മാഗധ/രാജഗൃഹം, വൈശാലി, അഖഢ, ഗൃദ്ധ്രകൂടം തുടങ്ങിയ

ചരിത്ര- വിശ്വാസ മേഖലകളിലൂടെയുള്ള യാത്രാനുഭവങ്ങളാണിവ. നിശബ്ദതയുടെ വഴിത്താരകൾ, ഗ്രാമങ്ങൾ വളഞ്ഞ പാറ്റ്നയും നളന്ദയിലെ അവശിഷ്ടങ്ങളും, രാജ്ഗിറിന്റെ ഓർമ്മകൾ, വൈശാലിയിലെ റിപ്പബ്ലിക്കും അമ്രപാലിയും, തഥാഗതന്റെ ഉത്തരപഥ പ്രയാണങ്ങൾ എന്നിങ്ങനെയാണ് ആ അഞ്ച് കുറിപ്പുകളുടെ ശീർഷകങ്ങൾ. ദേശസൂചകമായ നിരവധി സൂചനകളോടെ ബീഹാർ - പാട്ന തുടങ്ങി ശ്രീ ബുദ്ധന്റെ ജീവിതവുമായി ബന്ധപ്പെട്ട പ്രധാന സ്ഥലങ്ങൾ പരാമർശിക്കപ്പെടുന്നു. അതുകൊണ്ടുതന്നെ ഈ കുറിപ്പുകളിൽ കേവലം സ്ഥലവിവരണങ്ങൾ മാത്രമല്ല. ഒരേ സമയം മതത്തിലേക്കും മതസംഹിതകളിലേക്കും ആചാരവിശ്വാസങ്ങളിലേക്കും മറ്റനേകം അനുബന്ധ മിത്തുകളിലേക്കും കഥകളിലേക്കും ചരിത്രവസ്തുതകളിലേക്കും മാറിമാറി സഞ്ചരിച്ചുകൊണ്ടിരിക്കുന്നവയാണ്. അഥവാ ചരിത്രത്തോടും വർത്തമാനത്തോടും ഇടകലർന്ന് പലനിലകളിൽ മിശ്രിതരൂപങ്ങളായി ഈ സ്ഥലങ്ങൾക്കുമേലുള്ള വിവിധ പരിവേഷങ്ങൾ രൂപപ്പെടുത്തുന്നു. ഓരോ സാംസ്കാരികതയിലും കാലക്രമത്തിൽ കടന്നു വരുന്ന പരിണാമങ്ങൾ സ്ഥലത്തിലാണ് ആദ്യം പ്രതിഫലിക്കുന്നത്. പിന്നീട് മാത്രമെ സംസ്കാരത്തിന്റെയും ജീവിതരീതിയുടേയും ഭാഗമാകുന്നുള്ളൂ. കെട്ടിടസൗകര്യങ്ങൾ, ഗതാഗതമാർഗ്ഗങ്ങൾ, ഔദ്യോഗിക സ്ഥാപനങ്ങൾ എന്നിങ്ങനെ സ്ഥലത്തിൽ പരിണാമം ദർശിക്കാൻ കഴിയുന്ന പ്രധാന ഘടകങ്ങളാണിവ. സ്ഥലം മാനുഷികമായ അർത്ഥസങ്കല്പങ്ങൾക്കും വ്യാഖ്യാനങ്ങൾക്കും വിധേയമായിത്തീരുന്നു. ബുദ്ധപഥത്തിൽ രവീന്ദ്രൻ ഇങ്ങനെ കുറിക്കുന്നുണ്ട്:

ചരിത്രം ഓർമ്മിപ്പിക്കുന്ന ആ പ്രാക്തനപ്രതീതി ഗയയുടെ ഇടുങ്ങിയ തെരുവുകളിൽ ഇപ്പോഴും അനുഭവപ്പെടും. മനുഷ്യസംസ്കൃതിയുടെ ആദ്യകാല നഗരാവിഷ്കാരങ്ങളിൽ ഒന്നാണിത്. ഒരു പ്രിസത്തിന്റെ ബഹുഭുജ പ്രതലങ്ങളിലെന്നപോലെ സഹസ്രാബ്ദങ്ങൾ ഈ പുരാതനപുരിയുടെ ചില്ലടരുകളിൽ പ്രതിപതിച്ചു നിൽപ്പുണ്ട്. അന്തർഗയയിലേക്കു നയിക്കുന്ന കൃശരഥ്യകളിലെവിടെയെങ്കിലും നിങ്ങൾ ബുദ്ധപഥം സ്പർശിക്കുന്നുണ്ട്. പാണ്ടകളെയും വഹിച്ചു നീങ്ങുന്ന റിക്ഷകളുടെ കലമ്പലുകൾക്കിടയിൽ ബിംബിസാരന്റെ കുതിരക്കുളമ്പടികൾ കേൾക്കുന്നുണ്ട്.

(നിശബ്ദതയുടെ വഴിത്താരകൾ)

കാലികമായ തുടർബന്ധങ്ങളെയും അതിനനുബന്ധമായി ആന്തരികവൈരുദ്ധ്യങ്ങളെയും ഓരോ സ്ഥലവും ഉൾക്കൊള്ളുകയും പ്രദർശിപ്പിക്കുകയും ചെയ്യുന്നുണ്ട്. അതോടൊപ്പം നിലവിലുള്ള

സാമൂഹികവ്യവസ്ഥയിലേക്ക് വേരൂന്നിനിന്നുകൊണ്ടുതന്നെ ഒരു പുനക്രമീകരണത്തിന് ശ്രമിക്കുകയും ചെയ്യുന്നു. ഈ പുനക്രമീകരണത്തിലേക്ക് നയിക്കുന്ന പ്രധാന ഘടകം ഇതര ദേശസാംസ്കാരത്തിന്റെ ഇടപെടലുകളാണ്. ഇവയാകട്ടെ സാങ്കേതികപരിചയം, ഭാഷ, ഗതാഗതം, വാർത്താമാധ്യമങ്ങൾ, സമ്പദ്‌വ്യവസ്ഥ, കാലാവസ്ഥ എന്നിവയെക്കൂടി ആശ്രയിച്ചാണ്.

ഇതര ഇന്ത്യൻ നഗരങ്ങളെ അപേക്ഷിച്ച് പാറ്റ്നതെല്ലാം നാഗരികമല്ല. പകിട്ടോ ചമയങ്ങളോ വസ്തുക്കളുടെയും മറ്റ് ഉപഭോഗോൽപ്പന്നങ്ങളുടെയും കണ്ണഞ്ചിപ്പിക്കുന്ന ജാലകക്കാഴ്ച്ചകളോ എങ്ങുമില്ല.

(ഗ്രാമങ്ങൾ വളഞ്ഞ പാറ്റ്നയും നളന്ദയിലെ അവശിഷ്ടങ്ങളും)

അധ്വാനത്തിന്റെ ഭാഗമായാണ് കലാസാഹിത്യരൂപങ്ങളുടെ ഉൽഭവമെന്ന് മാർക്സിസം നിരീക്ഷിക്കുന്നുണ്ട്. സ്ഥലം അതിന്റെ അടിസ്ഥാന ഘടകമായിത്തീരുന്നു. കാലികമായി സംഭവിക്കുന്ന സാമൂഹികവും സാംസ്കാരികവുമായ പരിണതികളെ ഒരു സ്ഥലം സ്വാംശീകരിക്കുന്നത് മനുഷ്യാധ്വാനത്തിന്റെയും മുതലാളിത്ത മൂലധനത്തിന്റെയുംകൂടി ഭാഗമായിട്ടുകൂടിയാണ്. ഇക്കാര്യത്തിൽ ഭൂപ്രകൃതിയും ഭൂപ്രദേശവും നിർണ്ണായക പങ്ക്‌വഹിക്കുന്നുണ്ട്. മനുഷ്യർ ഒരു ജൈവകുലമെന്നതിൽക്കവിഞ്ഞ ഒരു സാംസ്കാരികതയെയും സാമൂഹികതയെയും പുലർത്തിവരുന്നതിന് പ്രധാനകാരണവും സ്ഥലവും മനുഷ്യാധ്വാനവും തമ്മിലുള്ള അഭേദ്യബന്ധം തന്നെയാണ്.

വിഹാരങ്ങളുടെയും ക്ഷേത്രങ്ങളുടെയും വളരെ വലുതും വിസ്മയാവഹവുമായ ഒരു സമുച്ചയത്തിന്റെ അവശിഷ്ടങ്ങളാണ് ഖനനം ചെയ്ത് അടയാളപ്പെടുത്തിയിട്ടുള്ളത്. ബി.സി. മൂന്നാംനൂറ്റാണ്ടുമുതൽ എ.ഡി. 12-ാം നൂറ്റാണ്ടുവരെയുള്ള ദീർഘകാലത്തിനിടയ്ക്ക് നിർവഹിക്കപ്പെട്ട നാനാനിർമ്മിതികളുടെ ശിഥിലരൂപങ്ങളാണവ. പുരാവസ്തുഗവേഷകർ അവയെ പതിന്നാല് കെട്ടിട സ്ഥാനങ്ങളായി തരംതിരിച്ച് വിവരിക്കുന്നുണ്ട്. അനേകം നാഴികകൾ ചുറ്റളവിൽ വ്യാപിച്ചുകിടന്ന സൗധസഞ്ചയത്തിന്റെ താരതമ്യേന ലഘുവായ ഒരു ഭാഗം മാത്രമേ ഖനനം ചെയ്തിട്ടുള്ളൂ. ജനവാസമുള്ള പ്രാന്തഗ്രാമങ്ങളുടെയും ചുറ്റുമുള്ള ചെറിയ കുന്നുകളുടെയും മറ്റും അധോസ്ഥലികളിൽ നളന്ദാസർവ്വകലാശാലയുടെ ബാക്കിഭാഗങ്ങൾ ഇപ്പോഴും മണ്ണടിഞ്ഞു കിടപ്പുണ്ട്. ഇഷ്ടികകളുടെ സങ്കീർണ്ണമായ പടുതികളും അഗ്നിബാധയാൽ ശിഥിലമാക്കപ്പെട്ട ഭിത്തിഗഹ്വരങ്ങളില്ലെ പ്രതിമാവശിഷ്ടങ്ങളും അനേകം കയറ്റിറക്കങ്ങളും ആ ജീർണ്ണാവശിഷ്ടങ്ങൾ സാക്ഷ്യപ്പെടുത്തുന്ന സംസ്കൃതിയുടെ ബൃഹത്കല്പനതന്നെയും വിഹ്വലമാക്കിക്കൊ

ണ്ടിരുന്ന മനസ്സിനെ കൂടുതൽ സ്തോഭനിർഭരമാക്കുന്നതായിരുന്നു.

(ഗ്രാമങ്ങൾ വളഞ്ഞ പാറ്റ്നയും നളന്ദയിലെ അവശിഷ്ടങ്ങളും)

അധികാരത്തിന്റെയും അധീശത്വത്തിന്റെയും പ്രത്യക്ഷവും പരോക്ഷവുമായ ഇടപെടലുകൾക്കകത്തുനിന്നുകൊണ്ടുതന്നെ അവയുടെ ആന്തരികവൈരുദ്ധ്യങ്ങളെ ഒരേസമയം തന്നെ നിരസിച്ചും സ്വീകരിച്ചും സാമൂഹികബന്ധങ്ങളിലേക്കുകൂടി പ്രതിഫലിപ്പിക്കുന്നവിധത്തിലാണ് സ്ഥലത്തിന്റെ സാംസ്കാരികത നിർണ്ണയിക്കപ്പെടുന്നത്. ഇവയാകട്ടെ മേൽസൂചിപ്പിച്ച അധീശ-അധികാരബന്ധങ്ങളുടെ പരിണാമങ്ങളുടെ അടിസ്ഥാനത്തിൽ കാലഗണനാക്രമത്തിൽ സംഭവിക്കുന്നതുകൂടിയാണ്. സ്ഥലം ഭൗതികമായ ഒരനുഭവയാഥാർത്ഥ്യമെന്നതിൽക്കവിഞ്ഞ് സാംസ്കാരികമായ നിരവധി അർത്ഥപരിണാമങ്ങൾ ഉൾക്കൊള്ളുന്നതാണ്. ഭൂമിശാസ്ത്രപരമായ കാഴ്ച്ചയെന്ന പ്രാഥമികപരിഗണനയ്ക്കപ്പുറം സ്ഥലം ഉൽപ്പാദന-വിതരണത്തെക്കൂടി നിർണ്ണയിക്കുകയും നിയന്ത്രിക്കുകയും ചെയ്യുന്ന ഒരു പ്രതിഭാസം കൂടിയാണ്.

പുരാണങ്ങളിലും ഇതിഹാസങ്ങളിലും ചരിത്രത്തിലും ഏറെ പെരുമയോടെ പരാമർശിക്കപ്പെടുന്ന, പഴയ മാഗധത്തിന്റെ ആസ്ഥാനപുരമായിരുന്ന രാജഗൃഹമാണ് ഈ പ്രദേശം. വസുവിന്റെയും ജരാസന്ധന്റെയും ബിംബിസാരന്റെയും അജാതശത്രുവിന്റെയും നഗരം. പാട്നയ്ക്ക് തെക്കു കിഴക്ക് ദിക്കിൽ ബീഹാർ ഷെരീഫ് പട്ടണത്തിൽനിന്ന് 21 കിലോമീറ്റർ അകലെ മലകളാൽ ചുറ്റപ്പെട്ട ഈ താഴ്വാരം ഇപ്പോൾ ഹിന്ദു, ബൗദ്ധ, ജൈന മതസ്ഥർക്കും മുസ്ലീംകൾക്കും ഒരേപോലെ പവിത്രമായ തീർത്ഥാടനകേന്ദ്രമാണ്.

(രാജ്ഗിറിന്റെ ഓർമ്മകൾ)

ഭൂമിശാസ്ത്രപരമായ സവിശേഷതകൾക്കകത്തുനിന്നുകൊണ്ട് മനുഷ്യരുടെ നിരന്തരമായ ഇടപെടലിലൂടെയാണ് സ്ഥലത്തിന്റെ രൂപപ്പെടൽ സംഭവിക്കുന്നത്. ദീർഘവും ചരിത്രപരവുമായ നിരവധി ഘടകങ്ങളുടെ സമ്മേളനമായാണ് ഈ രൂപപ്പെടൽ നടക്കുന്നത്. അതേസമയം നിരന്തരമായി അവ പരിവർത്തനവിധേയമാവുകയും ചെയ്യുന്നു. കേവലം പ്രകൃതി യാഥാർത്ഥ്യമെന്നതിനപ്പുറം ഓരോ സ്ഥലവും മനുഷ്യബന്ധത്തിന്റെ ഫലമായ് പുതിയ പരിവേഷങ്ങളിലേക്ക് നയിക്കപ്പെടുന്നു. വിഭവങ്ങളുടെ ഉൽപ്പാദനവും വിതരണവും അതിന്റെ ഫലമായി രൂപപ്പെട്ടുവരുന്ന മനുഷ്യബന്ധങ്ങളും കൂടിച്ചേർന്ന് സവിശേഷമായ ഒരു സാംസ്കാരികതയും സാമൂഹികതയും രൂപപ്പെടുത്തുന്നു. ഇത് ചരിത്രപരമായ തുടർബന്ധങ്ങളിലേക്കുള്ള

സൂചനകൂടിയായി സ്ഥലത്തിന്റെ സാംസ്കാരികതയെ നിർണ്ണയിക്കു ന്നതിൽ പ്രധാന പങ്ക് വഹിക്കുന്നു.[2] സ്ഥലത്തിനുമേൽ സാമൂഹിക മായ ഒരു മേൽകൈയുണ്ടാവുന്നുണ്ട്. ആ മേൽക്കൈയുടെ സ്വഭാവം ആപേക്ഷികവുമാണ്. നിരന്തരമായി രൂപപ്പെടുന്ന അധികാര-വംശ-വർഗ ബന്ധങ്ങൾ മാത്രമല്ല ഇതിനു കാരണം. മതവിശ്വാസങ്ങളും ആചാര-അനുഷ്ഠാനങ്ങളും ഇതിൽ ഇടകലരുകയും പ്രത്യേകകാല ഗണനകളിലൂടെ അത് സ്ഥലബോധത്തെയാകെ വിശുദ്ധവിശ്വാസ വൽക്കരണ(sacralization)മായി ബാധിക്കുന്നു.

ജപമാലകളും ബുദ്ധവിഗ്രഹങ്ങളും വിൽക്കുന്ന ഏതാനും പീടികകളും പൂരിയും സബ്ജിയും വിളമ്പുന്ന തട്ടുകടകളും മറ്റുമായി ചെറിയതോതിൽ ആൾ സഞ്ചാരമുള്ള ഒരു ചത്വരത്തിൽനിന്നാണ് കഴുകൻ കുന്നിലേക്ക് യാത്രപുറപ്പെടുന്നത്. വിവിധ ദക്ഷിണപൂർവേ ഷ്യൻ രാജ്യങ്ങളിൽനിന്നുള്ള തീർത്ഥാടക സംഘങ്ങൾ അവിടെ ദേശാനുഭവങ്ങൾ രുചിച്ചുകൊണ്ടെന്നപോലെ ചുറ്റിനടപ്പുണ്ട്.

(തഥാഗതന്റെ ഉത്തരപഥപ്രയാണങ്ങൾ)

ഇതിൽ ചരിത്രസംഭവങ്ങളും (വസ്തുതകൾ) കെട്ടുകഥകളും (കഥകൾ, ഐതിഹ്യം, മിത്ത്) ഇടകലർന്ന് വിശ്വാസങ്ങളുടെയും മതബോധത്തിന്റെയും ഭാഗമായി സമൂഹത്തിലേക്ക് വ്യാപിക്കുന്നു. ഇത്തരം കലർപ്പുകളെ സ്ഥലത്തിൽനിന്ന് അടർത്തിമാറ്റാനാകില്ല. ഒരു പരിധിവരെ സ്ഥലം ഭൗതിക/ഭൂപ്രകൃതി സവിശേഷതകൾക്കപ്പു റമെ ഇത്തരം കാര്യങ്ങൾ കൊണ്ടു കൂടിയാണ് കൂടുതൽ പ്രചാരത്തി ലാവുന്നത്. ഇവയാകട്ടെ കലാ-സാഹിത്യരംഗങ്ങളിൽക്കൂടി വ്യാപക പ്രചാരണത്തിലെത്തുന്നു.

സ്ഥലനാമങ്ങൾപോലും ഇത്തരത്തിൽ നിലനിൽക്കുന്ന അധീശാ ധികാരബന്ധങ്ങളുടെ ഇടപെടലുകൾകൊണ്ടാണ് സംഭവിക്കുന്നത്. അതുകൊണ്ടാണ് കലാ-സാഹിത്യരൂപങ്ങൾ സ്ഥലകാലനിഷ്ഠങ്ങളാ കുന്നത്. ഒരു സ്ഥലത്തിൽ മനുഷ്യാധ്വാനത്തിലൂടെയും (മനുഷ്യരുടെ എല്ലാത്തരം ഇടപെടലിലൂടെയും) രൂപപ്പെട്ടുവന്ന സാംസ്കാരികതയെ ചരിത്രബദ്ധമായിത്തന്നെ കലാ-സാഹിത്യമേഖലകൾ സ്വാംശീക രിക്കുന്നു.

---

2 സുനിൽ പി. ഇളയിടം- ഉൽപാദന വ്യവസ്ഥയാണ് ഒരു സമൂഹത്തിന്റെ ഭരണകൂടത്തെയും ആശയാവലികളെയും കലയെയും ആവിഷ്കാരങ്ങളെയും നിർണ്ണയിക്കുക എന്നു പറയുന്നതോടെ സംസ്കാരം ആശയവ്യവസ്ഥ മാത്രമ ല്ലാവുകയും പകരം ഒരു ഭൗതികബന്ധവ്യവസ്ഥ തന്നെയായിത്തീരുകയും ചെയ്യുന്നു. (വീണ്ടെടുപ്പുകൾ എന്ന കൃതിയിലെ സംസ്കാരവിമർശം: മാർക്സിസ്റ്റ് പാഠങ്ങൾ എന്ന ലേഖനത്തിൽനിന്ന്)

1. ബുദ്ധകഥകളിലെ ഒരു കേന്ദ്രവേദിയായ നിരഞ്ജനാ നദീതീരത്തെ ഉറുവേല എന്ന വനാന്തർ ഗ്രാമമാണ് പിന്നീട് ബോധ്ഗയയായത്. കണ്ണിങ്ങ്ഹാം തന്നെയാണ് ഗയയിലെ പ്രധാന ക്ഷേത്രാവശിഷ്ടങ്ങൾ ഖനനം ചെയ്ത് പുനർനിർമ്മിച്ചതും.

(നിശബ്ദതയുടെ വഴിത്താരകൾ)

2. സാഹിത്യ പാരമ്പര്യവും യഥാർത്ഥ പുരാവസ്തുശിഷ്ടങ്ങളും ഈ ആകാശഛായയിൽ അസംഖ്യം സ്തൂപങ്ങളും മഹാവിഹാരങ്ങളും നിലനിന്നിരുന്ന ഒരപൂർവ്വചരിത്രഘട്ടത്തെക്കുറിച്ച് പ്രദിപാദിക്കുന്നുണ്ട്. വിഹാരങ്ങളുടെ ഭൂമി എന്ന അർത്ഥത്തിലാണ് ബീഹാർ എന്ന ദേശനാമം തന്നെ ആവിർഭവിച്ചത്.

(നിശബ്ദതയുടെ വഴിത്താരകൾ).

3. എന്നാൽ പുരാതന ഇന്ത്യൻ ചരിത്രത്തിലെ വൈശാലി വിശിഷ്ടഭോജ്യങ്ങളിലും പാനീയങ്ങളിലും ഉല്ലാസങ്ങളിലും മദിച്ച സുന്ദരൻമാരും സൗന്ദര്യോപാസകരുമായ ലിച്ഛാവി വംശത്തിന്റെ സ്വതന്ത്രറിപ്പബ്ലിക്കാണ്.

(വൈശാലിയിലെ റിപ്പബ്ലിക്കും അമ്രപാലിയും)

അതുപോലെ ഭൂപ്രകൃതിക്കപുറമെ ഓരോ ജനവാസസ്ഥലവും ദേശം, പ്രദേശം, ഗ്രാമം, നഗരം, രാജ്യം, രാഷ്ട്രം തുടങ്ങിയ പദവികളാർജ്ജിക്കുന്നതും ഈ ബന്ധങ്ങളുടെ ഫലമായിട്ടാണ്. അതിനാലാണ് ചരിത്രത്തെ സ്ഥലത്തിന്റെയടിസ്ഥാനത്തിൽ വിലയിരുത്തുന്നത്. സവിശേഷമായ ഭൂമിശാസ്ത്രപരിധിക്കകത്ത് പ്രത്യേക കാലപരിധിക്കുള്ളിൽനിന്നുകൊണ്ട് സ്ഥലം ഒരു ഒരനുഭവതലത്തെ നിർമ്മിച്ചെടുക്കുകയാണ്. മാനുഷികാധ്വാനത്തിന്റെ ഫലമായ ഉൽപ്പാദന-വിതരണ ക്രയവിക്രയങ്ങളിലൂടെ സാമൂഹികമായ ഒരു വ്യവസ്ഥ അവിടത്തെ നിവാസികൾ രൂപപ്പെടുത്തുന്നു. ഇത് ഭൗതിക തലത്തിൽ മാത്രമുൾക്കൊള്ളുന്ന ഒന്നല്ല. അവിടത്തെ നിവാസികളുടെ മാനസികതലത്തിലും ഭാവനയിലും ഇത് ശക്തമായ ഒരു സാന്നിധ്യമായിത്തീരുന്നു. ഇതിന്റെ ഫലമായി അധികാരസ്വഭാവമുള്ള ഒരു സാമൂഹികക്രമീകരണം സംഭവിക്കുന്നു. സവിശേഷസ്വഭാവങ്ങൾ പുലർത്തുന്ന ഒരു പ്രത്യേകജനവിഭാഗമായി ഒരു സ്ഥലനിവാസികളെ മാറ്റിയെടുക്കുന്നതിൽ ഇവയെല്ലാം വലിയ പങ്ക് വഹിക്കുന്നു. ഇത് സ്ഥലം-ഉൽപ്പാദനം-അധികാരം എന്ന ക്രമത്തെ നിർമ്മിച്ചെടുക്കുന്നു. ഇത് ആ ജനവിഭാഗത്തിന്റെ ആചാര-അനുഷ്ഠാനങ്ങൾക്കകത്തുപോലും പ്രതിഫലിക്കുന്നതായി കാണാം. മറ്റൊരു സ്ഥലത്തിൽ നിന്നുള്ള

വ്യതിരിക്തതയ്ക്ക് ഒരു സ്ഥലത്തെ പ്രാപ്തമാക്കുന്നത് ഈ ഘടകങ്ങൾ കൂടിയാണ്.

മതവും ഭൂമിശാസ്ത്രവും തമ്മിൽ ചില കൊടുക്കൽ വാങ്ങലുകൾ നിരന്തരം നടത്തി വരുന്നുണ്ട്. മതം അതിന്റെ ഉൽഭവ- വ്യാപനങ്ങൾക്ക് നിശ്ചിത സ്ഥലങ്ങളെ പ്രയോജനപ്പെടുത്തിയതായി കാണാൻ കഴിയുന്നു. ഭൗതികാർത്ഥത്തിലും വിശ്വാസബോധത്തിലും ഇത് നിരന്തരം പ്രയോജനപ്പെടുകയും പ്രയോജനപ്പെടുത്തുകയും ചെയ്യുന്നു. അതിനെ സാധൂകരിക്കുന്ന വിധത്തിൽ മതഗ്രന്ഥങ്ങളും പിൽക്കാല - മധ്യകാല ചരിത്രരേഖകളും വിവിധ തോതിൽ പ്രയോജനപ്പെടുത്തുന്നു. സ്ഥലത്തിനുമേൽ സാമൂഹികമായ ഒരു മേൽകൈയുണ്ടാവുന്നുണ്ട്. ആ മേൽകൈയുടെ സ്വഭാവം ആപേക്ഷികവുമാണ്. നിരന്തരമായി രൂപപ്പെടുന്ന അധികാര-വംശ-വർഗ ബന്ധങ്ങൾ മാത്രമല്ല ഇതിനു കാരണം. ഭൂമിശാസ്ത്രഘടകങ്ങളോടൊപ്പം സാമൂഹികവും സാമ്പത്തികവും അധികാരപരവുമായ നിരവധി കാരണങ്ങൾ കൊണ്ടാണ് ഒരു സാംസ്കാരികസ്ഥലത്തിന്റെ രൂപപ്പെടൽ സംഭവിക്കുന്നത് എന്ന് കാണാം.

സഹായകഗ്രന്ഥങ്ങൾ

1. രമേഷ് ചന്ദ്രൻ. 1989. സഞ്ചാരസാഹിത്യം മലയാളത്തിൽ, തിരുവനന്തപുരം: കേരള ഭാഷാ ഇൻസ്റ്റിറ്റ്യൂട്ട്
2. രവീന്ദ്രൻ. 2007. ബുദ്ധപഥം, കോഴിക്കോട്: മാതൃഭൂമി
3. .... 2017. രവീന്ദ്രന്റെ യാത്രകൾ, കോട്ടയം: ഡി സി ബുക്സ്.
4. Jon Anderson. 2015. Undestranding Cultural Geography: Places And Traces London: Routledge.
5. James S Duncan, Noula C Johnosn & Richard H Schein (Ed). 2008. A Companion to Cultural Geography, Blackwell: London
6. Mike Crang. 1998. Cultural Geography, London: Routledge.
7. Surinder Mohan Bharadwaj 2003. Hindu Places of Pilgrimage in India A Study in Cultural Geography, Munshiram Manoharlal: New Delhi.

ഈ. മ. യൗ ലെ പ്രദേശം

അനശ്വർ കൃഷ്ണദേവ് ബി.

2018ൽ പുറത്തിറങ്ങിയ മലയാള സിനിമകളിൽ പലവഴിക്ക് ശ്രദ്ധനേടിയ ചലച്ചിത്രമാണ് ലിജോ ജോസ് പെല്ലിശ്ശേരി സംവിധാനം ചെയ്ത ഈ. മ. യൗ. ഗോവയിൽ നടന്ന അന്താരാഷ്ട്ര ഇന്ത്യൻ ചലച്ചിത്രമേളയിൽ മികച്ച സംവിധായകനും മികച്ച നടനമുള്ള പുരസ്കാരങ്ങൾ ഈ സിനിമ കരസ്ഥമാക്കിയിരുന്നു. ഇതുകൂടാതെ ഒട്ടനവധി പുരസ്കാരങ്ങൾ ഈ സിനിമ കരസ്ഥമാക്കിയിട്ടുണ്ട്. ഈ. മ. യൗവിന്റെ സവിശേഷതയിൽ ഏറ്റവും പ്രധാനപ്പെട്ട ഒന്ന് അതിന്റെ പ്രദേശചിത്രീകരണമാണ്. കഥയുടെ പശ്ചാത്തലമായല്ല പ്രദേശം നിൽക്കുന്നത്. കഥയേയും ദൃശ്യാനുഭവത്തേയും നിർണയിക്കുന്ന പ്രധാന ഘടകമായി ഈ. മ. യൗവിൽ പ്രദേശം മാറുന്നു. പ്രദേശത്തെ അനുഭവത്തോട് കൂട്ടിയിണക്കുന്നതിൽ തന്നെ രാഷ്ട്രീയമുണ്ട്. വിശേഷിച്ചും മൂന്നാംലോക സിനിമയിൽ ഈ പ്രദേശചിത്രീകരണത്തിനുള്ള പ്രാധാന്യം വളരെ വലുതാണ്. സിനിമാസങ്കേതങ്ങളെ (ശബ്ദലേഖനം, ശബ്ദമിശ്രണം, ഛായാഗ്രഹണം, ലൈറ്റിങ്, എഡിറ്റിങ് മുതലായവ) സമർഥമായി ഉപയോഗിച്ചാണ് ലിജോ ജോസ് പെല്ലിശ്ശേരി ഈ പ്രദേശചിത്രീകരണം നിർവഹിച്ചിട്ടുള്ളത്.

പ്രാദേശികതയുടെ അനുഭവലോകം കഥയുടെയും ദൃശ്യാനുഭവത്തിന്റെയും ലോകമായി മാറുന്നു. പുത്തൻ സിനിമയുടെ രാഷ്ട്രീയമണ്ഡലത്തിൽ ഈ പ്രാദേശികതക്ക് വലിയ പ്രസക്തി ഉണ്ട്. ദേശീയതയുടെ അവതരണമാധ്യമമായി നിലവിൽ വന്ന സിനിമ ഇന്ന് പ്രദേശികതയുടെ അനുഭവലോകങ്ങളിലേക്കാണ് ക്യാമറ ചലിപ്പിക്കുന്നത്. പ്രാദേശികതയുടെ അനുഭവം സിനിമയുടെ സങ്കേത

ങ്ങളെപ്പോലും നിർണയിക്കുന്നതിന്റെ തെളിഞ്ഞ ആവിഷ്കാരമെന്ന നിലയിൽ മാറുന്നുണ്ട് ഈ. മ. യൗ. സിനിമയിലെ ക്യാമറാ ചലനവും ദൃശ്യവിന്യാസവും ശബ്ദത്തിന്റെയും വെളിച്ചതിന്റെയും ക്രമീകരണവും ഊന്നുന്നത് പ്രദേശികതയുടെ സൂക്ഷ്മലോകങ്ങളിലേക്കാണ്. ഇതിനെ കേവലമായ യഥാതഥാവിഷ്കാരമായല്ല കാണാനാവുക. മറിച്ച്, സാങ്കേതികതയുടെയും കൂടി പ്രാദേശികലോകങ്ങളായാണ്. പലപ്പോഴും ഭ്രമാത്മകമായ അനുഭവസ്ഥാനങ്ങളിലേക്ക് കടന്നു നിൽക്കുന്നുണ്ട് ഈ സിനിമ. ഈ ഭ്രമാത്മകതയുടെ അവതരണവും വെറും സാങ്കേതികമായല്ല സംഭവിക്കുന്നത്. മറിച്ച്, പ്രദേശികതയുടെ സൂക്ഷ്മാനുഭവങ്ങളെ സാങ്കേതങ്ങളിലേക്ക് കൂട്ടിയിണക്കിക്കൊണ്ടാണ് ഇത് അവതരിപ്പിക്കപ്പെടുന്നത്.

ഇവിടെ പ്രദേശം എന്നുള്ളത് ആഖ്യാനത്തിൽ നിന്ന് വേറിട്ട് നിൽക്കുന്ന ഒന്നോ ആഖ്യാനത്തിന്റെ പശ്ചാത്തലമോ അല്ല, ആഖ്യാനത്തോട് ചേർന്ന് രൂപപ്പെടുന്ന ഒന്നാണ്. ഇങ്ങനെ രൂപപ്പെടുന്ന പ്രദേശം എങ്ങനെയാണ് സിനിമയിൽ ഇടപെടുന്നത് എന്നുള്ളതാണ് സാംസ്കാരികഭൂമിശാസ്ത്രത്തിന്റെ രീതിപദ്ധതി ഉപയോഗിച്ച് ഈ പ്രബന്ധത്തിൽ പഠിക്കാൻ ശ്രമിക്കുന്നത്.

ഭാഗം 1

ഈ. മ. യൗ. സാങ്കേതികതയും പ്രാദേശികതയും

ഈ. മ. യൗ.രംഭിക്കുന്നത് തന്നെ കടൽത്തീരത്തു കൂടിയുള്ള ഒരു ശവഘോഷയാത്രയുടെ എക്സ്ട്രീം വൈഡ് ലോങ്ങ് ഷോട്ടോ (Etxreme Wide Long Shot)ട്ട കൂടിയാണ്. ഈ ഷോട്ട് തന്നെ മലയാള സിനിമയുടെ കാഴ്ചവഴികളെ വലിയ തോതിൽ അതിലംഘിക്കുന്നുണ്ട്. മലയാള സിനിമയിൽ ചിരപരിചിതമായ ഫ്രെയിമിങ്ങിൽ നിന്ന് നിന്നും തീർത്തും വിഭിന്നമാണ് ഈ ഷോട്ടിന്റെ ഫ്രെയിമിങ്ങ്. കടലും കരയും ആകാശവും ചേരുന്ന വലിയൊരു ഫ്രെയിമിൽ തീർത്തും നിസാരരായ മനുഷ്യരാണുള്ളത്. ശവഘോഷയാത്ര മുഴുവൻ ഈ ഒറ്റ ഫ്രെയിമിൽ ഒതുങ്ങുകയും ചെയ്യുന്നു. വസ്തുക്കൾ കൊണ്ടോ, കഥാപാത്രങ്ങൾ/ മനുഷ്യാകാരങ്ങൾ/ ശരീരങ്ങൾ കൊണ്ടോ നിറഞ്ഞു നിൽക്കുന്ന സമ്പ്രദായിക ഫ്രെയിമിൽനിന്നും വിഭിന്നമായി വിസ്തൃതമായിട്ടുള്ള ശൂന്യതയിലെ തീരെ ചെറിയ മനുഷ്യരുടെ ശവഘോഷയാത്രയുട ഫ്രെയിം, മരണം കേന്ദ്രമാകുന്ന സിനിമയിലേക്കുള്ള ചൂണ്ടുപലക കൂടിയാണ്. ഇതിനോട് ചേർന്നു വരുന്ന അടുത്ത ഷോട്ടാണ് ഇതിനെ കൂടുതൽ പ്രസക്തവും പ്രകടവുമാക്കുന്നത്. വാവച്ചനാശാന്റെ

ക്ലോസ്-അപ് ഷോട്ട് (Close Up Shot) ആണ് പിന്നീട് വരുന്നത്. ബസിൽ തളർന്നിരുന്ന് യാത്ര ചെയ്യുകയാണ് അദ്ദേഹം. കൈയ്യിലെ സഞ്ചിയിൽ താറാവിന്റെ തലയും കാണാം. വലിയ ഫ്രെയിമിലെ തീരെ ചെറിയ മനുഷ്യസഞ്ചയത്തിൽ നിന്നും തൊട്ടടുത്ത ഷോട്ടിൽ കാണുന്നത് ഫ്രെയിമിൽ നിറഞ്ഞുനിൽക്കുന്ന കഥാപാത്രത്തിന്റെ മുഖമാണ്. അടുത്തടുത്ത് വരുന്ന ഈ ഷോട്ടുകൾ സിനിമയിൽ പിന്നീട് മുറുകിവരുന്ന മരണത്തിന്റെയും ജീവിതത്തിന്റെയും മണ്ഡലങ്ങളിലേക്കുള്ള മുന്നൊരുക്കുടിയാകുന്നു.

ഈ. മ. യൗ.വിന്റെ സവിശേഷതയിൽ ഏറ്റവും പ്രധാനപ്പെട്ട ഒന്ന് അതിന്റെ പ്രദേശ ചിത്രീകരണമാണ്. കഥയുടെ പശ്ചാത്തലമായല്ല പ്രദേശം നിൽക്കുന്നത്. കഥയേയും ദൃശ്യാനുഭവത്തേയും നിർണയിക്കുന്ന പ്രധാന ഘടകമായി ഈ. മ. യൗ.വിൽ പ്രദേശം മാറുന്നു. പ്രദേശത്തെ അനുഭവത്തോട് കൂട്ടിയിണക്കുന്നതിൽ തന്നെ രാഷ്ട്രീയമുണ്ട്. വിശേഷിച്ചും മൂന്നാംലോക സിനിമയിൽ ഈ പ്രദേശ ചിത്രീകരണത്തിനുള്ള പ്രാധാന്യം വളരെ വലുതാണ്. സിനിമാ സങ്കേതങ്ങളെ സമർഥമായി ഉപയോഗിച്ചാണ് ലിജോ ജോസ് പെല്ലിശ്ശേരി ഈ പ്രദേശ ചിത്രീകരണം നിർവഹിച്ചിട്ടുള്ളത്. കടൽ, രാത്രി, മഴ എന്നിവയുടെ ചിത്രീകരണവും ഉപയോഗവും ശ്രദ്ധേയമാണ്. ഇവിടെ ശബ്ദലേഖനത്തിനും ശബ്ദമിശ്രണത്തിനും ലൈറ്റിങ്ങിനും ഛായാഗ്രഹണത്തിനും എഡിറ്റിങ്ങിനും വലിയ പ്രാധാന്യമുണ്ട്; അത് നിർണായകവുമാണ്. സിനിമയിൽ മുറുകിവരുന്ന സംഘർഷത്തിനനുസരിച്ചാണ് ഈ രംഗങ്ങൾ കടന്നുവരുന്നത്. വാവച്ചൻ വരുന്ന സമയത്ത് ശാന്തമായ കടൽ ക്രമേണ അശാന്തമാകുന്നു. മരണവും മരണാനന്തര ചടങ്ങുകളും നടക്കുന്ന സമയം കാറ്റും മഴയും ശക്തമാകുന്നു. പ്രകൃതിയെ അവിടെ കൂടുതൽ പ്രക്ഷുബ്ധമാക്കി ചിത്രീകരിച്ചിരിക്കുന്നു.

മുൻ സൂചിപ്പിച്ചതുപോലെ സിനിമയിലെ ലൈറ്റിങ്ങും ക്യാമറയും ശബ്ദവും പ്രധാനപ്പെട്ട ഘടകങ്ങളാണ്. രാത്രിയിലാണ് സിനിമ ആരംഭിക്കുന്നത്. രാത്രിയിലെ രംഗങ്ങളെല്ലാം തന്നെ മിനിമൽ ലൈറ്റിൽ (Minimal Light) ആണ് ചെയ്തിരിക്കുന്നത്. ഇടവേളക്ക് തൊട്ടുമുൻപുള്ള എക്സ്ട്രീം വൈഡ് ലോങ്ങ് ഷോട്ടിൽ പള്ളീലച്ചൻ മരണവീട്ടിലേക്ക് ഇരുട്ടത്ത് ടോർച്ച് അടിച്ച് നടന്നുപോകുന്ന ദൃശ്യം ഇതിന് ഉദാഹരണമാണ്.

ദൃശ്യത്തെ സംഘർഷത്തിന്റെ സങ്കീർണ്ണതകളിലേക്ക് കൂട്ടുചേർക്കുന്നത് ശബ്ദവിന്യാസമാണ്. ഇങ്ങനെ പ്രാദേശികതയുടെ അനുഭ

വലോകം കഥയുടെയും ദൃശ്യാനുഭവത്തിന്റെയും ലോകമായി മാറുന്നു. ആദ്യം സൂചിപ്പിച്ച പുത്തൻ സിനിമയുടെ രാഷ്ട്രീയ മണ്ഡലത്തിൽ ഈ പ്രദേശികതക്ക് വലിയ പ്രസക്തി ഉണ്ട്. ദേശീയതയുടെ അവതരണ മാധ്യമമായി നിലവിൽ വന്ന സിനിമ ഇന്ന് പ്രദേശികതയുടെ അനുഭവലോകങ്ങളിലേക്കാണ് ക്യാമറ ചലിപ്പിക്കുന്നത്. പ്രദേശികതയുടെ അനുഭവം സിനിമയുടെ സങ്കേതങ്ങളെപ്പോലും നിർണയിക്കുന്നതിന്റെ തെളിഞ്ഞ ആവിഷ്കാരമെന്ന നിലയിൽ മാറുന്നുണ്ട് ഈ. മ. യൗ. സിനിമയിലെ ക്യാമറാ ചലനവും ദൃശ്യവിന്യാസവും ശബ്ദത്തിന്റെയും വെളിച്ചതിന്റെയും ക്രമീകരണവും ഊന്നുന്നത് പ്രദേശികതയുടെ സൂക്ഷ്മലോകങ്ങളിലേക്കാണ്. ഇതിനെ കേവലമായ യഥാതഥാവിഷ്കാരമായല്ല കാണാനാവുക. മറിച്ച്, സാങ്കേതികതയുടെയും കൂടി പ്രദേശികലോകങ്ങളായാണ്. പലപ്പോഴും ഭ്രമാത്മകമായ അനുഭവ സ്ഥാനങ്ങളിലേക്ക് കടന്നു നിൽക്കുന്നുണ്ട് ഈ സിനിമ. ഈ ഭ്രമാത്മകതയുടെ അവതരണവും വെറും സാങ്കേതികമായല്ല സംഭവിക്കുന്നത്. മറിച്ച്, പ്രദേശികതയുടെ സൂക്ഷ്മാനുഭവങ്ങളെ സാങ്കേതങ്ങളിലേക്ക് കൂട്ടിയിണക്കിക്കൊണ്ടാണ് ഇത് അവതരിപ്പിക്കപ്പെടുന്നത്. സിനിമയിലെ അവസാന രംഗത്തും കുഴിവെട്ടുകാരന്റെ മരണത്തിന് മുൻപുള്ള രംഗത്തും ചീട്ടുകളിക്കാരെ കാണിക്കുന്ന രംഗങ്ങളിലും ഉള്ള മഴയും പശ്ചാത്തലവും ശബ്ദവും സംഭാഷണവുമെല്ലാം ഈ ഭ്രമാത്മകതയെ വെളിപ്പെടുത്തുന്നു. സിനിമയിൽ ഉപയോഗിക്കുന്ന ബാന്റ് സംഗീതത്തിനും സവിശേഷമായ പ്രാധാന്യം ഉണ്ട്.

ഇവിടെയാണ് സിനിമയുടെ പോയിന്റ് ഓഫ് വ്യൂ (Point of View) പ്രധാനമാകുന്നത്. മലയാള സിനിമയിൽ പൊതുവെ പാലിക്കപ്പെടാത്ത ഒന്ന് കൂടിയാണ് പോയിന്റ് ഓഫ് വ്യൂ; വിശേഷിച്ചും ജനപ്രിയ - കച്ചവട സിനിമകളിൽ. ഇതിന് ഒരപവാദമായി കാണാവുന്നത് ഒരുപക്ഷേ, കെ. ജി. ജോർജിന്റെ സിനിമകളാണ്. ഈ. മ. യൗ.വിൽ ഉടനീളം പിൻതുടരുന്നത് Third Persons Point of View ആണ്. മരണാനന്തരതക്ക് മുകളിലുള്ള മതാധികാരത്തിന്റെ പിടിത്തത്തെ വ്യതിരിക്തമാക്കാൻ മാറി നിന്നുള്ള ഈ കാഴ്ച സഹായിക്കുന്നു. മരണവീട്ടിലെ നാനാവിധ വിനിമയങ്ങളെ മൗലികതയോടെയും തനിമയോടെയും ഒപ്പിയെടുക്കുന്നതിനും ഈ മാറി നിന്നുള്ള കാഴ്ചാസ്ഥാനം ഉപയോഗപ്രദമാണ്. വാവച്ചൻ മരിച്ചതിന് ശേഷം അയ്യപ്പനും ഈശിയും തമ്മിൽ വീടിന്റെ ഉമ്മറത്തിരുന്ന് സംസാരിക്കുന്ന ദൃശ്യം ഇതിന് ഉദാഹരണമാണ്. ഈ സീൻ ആരംഭിക്കുന്ന ഷോട്ട് ഒരു സ്റ്റാറ്റിക്ക് ഷോട്ട് ആണ്. ഏകദേശം ഒരു മിനിറ്റോളം ക്യാമറ അതേ

സ്ഥാനത്ത് തന്നെയാണുള്ളത്. ഇത് ഒരു Third Perons Ponit of Viewന്റെ അനുഭവം നൽകുന്നു. പ്രസ്തുത ഷോട്ടിനെ സംബന്ധിച്ച് 2019 ജനുവരി 13ന് ശ്രീഹരി സ്വര (Sreehari Swara) എന്ന ആൾ സിനിമ പാരഡൈസോ ക്ലബ്ബ് (Cinema Paradios Club) എന്ന ഫേസ്ബുക്ക് ഗ്രൂപ്പിൽ രേഖപ്പെടുത്തിയ നിരീക്ഷണം പ്രധാനപ്പെട്ടതാണ്. ' ഈ സീൻ ഏകദേശം ഒരു മിനിറ്റ് വരുന്ന സിംഗിൾ ഷോട്ടാണ്. വേണമെങ്കിൽ ചുമ്മാ ഷൈജു ഖാലിദിനെ ചെമ്പന്റെ പിന്നാലെ റൂമിലേക്ക് ഏതോ ബുക്ക് എടുത്തുകൊണ്ടുവരാൻ വിടാമായിരുന്നു. പക്ഷേ, ഇവിടെ അതിന്റെ ആവശ്യമില്ല. കാരണം അച്ഛൻ മരിച്ച മരവിപ്പും ഷോക്ക് എലമെന്റും കാണിക്കാൻ ഈശിയുടെ POVയിലൂടെ നേരത്തെ ഒരു ഫോളോയിങ് ഷോട്ട് വീട്ടിലൂടെ, അടുക്കളയിലൂടെ, പിന്നാമ്പുറത്ത് പോയി മുഖം കഴുകുന്ന ഷോട്ടിൽ എസ്റ്റാബ്ലിഷ് ചെയ്തിട്ടുണ്ട്. ഈ ഷോട്ടിൽ വിനായകൻ മരിപ്പ് അറിയിക്കുന്നതാണ് എസ്റ്റാബ്ലിഷ് ചെയ്യുന്നത്. ഇവിടെ ക്യാമറ സ്റ്റാറ്റിക്ക് ആണ്. പ്രിയ ദർശൻ സിനിമയിലെ ഫ്രെയിം പോലെ ജൂനിയർ ആർട്ടിസ്റ്റ് ഒന്നും വെറുതെ നിൽക്കുന്നില്ല. പ്രധാന സബ്ജക്ട് ആയ വിനായകനിലേക്ക് ഫോക്കസ് ആവുമ്പോഴും വ്യക്തമായ സ്റ്റേജിങ്ങും ബ്ലോക്കിങ്ങും വച്ച് ശരിക്കും ഒരു മരണവീട് പുനരാവിഷ്കരിക്കുന്നുണ്ട് ലിജോ. പന്തലിന് കുഴി എടുക്കുകയും ഫ്രെയിമിൽ നിന്ന് ക്രോസ് ചെയ്ത് പുറത്തേക്ക് പോയി കസേര എടുത്തുകൊണ്ടുവരുന്നതും, പുറത്ത് നിന്ന ഒരു സ്ത്രീ എന്തോ ഉള്ളിൽ നിന്നും വിളികേട്ട പോലെ പോയി തിരിച്ച് വരുമ്പോൾ കട്ടൻചായ കൊണ്ടുവരുന്നതും, വലിയ സ്പീക്കർ എടുത്ത രണ്ടുപേർ വരുന്നതും പല വീട്ടിലും കാണുന്നപോലെ ഒരാൾ ഒന്നും സഹായിക്കാതെ ഇരിക്കുന്നതും എല്ലാം പെർഫെക്റ്റ് ആയി വരുന്നുണ്ട് ഫ്രെയിമിൽ' (2019:1). ഇത്തരമൊരു ഫ്രെയിമും അത് നൽകുന്ന കാഴ്ചാനുഭവവും ഏറ്റവും തികവോടെ അനുഭവവേദ്യമാകു ന്നത് ഈ Third Persons Point of View മൂലമാണ്. എന്നാൽ ഈശി വാവച്ചനെ കുഴിച്ചിടുന്ന സന്ദർഭത്തിൽ ക്യാമറയുടെ പോയിന്റ് ഓഫ് വ്യൂ വീട്ടിൽ പൂട്ടിയിട്ടിരിക്കുന്ന പെണ്ണുങ്ങളുടേതാണ്. ഇത് മറ്റൊരു അനുഭവതലത്തിലേക്ക് സിനിമയെ എത്തിക്കുന്നു.

മിനിമൽ ലൈറ്റ് സിനിമയിൽ ഉപയോഗിച്ചിരിക്കുന്നത് നേരത്തെ സൂചിപ്പിച്ചു. ഇത് ഏറ്റവും ഫലപ്രദമായി ഉപയോഗിച്ചിരിക്കുന്ന മൂന്ന് ഷോട്ടുകളുണ്ട്. ഒന്ന്, ചൗരോയെ സിനിമയിൽ ആദ്യമായി അവതരി പ്പിക്കുന്നതിന് മുന്നേ കടൽത്തീരം കാണിക്കുമ്പോഴാണ്. പിന്നൊന്ന്, അവസാന സീനിൽ കടപ്പുറത്ത് തോണി വരുന്നതും കാത്ത്

നിൽക്കുന്ന മരിച്ചുപോയവരായ വാവച്ചൻ, കുഴിവെട്ടി സൈമൺ, വാവച്ചന്റെ കൈയിലെ താറാവ്, കുഴിവെട്ടിയുടെ കൂടെയുള്ള പട്ടി, നന്മതിന്മകളുടെ മാലാഖമാർ എന്നിവരെ അവതരിപ്പിക്കുമ്പോഴാണ്. ഇവിടെ ഈ ആറ് കഥാപാത്രങ്ങളും തോണികളുമെല്ലാം മിനിമൽ ലൈറ്റിലാണ് സെറ്റ് ചെയ്തിരിക്കുന്നത്. മൂന്നാമത്തെ ഷോട്ട്, മരണ വീട്ടിൽ കറന്റ് പോകുന്ന സമയം വാവച്ചന്റെ മൃതശരീരത്തിന്റെ വായ കെട്ടിവെക്കുന്നതും, വായ തുറന്നു പോകുന്നതും കാണിക്കുന്ന ഷോട്ടാണ്. ഈ സീനുകളിലൂടെ പ്രദേശികതയും സാങ്കേതികതയും ചേർന്നൊരുക്കുന്ന, ചിത്രത്തിന്റെ ഭ്രമാത്മകത പ്രകടമാകുന്നു.

ഈ വിധത്തിൽ സാങ്കേതികതയുടെ അതിസൂക്ഷ്മവും ബുദ്ധിപൂർവ്വവുമായ ഉപയോഗത്തിലൂടെ ഈ. മ. യൗ.ലയാള സിനിമ ഇന്നോളം കണ്ടിട്ടില്ലാത്ത തരത്തിൽ പ്രദേശികതയെ ആഖ്യാനം ചെയ്യുന്ന നവീന ദൃശ്യാനുഭവമായി നിലനിൽക്കുന്നു.

ഭാഗം 2

പ്രദേശബന്ധങ്ങളും സിനിമയും

സിനിമയെ സാധ്യമാക്കുന്ന സിനിമയുടെ അടിസ്ഥാന ഘടകം തന്നെ പ്രദേശമാണ്. പ്രദേശപരമായ ബന്ധങ്ങളിലൂടെയാണ് സിനിമ രൂപപ്പെടുന്നത്. സിനിമയും പ്രദേശവും ഒരേസമയം പരസ്പരം ബന്ധപ്പെട്ട് രൂപപ്പെടുന്നു.

ഒരു പ്രദേശം എങ്ങനെ രൂപപ്പെടുന്നു എന്നത് സംസ്കാരികഭൂമിശാസ്ത്രത്തിന്റെ പ്രധാന അന്വേഷണമേഖലയാണ്. വലിയൊരു കാലഘട്ടത്തോളം ഭൂമിശാസ്ത്രപഠനങ്ങൾ പ്രദേശത്തിന്റെ ഭൗതിക തലത്തിൽ മാത്രം ശ്രദ്ധയൂന്നിക്കൊണ്ട്, പ്രദേശത്തെ ഒരു പ്രതലം എന്ന നിലയിൽ മനസിലാക്കാനാണ് ശ്രമിച്ചിരുന്നത്. എന്നാൽ സാംസ്കാരികോന്മുഖമായ ഒരു ഘട്ടത്തിൽ അതിൽ നിന്ന് മാറി പ്രദേശത്തെ സാംസ്കാരികമായി നിർമ്മിക്കപ്പെടുന്ന ഒന്ന് എന്ന നിലയിൽ മനസിലാക്കുകയും, പ്രദേശമെന്നത് ഏതെങ്കിലും ഒരു പ്രവർത്തനത്തിനോ, സാമൂഹിക പ്രക്രിയകൾക്കോ മുന്നോടിയായി നേരത്തെ നല്കപ്പെട്ടതായുള്ള സത്താപരമായ ഒന്നല്ല എന്നും സാമൂഹികബന്ധങ്ങളിലൂടെയും വിനിമയങ്ങളിലൂടെയും ഇടപെടലുകളിലൂടെയും രൂപപ്പെടുകയും ക്രമീകരിക്കപ്പെടുകയും ചെയ്യുന്ന ഒന്നാണെന്നും വരുന്നു. അങ്ങനെ ഒരു പ്രദേശം രൂപപ്പെടുന്നത് 'ഇട'പരമായ ബന്ധങ്ങളിലൂടെ ഈ സിനിമയിൽ കാണാൻ പറ്റും. ഈ സിനിമയിലെ കണ്ണോക്ക് പാട്ട് ഇതിന് ഉദാഹരണമായി കണക്കാക്കാം. മരണാ

നന്തര ശവസംസ്കാരം എന്ന അതിന്റെ മൊത്തം സങ്കല്പനം തന്നെ പ്രദേശത്തിലൂന്നിയാണ് നിൽക്കുന്നത്. എന്നാൽ ഈ പ്രദേശം എന്നത് കേവലമായി രൂപപ്പെടുന്ന ഒന്നല്ല. പ്രദേശത്തിലും പ്രദേശ രൂപീകരണത്തിലും ഈ അധികാരം നിലീനമാണ്.

മതത്തിൽ നിഹിതമായിട്ടുള്ള അധികാരം ചരിത്രബന്ധം എന്ന നിലയിലാണ് സിനിമയിൽ പ്രത്യക്ഷപ്പെടുന്നത്. ചെല്ലാനം എന്ന തീരപ്രദേശത്താണ് സിനിമ സംഭവിക്കുന്നത്. ഈ പ്രദേശത്തിന് സിനിമയിൽ വലിയ പ്രാധാന്യമുണ്ട്. പ്രദേശം സിനിമയുടെ/ സംഭവങ്ങളുടെ പശ്ചാത്തലമല്ല, അവയിലൂടെ ഉരുവമെടുക്കുന്നതാണ്. അതായത് പ്രദേശം അതിന്റെ ചരിത്രബന്ധങ്ങളോടെ സിനിമയിൽ രൂപപ്പെടുന്നു. ചെല്ലാനം എന്ന തീരപ്രദേശത്തെ ഈ ചരിത്രബന്ധം കേരളത്തിലെ ക്രിസ്ത്യൻ മതാധികാരത്തിന്റെ ചരിത്രവുമായി ബന്ധപ്പെട്ടു കിടക്കുന്നു. ലിജോ ജോസ് പെല്ലിശേരിയുടെ തന്നെ ആമേനിലെ കുമരംകരി എന്ന ഭാവനാദേശത്തു നിന്നും ചെല്ലാനം എന്ന തീരപ്രദേശത്തേക്കുള്ള ദൂരം ഈ ചരിത്രബന്ധത്തിന്റേത് കൂടിയാണ്. കേരളത്തിലെ ക്രിസ്തുമതത്തിന്റെ വ്യവഹാരവത്കരണവുമായി ചെല്ലാനം ഉൾപ്പെടെയുള്ള തീരപ്രദേശങ്ങൾ ആഴത്തിൽ ബന്ധപ്പെട്ടിരിക്കുന്നു. പലവഴിക്കുള്ള നാട്ടാചാരങ്ങളുടെ കെട്ടുപാടുകളും കെട്ടഴിയലുകളുമായി നിലനിന്നിരുന്ന കേരളത്തിലെ ക്രിസ്ത്യൻ നാട്ടുവിശ്വാസങ്ങളെ മാർപാപ്പയ്ക്ക് കീഴിലുള്ള ഒറ്റസഭയുടെ അടഞ്ഞ വ്യാഖ്യാനങ്ങളിലേക്ക് കൊട്ടിയടയ്ക്കാനുള്ള പോർച്ചുഗീസ് മിഷണറി ശ്രമങ്ങളുടെ അരങ്ങും അണിയറയുമായി പ്രവർത്തിച്ചത് ഈ തീരമേഖലകളാണ്. മതവ്യവഹാരത്തിലെ ഈ ക്രമീകരണത്തിന്റെ രേഖ കൂടിയാണ് ഉദയമ്പേരൂർ സൂനഹദോസിന്റെ കാനോനകൾ. നാട്ടുവിശ്വാസത്തെ മാർപാപ്പയ്ക്ക് കീഴിലെ സഭയിലേക്ക് കൊണ്ടുവരാൻ ഗോവൻ ആർച്ച് ബിഷപ്പായിരുന്ന അലക്സിസ് ഡി മെനേസിസ് വിളിച്ചുചേർത്ത സുന്നഹദോസ് ആയിരുന്നു ഉദയംപേരൂരിലേത്. അധികാരപ്രയോഗം സ്വാഭാവികമായും ചെന്നുനിന്നത് സംഘർഷത്തിലാണ്. ഇതിനോടുള്ള പ്രതിരോധ പ്രതിഷേധ ശ്രമം എന്ന നിലയ്ക്കാണ് കൂനൻകുരിശ് സത്യം (1649) സംഭവിക്കുന്നത്. ഇതാണ് കേരള ക്രൈസ്തവസഭയുടെ പിളർപ്പിലേക്ക് നയിച്ചത്. മതം എന്ന ഈ അധികാരസ്ഥാനം കോളനീകരണത്തിന്റെ ചരിത്ര - അധികാരബന്ധങ്ങൾക്കുള്ളിലാണ് ഉരുവമെടുക്കുന്നത്. ചെല്ലാനം എന്ന പ്രദേശം മതാധികാരത്തിന്റെ ഈ ചരിത്രവുമായി ചേർന്നാണ് രൂപപ്പെടുന്നത്. അതുകൊണ്ടുതന്നെ ചെല്ലാനത്തെ വിനിമയങ്ങളിൽ അധികാരത്തിന്റെ സംഘർഷങ്ങൾ തിരയടിക്കുന്നുണ്ട്. കോളനീ

കരണം ഉറപ്പിച്ചെടുത്ത മതഘടനയുടെ അധികാരബലങ്ങൾ ഒരു വശത്തും അതിൽ നിന്ന് കുതറിമാറുന്ന ജനതയുടെ ജീവിതവേഗങ്ങൾ മറുവശത്തും ഇതോടെ സ്ഥാനപ്പെടുന്നു. മതം വിശ്വാസത്തിന്റെ ഭൂമിക മാത്രമല്ല അധികാരത്തിന്റെ പ്രയോഗം കൂടിയാണെന്ന ചരിത്രസാക്ഷ്യമായി ചെല്ലാനം എന്ന തീരമേഖല സിനിമയിൽ നിലകൊള്ളുന്നു. അതുകൊണ്ടുതന്നെ സിനിമയിലെ മതത്തിന്റെ അധികാരപ്രയോഗങ്ങൾ കേവലം വിശ്വാസപരമോ ആചാരപരമോ മാത്രമല്ല മതാധികാരത്തിന്റെ ചരിത്രവഴികളുമായും ബന്ധപ്പെട്ടിരിക്കുന്നു. ഈ ചരിത്രവഴികളിലൂടെ രൂപപ്പെട്ടതാണ് ചെല്ലാനത്തെ ലത്തീൻ കത്തോലിക്കാ സമൂഹം. കോളനീകരണത്തിന്റെ മത-സാമ്രാജ്യബോധങ്ങൾ ഈ സമുദായത്തിന്റെ ചരിത്രപരമായ രൂപപ്പെടലിൽ ത്തന്നെ നിലീനമായിരിക്കുന്നു. ആമേനിൽ കണ്ട നാട്ടുവിശ്വാസവും മതത്തിന്റെ ഒറ്റവ്യാഖ്യാനവും തമ്മിലുള്ള സംഘർഷം ചെല്ലാനമെന്ന പ്രദേശത്തേക്കെത്തുമ്പോൾ മൂർത്തമായ ചരിത്രബന്ധങ്ങൾക്കുള്ളിലേക്ക് സ്ഥാനപ്പെടുന്നു. അങ്ങനെ പ്രാദേശികമായ ഒരു വിശ്വാസലോകത്തിനകത്താണ് ഈ സിനിമ നിൽക്കുന്നത്. പ്രദേശത്തെ അതിന്റെ ബന്ധങ്ങളിൽ ഊന്നിക്കൊണ്ട് കാഴ്ച വെയ്ക്കുകയാണ് ഈ സിനിമ ചെയ്യുന്നത്.

മലയാളത്തിലെ ഭാവനയ്ക്ക് പൊതുവേ അന്യമായിട്ടുള്ള ഒരിടമാണ് തീരപ്രദേശം. മലയാളസിനിമയിൽ ഇക്കാലം വരെയും ഉണ്ടായിട്ടുള്ള തീരദേശപ്രതിനിധാനങ്ങൾ പലവഴിക്കാണ്. ഒന്ന് തമാശയുടെ വഴിയാണ് (അതൊരിക്കലും ശുദ്ധഹാസ്യമല്ല). അത് പ്രധാനമായും തീരദേശഭാഷയുടെ വഴിയേ പോകുന്ന, അതിന്റെ മാത്രം പിൻബലത്തിൽ അവിഷ്കരിക്കപ്പെടുന്ന ഒന്നാണ്. രണ്ട്, കുറച്ചുകൂടി അടഞ്ഞ ഒരിടം എന്ന നിലയിലാണ്. ഇവിടം നിഗൂഢതകൾ നിറഞ്ഞതാണ്. ഗുണ്ടകൾ താമസിക്കുന്ന, മുഖ്യധാരയിൽ നിന്ന് മാറിയുള്ള, പിന്നാക്കാവസ്ഥയിലുള്ള എന്ന് പറയാവുന്ന ഒരു സ്ഥലമായിട്ട്. അങ്ങനെ ഒരു സ്ഥലത്തെ അപരമായി കണ്ട്, അതിനോട് വെറുപ്പ് ഉളവാക്കുന്നതോ അല്ലെങ്കിൽ സഹാനുഭൂതി ഉളവാക്കുന്നതോ ആയ തരത്തിലുള്ള ആഖ്യാനങ്ങളാണ് മലയാളസിനിമയിൽ പൊതുവേ വന്നിട്ടുള്ളത്. എന്നാൽ ചെമ്മീൻ, അമരം പോലുള്ള സിനിമകൾ ഇതിന് അപവാദമായി നിൽക്കുന്നുണ്ടെങ്കിലും അവയിലേക്ക് എത്തുമ്പോഴും ഈ തീരദേശവ്യവഹാരങ്ങളെ കൃത്യമായി സിനിമയിലേക്ക് ചേർത്ത് കെട്ടുന്നുണ്ടോ എന്നതും പ്രദേശബന്ധങ്ങൾ സിനിമയിൽ ആഖ്യാനം ചെയ്യപ്പെടുന്നുണ്ടോ എന്നതും സംശയകരമാണ്. അപ്പോഴും കഥയുടെ പശ്ചാത്തലം എന്ന നിലയിൽ മാത്രമാണ് തീരപ്രദേശമെന്ന ഇടവും

അതിനോട് ചേർന്ന വ്യവഹാരങ്ങളും നിൽക്കുന്നത്. പക്ഷേ, അതിൽ നിന്ന് വ്യത്യസ്തമായി ഈ. മ. യൗവിലേക്ക് വരുമ്പോൾ പ്രദേശം അതിന്റെ പ്രദേശബന്ധങ്ങളിൽ ഊന്നിക്കൊണ്ടാണ് ആഖ്യാനം ചെയ്യപ്പെടുന്നത്. ചെല്ലാനം എന്ന പ്രദേശത്തെ വിശ്വാസവും സൊറ പറച്ചിലുകളും ഔദ്യോഗിക ഭരണനിർവ്വഹണവും കടൽത്തീരജീവി തവൃത്തി എന്നാൽ മീൻപിടിത്തം എന്ന പൊതുബോധനിർമ്മിത വ്യവഹാരത്തിന് അപ്പുറമുള്ള പല വ്യവഹാരങ്ങളും ഈ. മ. യൗ ആവിഷ്കരിക്കുന്നു. ഇങ്ങനെ പല പല ഘടകങ്ങളിലൂന്നിക്കൊണ്ട് സിനിമയിലെ പ്രദേശബന്ധങ്ങൾ രൂപപ്പെട്ട് വരുന്നത് കാണാൻ സാധിക്കും.

സാംസ്കാരികഭൂമിശാസ്ത്രത്തിന് തന്നെ 1990കൾക്ക് ശേഷം വികസിച്ചുവന്ന ഒരു ചിന്താവഴിയുണ്ട്. നവ സാംസ്കാരികഭൂമിശാസ്ത്രം (New Cultural Geography) എന്നാണ് അതറിയപ്പെടുന്നത്. നിഗേൽ ത്രിഫ്റ്റ്, സ്റ്റീവ് പൈൽ മുതലയവരാണ് ഇതിന്റെ പ്രധാന സൈദ്ധാന്തികരും പ്രയോക്താക്കളും. ത്രിഫ്റ്റ് മുന്നോട്ടുവെച്ച അപ്രതിനിധാന സിദ്ധാന്ത (Non Representative Theory)ത്തിന്റെ അടിസ്ഥാനത്തിലാണ് ഇത് രൂപപ്പെട്ടത്. ഒന്നിനെ മറ്റൊന്നിന്റെ പ്രതിനിധാനം മാത്രമായി കാണാനാവില്ല എന്ന് ത്രിഫ്റ്റ് വാദിച്ചു. അർത്ഥപൂർണമായ ക്രിയകളിലും മൂർത്ത ക്രിയകളിലും മനുഷ്യൻ ഏർപ്പെടുന്നുണ്ടെന്നും അദ്ദേഹം പറഞ്ഞു. അനുദിന പ്രവർത്തനങ്ങളെ വിശകലനം ചെയ്ത് അത് എങ്ങനെ ഇടപരമായി പ്രവർത്തിക്കുകയും ഇടത്തെ രൂപീകരിക്കുകയും ഇടബന്ധങ്ങൾക്കുള്ളിൽ നിലനിൽക്കുകയും ചെയ്യുന്നത് എന്നദ്ദേഹം മനസിലാക്കി. പാട്ട്, ആട്ടം, കരച്ചിൽ മുതലായവ ഇത്തരം ക്രിയകളാണ്. ഇത്തരം ക്രിയകളിലൂടെയാണ് സാംസ്കാരികഭൂമിശാസ്ത്രത്തിന്റെ ഭൗതികവത്കരണം നടപ്പിലാകുന്നത്.

നവ സംസ്കാരികഭൂമിശാസ്ത്രപരമായി ചിന്തിക്കുമ്പോൾ ഈ സിനിമയിലെ 'കണ്ണോക്ക് പാട്ട്' ഇത്തരമൊരു ഇടപരമായ പ്രവർത്തനമായി മനസിലാക്കാം. ഇത് സ്വത്വത്തെ പ്രവർത്തിക്കുകയാണ് (Doing indentities) ചെയ്യുന്നത്. ആ നിലയിൽ തീരദേശ-ദളിത്- ക്രിസ്ത്യൻ സ്വത്വം പ്രവർത്തിക്കുന്ന വഴിയായി കണ്ണോക്ക് പാട്ടും കാർണിവൽ സ്വഭാവമുള്ള ശവമടക്കും മനസിലാക്കാം. ഈ സ്വത്വം പ്രാവർത്തികമാകുന്ന ഇത്തരം പ്രവർത്തനങ്ങളെ ക്രമീകരിച്ചുകൊണ്ടും നിയന്ത്രിച്ചുകൊണ്ടും കൂടിയാണ് മതാധികാരം നിലകൊള്ളുന്നത്. മരണവീട്ടിൽ പള്ളീലച്ചൻ വരുന്ന സമയത്ത് വീട്ടിൽ ഉയരുന്ന കൂട്ടനിലവിളി അച്ചൻ ശകാരിച്ച് ഇല്ലാതാക്കുന്നുണ്ട്. മതാധികാരം പ്രവർത്തിക്കുന്ന ഇത്തരം കാർണിവൽ സ്വഭാവമുള്ള,

കീഴാളമെന്ന് പറയാവുന്ന ഒരു സ്വത്വത്തെ അവതരിപ്പിക്കുന്ന പ്രക്രിയകളെ നിഷ്കാസനം ചെയ്യുകയും നിഷേധിക്കുകയും മറിച്ച്, ആ സ്ഥാനത്തേക്ക് ഉറച്ച, ക്രമീകരിക്കപ്പെട്ട ശരീരത്തെയും അനുബന്ധപ്രവർത്തനങ്ങളെയും ഡിസിപ്ലിൻ ചെയ്യുന്ന പ്രവർത്തനങ്ങളിൽ ഊന്നുകയാണ് മതാധികാരം ചെയ്യുന്നത്. സിനിമയിലെ അവസാനമുള്ള വാവച്ചന്റെ ശവം കുഴിച്ചിടുന്ന രംഗത്തെപ്പോലും ആ നിലക്ക് കാണാൻ സാധിക്കും.

മറ്റൊരു പ്രധാനപ്പെട്ട ആശയം 'മൂന്നാമിടം' (Third Space) എന്നതാണ്. Third Space എന്ന പുസ്തകത്തിൽ എഡ്വേഡ് സോയ ആണ് മൂന്നാമിടത്തെ പരാമർശിക്കുന്നത്. ഹെൻറി ലെഫെവ്രേയുടെ 'ഇടം' എന്നതിൽ നിന്നുള്ള തുടർച്ചയോ വിച്ഛേദമോ ആയി ഇത് മനസിലാക്കാം. മൂന്നാമിടം തീവ്രമായ തുറവികളുടേതാണ്. പള്ളിയധികാരത്തിന്റെ ക്രമീകരണയുക്തികളിൽ നിന്നും ബോധങ്ങളിൽ നിന്നും മാറി നിൽക്കുന്ന കഥാപാത്രങ്ങളെ സിനിമയിൽ കാണാം. ഇവരുടേതായ ഒരു വിനിമയമണ്ഡലം രൂപപ്പെടുന്നതും സിനിമയിൽ കാണാം. ഈശിയും വാർഡ് മെമ്പർ അയ്യപ്പനും ഒന്നിച്ച ചേരുന്ന ഇടം അങ്ങനെയുള്ള ഒരിടമാണ്. ആ ഇടം സ്വത്വപരമായോ മതപരമായോ രൂപപ്പെട്ട ഒന്നല്ല. മറിച്ച്, അത് പ്രതിരോധത്തിന്റെ ഇടമാണ്. ഈ പ്രതിരോധഇടമാണ് സോയ മൂന്നാമിടമായി കണ്ടത്. അധികാരത്തിനും അതിന്റെ ക്രമീകരണങ്ങൾക്കും എതിരെ നിൽക്കുന്ന മൂന്നാമിടമാണ് വാസ്തവത്തിൽ ഈ സിനിമയിലെ വിനിമയങ്ങൾ. സിനിമയുടെ അവസാനരംഗത്തെ ഇങ്ങനെ കൂടി വായിക്കാം.

ഉപസംഹാരം

മലയാളസിനിമയിൽ 2010ന് ശേഷം വന്നിട്ടുള്ള ഒരു ഭാവുകത്വമാറ്റമുണ്ട്. പ്രധാനമായും രാഷ്ട്രീയപരമായ ഒരു നോട്ടം സിനിമയിൽ വ്യാപകമാകുന്നു. ഇതോടെ പ്രദേശികത സിനിമയിലെ ഒരു പ്രധാന ഘടകമായി വരുന്നു. ഈ പ്രദേശികതയുടെ രാഷ്ട്രീയത്തെ ഏറ്റവും സൂക്ഷ്മമായി അവതരിപ്പിക്കുന്ന സിനിമയാണ് ഈ. മ. യൗ. പ്രദേശികതയെ സിനിമയുടെ ആഖ്യാനത്തിന്റെ ഘടകമോ ആഖ്യാനപശ്ചാത്തലമോ മാത്രമായി ഒതുക്കാതെ ഒരു പ്രദേശത്തിന്റെ ബന്ധലോകങ്ങളെ സിനിമാഖ്യാനത്തിന്റെ അടിപ്പടവായി മാറ്റുന്നു എന്നതാണ് ഈ സിനിമയുടെ സവിശേഷത. അങ്ങനെ നോക്കുമ്പോൾ പ്രദേശികതയിൽ ഊന്നിക്കൊണ്ട്, പ്രദേശം രൂപപ്പെടുന്ന സമൂഹികബന്ധങ്ങളിൽ ഊന്നിക്കൊണ്ട് അധികാരത്തിന്റെ വിമർശസ്ഥാനമായി സ്വയം പരിണമിക്കുന്നത്.

ഗ്രന്ഥസൂചി

1. ജയകുമാർ, കെ. പി., 2015 : 'മൂന്നാം ലോകസിനിമയും കാഴ്ചയുടെ ജനാധിപത്യവും', മാറുന്ന മലയാള സിനിമ : ഭാഷ, സംസ്കാരം, സമൂഹം (എഡി: ജോസ് കെ. മാനുവൽ), സാഹിത്യ പ്രവർത്തക സഹകരണ സംഘം, കോട്ടയം.
2. പോൾ ചിറക്കരോട്, 2018 : ദലിത് ക്രൈസ്തവർ കേരളത്തിൽ, റെയ്വൻ പബ്ലിക്കേഷൻസ്, തിരുവനന്തപുരം.
3. മാത്യൂസ്, പി. എഫ്. 1996 : ചാവുനിലം, ഡി. സി. ബുക്സ്, കോട്ടയം.
4. മാത്യൂസ്, പി. എഫ്. 2018 : ഈ. മ. യൗ., ലോഗോസ് ബുക്സ്, വിളയൂർ.
5. ഷാജി ജേക്കബ്, 2019 : 'കലാസിനിമയുടെ സൗന്ദര്യശാസ്ത്രവും വിപണിയുടെ പ്രത്യയശാസ്ത്രവും : സംഘർഷത്തിന്റെയും സമന്വയത്തിന്റെയും ചരിത്രപാഠങ്ങൾ', വിമർശനാത്മക വായനകൾ (എഡി. മിനി, ടി.), വിമർശനാത്മക പഠനസംഘം, കാലടി.
6. Anderons, Kay, Mona Damosh, Steve Pile, Nigel Thrift 2003 : Handbook of Cultural Geography, Sage Publications New Delhi.
7. Atkinson, David, Peter Jackson, David Sibley, Neil Woshbourn, 2005 : Cultural Geography: A Critical Dictionary of Key Concept I. B. Tauris London.
8. Lefebvre, Henri, 1991, The Production of Space, Blackwell Publishing, New Jersey.
9. Mulvey, Laura, 2001 : 'Visual Pleasure and Narrative Cinema', Media and Cultural Studies: Key Works (Ed. Meenakshi Gigi Durham, Douglas M. Kellner), WilleyBlackwell, New Jersey.
10. Murdoch, Jonathan, 2006 : Post Structural Geographies Sage Publications New Delhi.

ഓൺലൈൻ സൂചി

1. ശ്രീഹരി സ്വര, 2019 ജനുവരി 13, 'ഈ മ യൗ ലെ ഒരു സ്റ്റാറ്റിക്ക് ഷോട്ട്', https://www.facebook.com/filmmakers/posts/1531122656997549, 2019 ഏപ്രിൽ 20.

സിനിമകൾ

1. ആമേൻ, (ഇന്ത്യ/ മലയാളം/ 2013/ 165'), ലിജോ ജോസ് പെല്ലിശ്ശേരി (സംവിധാനം), പി. ടി. എന്റർടൈൻമെന്റ്സ്.
2. ഈ. മ. യൗ., (ഇന്ത്യ/ മലയാളം/ 2018/ 119') ലിജോ ജോസ് പെല്ലിശ്ശേരി (സംവിധാനം), ഒ. പി. എം. സിനിമാസ്.

സ്ഥലബോധവും അനുഭൂതിയും രേഖാചിത്രങ്ങളിൽ

കുഞ്ഞിരാമൻ പുതുശ്ശേരി

സാഹിത്യത്തിന്റെ ആന്തരികവും ബാഹ്യവുമായ ബലത്തിന് അവ കുടികൊള്ളുന്ന ഭൂമികയുടെ അഥവാ സ്ഥലത്തിന്റെ പരികല്പന പരമപ്രധാനമാണ്. അനുവാചകനെ കൂടെ കൊണ്ടുപോകാൻ ആഖ്യാനവിഷയത്തെ സ്ഥലം, സംസ്കാരം, ചരിത്രം എന്നിവയുമായി ബന്ധിപ്പിച്ചുകൊണ്ട് മനസിൽ വ്യക്തമായ കാഴ്ചപ്പാട് രൂപപ്പെടുത്താൻ കഴിയണം. ഇങ്ങനെ വിഭാവനം ചെയ്യാൻ കഴിയുന്ന ആശയങ്ങൾക്കു മാത്രമേ വ്യക്തിയിൽ ഗുണപരമായും, സക്രിയമായും ഇടപെടാൻ കഴിയുകയുള്ളൂ. ആശയങ്ങളെ സ്ഥലവുമായി ചേർത്തുവച്ചുകൊണ്ട് മനുഷ്യനും അവൻ പെരുമാറുന്ന സ്ഥാവരജംഗമവസ്തുക്കളും സഹജീവികളും ചേർന്നുള്ള അനുഭവാത്മകമായ സന്ധിയിലാണ് ഉത്തമ സംസ്കാരത്തിന്റെ വഴിത്തിരിവ് തെളിഞ്ഞു വരുന്നത്.

കഥ, നോവൽ, വൈജ്ഞാനിക സാഹിത്യം എന്നിവയിലെ സ്ഥലാപേക്ഷയുള്ള രചനകൾ കേവലം ഘടനയ്ക്കു മാത്രമല്ല, അവ ലക്ഷ്യമിടുന്ന വൈകാരികഭാവം ആഴത്തിൽ വേരൂന്നാനും കൂടിയാണ്. ഗദ്യ, പദ്യാദികളിൽ വ്യക്തിജീവിതം, യുദ്ധം തുടങ്ങിയ സന്ദർഭങ്ങളിൽ സ്ഥലാപേക്ഷിയായ ധാരാളം വർണ്ണനകൾ കാണാൻ കഴിയും. ഇത്തരം വർണ്ണനകളിൽ സ്ഥലബോധവും അനുഭൂതിയും സംജാതമാക്കാൻ കവികൾക്ക് അനായാസേന കഴിയുന്നുണ്ട്. അനുവാചകന്റെ ആന്തരിക ഭൂമികയും പ്രതിപാദ്യവിഷയഭൂമികയും സംയോജിപ്പിച്ച് ആശയവുമായി താദാത്മ്യം പ്രാപിക്കാനുള്ള വഴിയൊരുക്കൽ വളരെ

നിർണായകമാണ്. ഇങ്ങനെ സ്ഥലനിബദ്ധമായി ആശയത്തോടൊപ്പം സഞ്ചരിക്കുന്ന വായനക്കാർ വിവരണാതീതമായ അനുഭൂതിതലത്തിലേക്ക് എത്തിച്ചേരുന്നു. ഭൂമി, ജലം, അഗ്നി, വായു, ആകാശം തുടങ്ങിയ പഞ്ചഭൂതാധിഷ്ഠിത ഘടകങ്ങളിൽ വായു ഒഴികെയുള്ളവ പ്രത്യക്ഷത്തിൽ നേത്രഗോചരമാകുന്നതാണ്. ഇവ അനുവാചകനിൽ പഞ്ചേന്ദ്രിയാത്മകമായി സംയോജിക്കപ്പെട്ടാണ് നൂതന ചിന്തകൾ ഉദ്ഭൂതമാകുന്നത്. ജനിച്ചപ്പോൾ തുടങ്ങിയുള്ള ഭൂതകാലാനുഭവങ്ങളും ഇതിനെ കാതലായി സ്വാധീനിക്കുന്ന ഘടകമാണ്.

സ്ഥലവും കാഴ്ചയും

കാഴ്ചയാണ് മനുഷ്യന്റെ നിർണായക വൈജ്ഞാനിക സ്രോതസ്സ്. കണ്ണില്ലാത്തവനും ഉൾക്കാഴ്ചയുണ്ട്. മററ് നാല് ഇന്ദ്രിയങ്ങളിൽ കൂടി നേടുന്നവ. മനുഷ്യൻ സ്ഥലം, കാലം, അവസ്ഥ ഇവയ്ക്ക് സമാന്തരമായി സഞ്ചരിച്ചാണ് നിരന്തരം അറിവ് നേടുന്നത്. അറിവ് നേടി പ്രയോഗത്തിന്റെ ഏകാഗ്രമായ ഭൂമികയിൽ ആനന്ദം അനുഭവിക്കുന്നു. സ്ഥലം, കാലം, അവസ്ഥ എന്നിവയിൽ 'സ്ഥലം' വ്യക്തിയെ ആഴത്തിൽ സ്വാധീനിക്കുന്ന ഘടകമാണ്. ശരീരം മുഴുവനായും വിശിഷ്യ കണ്ണും, കാലും, കൈപ്പത്തിയും, കൈവിരലുകളും എല്ലാം മനുഷ്യനോട് സ്ഥലവുമായി സംവദിക്കുന്നു. ഇനിയെന്ത് എന്ന വർദ്ധിതമായ ഉത്കണ്ഠയോടെയും, ഔത്സുക്യത്തോടെയും കാഴ്ചകളിൽ അഭിരമിക്കാൻ മനുഷ്യൻ താല്പര്യപ്പെടുന്നു. ഇങ്ങനെ സംവദിക്കുന്ന എല്ലാറ്റിനും നന്മയും, സൗന്ദര്യവും ദർശിക്കാനാണ് ആഗ്രഹിക്കുന്നത്. പരമമായ ഇത്തരം ഇച്ഛയും, അഭിനിവേശവും ശ്രുപപരവും, ദൃശ്യപരവുമയ ആവിഷ്കാരത്തിന് മുതിരുന്നതിൽ പ്രേരകഘടകമാണ് പരിസരവുമായി വളരെ വേഗം, പരമാവധി ഇണങ്ങിച്ചേരുന്ന സ്വഭാവം മനുഷ്യനുണ്ട്. അവൻ ഇടപഴകുന്ന സ്ഥലം അവന് പലപ്രകാരത്തിലും ആവേശമാണ്. ആ ഭൗതിക മേഖല വ്യത്യസ്തങ്ങളായ ഭാവങ്ങൾ വ്യക്തിയിൽ സംജാതമാക്കുന്നു. ദുഃഖം, ഹർഷം, അമർഷം തുടങ്ങി നിരവധി വികാരങ്ങൾ സ്ഥലത്തിന്റെ ഫലഭൂയിഷ്ഠമായ ഭൗതിക ഭൂമികയിൽ നിന്നും ആന്തരികമായ ഭൂമികയിലേക്ക് പരിവർത്തനം ചെയ്യപ്പെടുന്നു.

ചിത്രണം ഏവരിലുമുള്ള സഹജവാസന

ചെറുപ്രായത്തിൽ നിലത്തു കമിഴ്ന്ന കിടന്നുകൊണ്ട് വെള്ളത്തിലും മറ്റും വിരലുപയോഗിച്ച് കോറിയും, കൈപ്പത്തികൊണ്ട് തച്ചും തിമിർക്കുന്ന ശിശുക്കളെ കാണാം. ഇത്തരം ചെയ്തികളിലൂടെ ശിശു

സൂചകാർത്ഥമുള്ള അടയാളങ്ങൾ സൃഷ്ടിക്കുന്നു. ഇങ്ങനെ പ്രപഞ്ചത്തിലുള്ള വസ്തുക്കളേയും പ്രകൃതിജന്യമല്ലാത്ത പ്രതിരൂപങ്ങളേയും ആന്തരികമായി ആവാഹിക്കാൻ കരുത്തുനേടുകയും സന്ദർഭാനുസരണം സൗന്ദര്യാത്മകമായി ആവിഷ്ക്കരിക്കാൻ ശ്രമിക്കുകയും ചെയ്യുന്നു.

രേഖാചിത്രങ്ങളിൽ സ്ഥലത്തിന്റെ അനിവാര്യത

ചിത്രങ്ങൾ സ്ഥലവും സംഭവങ്ങളുമായി അഭേദ്യമായി ബന്ധപ്പെട്ടിരിക്കുന്നു. പതിനായിരം വാക്കുകൾക്ക് പകരം വയ്ക്കാൻ ഒരു ചിത്രത്തിന് കഴിയും. വിൻസന്റ് വാൻഗോഗിന്റെ ഉരുളക്കിഴങ്ങ് തിന്നുന്നവർ എന്ന ചിത്രം ഓരോ ദ്രഷ്ടാവിലും വിവിധതരം ഭാവമാണ് ഉണർത്തിവിടുന്നത്. രേഖകളെയും വർണങ്ങളെയും വിഷാദാകാശങ്ങളിലൂടെ അലയാനും ഏകാന്തതയിൽ വിസ്മയകരമായ ജീവിതത്തിന്റെ അടരുകൾ അനുഭവിക്കാനും നിശ്ചിതനീളത്തിലും വീതിയുള്ള ആ ചിത്രത്തിന് ഇന്നും കഴിയുന്നു എന്നത് യഥാർത്ഥ്യമാണ്. ഒരു ചിത്രത്തിൽ നിന്നും പ്രചോദനമുൾക്കൊണ്ട് അഥവാ ചിത്രവായന നടത്തി, ലേഖനം, കവിത, കഥ, നോവൽ തുടങ്ങിയ സാഹിത്യവ്യവഹാര രൂപ സൃഷ്ടി നടത്താം. പ്രശസ്ത മലയാള നോവലിസ്റ്റും മാതൃഭൂമി ആഴ്ചപ്പതിപ്പ് സബ് എഡിറ്ററുമായ സുഭാഷ് ചന്ദ്രൻ വിൻസെന്റ് വാൻഗോഗിന്റെ ഉരുളക്കിഴങ്ങ് തിന്നുന്നവർ എന്ന ചിത്രത്തെ അധികരിച്ച് രചിച്ച കഥ ഇതിനുദാഹരണമാണ്. ഒരു യാത്രയെന്നാൽ പോകുന്ന സ്ഥലത്തോട് ഇഴുകിച്ചേരുകയെന്ന് പറയുമ്പോലെയാണ് ജീവിതയാത്രയിൽ മനുഷ്യന് തന്റെ 'ഇടവു'മായുള്ള ഇഴപിരിയാത്ത ബന്ധം.

വി.എസ്. ഖണ്ഡേക്കറുടെ യയാതി, പുനത്തിൽ കുഞ്ഞബ്ദുള്ളയുടെ സ്മാരകശിലകൾ, യു.എ.ഖാദറിന്റെ പൂക്കോട്ടൂരംശം ദേശം തുടങ്ങിയ നോവലുകൾക്ക് ചിത്രകാരന്മാർ വരച്ച ചിത്രങ്ങൾ ശ്രദ്ധേയമായിരുന്നു. ഇത് കഥാപാത്രങ്ങൾക്കു പുറമെ നോവലിലെ പ്രതിപാദ്യവിഷയത്തിന്റെ വർത്തമാനതലവും കൃത്യമായി ഉൾക്കൊണ്ടു എന്നതിനാലാണ്. വി.കെ. എന്നിന്റെ പിതാമഹനും മറ്റും ആർട്ടിസ്റ്റ് നമ്പൂതിരി വരച്ച ചിത്രങ്ങൾ വളരെ പ്രസക്തമാണ്. രേഖാചിത്രങ്ങൾ സ്ഥലാപേക്ഷികമായി അനുഭൂതി ഉണർത്തുന്നവയാവുമ്പോൾ ആഖ്യാനത്തെ ഉൾക്കൊള്ളാൻ അനുവാചകന് എളുപ്പം സാധിക്കുന്നു.

ചിത്രണകലയും, സാഹിത്യവും തമ്മിലുള്ള വ്യത്യാസങ്ങൾ ആധുനിക കലാദർശനം എന്ന ഗ്രന്ഥത്തിൽ ശ്രീ വിജയകുമാർ മേനോൻ എടുത്തു പറയുന്നുണ്ട്.

"കവിതയുടെ എഴുതിയ രൂപം ഖണ്ഡ (Stanza)മായി നിലകൊള്ളുമ്പോൾ അവ ഓരോന്നും പരസ്പരം ബന്ധപ്പെട്ടും എന്നാൽ ആശയ വ്യക്തിത്വം സൂചിപ്പിച്ചും സ്ഥിതി ചെയ്യുന്നു. ഇത് ഏത് കവിതയുടേയും ഘടനയാണ് ദൃശ്യകല എന്നു പറയുമ്പോൾ ചിത്രം, ശില്പം, വാസ്തുരൂപം എന്നിവയെ നോക്കുന്ന കണ്ണിന്റേയും, മനസ്സിന്റെയും, ശരീരത്തിന്റെയും ചലനമാണ് സംവേദനക്ഷമമാകുന്നത്" ഭാവതലങ്ങളെ അനാവരണം ചെയ്യാനനുവദിക്കുന്ന ബിംബങ്ങൾ ചലനക്ഷമത കൈവരിക്കുന്നതിന് അനുബന്ധചിത്രങ്ങൾക്ക് വളരെയധികം പങ്കുണ്ട്. സംസ്കാരം, ഭാഷ, വേഷം, ഭക്ഷണം, വിനോദം, വിദ്യാഭ്യാസം, സാമ്പത്തികം തുടങ്ങിയവയെല്ലാം സ്ഥലത്തിൽ ഉൾക്കൊള്ളുന്നവയാണ്.

രേഖാചിത്രത്തിന്റെ സവിശേഷതകൾ

രേഖാചിത്രങ്ങളിൽ വീക്ഷണ പരത സന്നിവേശിപ്പിക്കുമ്പോളാണ് ചിത്രം കൂടുതൽ ആഴത്തിൽ സ്പർശിക്കുന്നത്. അതോടൊപ്പം നിഴലും വെളിച്ചവും വൈകാരിക ഭാവത്തിനനുസരിച്ച് സന്നിവേശിപ്പിക്കുമ്പോഴും ഇത് സംഭവിക്കുന്നു. മറ്റൊന്ന് വരകളുടെ നേർത്തും, കട്ടത്തതുമായ അവസ്ഥയാണ്. സ്ഥലചിത്രീകരണത്തിൽ നിമ്നോന്നതങ്ങളായ പ്രദേശങ്ങൾ, ഇരുളും വെളിച്ചവും വസ്തുക്കളുടെ രൂപഭാവങ്ങൾക്കനുസൃതമായി വിന്യസിക്കുമ്പോൾ വൈകാരികാനുഭൂതിയുണ്ടാകുന്നു. പർവതങ്ങളുടെ ഉയർച്ചയും, കടലിന്റെയും, പാടത്തിന്റെയും പുഴയുടെയും അനന്തതയും അഗാധതയും ഉള്ളിൽ തട്ടുന്നതിന് രേഖാചിത്രത്തിലൂടെ സാധിക്കും. കിണർ, കിഴക്കാൻ തൂക്കായ ഇടങ്ങൾ, വലിയ മരത്തിന് മുകളിൽ നിന്നും താഴേയ്ക്കുള്ള ദൃശ്യങ്ങൾ, കാട്, എന്നിവയും സ്ഥലപരമായ അനുഭൂതി സൃഷ്ടിക്കാൻ ഉചിതമായ ദൃശ്യങ്ങളാണ്. സിനിമയിലും മറ്റും ഇതിവൃത്തത്തിനനുസരിച്ചുള്ള സ്ഥലപശ്ത്താലം തെരഞ്ഞെടുക്കുന്നത് ഈ വൈകാരികാനുഭൂതി സൃഷ്ടിക്കാൻ വേണ്ടിയാണ്. മരുഭൂമിയുടെ വിശാലതയും, വസ്തുക്കൾ അനന്തചക്രവാളത്തിലേക്ക് ലയിച്ചുചേരുന്നതും എല്ലാം ഒരു ചെറിയ പ്രതലത്തിൽ വിവിധ വികാരങ്ങളും, സ്മരണകളും ഉണർത്താൻ പര്യാപ്തങ്ങളാണ്.

അച്ചടിയുടെ ആദ്യകാലഘട്ടങ്ങളിൽ സാഹിത്യത്തിന് അനുപൂരകങ്ങളായി രേഖാ ചിത്രങ്ങളെ ആശ്രയിക്കുന്ന രീതി ഉണ്ടായിരുന്നു. രാമായണം, ഭാഗവതം, ദേവീഭാഗവതം തുടങ്ങിയ പുരാണ പ്രസിദ്ധങ്ങളായ കൃതികളിൽ അനുവാചകനിൽ ആശയസ്ഥാപനത്തിനും, അനുഭൂതി ഉളവാക്കുന്നതിനുമായി ചിത്രങ്ങൾ അവശ്യം ഉപയോഗിച്ച

പോന്നു. വായനക്കാരുടെ വായനക്ഷമതയെ ഉത്തേജിപ്പിക്കുന്നതി നും ഭാവനയ്ക്ക് ആക്കം കൂട്ടുന്നതിനും ചിത്രങ്ങൾ കൊണ്ട് സാധിച്ചിരു ന്നു. പഴയകാല പട്ടാചിത്ര ശൈലിയിലും ചുമർചിത്രശൈലിയിലും ആദ്യകാല പുസ്തകങ്ങളിൽ വരച്ചു ചേർക്കപ്പെട്ടു. ചുരുക്കത്തിൽ ആസ്വാദനത്തിനും ആശയഗ്രഹണത്തിനും, രേഖാചിത്രങ്ങൾ സാഹിത്യ രചനകൾക്ക് വലിയ പിന്തുണ നൽകി.

2009 ഡിസംബർ മാതൃഭൂമി ആഴ്ചപ്പതിപ്പിൽ പ്രസിദ്ധീകരണം തുടങ്ങിയ ശ്രീ സുഭാഷ് ചന്ദ്രന്റെ മനുഷ്യന് ഒരു ആമുഖമെന്ന നോവൽ ഒരു പ്രദേശത്തിന്റെ 100 വർഷത്തെ ചരിത്രം അതിമനോഹരമായി വിവരിക്കുന്ന ഒരു ആഖ്യായികയാണ്. ആലുവയ്ക്ക് അടുത്തുള്ള ഉളിയന്നൂർ ദേശം പെരുന്തച്ചന്റെ ജന്മദേശമാണ്. ഇതിനു നേരെ അക്കരെയാണ് കടുങ്ങല്ലൂർ. കടുങ്ങല്ലൂരിനെയാണ് സുഭാഷ് ചന്ദ്രൻ തച്ചനക്കരെ എന്ന് തന്റെ നോവലിൽ നാമകരണം ചെയ്തിരിക്കുന്നത്. ഈ നാടിനുണ്ടായ വളർച്ച പല ബിംബങ്ങളിലൂടെയും വരച്ചു കാട്ടുന്നു. "ബഹിരാകാശത്ത് വഴിതെറ്റി അലഞ്ഞു കൊണ്ടിരുന്ന സ്കൈലാബ് എന്നൊരു കൃത്രിമോപഗ്രഹം ഭൂമിയിലെവിടെയും വീണേക്കാമെന്ന കിംവദന്തി കുറേക്കാലമായി നാട്ടിൽ പ്രചരിച്ചിരുന്നു. അമേരിക്ക യുടെ കടിഞ്ഞാൺ പൊട്ടിച്ച് അത് തച്ചനക്കരെയുടെ ആകാശത്തിന് മുകളിൽ ഒരു ചുവന്ന കനൽക്കട്ടയായി സഞ്ചരിക്കുന്നതും ഗീതാലയ ത്തിന്റെ മേൽക്കൂരയിലേക്ക് ആളി വീണ് കഴുക്കോലുകളെ കത്തിക്കു ന്നതും ജിതൻ കൂടെക്കൂടെ സ്വപ്നം കണ്ടു." അതുപോലെ കടുങ്ങല്ലൂരിനെ ആലുവായുമായി ബന്ധിപ്പിക്കുന്ന മാർത്താണ്ഡവർമ്മ പാലം, ആലുവ ശിവരാത്രി മണപ്പുറം, പെരിയാർ എന്നിങ്ങനെ ആകാശവും ഭൂമിയും ഒക്കെ സ്ഥലാപേക്ഷിയായി വരുന്ന നോവലാണ് സുഭാഷ് ചന്ദ്രന്റെ മനുഷ്യന് ഒരു ആമുഖം. ഇവിടെ മാർത്താണ്ഡവർമ്മ പാലം ഒരു കഥാപാത്രത്തോളം തലയുയർത്തി നിൽക്കുന്നു. ആഴ്ചപ്പതിപ്പിൽ വായനാ പിന്തുണയ്ക്കായി ചിത്രങ്ങൾ നൽകിയിട്ടുണ്ട്. ഖണ്ഡശ്ശ പ്ര സിദ്ധീകരിച്ച സാഹിത്യരചനകൾ പുസ്തകരൂപത്തിൽ ഇറങ്ങുമ്പോൾ പൊതുവെ ചിത്രങ്ങൾ ഒഴിവാക്കുന്ന പ്രവണതയാണ് കണ്ടു വരുന്നത്. അനുവാചകന്റെ വ്യക്തിഗതമായ ഭാവനയ്ക്ക് ഒരു ചിത്രകാരന്റെ ഭാവ നാചിത്രങ്ങൾ കടിഞ്ഞാൺ ഇടരുതെന്ന ഒരു വാദവും ഇതിന്റെ പിന്നിലുണ്ടാവും.

യു.എ.ഖാദറിന്റെ തൃക്കോട്ടൂരംശം, എസ്.കെ.പൊറ്റക്കാടിന്റെ ഒരു ദേശത്തിന്റെ കഥ, ചങ്ങമ്പുഴയുടെ രമണൻ എന്നിവ ശക്തമായ ഒരു ഭൂമികയുടെ മുകളിൽ വികസിപ്പിച്ചെടുത്ത മലയാളത്തിലെ

സാഹിത്യരചനകൾക്ക് ഉദാഹരണമാണ്. എം.ടി വാസുദേവൻനായരുടെ രണ്ടാമൂഴത്തിനും, വാനപ്രസ്ഥത്തിനും ആർട്ടിസ്റ്റ് നമ്പൂതിരി വരച്ചരേഖാചിത്രങ്ങൾ നിർണ്ണായകമാണ്. രണ്ടാമൂഴം മഹാഭാരതത്തിലെ ഭീമൻ എന്ന കഥാപാത്രത്തെ കേന്ദ്രീകരിച്ച രചനയാണ്. വായനക്കാരന്റെ സങ്കല്പത്തിന് തെളിച്ചംകിട്ടും വിധം ചിത്രത്തിന്റെ അനിവാര്യത വെളിപ്പെടുത്തുന്നവയാണ് അവ. അതേ അവസരം എസ്.കെ.പൊറ്റക്കാടിന്റെ വിഷകന്യകയ്ക്ക് ചിത്രത്തിന്റെ അത്യാവശ്യം ഉണ്ടെന്ന് പറയുക വയ്യ. കുടിയേറ്റ കർഷകരുടെ ജീവിത ദുരിതങ്ങളാണ് ഇതിൽ വിഷയം. വാക്കിനെക്കൊണ്ടുള്ള വരച്ചുകാട്ടൽ കൂടുതലുള്ളിടത്ത് ചിത്രകാരന്റെ സാന്നിദ്ധ്യം ഒരധികപ്പറ്റാണ്. അനുവാചകന്റെ ഭാവനയ്ക്കും സങ്കല്പത്തിനും ഒരു വിലങ്ങു തടിയായി ചിത്രങ്ങൾ മാറാതിരിക്കാനും ശ്രദ്ധിക്കണം.

അവലംബം

1. ബാലകൃഷ്ണപിള്ള എ കേസരി, 1990, നവീനചിത്രകല, കേരളലളിതകലാ അക്കാദമി, തൃശ്ശൂർ
2. പ്രേമാനന്ദകുമാർ ടി.,2003, വാൻഗോഘ് കലയും ജീവിതോന്മാദവും, റെയിൻബോ ബുക്ക് പബ്ലിഷേഴ്സ്, ചെങ്ങന്നൂർ
3. സോമൻ കടലൂർ (ഡോ), 2005, കേരളീയരേഖാചിത്രകല, ഇൻസൈറ്റ് പബ്ലിക്ക, കോഴിക്കോട്
4. വിജയകുമാർമേനോൻ, 1993, ആധുനികകലാദർശനം, കറന്റ് ബുക്സ്, തൃശ്ശൂർ

ആനുകാലികം

1. സുഭാഷ് ചന്ദ്രൻ, 2010 ആഗസ്റ്റ് 1, പുസ്തകം 88 ലക്കം 21 മാതൃഭൂമി ആഴ്ചപ്പതിപ്പ്, കോഴിക്കോട്

ലേഖക പരിചയം

1. ഡോ. ടി.ടി. ശ്രീകുമാർ, പ്രൊഫസർ, ഇംഗ്ലീഷ് ആന്റ് ഫോറിൻ ലാംഗ്വേജ് യൂണിവേഴ്സിറ്റി ഹൈദരാബാദ്.
2. എൻ പ്രഭാകരൻ, കനി, ധർമടം, തലശ്ശേരി.
3. ഡോ. അജയ് ശേഖർ, അസി. പ്രൊഫസർ, ഇംഗ്ലീഷ് വിഭാഗം, ശ്രീ ശങ്കരാചാര്യ സംസ്കൃത സർവകലാശാല, കാലടി.
4. ഡോ. വി. അബ്ദുൽ ലത്തീഫ്, അസി. പ്രൊഫസർ, ശ്രീ ശങ്കരാചാര്യ സംസ്കൃത സർവകലാശാല, കൊയിലാണ്ടി പ്രാദേശിക കേന്ദ്രം.
5. ഡോ. എം.സി. അബ്ദുൾനാസർ, അസി. പ്രൊഫസർ, ഗവ. ആർട്സ് ആന്റ് സയൻസ് കോളേജ് കോഴിക്കോട്.
6. ഡോ. ഒ.കെ. സന്തോഷ്, അസി. പ്രൊഫസർ, മലയാള വിഭാഗം, മദ്രാസ് സർവകലാശാല.
7. ഡോ. സജിത. കെ.ആർ, അസി. പ്രൊഫസർ, മലയാള വിഭാഗം, ശ്രീ ശങ്കരാചാര്യ സംസ്കൃത സർവകലാശാല, കാലടി.
8. ഡോ. എം. ലിനീഷ്, അസി. പ്രൊഫസർ, മലയാളവിഭാഗം, ഗവ. ബ്രണ്ണൻ കോളേജ്, തലശ്ശേരി.
9. മാർട്ടിൻ ജോസഫ്, അസി. പ്രൊഫസർ, നിർമ്മലഗിരി കോളേജ്, കൂത്തുപറമ്പ.
10. സരിത കെ.വി., ഗവേഷക, മലയാളവിഭാഗം, കണ്ണൂർ സർവ്വകലാശാല.
11. സിനി ജോസ്, അസി. പ്രൊഫസർ, ഇംഗ്ലീഷ് വിഭാഗം, ഗവ. കോളേജ് പയ്യന്നൂർ, പെരിങ്ങോം.
12. ഡോ. കെ.വി. ഉണ്ണികൃഷ്ണൻ, അസി. പ്രൊഫസർ, മലയാളവിഭാഗം, ഗവ. ബ്രണ്ണൻ കോളേജ്, തലശ്ശേരി.
13. വിജയകുമാർ എ, എം ഫിൽ ഗവേഷകൻ, മലയാള വിഭാഗം, കേരള സർവ്വകലാശാല.
14. ജിഷ്ണു ആർ, ഗവേഷകൻ, ശ്രീ നീലകണ്ഠ സംസ്കൃത കോളേജ് പട്ടാമ്പി.
15. ഡോ. അജിത ചേമ്പൻ, അസി. പ്രൊഫസർ, മലയാളവിഭാഗം, ഗവ. ബ്രണ്ണൻ കോളേജ്, തലശ്ശേരി.
16. ഷർമിയ നൂറുദ്ദീൻ, ഗവേഷക, സാഹിത്യപഠനം, തുഞ്ചത്തെഴുത്തച്ഛൻ മലയാള സർവകലാശാല, തിരൂർ.
17. ശരത്കുമാർ. വി, ഗവേഷകൻ, മലയാളവിഭാഗം, ഗവ. ബ്രണ്ണൻ കോളേജ്, തലശ്ശേരി.
18. അനശ്വർ കൃഷ്ണദേവ് ബി, ഗവേഷകൻ, യൂണിവേഴ്സിറ്റി കോളേജ്, തിരുവനന്തപുരം.
19. കുഞ്ഞിരാമൻ പുതുശ്ശേരി, ഗവേഷകൻ, മലയാളവിഭാഗം, ഗവ. ബ്രണ്ണൻ കോളേജ്, തലശ്ശേരി.

www.ingramcontent.com/pod-product-compliance
Lightning Source LLC
LaVergne TN
LVHW101416051026
849519LV00005BC/1774
* 9 7 8 9 3 9 0 4 0 4 0 7 0 *